"श्री. वसुधेंद्र यांच्या या कथा भळभळत्या जखमांनी ओल्या झालेल्या आहेत. त्यांची साधी, सोपी आणि सरळ भाषा उठून दिसण्यासारखी आहे. या कथा प्रस्तुत काळामधील रूढी आणि परंपरा यांपासून फार दूर गेलेल्या आहेत. जसे जसे वाचत जाल तसतशी त्यातील सत्यता हळूहळू पटण्यासारखी आहे. मुख्य म्हणजे, यातील वर्णन केलेल्या घटना आपल्या अवतीभवती प्रत्यक्ष घडत आहेत यावर वाचकांचा हमखास विश्वास बसेल."

– सचिन कुंडलकर

आपल्या स्नेहीजनांना पुस्तके भेट द्या

मोहनस्वामी

वसुधेंद्र

अनुवाद
डॉ. डी. व्ही अरवंदेकर

मेहता पब्लिशिंग हाऊस

Please contact us at **Mehta Publishing House Pvt. Ltd.**
✆ +91 020-24476924 / 24460313 / Mob. No. 9545000513
Email : production@mehtapublishinghouse.com
Website : www.mehtapublishinghouse.com

- *या पुस्तकातील लेखकाची मते, घटना, वर्णने ही त्या लेखकाची असून त्याच्याशी प्रकाशक सहमत असतीलच असे नाही.*

MOHANSWAMI by VASUDHENDRA

Translated into Marathi Language by Dr. D. V. Arvandekar

मोहनस्वामी / अनुवादित कथासंग्रह

अनुवाद : डॉ. डी. व्ही. अरवंदेकर
author@mehtapublishinghouse.com

मराठी अनुवादाचे व प्रकाशनाचे हक्क : मेहता पब्लिशिंग हाऊस प्रा. लि.

संस्थापक : सुनील मेहता

प्रकाशक : मेहता पब्लिशिंग हाऊस प्रा. लि.
१९४१, सदाशिव पेठ, माडीवाले कॉलनी, पुणे - ३०

मुद्रक : ट्रिनिटी अ‍ॅकॅडमी फॉर कॉर्पोरेट ट्रेनिंग लिमिटेड, पुणे - ४१

मुखपृष्ठ : निल्स हेन्रिक पेडेरसन

प्रकाशनकाल : सप्टेंबर, २०२२

किंमत : ₹ ३३०

P Book ISBN 9789394258556
E Book ISBN 9789394258563
E Books available on : amazonkindle Apple Books Google Play Books

सादर समर्पण

मोहनस्वामीचे समस्त मित्रमंडळ

मोहनस्वामीची सर्व मुले, नातू, नाती, पणतू व पणती

मोहनस्वामीचे पूज्य वडील, आजोबा व पणजोबा

या सर्वांच्या स्मृतीस अभिवादन करून सादर समर्पण

'मोहनस्वामी'चे वाचक

दर्जेदार साहित्य पुस्तकरूपाने वाचकांसमोर आणणे वाटते तितके सोपे नाही असे म्हटले, तर अतिशयोक्ती होणार नाही. प्रसिद्ध कन्नड साहित्यिक श्रीयुत वसुधेंद्र यांच्या बाबतीत असेच घडले. त्यांचा 'मोहनस्वामी' नावाचा मूळ कन्नड कथासंग्रह पुस्तकरूपाने प्रसिद्ध होण्यापूर्वी त्यांच्यासमोर अनंत अडचणी उभ्या ठाकल्या. हे पुस्तक २०१३ मध्ये प्रसिद्ध होण्यापूर्वी काही महिने लेखक अत्यंत खिन्न मनःस्थितीमधून जात होते. नैराश्याने त्यांना पुरेपूर ग्रासले होते. त्यांच्या मनात आत्महत्येचे विचार घोळत होते. एकदा ते उठले, होस्पेटहून बस पकडली आणि तडक तुंगभद्रा नदीच्या धरणावर जाऊन पोचले. नदीमध्ये उडी मारून जीवन संपविण्याचा त्यांचा विचार होता. पण ऐन वेळी त्यांच्या मनाने कच खाल्ली आणि ते माघारी फिरले. त्यानंतर २०१६ मध्ये मी त्यांना बेंगळूरमुक्कामी भेटलो, तेव्हा आपल्या फसलेल्या आत्महत्येच्या बाबतीत ते हसत हसत म्हणाले, ''मानसिक धैर्य प्रत्येक प्रसंगी अनुकूल असेलच असं नाही.''

वरील प्रसंगी त्यांना नैराश्याचा तीव्र झटका आला होता. असे झटके त्यांना यापूर्वीदेखील येऊन गेले होते. अशाच मनःस्थितीमधून जातेवेळी एकदा त्यांचे कामाकडे लक्ष लागेना. कित्येक महिने निद्रादेवीने त्यांच्याकडे पाठ फिरविली होती. आपल्या या अवस्थेबद्दल ते म्हणाले होते, ''कुठं तरी काही तरी चुकलं असल्याची मला जाणीव झाली होती, पण नक्की काय चुकलं आहे हे कळत नव्हतं.'' अखेर त्यांनी मानसोपचार तज्ज्ञाचा सल्ला घ्यायचे ठरविले. त्या डॉक्टरांनी 'क्लिनिकल डिप्रेशन'चे निदान केले आणि काही गोळ्या लिहून देऊन त्या

वेळेवर घेण्याचा सल्ला दिला. या गोळ्यांचा तात्पुरता परिणाम दिसून आला. पण वरील आत्महत्येच्या प्रसंगी नैराश्याचा झटका पुन्हा जोराने उफाळून वर आला. त्या वेळी डॉक्टरांनी त्यांना दिलेला सल्ला अनमोल होता. ते म्हणाले होते, ''उत्तम मानसिक आरोग्यासाठी 'आहार, निद्रा आणि मैथुन' या प्राथमिक गरजा आहेत आणि नेमका त्यांचाच अभाव तुझ्या या परिस्थितीला कारणीभूत आहे.''

आपल्या लैंगिक स्थितीचे नीट आकलन होण्यासाठी त्यांना वीस वर्षे वाट पाहावी लागली. आपल्याला पुरुषांचे आकर्षण वाटते आहे याची जाणीव त्यांना पौगंडावस्थेमध्ये झाली होती. पण हे योग्य की अयोग्य याबद्दल त्यांच्या मनात संभ्रम निर्माण झाला. त्यांच्या मनात प्रचंड गोंधळ झाला होता आणि अनेक वर्षांनंतर याचे निराकरण झाले. त्यांचे बालपण कर्नाटकातील बळ्ळारी जिल्ह्यात होस्पेटनजीकच्या संडूर नावाच्या खेड्यामध्ये गेले. आपल्या तरुणपणी ते एका कन्नड मासिकातील 'आरोग्यविषयक सल्ला' हे सदर नियमित वाचत असत. या सदरामध्ये 'कुंडलीमध्ये सर्पदोष असेल, तर अशी व्यक्ती समलैंगिक असण्याची शक्यता आहे. नियमितपणे शिवमंदिरात जाऊन देवदर्शन घेतल्यास हा दोष दूर होईल' असा दिलेला सल्ला त्यांच्या वाचनात आला. त्यानंतर स्वतःच्या कुंडलीमध्ये सर्पदोष आहे की नाही याची शहानिशा न करताच ते नियमित शिवमंदिरात जाऊ लागले. पण त्यामुळे त्यांच्या लैंगिक स्थितीमध्ये काहीच बदल झाला नाही. उलट रोज रात्री त्यांच्या स्वप्नात अनेक नाग-सर्प येऊन त्यांना दंश करण्याच्या तयारीत असलेले त्यांना दिसू लागले आणि त्यांची धास्ती घेऊन त्यांचे मानसिक स्वास्थ्य जास्तच बिघडले.

वयाच्या एकविसाव्या वर्षी त्यांची एका तरुणाशी दाट मैत्री झाली. दोघांनीही अनेक वर्षे एकत्र राहून सहजीवनाचा आस्वाद घेतला. पण एकदा अचानक त्या मित्राचा विवाह ठरला आणि नाईलाजाने त्यांच्या मैत्रीमध्ये खंड पडला. त्यानंतर त्यांनी इतर एक-दोन मित्रांसोबत सूत जमविले. पण ही मैत्री जास्त टिकू शकली नाही आणि ते पुन्हा एकाकी पडले. इतःपर कुणा पुरुषाशी संबंध जुळविणे शक्य होणार नाही याची त्यांना जाणीव झाली आणि सर्व धीर एकवटून त्यांनी या एकाकीपणाशी सामना करण्याचा निश्चय केला. 'आपण विवाह करणार नाही' असे घरातील सर्वांना आणि जवळच्या नातेवाइकांना निक्षून सांगितले आणि स्वतःला पूर्णपणे कामात झोकून दिले. पुन्हा कुणा पुरुषाशी जवळीक करण्याचा प्रयत्नदेखील केला नाही.

श्री. वसुधेंद्र माहिती आणि तंत्रज्ञान क्षेत्रात उच्चपदावर नोकरीला होते. या क्षेत्रामध्ये त्यांची कामगिरी उत्तम होती. उत्तरोत्तर त्यांना बढती मिळत गेली. परदेशातदेखील आपल्या कामाची त्यांनी चांगली छाप पाडली. कन्नड लेखन क्षेत्रातदेखील त्यांची चांगली ख्याती आहे. प्रस्तुत कथासंग्रह प्रसिद्ध होण्यापूर्वी

त्यांचे चार कथासंग्रह, चार निबंध संकलनाची पुस्तके आणि एक कादंबरी प्रसिद्ध झाली आहे. या सर्व साहित्यामध्ये एक कथा वगळता समलिंगी संबधांचा कुठेही उल्लेख नाही. त्यांच्या पहिल्या मित्राच्या वियोगानंतर श्री. वसुधेंद्र यांनी स्वतःची लैंगिक स्थिती आहे तशी स्वीकारायचे ठरविले.

पुरुषासाठी लैंगिक अवस्थेची जाणीव वास्तविक वयाच्या २१ किंवा २२व्या वर्षी व्हायला हवी. पण श्री. वसुधेंद्र यांच्या बाबतीत त्याची सुरुवात चाळिशीच्या जवळपास झाली. याच वयात त्यांनी आपली लैंगिक अवस्था जशी आहे तशी स्वीकारण्याचा निर्णय घेतला. त्यांनी इंटरनेटवरून लैंगिक संबंधासाठी उत्सुक असलेल्या पुरुषांचा शोध घेण्यास सुरुवात केली. बेंगळूर येथे एल. जी. बी. टी. (लेस्बियन, गे, बायसेक्स्युअल, ट्रान्सजेंडर) नावाची एक संस्था आहे. या संस्थेचे समर्थन प्राप्त असलेला 'ॲज गुड ॲज यू' नावाचा ग्रुपदेखील आहे. श्री. वसुधेंद्र या ग्रुपचे सभासद बनले. त्या ग्रुपच्या दर गुरुवारी आयोजित केलेल्या सभेला ते हजर राहू लागले. त्यानंतर सर्व मानसिक बंधने झुगारून देऊन 'गे' या विषयावर मुक्तपणे मत प्रदर्शन करून तत्संबंधी लेख व कथा लिहू लागले. 'मोहनस्वामी'च्या कथांचा जन्म त्याच वेळी झाला. मोहनस्वामी हा त्यांचा कथानायक 'गे' असून, सर्व कथा त्याच्या भोवतीच गुंफलेल्या आहेत. या संग्रहातील सुरुवातीच्या काही कथा कन्नड मासिकांमधून प्रसिद्ध झाल्या तेव्हा वाचकांचा उत्स्फूर्त प्रतिसाद मिळाला. वाचकांनी या कथांना उचलून धरले. याच सुमारास दिल्ली हायकोर्टाने भारतीय दंडविधानाच्या ३७७व्या कलमामधील काही तरतुदी निसर्गनियमाविरुद्ध असल्याचे मत व्यक्त करून समलिंगी संबंधांना कायदेशीर मान्यता दिली. या निकालामुळे श्री. वसुधेंद्र यांचे मानसिक धैर्य उंचावले. हा निकाल जुलै २००९ मध्ये देण्यात आला आणि लगेच म्हणजे ऑगस्ट २००९ मध्ये या कथांच्या लेखनास सुरुवात झाली.

कथालेखनास सुरुवात झाली खरी. पण वाचकांचे काय? त्यांना या कथा आवडतील की नाही याबद्दल श्री. वसुधेंद्र साशंक होते. तब्बल तीन वर्षांनंतर मनाचा हिय्या करून त्यांनी पहिली कथा 'देशकाला' या कन्नड मासिकामध्ये प्रसिद्ध करण्यास दिली. या कथेला लेखकाचे 'षण्मुख' असे टोपणनाव दिले. हा षण्मुख म्हणजे विद्येची देवता श्री गजानन याचा भाऊ. या षण्मुखाने स्त्रियांना आपल्या जवळपास फिरकू दिले नाही. स्त्रिया अजिबात आवडत नसल्यामुळे विवाह न करता ब्रह्मचारी राहणे त्याने पसंत केले. श्री. वसुधेंद्र त्याला 'ब्रह्मचारी' असेच संबोधत असत. या कथेला वाचकांचा उदंड प्रतिसाद मिळाला. या यशाच्या जोरावर त्यांनी सर्व कथा संकलित करून, लेखक म्हणून स्वतःचे नाव देऊन पुस्तकरूपाने वाचकांसमोर मांडण्याचा निर्णय घेतला. त्यांची स्वतःची चंदा पुस्तक नावाची प्रकाशन संस्था २००४ पासून कार्यरत असल्यामुळे प्रकाशक शोधण्यासाठी कुठे जाण्याची आवश्यकता नव्हती. त्यांनी स्वत: लिहिलेली अनेक पुस्तके या संस्थेने

प्रकाशित केली आहेत आणि ती हातोहात खपली आहेत. वरील पुस्तकाला त्यांनी कथानायकाचे म्हणजे 'मोहनस्वामी' हे नाव दिले.

स्वतःचे पुस्तक प्रकाशनासाठी प्रकाशकाच्या हवाली केल्यानंतर ते प्रकाशित होईपर्यंत लेखक मानसिक तणावाखाली असतो. मोहनस्वामीचे लेखक श्री. वसुधेंद्र यांच्यासाठी मानसिक तणावाचे कारण वेगळेच होते. पुस्तक बाजारात आल्यानंतर आणि वाचकांनी ते वाचल्यानंतर, त्यांच्याबद्दल वाचकांचे बरेच गैरसमज झाले असते. असे गैरसमज टाळण्यासाठी पुस्तक प्रकाशित होण्याआधीच जवळच्या नातेवाइकांना व मित्रमंडळींना स्वतःबद्दल काही गोष्टी स्पष्ट सांगणे आवश्यक होते.

पुस्तक प्रकाशन एक आठवड्यावर येऊन ठेपलेले असताना त्यांनी आपल्या बहिणीसमोर आपण 'गे' असल्याचे गुपित उघड केले. दि. ११ डिसेंबर २०१३ रोजी पुस्तक प्रकाशित झाले आणि त्याच दिवशी त्याची विक्रीदेखील सुरू झाली. कर्मधर्मसंयोगाने त्याच दिवशी सुप्रीम कोर्टाने २००९ मध्ये हायकोर्टाने दिलेला निकाल रद्द करून समलिंगी संबंध बेकायदा असल्याचा निकाल दिला. या निकालाचा परिणाम पुस्तक विक्रीवर होऊ नये आणि आपण कायद्याच्या कचाट्यात अडकू नये या उद्देशाने त्यांनी लगेच आपल्या वकिलाकडे धाव घेतली. वकिलांनी त्यांना धीर दिला आणि कायद्याची कोणतीही समस्या उभी राहणार नाही, याची खात्री दिली.

कायद्याबद्दलची काळजी मिटली. पण वाचकांच्या प्रतिक्रियेबद्दल त्यांच्या मनात धाकधूक होतीच. एक उत्तम उत्कंठावर्धक, भावनाप्रधान कथालेखक आणि निबंध लेखक म्हणून त्यांनी नावलौकिक संपादन केला होता. पण आता प्रकाशित झालेल्या कथांचा विषयच वेगळा असल्यामुळे वाचक चक्रावून जाण्याची शक्यता होती. समलिंगी संबंधाला उघड उघड पाठिंबा देणाऱ्या आणि असे समलिंगी समाजात राजरोस वावरत असल्याचे वर्णन करणाऱ्या या कथा वाचक खुल्या दिलाने स्वीकारतील का, अशी शंका त्यांच्या मनात डोकावत होती. समाजातील वाचकवर्ग समलिंगी संबंधांकडे अजूनही वक्र आणि हेटाळणीच्या नजरेने पाहत असल्याची त्यांना जाणीव होती. समाजामध्ये आजतागायत 'गे' मनुष्याला मानाचे स्थान मिळाले नव्हते. अशा परिस्थितीत या पुस्तकाला कितपत यश मिळेल, याबद्दलच्या शंकेने त्यांच्या मनाची घालमेल होत होती.

समाजाची ही मानसिकता कन्नड साहित्यामध्येदेखील स्पष्ट दिसून येते. २०१६ मध्ये लिहिलेल्या एका कन्नड निबंधामध्ये श्री. वसुधेंद्र लिहितात, कन्नड कथा-कादंबऱ्यांमध्ये समलिंगी संबंधांना एक मानसिक विकृती असे संबोधले आहे. काही कारणामुळे एखादा तरुण स्त्री सहवासापासून वंचित राहिला, तर नाईलाजाने तो अन्य पुरुषांशी जवळीक साधतो आणि आपले लैंगिक समाधान मिळविण्याचा प्रयत्न करतो. कालांतराने त्याला पश्चात्ताप होऊन तो सर्वसाधारण पुरुष बनतो, असे सरधोपट वर्णन आजपर्यंतच्या कन्नड साहित्यामध्ये दिसून येते. क्वचित काही

कथांमधून समलिंगी संबंधांना सहानुभूती मिळाली आहे. पण हा असा उल्लेख अपवादात्मक आणि तोदेखील संबंधित पात्रांचे नीट मानसिक विश्लेषण न करता दाखविला आहे. या निबंधाचे शीर्षक 'कन्नड साहित्यामधील 'गे' पणा असे आहे. 'गे' पणा याला कन्नडमध्ये 'गेयते' असा शब्द त्यांनी गमतीने योजला आहे. 'गेयते' या कन्नड शब्दाचा खरा अर्थ काव्याची गायनयोग्यता असा आहे. 'समलिंगी संबंधाबद्दल कन्नड साहित्यामध्ये उल्लेख नसल्यामुळे अशा साहित्याला गेयते म्हणजे गायनयोग्यता अजिबात नाही आणि त्यामुळे कन्नड साहित्य एका चांगल्या विषयाला मुकले आहे' असे आपले स्पष्ट मत मांडण्यासाठी त्यांनी हा निबंध लिहिला.

'गे' जनांचे मानसिक विश्लेषण करणारा 'मोहनस्वामी' हा कन्नडमधील पहिलाच कथासंग्रह असावा. या कथासंग्रहामध्ये दहा कथा आणि एक कविता आहे. या दहा कथांमधील सहा कथांचा नायक मोहनस्वामी आहे. एका कथेमध्ये मोहनस्वामी विमानातून प्रवास करताना आपल्या सहप्रवाशाला आपल्या गर्ल फ्रेंडचे शृंगारिक वर्णन करताना दाखविला आहे. पण असे वर्णन करताना त्याच्या मनात मात्र त्याच्या जिवलग मित्राबरोबर केलेल्या शृंगाराचे चित्र निर्माण झालेले होते. दुसऱ्या कथेमध्ये याच जिवलग मित्राचा विवाह ठरल्यानंतर त्याच्या विरहात मोहनस्वामीची होणारी विदीर्ण मनोवस्था दर्शवण्यात आली आहे. अन्य एका कथेत तो आपल्या आकर्षक मित्राशी शारीरिक लगट करतो. तो मित्र या घटनेचा गैरफायदा उठवून त्याला ब्लॅकमेल करून पैसे उकळण्याचा प्रयत्न करतो. आणखी एका कथेमध्ये कथानायक बायको-मुलांसह राहणारा एक सोज्वळ गृहस्थ असेल असे समजून एक बिल्डर त्याला आपला एक उत्तम फ्लॅट विकण्याचा प्रयत्न करतो आहे आणि यामुळे झालेल्या मानसिक गोंधळात कथानायक तो फ्लॅट खरेदी करण्याचे आश्वासन देतो, असा प्रसंग वर्णन केलेला आहे. तर आणखी एका कथेत त्याच्या शाळासोबतीची व्यथा समोर येते, जो तृतीयपंथी असल्याचे कळाल्यावर खोट्या प्रतिष्ठेपायी त्याचे कुटुंबीय त्याची हत्या करतात. 'किलिमांजारो' पर्वताच्या अंतरंगात धुमसणारा ज्वालामुखी कथानायकाने आपल्या मनात दडवलेल्या दुःख आणि कष्टांप्रमाणे असल्याचे भावविभोर वर्णन या पुस्तकात पाहायला मिळते. हे पुस्तक लेखकाने कथानायक मोहनस्वामीच्या समस्त मित्रमंडळींना, त्याच्या मुलाबाळांना, नातवांना, पणतू-पणती यांना, त्याचे वडील, आजोबा व पणजोबा यांना समर्पित केलेले आहे.

गेल्या काही वर्षांपासून श्रीमती टी. मधुरा या श्री. वसुधेंद्र यांना आपला आवडता लेखक मानत आल्या आहेत. त्यांनी आपल्या वयाची पन्नाशी पार केली आहे. त्या बेंगळूर येथे राहून वैदिक ज्योतिषीचा व्यवसाय करतात. त्यांचा जन्म जुन्या रूढी व परंपरा पाळणाऱ्या कुटुंबातला. मोहनस्वामीच्या प्रकाशनानंतर लगेच त्यांनी हे पुस्तक विकत घेतले आणि वाचनास प्रारंभ केला. पहिली काही पाने

वाचल्यानंतर त्यांच्या रागाचा पारा चढला. ‘झालंय तरी काय या मनुष्याला? याचं डोकं ठिकाणावर आहे का?’ त्यांच्या मनात लेखकाबद्दल असा रोष दाटला. लेखकाला व्यवस्थित फैलावर घ्यायला हवे असे त्यांना वाटले. आणि केवळ याच उद्देशाने त्यांनी ते पुस्तक कसेबसे वाचून संपविले. कन्नड लेखकांचे एक वैशिष्ट्य म्हणजे ते वाचकांसाठी नेहमीच उपलब्ध असतात. स्तुतीबरोबर त्यांच्या टीकेचे फटकारेदेखील ते आनंदाने स्वीकारतात. श्री. वसुधेंद्र यांना भेटण्याची संधी त्यांना लवकरच प्राप्त झाली. पुस्तकाच्या विक्रीसाठी एक स्टॉल उभारला होता. तिथे जाऊन श्रीमती मधुरा यांनी श्री. वसुधेंद्र यांची भेट घेतली आणि आपल्याला हे पुस्तक आवडले नसल्याचे स्पष्ट सांगितले. श्री. वसुधेंद्र यांनी अजिबात नाराजी न दाखवता, ‘यापुढे आपल्याला आवडेल असेच लिखाण करत जाईन’ असे वचन दिले.

वरील प्रसंगानंतर एका कन्नड दैनिकामधून श्री. वसुधेंद्र यांची मुलाखत प्रसिद्ध करण्यात आली आणि ती श्रीमती मधुरा यांनी वाचली. मुलाखतीमध्ये श्री. वसुधेंद्र म्हणाले होते, की मोहनस्वामी पुस्तकामध्ये वर्णन करण्यात आलेल्या अनेक घटना त्यांच्या आयुष्यामध्ये घडून गेलेल्या आहेत. तेव्हा श्रीमती मधुरा यांच्या डोक्यात प्रकाश पडला, की हे लेखक महाशय स्वतः गे आहेत. यापूर्वी त्यांना याची पुसटशी कल्पनादेखील नव्हती. ही मुलाखत वाचून त्यांना मोठा धक्का बसला. त्यातून कसेबसे सावरून त्यांनी श्री. वसुधेंद्र यांच्याशी फोनवरून संपर्क साधला आणि आपल्या तापट आणि अविचारी प्रतिक्रियेबद्दल दिलगिरी व्यक्त केली. पुस्तकाबद्दल योग्य अभिप्राय देण्यासाठी त्यांनी काही दिवसांची मुदत मागून घेतली.

श्री. वसुधेंद्र यांची वरील मुलाखत वाचून श्रीमती मधुरा यांनी असे काहीसे मत व्यक्त केले, ‘सर्वसाधारणपणे समाज हा चाकोरीबद्ध आहे. चाकोरीबाहेर जाणे कुणालाच आवडत नाही. चाकोरीबाहेरदेखील काही मार्ग असू शकतात याचा कोणी विचारदेखील करत नाही. माझेदेखील असेच झाले. मोहनस्वामीचे ते विचित्र म्हणजे चाकोरीबाहेरचे लैंगिक जीवन वाचून मी चक्रावून गेले. मोहनस्वामीसारखे काही जण अस्तित्वात आहेत याची मला जाणीव होती. पण समलिंगी संबंध म्हणजे कामेच्छेच्या तीव्रतेमुळे निर्माण झालेली एक विकृती असावी, असे माझे मत होते. पण श्री. वसुधेंद्र यांचे व्यक्तिमत्त्व सोज्वळ व प्रसन्न आहे. ते एक नावाजलेले लेखक आहेत. आपल्या लेखनामधून बरेच लोकप्रिय झाले आहेत. ते जसे आहेत तसे त्यांना स्वीकारण्यात काहीच गैर नाही.’

श्रीमती मधुरा यांनी वयाची विशी पार केलेल्या आपल्या दोन मुलांसोबत या विषयावर चर्चा केली. ‘दोघांनीही गे जनांचे अस्तित्व या जगात आहे याची आम्हाला जाणीव आहे आणि त्यातील काही आमच्या ओळखीचे आहेत; यात

आश्चर्य वाटण्यासारखे काहीच नाही.'' असे आपले मत व्यक्त केले. मुलांचे हे मत ऐकून त्यांनी मोहनस्वामी पुन्हा उघडून खुल्या दिलाने वाचण्यास सुरुवात केली. त्यात वर्णन केलेल्या घटना आपल्या परिचयातील मनुष्याच्या आयुष्यात घडलेल्या आहेत याची जाणीव मनात बाळगून वाचू लागल्या. काही घटना वाचून त्यांच्या डोळ्यांतून पाणी आले.

श्रीमती मधुरा आपल्या दिवाणखान्यात मोहनस्वामी वाचत बसल्या होत्या. एका कथेमध्ये मोहनस्वामीचा जिवलग मित्र कार्तिक याच्या विवाहप्रसंगाचे वर्णन आहे. या विवाहाला मोहनस्वामी नवरदेवाचा मित्र म्हणून उपस्थित राहतो. मित्र या नात्याने तो आनंदित असल्याचे नाटक करतो. पण प्रत्यक्ष मनातून मित्राच्या विरहामुळे दुःखी, कष्टी झाला आहे. विवाहसोहळा पाहताना त्याला वाटते, की कार्तिकच्या पत्नीने आपल्या जिवलग मित्राला आपल्यापासून हिरावून नेले आहे. हा प्रसंग वाचून श्रीमती मधुरा म्हणाल्या, ''एक स्त्री या नात्यानं मोहनस्वामीच्या मनात कसली घालमेल चालली आहे याची मला नीट कल्पना आली. कार्तिकबद्दल मोहनस्वामीला फक्त लैंगिक आकर्षण नव्हते, तर ते खरेखुरे जिवलग मित्र होते. त्या दोघांमध्ये खरोखर भावनिक मैत्री होती, याची मला प्रथमच जाणीव झाली.''

पुस्तक पूर्ण वाचून झाल्यावर श्रीमती मधुरा यांना स्त्रियांच्या आयुष्यातील खडतर प्रवासाची जाणीव झाली. त्यांना स्वतःच्या आयुष्यातील काही प्रसंग आठवले. जोडीदाराच्या विरहामुळे मोहनस्वामीचे एकाकी जीवन पाहून त्यांना आपल्या आईची आठवण झाली. वडिलांचे निधन झाल्यावर आपल्या आईला किती दुःख झाले असेल, याची त्यांना नीट कल्पना आली आणि त्यांच्या डोळ्यांतून पाणी आले. पती दिवंगत झाल्यावर पत्नीला लावण्यात येणारे 'विधवा' हे लेबल त्यांना पसंत नव्हते. आपल्या बालवयात आजीला विचारलेला एक प्रश्न त्यांना आठवला. 'आजी, द्रौपदीनं एकट्या अर्जुनाशी विवाह केला होता. पण अर्जुनाचे इतर चार भाऊ तिच्या इच्छेविरुद्ध तिच्या गळ्यात पती म्हणून बांधले गेले, तेव्हा तिच्या मनाला किती दुःख झालं असेल नाही?' यावर आजीने स्वतःच्या ओठांवर बोट ठेवून तिला चूप राहण्यास सांगितले होते आणि असले प्रश्न विचारत जाऊ नकोस म्हणून बजावून सांगितले होते.

टीव्हीवर रामायणामधील सीतेचे पात्र ज्या पद्धतीने प्रेक्षकांसमोर मांडले गेले आहे ते श्रीमती मधुरा यांना पसंत नाही. मालिकेचे निर्माते पुरुष असल्यामुळे सीतेचे कणखर व्यक्तिमत्त्व पडद्यावर दाखविणे त्यांना जमले नाही. सीता ही पुरुषाच्या वर्चस्वाखाली दबली गेलेली एक अबला नारी आहे असे तिचे व्यक्तिमत्त्व प्रेक्षकांसमोर मांडले गेले. श्रीमती मधुरा यांना हे खटकले. एकंदरीत मोहनस्वामी त्यांना स्त्रियांचा प्रतिनिधी वाटतो. मोहनस्वामीने ज्या उदासीन व खिन्न मनःस्थितीमधून आयुष्य व्यतीत केले, ते जवळ जवळ सर्व स्त्रियांच्या वाट्याला आले आहे, असे त्यांचे

मत आहे.

श्रीमती मधुरा म्हणतात, 'मोहनस्वामी पुन्हा एकदा पूर्ण वाचल्यावर आणि मोहनस्वामीबद्दल अनुकंपा वाटूनदेखील सत्यता स्वीकारण्यास माझं मन अजून तयार नाही. मी प्रयत्न करीत आहे आणि प्रयत्न सुरूच ठेवणार आहे. श्री. वसुधेंद्र यांनी आपल्या आयुष्यात भरपूर कष्ट आणि दुःख सोसले आहे. जुन्या रूढी, परंपरा यांना चिकटून राहिल्यामुळे कदाचित 'गे' जनांचे अस्तित्व मला मान्य होण्यासाठी अजून थोडा वेळ हवा आहे. पण समाजाने हे सत्य स्वीकारायला हवे असे मला प्रामाणिकपणे वाटते.''

मोहनस्वामी हा कथासंग्रह प्रकाशित झाल्यानंतर श्री. वसुधेंद्र यांना अनेक प्रतिक्रिया मिळाल्या; त्यातील एक वरीलप्रमाणे श्रीमती मधुरा यांची. यातील एक कथा यापूर्वीच एका कन्नड मासिकात टोपणनावाने प्रसिद्ध झाली होती. श्री. वसुधेंद्र यांच्या परिचयातील अनेकजणांना ती आवडली होती. कथासंग्रह प्रसिद्ध झाल्यावर त्यांना समजले, की प्रत्यक्षात ही कथा श्री. वसुधेंद्र यांनी लिहिली आहे. यानंतर मात्र ते आपले स्पष्ट मत मांडण्यास कचरू लागले. श्री. वसुधेंद्र यांच्या परिचयातील आणखी काही जणांना हा कथासंग्रह आवडला. त्यांनी श्री. वसुधेंद्र यांची खासगी भेट घेऊन आपली प्रतिक्रिया देताना आपण स्वतःदेखील गे किंवा लेस्बियन असल्याची कबुली दिली. श्री. वसुधेंद्र म्हणतात, 'वाचकांमधून तीन स्त्रिया माझ्याकडे आल्या. त्यांची मुले कदाचित गे असतील अशी शंका त्यांनी माझ्यासमोर मांडली. अशा परिस्थितीत त्यांच्या शरीरात बदल घडवून त्यांना खरा पुरुष बनविणे शक्य होईल का, अशी विचारणा त्यांनी केली.' आणखी एक स्त्री त्यांना भेटून म्हणाली, ''माझा मुलगा गे आहे हे मला माहीत आहे. पण जमदग्नीचा अवतार असलेल्या त्याच्या वडिलांना हे समजलं, तर ते मुलाचे कसे हाल करतील ते सांगता येणार नाही.''

श्री. वसुधेंद्र यांनी आपला टेलिफोन नंबर कॉपीराईट पानावर दिला होता. त्यावर अनेकजण फोन करून त्यांना प्रतिक्रिया देऊ लागले. अशा प्रतिक्रिया देणाऱ्यांमध्ये बरेच गे होते. त्यांनी आपल्या खऱ्या व्यथा त्यांच्यासमोर मांडल्या. त्यांतील काही जणांना हवे तसे लैंगिक सुख मिळत नव्हते. काही जणांना स्वतःचे मोठे मित्रमंडळ असूनदेखील एकाकी वाटत होते. काही जण विवाह करून त्यात अडकले होते आणि बाहेर कसे पडावे हे त्यांना समजत नव्हते, काही जणांच्या मनात आत्महत्येचे विचार घोळत होते. यातील बऱ्याच जणांनी आपण गे असल्याची कबुली सर्वांत प्रथम वसुधेंद्र यांच्याकडे दिली होती.

श्री. वसुधेंद्र म्हणतात, 'त्यांना खरी गरज होती ती समुपदेशनाची. असे समुपदेशन फक्त मोठ्या शहरांमध्ये उपलब्ध होते. दूरदूरची खेडी या महत्त्वाच्या सेवेपासून वंचित होती.' कथासंग्रह प्रसिद्ध झाला तेव्हा श्री. वसुधेंद्र एक वर्षाच्या

समुपदेशनाच्या प्रशिक्षण केंद्रामध्ये प्रशिक्षण घेत होते. कथासंग्रह प्रसिद्ध झाल्यानंतर वाचकांचे फोन येऊ लागले, तेव्हा समुपदेशनाचे त्यांना उत्तम ज्ञान मिळाले होते आणि वाचकांना योग्य तो सल्ला देण्यास ते तत्पर होते.

प्रतिक्रिया देणाऱ्या आणि आपल्या समस्या मांडणाऱ्या काही जणांशी बोलून त्यांचे कथासंग्रहाबद्दल काय मत आहे हे जाणून घेण्याची माझी इच्छा होती. याबद्दल प्रथम मी श्री. वसुधेंद्र यांची परवानगी मागितली आणि समस्या मांडणाऱ्यांचे फोन नंबर देण्याची विनंती केली. त्यांनी आपल्या खासगी डिरेक्टरीमधून काही नंबर निवडले आणि माझ्या हवाली करण्यापूर्वी त्यांना स्वतः फोन करून त्यांची या बाबतीत काही हरकत आहे का, याची चौकशी केली. त्यांनी एका अटीवर हरकत नसल्याचे मान्य केले आणि ती अट म्हणजे त्यांची खरी ओळख लपवून ठेवण्याची. अर्थात याला मी कबूल झालो.

सन २०१५ मध्ये वसुधेंद्र यांना 'एन' आद्याक्षर असलेल्या माणसाचा फोन आला. त्याने आपल्या वयाची पन्नाशी पार केली होती. तो पत्नी व मुलांसह हुबळी येथे राहत होता. कथासंग्रहातील 'आडबारद मातुगळु काडुवागा' (बोलू नये ते बोलल्याची टोचणी) या मथळ्याची कथा मयूर नावाच्या कन्नड मासिकात प्रसिद्ध झाली होती. ती वाचून 'एन' याने मयूर मासिकाच्या संपादकांना फोन करून श्री. वसुधेंद्र यांचा फोन नंबर मागून घेतला. संपादकांनी तो नंबर दिला. 'एन' यांनी श्री. वसुधेंद्र यांच्याशी संपर्क साधला आणि म्हणाले, ''या कथेमधील घटना तंतोतंत माझ्या आयुष्यात घडलेली आहे. ती माझीच कथा आहे असं मला वाटतं. पण हा प्रसंग तुम्हाला कसा समजला? की याबद्दल तुम्हाला काही स्वप्न पडले होते?''

'एन' यांना मी त्यांच्या घरी जाऊन भेटलो. त्यांनी माझे स्वागत केले. चहापान झाल्यावर त्यांनी बाहेर कुठेतरी एकांतात जाऊन बोलण्याची इच्छा प्रकट केली. हे गृहस्थ शिडशिडीत बांध्याचे, पॅण्ट आणि बुश शर्ट असा नीटनेटका पोषाख केलेले होते. आम्ही दोघेही घराबाहेर पडलो आणि जवळच असलेल्या एका छोट्या मंदिरात आलो. संध्याकाळची वेळ होती. मंदिरात कुणीही नव्हते. या वेळी तिकडे सहसा कुणी फिरकत नाही असे 'एन' यांच्या बोलण्यावरून समजले. मी याच मंदिरात येऊन श्री. वसुधेंद्र यांना फोन केला होता. 'एन' यांनी विषयाला हात घातला. कथेमध्ये मोहनस्वामीला बालपणी रांगोळी काढण्याची आणि हातावर मेंदी काढून घेण्याची हौस होती. क्वचित प्रसंगी तो बहिणीच्या बांगड्या आपल्या हातात चढवत असे. त्याच्या वडिलांना अधून मधून त्याच्या लैंगिक अवस्थेबद्दल शंका येत होती. तो तरुण झाल्यावर त्याच्या आईने मध्यरात्री त्याची लुंगी सोडून त्याच्या लिंगाला स्पर्श करून त्याची क्षमता पडताळून पाहिली होती आणि आपला मुलगा खरोखर पुरुष असल्याची खात्री होऊन तिने आपला आनंद व्यक्त केला होता.

'एन' पुढे म्हणाले, ''लहानपणापासूनच मी कुणी तरी वेगळा असल्याची मला

जाणीव झाली होती. लहानपणी मला मुलींच्या खेळात भाग घ्यावा असं वाटत होतं. मला रांगोळीमध्ये देखील गोडी वाटत होती. यावरून माझे इतर मित्र माझी टिंगल करत असत.'' वयाच्या विशीच्या आसपास असताना त्यांचे काही पुरुषांशी दाट मैत्रीसंबंध जडले होते. पण ते अल्पकाळच टिकले. त्यांना विरह सहन करावा लागला. एकदा ते राष्ट्रीय स्वयंसेवक संघाच्या कॅम्पमध्ये सामील झाले होते. तेथील एका खेळामध्ये त्यांचा एका तरुणाशी परिचय झाला. या नवीन मित्राच्या संगतीत ते इतके गुंतले होते, की कॅम्पच्या अखेरीस त्याच्या वियोगाने ते विव्हल झाले आणि गावी परतल्यावर त्यांना आत्महत्या करावीशी वाटली.

त्यांचे आयुष्य म्हणजे एक तारेवरची कसरत होती. तारेवरून पुढे सरकणे कठीण होते आणि धोकादायकदेखील होते. त्यांना हवा तसा जोडीदार शोधूनदेखील मिळणे कठीण होते आणि चुकून मिळालाच, तर मैत्री टिकणे कठीण होते. ते म्हणतात, 'एखादा देखणा तरुण दिसला, की त्याला नग्न अवस्थेमध्ये पाहण्याची इच्छा होते. त्याला करकचून मिठी मारावीशी वाटते. पण माझ्या या भावना त्याला जाऊन सांगणार कशा? आणि सर्व धीर एकवटून त्याला सांगितलेच, तर तो माझी कशी अवस्था करेल याची शाश्वती नाही. एखाद्याने माझे म्हणणे सहानुभूतीने ऐकलेच, तरी तो माझ्यापासून कधी दूर होईल हे सांगता यायचे नाही.' जोडीदाराचा विरह सहन न होऊन ते नैराश्याने ग्रस्त होत असत. आत्महत्या करण्याची इच्छा उफाळून वर येई. आपल्या तरुण वयात त्यांनी तीन वेळा आत्महत्येचा प्रयत्न केला होता.

त्यांच्या आई-वडिलांनी लग्नाचा आग्रह धरला, तेव्हा प्रथम त्यांनी तिकडे दुर्लक्ष केले. नंतर असा आग्रह जास्त वाढला, तेव्हा त्यांनी आपला लग्नाचा विचार नसल्याचे स्पष्ट सांगितले. पण त्यामुळे घरातले वातावरण बिघडले. आईने आपला हट्ट सोडला नाही. पुन:पुन्हा ती लग्नाचा विषय उकरून काढत राहिली. वारंवार खटके उडू लागले. यानंतर काही दिवसांनी श्री. वसुधेंद्र यांच्या वरील कथेमधील प्रसंग त्यांच्या आयुष्यात घडला. आपल्या चिरंजीवाच्या अंगी पौरुष असल्याची खात्री करून घेण्यासाठी तिने त्यांना जवळ बसविले आणि थेट विचारले, ''चावट सिनेमा पाहताना तुझं लिंग ताठरतं की नाही?'' 'एन' म्हणतात, ''मुलाला असा प्रश्न विचारणारी माझी आई एकमेव असेल. आणखी कुणी असला प्रश्न आपल्या मुलाला विचारला असेल असं मला वाटत नाही.'' अखेर त्यांनी शरणागती पत्करली. केवळ आपल्या आईच्या आग्रहास्तव आपले आयुष्य पणाला लावून त्यांनी लग्नासाठी होकार दिला.

मला वाटते, ''मी माझ्या पत्नीवर अन्याय केला आहे.'' 'एन' यांच्या स्वरात पश्चात्तापाची छटा होती. या दाम्पत्याला दोन मुले झाली आहेत. त्यांचा विवाह म्हणजे एक आखित कौटुंबिक करार होता. पुरुषांच्या संगतीत राहण्याचे त्यांचे

स्वप्न हे फक्त स्वप्नच राहिले. यापुढे तसा प्रयत्न करायचा म्हणजे एक दिव्यच असेल. कारण तसा प्रयत्न कुटुंबाला न कळू देता, लपून छपून करायला हवा. 'माझ्या पत्नीला याचा सुगावा लागला तर मला माझे आयुष्य संपविण्याखेरीज दुसरा पर्याय राहणार नाही,' 'एन' निराशामय स्वरात म्हणाले. त्यांनी पुरुषांना आपल्या जाळ्यात ओढण्यासाठी कोणत्या थराला जाऊन कसे प्रयत्न केले, कसे धाडस केले याचे सविस्तर वर्णन केले. अशा प्रयत्नात अनेकदा ते लुबाडले गेले आहेत. शिवाय मारहाणीचा धोका पत्करावा लागला तो वेगळाच.

आपल्या या लैंगिक अवस्थेमुळे 'एन' हतबल झाले आहेत. त्यांना नैराश्याचा वारंवार झटका येतो. असा झटका आला, की रागाने ते देवांचे सर्व फोटो आणि मूर्ती जमिनीवर इतस्ततः फेकून देतात. या कृत्याचा पश्चात्ताप झाला, की डोळ्यांत पाणी आणून देवांची क्षमा मागतात आणि पुन्हा मूळ जागी ठेवून देतात. त्यांनी आपल्या अवस्थेचा पूर्ण विचार केला आहे. स्वतःला आणि अशा अवस्थेमधील इतरांना ते शापित गंधर्व समजतात. ते म्हणतात, मला जे मानसिक दुःख आहे, त्याचे कधीही शमन होणार नाही. मी जिवंत असेपर्यंत त्याचा त्रास मला सोसावाच लागेल.

'मयूर' मासिकात ती कथा वाचल्यानंतर त्यांनी श्री. वसुधेंद्र यांच्याशी संपर्क साधला. त्या वेळी त्यांना 'मोहनस्वामी' हा कथासंग्रह प्रसिद्ध झाल्याची बातमी समजली. लगेच त्यांनी कथासंग्रह विकत घेतला आणि लगोलग वाचून संपविला. त्यातील 'कग्गंटु' (न सुटणारे कोडे) ही कथा यापूर्वी 'देशकाला' या मासिकात टोपणनावाने प्रसिद्ध झाली होती, ती वाचलेली त्यांना आठवली. त्या वेळी या कथेचे त्यांनी इतके पारायण केले, की त्यांना ती तोंडपाठ झाली. अजूनही ती कथा वाचल्यावर त्यांच्या डोळ्यांत अश्रू येतात. त्यानंतर मुद्दाम बेंगळूरला जाऊन ते वसुधेंद्र यांना भेटले. श्री. वसुधेंद्र यांनी त्यांचा योग्य पाहुणचार केला. भोजन करतेवेळी दोघांनीही सविस्तर गप्पा मारल्या. एकमेकांचे दुःख वाटून घेतले. अधूनमधून ते श्री. वसुधेंद्र यांना फोन करून आपले दुःख हलके करून घेतात. ते म्हणाले, ''माझं लग्न होण्यापूर्वी 'मोहनस्वामी' प्रसिद्ध झालं असतं आणि ते मी वाचले असतं, तर मी माझ्या लग्नाला ठाम विरोध केला असता. अभिमानानं सर्वांना मी गे असल्याचं सांगितलं असतं.''

'प' नावाचा २७ वर्षांचा बेळगावनजीकच्या खेड्यात राहणारा एक शेतकरी. त्यानेदेखील 'मोहनस्वामी' कथासंग्रह पूर्ण वाचला; एकदा नव्हे, तर तीनदा. त्यालादेखील पुरुषांचे आकर्षण वाटते. पण तरीही त्याला लग्न करून संसार करायचा आहे. सर्वसाधारण संसारी पुरुष मुलाबाळांची अपेक्षा करतात, तसेच तोही अपेक्षादेखील करतो. पण ही सर्व अपेक्षा तो मनापासून करत नाही, तर त्याच्या कुटुंबातील वडीलधाऱ्यांच्या दबावामुळे. त्याचे कुटुंब मधमाश्यांच्या पोळ्याप्रमाणे

आहे. त्याची सर्व बाजूंनी वाढ व्हायला हवी असा वडीलधाऱ्यांचा हट्ट आहे. त्याने लग्नास नकार दिला, तर कुटुंबातील सर्वांचा राग ओढवून घ्यावा लागेल. सर्वत्र त्याची कुचेष्टा होईल अशी त्याला भीती वाटते. 'प' आपल्या आई-वडिलांसोबत राहतो. शिवाय त्याचा थोरला भाऊ, वहिनी आणि त्यांची मुले सर्व एकत्र राहतात. त्याच्या सर्व बहिणींचा विवाह झाला आहे. त्या सासरी सुखाने नांदत आहेत. आपल्या छोट्या शेतजमिनीत तो ऊस, केळी, इतर धान्ये, डाळी वगैरे पिकवतो.

त्याच्या गावाच्या मधून एक रस्ता जातो. रस्त्याच्या एका बाजूला दातांची वस्ती आहे. दुसऱ्या बाजूला इतर जातिधर्मांचे म्हणजे लिंगायत, मराठा, वगैरे राहतात. ही अशी विभागणी फार पूर्वीपासूनची आहे आणि त्या काळी कसोशीने पाळली जात होती. हल्ली ती थोडी शिथिल झाली आहे. बाहेरून येऊन स्थायिक होणारे लोक आपल्या पसंतीची जागा पाहून राहतात. त्यासाठी कोणी हरकत घेत नाही.

'प'ने माझ्यासाठी आपल्या शेतातील नारळाच्या झाडावरून दोन शहाळी तोडून आणली. शहाळी फोडण्यासाठी त्याच्याकडे कोयता नव्हता. बस स्टॉपच्या बाजूला त्याच्या मित्राच्या घरातून त्याला कोयता आणायचा होता. पण मित्राच्या घराला कुलूप होते. अखेरीस कुठून तरी त्याने कुऱ्हाड मिळविली आणि कुऱ्हाडीने सराईतपणे शहाळी फोडून माझ्या हवाली केली. लहान गाव असल्यामुळे सर्वजण एकमेकांना ओळखत होते. त्यामुळे माझ्याशी बोलण्यासाठी त्याला एकांत हवा होता. गावकऱ्यांना 'माझे दूरचे नातेवाईक आले आहेत' असे खोटेच सांगितले होते. एकांतात चर्चा करण्यासाठी गावाबाहेर जायला हवे, असे त्याने सुचवले. आम्ही दोघेही चालत गावाबाहेर निघालो. सुमारे दोन किलोमीटर चालून गेल्यावर एक टेकडी लागली. ती टेकडी चढून वरच्या बाजूला एक सपाट जागा होती, तिथे आम्ही दोघेही बसलो. इथे आम्हा दोघांशिवाय कुणीही नव्हते, त्यामुळे आम्हाला मोकळेपणाने बोलता आले.

आतापर्यंत 'प'ने आपली लैंगिक अवस्था फक्त तिघांसमोर उघड केली होती. पहिला त्याचा पूर्वीचा जिवलग मित्र, दुसरा जवळच्या शहरातील मानसोपचार तज्ज्ञ आणि तिसरा श्री. वसुधेंद्र. माझ्याशी काय बोलायचे, कसे बोलायचे, ते अनेक दिवसांपासून तो मनात घोळवत होता.

'प' १३ वर्षांचा असताना त्यांच्या गावात एक साधू येऊन बरेच दिवस राहिला होता. साधू 'प'ला घेऊन गावाबाहेर एकांतात गेला. त्याने 'प'ला आपले वीर्य तपासून घेण्यास सुचविले. साधूसोबतच्या चर्चेमध्ये 'प'ला आनंद, भीती, अपराधीपणाची भावना, लज्जा यांच्या एकत्र मिश्रणाचा सामना करावा लागला. त्या उभयतांच्या चर्चा 'प'च्या मर्जीविरुद्ध वरचेवर होऊ लागल्या. अखेरीस 'प'ने सर्व धीर एकवटून अशा चर्चेला विरोध केला. त्यानंतर त्याने साधूला भेटणे बंद केले. साधूच्या सान्निध्यात राहून प्रथमच त्याला पुरुषांचे आकर्षण वाटले. पण त्यानंतर त्याला

साधूची घृणा वाटू लागली.

'प'ने जेव्हा प्रथम आपली लैंगिक अवस्था आपल्या जिवलग मित्रासमोर उघड केली, तेव्हा मित्राचा त्यावर विश्वास बसला नाही. पण अनेक दिवसांनंतर जेव्हा त्याचा विश्वास बसला तेव्हा त्याने 'प'ला आत्महत्या करण्याचा सल्ला दिला आणि म्हणाला, "यापुढं तू जिवंत राहिलास तर तुझ्या कुटुंबात अनेक समस्या उद्भवतील आणि त्यांचा सामना करणं सर्वांना कठीण जाईल." त्यानंतर काही दिवसांनी तो मित्र म्हणाला, "तुला पुरुष जोडीदार मिळेल, पण यासाठी तूच प्रयत्न करायला हवा. माझ्याकडून कसलीही अपेक्षा ठेवू नकोस." पण 'प' हट्टाला पेटला. मित्राला पटविण्याचा प्रयत्न त्याने सोडला नाही. अखेर कंटाळून मित्राने 'प'बरोबरचे संबंध तोडून टाकण्याचा निर्णय घेतला. मित्राने 'प'च्या हातातील मोबाइल हिसकावून घेतला. त्यातील स्वतःचा नंबर डिलिट केला आणि म्हणाला, "आता तुझा आणि माझा संबंध संपला. आपण दोघंही एकमेकांसाठी अनोळखी आहोत." 'प' ला वाईट वाटले. पण आपले गुपित मित्राकडे सुरक्षित राहील याचा त्याला भरवसा होता. मित्राचे शेत 'प'च्या शेताच्या बाजूलाच आहे. रोज त्याला शेतात काम करताना पाहून 'प'ला अतिशय दुःख होते.

'प'च्या आई-वडिलांना त्याने लवकरच लग्न करून मोकळे व्हावे असे वाटते. गावातील, तसेच आसपासच्या खेड्यातील अनेकजण 'प' लग्नासाठी तयार होण्याची वाटच पाहत आहेत. त्यांच्या दृष्टीने तो एक उत्तम नवरा मुलगा आहे. तो शेतामध्ये घाम गाळून काम करतो. त्याला मद्यपान, तंबाखू, सिगारेटचे अजिबात व्यसन नाही. उपवर मुलींच्या वडिलांची याहून वेगळी अपेक्षा काय असणार? गावात सर्वजण त्याला नावाजतात. मुलगा व्हावा तर 'प'सारखा असा त्याचा सर्वत्र बोलबाला आहे. अशी स्तुती ऐकून कुणाचीही छाती अभिमानाने फुगून जाईल. पण 'प'च्या डोळ्यांतून अश्रू वाहतात. त्याची समस्या तो कुणालाही सांगू शकत नाही. आई-वडील उत्तम शिकलेले असते आणि समजूतदार असते, तर कदाचित त्यांच्यासमोर तो आपली समस्या मांडू शकला असता. पण दुर्दैवाने तशी परिस्थिती नव्हती. त्यांच्या कानांवर चुकून ही अवस्था पडली, तर धक्क्याने त्यांचा लगेच मृत्यू ओढवेल अशी 'प'ला भीती वाटते.

'प'ने सध्या तरी आपले लग्न लांबणीवर टाकले आहे. पण यापुढे लांबणीवर टाकणे शक्य होणार नाही, असे त्याला वाटते. त्याच्या मनात भरपूर गोंधळ माजला आहे. त्याला पुरुषांचे आकर्षण वाटण्यामागे त्या साधूची जवळीक असावी असे वाटते. तसे असेल तर यावर काही तरी उपाय असू शकेल. ही अवस्था बदलू शकेल, असे त्याला प्रकर्षाने वाटू लागले. त्याची झोप उडाली आहे. रात्री-अपरात्री उठून तो शेतात फेरी मारतो आणि पिकाला पाणी पाजण्यासाठी पंप सुरू करतो. कधी अंधारात एकटाच रडत बसतो. त्याच्या मनातील विचारांना बाहेरची वाट

दाखविण्याचा एकच उपाय; तो म्हणजे आपल्या व्यथा कागदावर लिहून काढणे. त्यासाठी तो बसून पानांमागून पाने लिहून काढतो नंतर कुणाच्या नजरेला पडू नये म्हणून फाडून फेकून देतो.

त्याला वाचनाची देखील आवड आहे. गावात एक वाचनालय आहे. तिथे तीन कन्नड वृत्तपत्रे येतात. बस! इतकीच वाचनसामग्री. एका वृत्तपत्रात 'मानसोपचार वैद्याचा सल्ला' हे सदर येत असे. हा मानसोपचार वैद्य तिथून अडीच तासांच्या अंतरावर असलेल्या हुबळीचा राहणारा होता. एकदा सुगीच्या दिवसांत आलेल्या उत्पन्नामधून ३००० रुपये घेऊन 'प' त्या मानसोपचार वैद्याकडून उपचार करून घेण्यासाठी हुबळीला निघाला. तिथे गेल्यावर वैद्याच्या सहायक महिला सल्लागाराने 'प'ला आपल्या केबिनमध्ये बोलावून घेतले आणि त्याच्या येण्याचा उद्देश जाणून घेतला. तिच्यासमोर आपले गुपित उघड करावे की नाही, या संभ्रमात पडून त्याने 'आपले एका मुलीशी प्रेमसंबंध होते, आता प्रेमभंग झाला आहे आणि त्यामुळे आपल्याला फार दुःख झाले आहे' असे खोटेच सांगितले.

त्यानंतर त्याला वैद्याच्या केबिनमध्ये बोलावण्यात आले. तिथे मात्र त्याने सहायक सल्लागाराकडे खोटे बोलल्याची कबुली दिली. आपली खरीखुरी समस्या मांडली आणि स्वतःची लैंगिक अवस्था बदलणे शक्य आहे का, त्यासाठी काय करावे लागेल याची चौकशी करण्यासाठी आपण आलो आहोत असे सांगितले. वैद्याने त्याला पुढील प्रश्न विचारण्यापूर्वी एक हलके गुंगीचे इंजेक्शन दिले. त्यानंतर त्या दोघांत जे संभाषण झाले ते गुंगीमध्ये असल्यामुळे 'प'ला अजिबात आठवत नाही. पण शुद्धीवर आल्यानंतर वैद्य म्हणाले, "तुझ्या अवस्थेमध्ये बदल घडविणे शक्य आहे. योग्य उपचारानंतर स्त्रीच्या वक्षस्थळावर तुझी नजर पडली, तर तिच्याबद्दल तुला आकर्षण वाटू लागेल."

सुरुवातीला वैद्यांनी दोन प्रकारच्या गोळ्या लिहून दिल्या. सर्वसाधारणपणे अशा गोळ्या नैराश्यातून बाहेर पडण्यासाठी दिल्या जातात. त्या गोळ्या खरेदी करून 'प' आपल्या गावी परत आला. वैद्यांच्या सूचनेनुसार गोळ्या वेळेवर घेऊ लागला. सर्व गोळ्या संपल्यावर देखील त्याच्या लैंगिक अवस्थेमध्ये काहीच फरक पडला नाही. पुन्हा वैद्याकडे जाऊन काहीच उपयोग होणार नाही असे वाटून त्याने तो उपचार तिथेच थांबविला. तो म्हणाला, "भग्न झालेली काच आणि भग्न झालेलं हृदय जोडून पुन्हा पूर्वीसारखं करता येणं कदापि शक्य नाही." वैद्याने दिलेल्या गोळ्यांपैकी एक गोळी झोप नीट येण्यासाठी त्याने परत चालू केली.

त्यानंतर गावातील वाचनालयामध्ये वृत्तपत्र वाचत असताना त्याने 'प्रजावाणी' नावाच्या कन्नड दैनिकामध्ये प्रसिद्ध झालेला श्री वसुधेंद्र यांचा लेख वाचला. श्री. वसुधेंद्र यांनी आजच्या समाजामध्ये समलिंगी संबंधाला पाप किंवा विकृती असे मानून घडलेल्या काही हलक्या-फुलक्या घटनांचा उल्लेख केला होता. वसुधेंद्र

राहत असलेल्या भाडोत्री घरामध्ये घरमालकाने स्त्रियांना प्रवेश नाकारला होता. पण पुरुषांना मात्र मुक्त प्रवेश होता. मानस सरोवर यात्रेमध्ये एका यात्रेकरूने एका पुरुषाला दुखऱ्या पायांना मसाज करण्यासाठी पैसे देऊन नेमणूक केली. मसाज करून घेताना त्याच्या हस्तस्पर्शाने हा उद्दीपित होऊ लागला. त्यामुळे तो किंचित विचलित झाला. परपुरुषांना त्याने जवळ फिरकू दिले नाही, पण श्री. वसुधेंद्र यांना मात्र तो चिकटला. यात्रा संपेपर्यंत त्यांची साथ कधीच सोडली नाही. ते दोघे एकत्र झोपत आणि एकत्र प्रसाधनगृहात जात. याच लेखामधून 'प'ला मोहनस्वामी कथासंग्रह प्रसिद्ध झाल्याची बातमी समजली.

एके दिवशी 'प'ला बेंगळूरला जाण्याची संधी उपलब्ध झाली. त्याने पोलीस खात्यात हवालदार पदासाठी अर्ज केला होता. बेंगळूरला त्यासाठी परीक्षा आयोजित केली होती. तिथे गेल्यावर परीक्षेतून सवड मिळताच पुस्तकांच्या दुकानात जाऊन त्याने मोहनस्वामी कथासंग्रह विकत घेतला. एका पार्कमध्ये जाऊन तेथील एका बाकावर बसून त्याने तो वाचण्यास प्रारंभ केला. बराचसा भाग वाचून संपविला. त्या पुस्तकामध्ये त्याला स्वतःच्या दुःखाचे हुबेहूब प्रतिबिंब दिसले. लगेच त्याने वसुधेंद्र यांना फोन करून त्यांना भेटण्याची इच्छा प्रकट केली. प्रत्यक्ष भेटल्यावर त्याने आपली व्यथा त्यांच्यासमोर मांडली. आई-वडिलांकडून विवाहासाठी होणारा दबाव स्पष्ट करून सांगितला. वसुधेंद्र यांनी त्याला आपली लैंगिक अवस्था उदार मनाने स्वीकारण्याचा सल्ला दिला. तो राहत असलेल्या खेड्यात गे मिळण्याची शक्यता नसल्यामुळे, त्याने जवळपासच्या शहरांमध्ये त्यांचा शोध घ्यावा असे सुचविले. असा शोध इंटरनेटच्या माध्यमातून घेतल्यास सोईस्कर होईल, असेही त्याला सांगण्यात आले.

पण याबाबतीत 'प'ला एक मोठी अडचण होती. इंटरनेटचा वापर करायचा म्हणजे इंग्रजी भाषेवर प्रभुत्व असणे गरजेचे आहे. शाळेत जरी इंग्रजी शिकलेला असला, तरी ते न शिकल्याइतपतच त्याचे इंग्रजीचे ज्ञान होते. इंग्रजीचे योग्य ज्ञान असेल तरच इंटरनेटवर त्याला हवी ती माहिती मिळू शकेल किंवा डेटिंग साईटवर नावनोंदणी करू शकेल. शिवाय त्याच्याकडे स्मार्ट फोन किंवा लॅपटाप नव्हता. इंटरनेटची सेवा हस्तगत करण्यासाठी त्याला १५ किमी दूर शहरात जाणे जरुरीचे होते. त्याने कुठून तरी ऐकले होते, की शहरात जाऊन कॉम्प्युटरवर इंटरनेट वापरल्यास त्याचे नाव आणि पत्त्याची नोंद होते. आणि डेटिंग साइटवर गेल्यास ती षट्कर्णी होण्याची शक्यता नाकारता येत नाही. यामुळे त्याचे नाव बदनाम होण्याचीदेखील शक्यता होती. त्याला गे जनांचा शोध घ्यायचा होता, पण अगदी गुप्त रीतीने. अशी गुप्तता राखणे त्याला कठीण वाटत होते.

इंटरनेट सेवा उपलब्ध नसेल आणि इंग्रजीचे योग्य ज्ञान नसे, तर गे जनांचा शोध घेणे कठीण आहे. कन्नड साहित्यामध्ये समलिंगी संबंधाबद्दल कुठेही उल्लेख नाही. श्री. वसुधेंद्र स्वतः कन्नडमध्ये गे या विषयाला वाहून घेतलेले पुस्तक लिहून

ते प्रसिद्ध करण्याच्या विचारात आहेत. असे पुस्तक एफ.ए.क्यू. स्वरूपात म्हणजे प्रश्नोत्तर स्वरूपात असेल, तसेच स्वस्त दरात उपलब्ध असेल. या पुस्तकात मुख्यत्वे आरोग्यावर भर दिला जाईल. आजपर्यंत श्री. वसुधेंद्र यांनी गेविषयक सल्ला दिलेल्यांमध्ये तिघेजण एच.आय.व्ही.च्या (एड्स) विषाणूंनी संसर्गग्रस्त झालेले आहेत. त्या तिघांपैकी एकाने संभोग करतेवेळी कंडोम न वापरण्याचे कारण दिले ते असे होते, मी ज्याच्याबरोबर संभोग केला होता तो इसम झकपक पोषाख केलेला आणि अस्खलित इंग्रजी बोलणारा होता. त्यामुळे तो सुरक्षित असेल असे मला वाटले.

आता आपण 'प'कडे वळू. त्याच्या मते आता त्याच्यासमोर दोन परस्परविरोधी पर्याय आहेत. त्याच्या गावातील एक मुलगी त्याच्यावर अतिशय प्रेम करते. दोन्ही कुटुंबांची जात वेगळी असल्यामुळे त्या दोघांचा विवाह होणे शक्य नाही, याची दोघांनाही जाणीव आहे. पण एकमेकांवर प्रेम करायला काही हरकत नाही असे तिचे मत आहे. तिचा दुसऱ्या कुणाशी विवाह जुळून येईपर्यंत प्रेमसंबंध ठेवण्याची तिची इच्छा आहे. 'प'ला याची संमती आहे. अशा प्रेमसंबंधामुळे एका स्त्रीबरोबर विवाह आणि नंतर संसार करण्याबद्दलची आपली आवड आणि क्षमता याची स्वतःच पडताळणी करता येईल, असे त्याचे मत आहे. त्याच वेळी या प्रयत्नात आपल्याला यश मिळेल की नाही, याबद्दलदेखील तो साशंक आहे. यदाकदाचित आपण कुठे तरी कमी पडलो आणि आपले खरे स्वरूप त्या मुलीसमोर उघड झाले, तर आपली आणि आपल्या कुटुंबाची नाचक्की होईल अशी भीतीदेखील त्याच्या मनात आहे. त्याच्या आई-वडिलांच्या अपेक्षेनुसार त्याचा विवाह होऊन मुलाबाळांना जन्म द्यावा, अशी त्याची इच्छा आहे. पण पत्नीच्या शरीराची लैंगिक भूक आपण भागवू शकलो नाही आणि मुलांना जन्म देऊ शकलो नाही, तर आपल्याला तोंड दाखविण्यास जागा उरणार नाही, अशी भीती त्याला वाटते. शिवाय स्वतःची लैंगिक भूक शमविण्यासाठी पत्नीने परक्या इसमाशी संबंध जोडला, तर आपल्या संसाराची वाताहत होईल, याची भीती वेगळीच! त्यापेक्षा स्वतःचा अपघात घडवून मृत्यूला कवटाळले, तर आपली सुटका होईल आणि कुटुंबाची अब्रू सुरक्षित राहील, असे त्याला वाटते.

तारुण्यात पदार्पण केल्यापासून 'प'चा कुणाशीही शारीरिक संबंध आलेला नाही. श्री. वसुधेंद्र यांनी सुचविल्याप्रमाणे, पुढच्या सुगीमधून आलेल्या उत्पन्नामधून एक स्मार्ट फोन घेऊन त्यात 'ग्राईंडर' नावाचे ॲप डाउनलोड करून बेळगावच्या गे जनांशी संपर्क साधून त्यांच्याशी डेटिंग करण्याचा त्याचा दुसरा पर्याय आहे. या प्रयत्नात यश आले, तर शहरात स्थलांतर करून तिथेच सुखाने आयुष्य जगण्याचा त्याचा विचार आहे. पण हे सर्व तडकाफडकी होणार नाही. बराच वेळ खर्ची घालावा लागेल, याची त्याला जाणीव आहे.

शहरात राहायचे म्हणजे खर्च भरपूर होणार आणि त्यासाठी पैसा लागणार. याउलट खेड्यामधील जीवन कमीत कमी खर्चाचे आणि सुसह्य होते, असे 'अ'चे मत. हा २१ वर्षांचा तरुण कारवार जिल्ह्यातील एका छोट्या शहरात राहतो. शिक्षणासाठी मोठ्या शहरात स्थलांतर केले; मात्र त्यामुळे अनेक समस्या निर्माण झाल्या. शहरात एक खोली भाड्याने घेऊन तिथे आपल्या भावासह तो राहत होता. पण 'अ'च्या विचित्र वागण्यामुळे भावाला त्याच्यासह राहणे असह्य वाटत होते. 'अ'च्या कपड्यांची निवड पुरुषी नव्हती, शिवाय स्त्रियांप्रमाणे नृत्य करण्याची त्याला हौस होती. त्याचे हावभावदेखील बायकी ढंगाचे होते. भावाने 'अ'चा स्वभाव बदलण्याचा प्रयत्न केला. यामुळे त्या दोघांत भांडण, मारामारी होऊ लागली. भरीस भर म्हणून वर्गमित्रांनीदेखील 'अ'चा छळ सुरू केला. त्याची टर उडविणे, त्याला हिणविणे, मोटरसायकलवरून त्याचा पाठलाग करून त्याला गाठून त्याचा दंड धरून ओढणे, त्याचा हात पिरगाळणे असे प्रकार वरचेवर होऊ लागले. हे सर्व सहन न झाल्यामुळे 'अ'ने आपले शिक्षण अर्धवट सोडले. तो आपल्या गावी जाऊन राहू लागला. तिथे सर्वजण त्याला लहानपणापासून ओळखत होते. तिथे त्याने लहान मुलांना चित्रकला, चित्र रंगविणे, नृत्य करणे इ. कलाविषय शिकवण्याचा व्यवसाय सुरू केला आहे. मुलांच्या संगतीत राहण्यामुळे एक वेगळाच आनंद आणि समाधान मिळते, असे त्याला वाटते.

महाविद्यालयात शिकताना कन्नड पाठ्यपुस्तकातील श्री. वसुधेंद्र यांनी लिहिलेला एक निबंध त्याच्या वाचनात आला. मोहनस्वामी कथासंग्रह प्रकाशित झाल्याची बातमी समजताच त्याने तो विकत घेतला आणि ताबडतोब वाचून संपविला. इतकेच नव्हे, तर त्याचे त्याने पारायणदेखील केले आहे. त्यातील 'तगणी' (ढेकूण) ही कथा वाचून 'अ'ला फार दुःख झाले. या कथेमध्ये एका तरुणाचे बायकी ढंगाचे बोलणे-वागणे; त्यानंतर लिंगबदल करून स्त्रीच्या स्वरूपात सर्वांसमोर येणे, हे सर्व त्याच्या कुटुंबीयांना आवडत नाही. ते त्याचा खून करतात आणि त्याने आत्महत्या केल्याचा देखावा निर्माण करतात. ही कथा वाचून माझ्या मनाला धक्का बसला असे 'अ' म्हणतो.

'अ'ने पुस्तकातून श्री. वसुधेंद्र यांचा फोन नंबर मिळवून लगेच त्यांच्याशी संपर्क साधला. श्री. वसुधेंद्र यांनी 'अ'चे बोलणे सहानूभूतीने ऐकले. श्री. वसुधेंद्र काही कामानिमित्त जवळच्या गावात आले असताना त्या दोघांची भेट झाली. दोघांमध्ये गप्पा झाल्या. अधूनमधून त्या दोघांचे फोनवरून बोलणे होत असते. याचा परिणाम म्हणजे, 'अ' आपल्या छोट्या विश्वातून बाहेर डोकावून बाहेरच्या जगावर नजर टाकण्यास शिकला. सन २०१५ मध्ये श्री. वसुधेंद्र यांनी आयोजिलेल्या विराट सभेला 'अ' हजर राहिला होता. त्या सभेमधून त्याला जाणवले, की आपल्यासारख्या गुणधर्माचे अनंत लोक या जगात आहेत आणि सुखाने आपले

आयुष्य जगत आहेत. तो म्हणतो, 'हे सर्वजण राखेखालचे निखारे आहेत. त्यांच्यावरची राख झटकून त्यांना प्रज्वलित करायला हवे.

'एक पुस्तक काय आणि कसली जादू करू शकते?' या प्रश्नाचे उत्तर अनेक वाचक अनेक प्रकारे देऊ शकतील. पण श्री. वसुधेंद्र यांच्या मते या पुस्तकाने त्यांना बरेच काही मिळाले आहे. लेखकाला जे अपेक्षित आहे ते सर्व या पुस्तकाने त्यांना मिळवून दिले आहे. ते म्हणतात, 'या पुस्तकाने माझ्या मनातील नैराश्य दूर पळून गेले आहे आणि माझ्यात नवा उत्साह संचारला आहे. नैराश्य हा माझ्या मनातील एक भयानक राक्षस होता त्याला या पुस्तकरूपी शस्त्राने ठार करण्यात मला यश मिळाले आहे.' कथासंग्रह प्रकाशित झाल्याबरोबर एका नव्या वसुधेंद्राचा जन्म झाला आहे असे ते म्हणतात. 'जवळ जवळ दोन दशकांनंतर, म्हणजे पुस्तक बाजारात आल्यानंतर त्यांना नवीन मित्र जोडता आले आणि त्यांच्या मित्रपरिवारामध्ये भरघोस वाढ झाली.'

अनेक वाचकांना या पुस्तकामध्ये आपल्या आयुष्याचे प्रतिबिंब दिसले. उदा. 'प' यांना आपल्या स्वतःच्या दुःखाचे प्रतिबिंब त्यात दिसले. 'एन' यांना त्यांच्या नव्या आयुष्याची दिशा समजली. 'अ' यांना आपण एकटेच या जगात नसून, आपल्यासारखे अनेक जण असल्याची प्रचीती श्री. वसुधेंद्र यांनी आयोजित केलेल्या विराट सभेमध्ये मिळाली. जेव्हा 'प' आणि 'एन' श्री. वसुधेंद्र यांना भेटले (अर्थात एकत्र नव्हे) तेव्हा दोघांनीही विचारले, "हे पुस्तक लिहिताना तुमच्या डोळ्यांसमोर जवळपास राहणारी अशी कोणती व्यक्ती आली होती? आम्ही त्यांना भेटू शकतो का?" 'प' यांनी पुस्ती जोडली. ते म्हणाले, "समदुःखी माणसांशी बोललं की आपलं दुःख हलकं होतं."

श्री. वसुधेंद्र यांनी त्या दोघांना एकमेकांचे नंबर दिले आणि त्यांच्याशी खुल्या दिलाने बोलण्याची विनंती केली. या दोघांपैकी एकटा मध्यमवयीन गृहस्थ लग्न करून पस्तावलेला होता आणि दुसऱ्या नवतरुण इसमाला लग्न करण्याची तीव्र इच्छा होती. हे दोघेही एकमेकांशी फोनवरून बोलले. त्यांची भेट ठरली. भेटायला जाताना 'एन' यांनी श्री. वसुधेंद्र यांच्या लेखांच्या प्रती आपल्यासोबत नेल्या होत्या. त्यामधील बऱ्याच 'प' यांनी वाचल्या नव्हत्या. तेव्हापासून वरचेवर ते दोघेही एकमेकांशी फोनवरून बोलत असतात. तसेच ते दोघेही वसुधेंद्र यांच्याशी अधूनमधून फोन करून गप्पा मारत असतात. पण या गप्पा गे या विषयावर नसून, नोटबंदी, गावची जत्रा इ. अवांतर विषयांवरच्या असतात. 'प' आपल्या समस्येवर काय तोडगा काढणार हे अजून समजले नाही, पण एक गोष्ट मात्र नक्की; 'प'चा एकलकोंडेपणा नाहीसा झाला आहे. तो आपल्या मित्रपरिवारामध्ये रमला आहे. माझ्या दृष्टीने ही आनंदाची गोष्ट आहे.

काही जण असे आहेत, जे श्री. वसुधेंद्र यांचे त्यांच्या नकळत ऋणी आहेत.

वैदिक ज्योतिषी श्रीमती मधुरा यांनी आपला आणखी एक अनुभव सांगितला. त्यांच्याकडे अनेक जण आपल्या मुलांची कुंडली आणून त्यांना दाखवतात आणि त्यांचा सल्ला विचारतात. यात काही जण आपल्या मुलांच्या वैवाहिक जीवनातील समस्या घेऊन येतात. अशीच एका मुलीच्या वैवाहिक जीवनाची कथा. तिचा विवाह होऊन फक्त सहा महिने झाले होते आणि आता तिला घटस्फोट हवा होता. घटस्फोटाचे कारण द्यायला ती तयार नव्हती. तिचे आई-वडील तिची कुंडली घेऊन श्रीमती मधुरा यांच्याकडे आले होते. सर्वसाधारणपणे अशा बाबतींत श्रीमती मधुरा काही धार्मिक विधी किंवा मंदिरामध्ये दानधर्म करण्याचा सल्ला देतात. या मुलीच्या आई-वडिलांनादेखील असाच सल्ला देण्याच्या विचारात त्या होत्या. पण अचानक काही तरी आठवले आणि त्या स्तब्ध झाल्या. त्यांनी मुलीला एकांतात भेटून बोलण्याची इच्छा प्रकट केली.

त्या दोघांची भेट झाल्यावर श्रीमती मधुरा यांनी त्या मुलीला कोणताही आडपडदा न ठेवता मनातले विचार स्पष्ट सांगण्याची विनंती केली. तिने सांगितलेले कारण धक्कादायक होते. तिच्या नवऱ्याने तिच्याशी शारीरिक संबंध ठेवण्यात अजिबात स्वारस्य दाखविले नाही. याबाबतीत त्याने कोणतेच कारण दिले नाही आणि चर्चा करण्यासदेखील नकार दिला. आई-वडिलांसमोर ही समस्या मांडणे मुलीला प्रशस्त वाटले नाही. श्रीमती मधुरा यांनी तिच्या आई-वडिलांशी संपर्क साधून घटस्फोटाशिवाय दुसरा पर्याय नसल्याचे सुचविले. त्यांच्या मुलीचे भवितव्य उज्ज्वल आहे आणि तिचा पुनर्विवाह करून द्यावा असाही सल्ला त्यांनी दिला. श्रीमती मधुरा यांनी हा सल्ला दिला, त्याचे एकमेव कारण म्हणजे त्यांची वसुधेंद्र यांच्याशी झालेली भेट आणि त्यामुळे उघडकीस आलेले समलिंगी संबंधांचे अस्तित्व. आता या समलिंगी संबंधांमागे काही खगोलशास्त्रीय घटना कारणीभूत आहेत का, याचा शोध घेण्याचा श्रीमती मधुरा यांचा विचार आहे. यासाठी त्यांनी श्री. वसुधेंद्र यांची कुंडली मागविली आहे. पण श्री. वसुधेंद्र यांच्याकडे कुंडलीच नाही, असे समजते.

पुस्तकातील लिखाण कोणावर कसा परिणाम करेल, हे सांगता येणार नाही. मी 'प'ला भेटण्यासाठी त्याच्या गावी गेलो होतो, तेव्हा त्याने आपल्या बॅगेमधून 'मोहनस्वामी' पुस्तक बाहेर काढले. ते माझ्या हवाली करताना तो म्हणाला, ''मी हे पुस्तक माझ्या घरातील कुणाच्याही हाती लागू नये याची काळजी घेण्यासाठी माझ्या बॅगेत लपवून ठेवले आहे. कुणी तरी ते वाचले, तर माझ्याबद्दल गैरसमज पसरतील. असे साहित्य वाचून झाल्यावर मी जाळून टाकतो. पण हे पुस्तक इतके दर्जेदार आहे, की माझ्या हातून त्याचा नाश करणे शक्य होणार नाही. तुमच्या ओळखीचा कोणी गरजवंत असेल, तर त्याला हे पुस्तक दान म्हणून द्या.''

– लेखक श्रीनाथ पेरूर

अनुक्रमाणिका

न सुटणारे कोडे

तिन्हीसांजा उलटून अंधार पडू लागला, तरी त्या घरात अजून दिवे लागले नव्हते. घरात सर्वत्र दाट काळोख पसरला होता. मोहनस्वामीच्या मनात नैराश्याचा अंधकार पसरला होता. त्यामुळे त्याला दिवे लावण्याचेदेखील भान नव्हते. मनातला अंधार घरातदेखील पसरला होता. संध्याकाळी साडेपाचच्या सुमारास मोहनस्वामी ऑफिसमधून घरी परतला होता. पण त्याचे मन सैरभैर झाले होते. काही सुचेनासे झाले होते. म्हणून तो सरळ देवघरात शिरला आणि श्रीकृष्णाच्या मूर्तीसमोर बसून मूर्तीकडे एकटक ध्यान लावून बसला होता. शरीराला किंचित कंप सुटला होता. एका छोटेखानी लाकडी आसनावर श्रीकृष्ण विराजमान होऊन ओठांवर मंद स्मित दर्शवून बासरी वाजवीत होता. मूर्तीसमोर ध्यानस्थ अवस्थेमध्ये बसून मनातल्या मनात श्रीकृष्णाबरोबर संवाद साधण्याचा प्रयत्न करीत होता. मूर्तीसमोरून त्याला उठावेसे वाटेना. वास्तविक घरातली नेहमीची बरीच कामे खोळंबली होती. नेहमी संध्याकाळी घरी परतल्यावर तो प्रथम रेडिओ सुरू करून, गॅसवर कुकर चढवून, हलक्या हाताने घरातील केरकचरा काढून आपला रूम पार्टनर कार्तिक कामावरून परतण्याची वाट पाहत असे. 'कुठे आहेस?' असा मोबाइलवरून त्याला संदेश पाठवून, त्याच्या उत्तराची वाट पाहत बसण्याचा त्याचा रोजचा शिरस्ता. पण आज यातले काहीच घडत नव्हते. श्रीकृष्णाच्या मूर्तीसमोरून तो हलण्याची चिन्हे दिसेनात. या अवस्थेमध्ये कुणीही स्पर्श करून त्याला बोलते करण्याचा प्रयत्न केलाच, तर त्याला हुंदका फुटून तो रडू लागण्याची चिन्हे होती.

ऑफिसमधील आपल्या केबिनमधून बाहेर पडून घरी निघतेवेळी

भाजीबाजारात जाऊन त्याने कार्तिकच्या खास आवडीची अर्धा किलो कोवळी भेंडी खरेदी केली होती. तेलाचा थोडासा जास्त वापर करून भेंडी लालसर परतवून त्यात योग्य प्रमाणात मीठ, लाल तिखट व मसाला घालून तयार केलेली चवदार भाजी पाहिली, की कार्तिकच्या तोंडाला पाणी सुटत असे. अशी भेंडीची भाजी म्हणजे कार्तिकला प्राणाहून प्रिय. अर्धी फोडदेखील पानात न टाकता चाटूनपुसून खात असे. मोहनस्वामीलादेखील अशी भाजी आवडत असली तरी 'अरे मला ही भाजी जास्त आवडत नाही' असे म्हणून स्वतःला थोडीशी घेऊन उरलेली सर्व कार्तिकला वाढत असे. ताटात पसरलेला भाजीचा रस कार्तिक भुरके मारून ओरपू लागला, की मोहनस्वामीला परमानंद होत असे. 'माझ्या आईपेक्षा तू केलेली भाजी फार रुचकर झाली आहे' अशी कार्तिकच्या तोंडून स्तुती ऐकली, की मोहनस्वामीला आकाश ठेंगणे वाटायचे.

आजदेखील अशी रुचकर भाजी तयार करून कार्तिकला सरप्राईज दिले, तर त्याला किती आनंद होईल याबद्दल तो मनातल्या मनात मांडे खाऊन घरी परतला होता. घरात पाऊल टाकताच त्याच्या मोबाइलवर रिंग वाजली. शोभा आंटीचा फोन होता. या शोभा आंटीचे कार्तिकशी दूरचे नाते होते. तिचे यजमान एका नामवंत कंपनीमध्ये उच्चपदस्थ अधिकारी होते. त्यांचा बेंगळूरमधील विजयनगर या उपनगरात प्रशस्त बंगला होता. कार्तिक व मोहनस्वामी दोघे मल्लेश्वरम् उपनगरात राहत होते. अधूनमधून सुटीच्या दिवशी ते दोघे शोभा आंटीच्या घरी भेट देत असत. अशा अनेक भेटींनंतर मोहनस्वामी व शोभा आंटी यांचा परस्पर दाट परिचय झाला होता. हल्ली पंधरा दिवसांपूर्वी त्यांच्या घरी जाताना मोहनस्वामीने स्वतः तयार केलेली चटकदार चटणी पावडर सोबत घेऊन शोभा आंटीकडे दिली होती. ती चटणी त्यांच्या कुटुंबात सर्वांना फार आवडली होती. त्या चटणीची रेसिपी विचारण्यासाठी शोभा आंटीने थेट मोहनस्वामीला फोन लावला होता. हा तर मोहनस्वामीचा आवडीचा विषय. आनंदाने त्याने बारीकसारीक तपशिलासह रेसिपी कथन केली. शोभा आंटीला तपशिलात काही स्वारस्य नव्हते. त्यामुळे तिचे मोहनस्वामीच्या बोलण्याकडे फारसे लक्ष नव्हते. रेसिपी ऐकून न ऐकल्याप्रमाणे तिची अवस्था झाली होती. तिने मोहनस्वामीला फोन केला तोच मुळी तिच्या यजमानांनी केलेल्या हट्टामुळे. "एका पुरुषानं किती चटकदार चटणी केली आहे पहा. जरा रेसिपी विचारून त्याच्याकडून शिकून घे." असा यजमानांनी तिच्यामागे एकसारखा लकडा लावल्यामुळे कंटाळून तिने हा फोन केला होता. पंचवीस वर्षांच्या एका तरुणाने एखादा खाद्यपदार्थ तयार करावा आणि तो तिच्या यजमानांना इतका आवडावा आणि त्याचे इतके कौतुक त्यांनी आपल्यापुढे करावे. या प्रकाराचा तिला वीट आला होता. पण यजमानांना थेट विरोध करणे शक्य नव्हते. म्हणून

केवळ नाईलाजाने तिने हा फोन केला होता.

शोभा आंटी तिच्या यजमानांना फार घाबरते याची मोहनस्वामीला कल्पना होती. एकदा एक विशेष खाद्यपदार्थ देण्यासाठी तो एकटाच त्यांच्या घरी गेला असता, घराचा दरवाजा उघडाच होता, पण आत दिवे लावलेले दिसत नव्हते. आंटी.. आंटी.. अशा हाका मारीत हलक्या पावलांनी अंधारात अंदाजाने मार्ग शोधत तो आत शिरला. तर जेवणाच्या टेबलाशेजारी पदरात तोंड लपवून रडत बसलेली शोभा आंटी त्याला दिसली. यावर कशी प्रतिक्रिया द्यावी हे मोहनस्वामीला कळेना. तो आलेला पाहताच शोभा आंटी आपला उजवा हात दाखवून म्हणाली, "त्या हलकटानं माझा हात जोरानं पिरगाळला. फार दुखतो आहे." आता ती जरा आवाज चढवून रडू लागली. डाव्या हाताने उजव्या हातावर तेल चोळून हलके मसाज करू लागली. तिचा हात पिरगाळणारा तो हलकट म्हणजे तिचे यजमान हे समजायला मोहनस्वामीला थोडा उशीर लागला. त्याला वाईट वाटले. तिचा दुखणारा हात त्याने हलकेच धरला आणि "काय झालं आंटी?" अशी प्रेमाने विचारपूस केली. त्याने हलकेच हात धरला, तरी तो दुखू लागला, म्हणून 'हाय' असे म्हणून तिने हात मागे खेचला. चिडखोर आवाजात ती म्हणाली, "मी त्यांना हवी असले, तरच त्यांना माझी आठवण येते. मला हवं की नको याच्याशी त्यांना काही देणं घेणं नाही." मोहनस्वामीला काय बोलावे हे समजेना. काही वेळ तिच्याबरोबर अवांतर गप्पा मारून "काळजी घ्या" असे प्रेमाने सांगून तो तिथून निघून गेला. कार्तिकला या प्रसंगाची कुणकुण त्याने लागू दिली नाही. त्यानंतर कार्तिक व मोहनस्वामी दोघेही आंटीला भेटण्यासाठी गेले असताना तिनेदेखील असे काही घडलेच नाही, अशा आविर्भावात त्यांच्याशी दिलखुलास गप्पागोष्टी केल्या. ती आपले दुःख विसरली आहे याचे मोहनस्वामीला समाधान वाटले. पण पुढे कित्येक दिवस ती आपला दुखरा हात कुरवाळून रडत बसली आहे, असे दृश्य मोहनस्वामीच्या बंद डोळ्यांसमोर दिसत होते.

चटणीच्या रेसिपीचे कथन संपल्यावर मोहनस्वामीने सहज विचारपूस करण्यासाठी प्रश्न केला, "आणि काय विशेष आंटी?"

विषय बदलल्यावर आंटीची कळी खुलली; ती म्हणाली, "आता विशेष असं काही नाही. पुढच्या आठवड्याच्या प्रवासाची तयारी सुरू केली आहे. आपण सर्वजण मुंबईला जाणार आहोत ना?"

या सर्वजणांमध्ये तिने आपल्याला गृहीत धरले आहे, अशी शंका येऊन मोहनस्वामीने निरागसपणे विचारले, "मुंबईला? आणि ते कशाला?"

त्याचा हा प्रश्न ऐकून आंटीला आश्चर्य वाटले. "म्हणजे तुला काहीच माहीत नाही? कार्तिक तुझ्याकडं काहीच बोलला नाही? अरे, पुढच्या रविवारी मुंबईला

त्याचा साखरपुडा आहे. अशा महत्त्वाच्या प्रसंगी आपण सर्वजण हजर रहायलाच हवं ना?"

हे ऐकून मोहनस्वामीला धबधब्याच्या प्रवाहात आपण खोल वाहून जात आहोत असे वाटले. त्याचा कंठ दाटून आला. गदगद स्वरात तो म्हणाला, "काय? कार्तिकचा साखरपुडा? मला याबद्दल काहीच कल्पना नाही. कार्तिकनं मला याचा थांगपत्तादेखील लागू दिला नाही."

आंटी म्हणाली, "कार्तिकचा स्वभाव मला चांगलाच माहीत आहे. तुझ्यापासून ही बातमी लपवून ठेवणं शक्य नाही. बहुतेक तुला सरप्राईज देण्याचा त्याचा बेत असावा. जवळ जवळ एक महिना झाला, मुंबईला जाऊन त्यानं मुलगी पाहिली आणि लगेच होकारदेखील देऊन परत आला. त्याच्या आधी त्यानं चार मुली पाहिल्या होत्या, पण त्या सर्वांना त्यानं नकार दिला होता. या मुलीला मात्र त्यानं एकही प्रश्न न विचारता ताबडतोब पसंत केली. मला त्या मुलीचे डोळे थोडे मोठे आहेत असं वाटतं. काही झालं तरी मुंबईची मुलगी. थोडी फॅशनेबल आणि हायफाय असणारच. मातृभाषा कन्नड असल्यामुळं घरी कन्नड बोलते. तिचे वडील मूळ धारवाडचे. कार्तिक खेड्यात राहूनच लहानाचा मोठा झाला आणि आता महानगरात आला आहे. ही मुलगी मुंबईत जन्माला आली आणि तिथंच वाढली. साध्याभोळ्या कार्तिकवर तिनं जादू करून वशीकरण केलं असावं अशी मला शंका आहे. लग्नानंतर कार्तिकच्या डोक्यावर बसली नाही म्हणजे मिळवलं. नाही तरी लग्नाच्या गाठी स्वर्गातच बांधलेल्या असतात म्हणे. आम्ही विनाकारण काळजी करत बसण्यात काही अर्थ नाही."

आंटीने आपले बोलणे संपविले. पण मोहनस्वामीला काय बोलावे हे सुचेना. आंटीकडून त्याला आश्चर्याचे बरेच धक्के मिळाले होते. कार्तिकने ही बातमी गुप्त ठेवली, याचे त्याला फार दुःख झाले. तो रडकुंडीला आला होता. यापुढे त्याने बोलायचा प्रयत्न केला, तरी त्याला नक्की रडू फुटले असते. मनातून तो खूप घाबरला होता. आंटीला त्याने सिग्नल वीक येत आहेत असे खोटेच सांगून कॉल डिसकनेक्ट केला आणि फोन स्विच ऑफ करून कोपऱ्यात भिरकावून दिला. त्याच्या अंगाला किंचित थरकाप सुटला होता. त्याच अवस्थेमध्ये तो थेट श्रीकृष्णाच्या मूर्तीसमोर जाऊन बसला. कार्तिकचे हल्लीचे विचित्र वागणे त्याला आठवू लागले. तो मोबाइल घेऊन घराबाहेर जात असे आणि बराच वेळ कुणाशी तरी बोलत असे. स्नानाला जातेवेळी देखील बाथरूममध्ये मोबाइल घेऊन जात असे. संध्याकाळी घरी यायला उशीर झाला, तर असेच कुठे तरी गेलो होतो अशी उडवाउडवीची न पटणारी कारणे देत असे. त्याचे वागणे म्हणजे मोहनस्वामीसाठी एक न सुटणारे कोडे होते. कार्तिकला सरप्राईज देण्यासाठी आणलेली ताजी कोवळी भेंडी तिथेच

टी.व्ही.समोर दीनवाणी पडून राहिली होती.

कार्तिक घरी येऊन पोचला तेव्हा रात्रीचे साडेआठ वाजले होते. आल्याबरोबर त्याने दारावरची बेल वाजवली. नेहमीप्रमाणे बेल वाजलेला आवाज त्याला ऐकू आला आणि त्याला बरे वाटले. मोहनस्वामीने श्रीकृष्णाची मूर्ती हातात धरली, प्रेमाने मूर्तीच्या गालावर आपल्या चुंबनाचा शिक्का मारला आणि त्याला उद्देशून पुटपुटत्या आवाजात म्हणाला, "तू मला कधीही फसवणार नाहीस याची मला खात्री आहे." कार्तिकने काही वेळ वाट पाहून पुन्हा बेल वाजवली. दरवाजा उघडण्यास उशीर झाल्यामुळे तो अधीर झाला आणि पुन्हा पाच-सहा वेळा बेल वाजविली. मान वर करून खिडकीतून पाहिले, तर आत मिट्ट काळोख दिसत होता. मोहनस्वामी अजून आला नसेल असे वाटून त्याच्याशी मोबाइलवरून संपर्क साधण्याचा प्रयत्न केला. पण स्विच ऑफ सिग्नल येत होता. वास्तविक घराची डुप्लिकेट चावी कार्तिकजवळ होती. पण ऑफिसला जाताना ती आठवणीने घेऊन जाण्याची सवय त्याने कधीच लावून घेतली नाही. नियमानुसार शिस्तीने वागण्याचा गुण त्याच्या स्वभावात बसत नव्हता. मनाला येईल तसे आचरण करावे आणि जीवनात सुखी व्हावे हा त्याचा सुखी जीवनाचा सिद्धान्त होता. मोहनस्वामीचा स्वभाव अगदी त्याच्या विरुद्ध टोकाचा होता. भाजीमध्ये एक बारीक खडा मीठ जास्त पडले, तरी हा प्राणी दिवसभर अस्वस्थ होत असे. घरातील सर्व वस्तू स्वच्छ, चकचकीत आणि जागच्या जागी ठेवलेल्या असाव्यात यावर त्याचा कटाक्ष होता. बिछान्यावरची बेडशीट आणि चादर एकही सुरकुती न पडता व्यवस्थित अंथरलेली असावी हा नियम त्याने स्वतः घालून घेतला होता आणि त्याचे पालन तो न चुकता करीत होता. कधी चुकून एक दिवस बाथरूम घासून स्वच्छ करायची राहून गेली, तर त्याला झोप लागत नसे. अंडरवेअर, बनियन, शर्ट, पँट कुठेतरी टांगून ठेवलेले त्याला पाहवत नसे. कपडे स्वतःचे असोत किंवा कार्तिकचे असोत, ते स्वच्छ धुवून, इस्त्री करून जागच्या जागी ठेवल्यावरच त्याला समाधान वाटत असे.

मोहनस्वामी श्रीकृष्णाच्या मूर्तीसमोरून उठला. घरातले सर्व दिवे लावले आणि दरवाजा उघडला तर समोर सहा फूट दोन इंच उंचीचा कार्तिक उभा असलेला त्याच्या नजरेस पडला. 'छे! मी उगाच भयभीत झालो. माझ्या श्रीकृष्णावर माझा पूर्ण विश्वास आहे. सर्व जग माझ्या विरुद्ध गेले, तरी माझा श्रीकृष्ण माझ्या पाठीशी खंबीरपणे उभा असेल याची मला पूर्ण खात्री आहे.' असे तो मनोमन म्हणाला. त्याने कार्तिकच्या हातून त्याचे हेल्मेट घेतले. ते जागच्या जागी व्यवस्थित ठेवले, "आणि का रे इतका उशीर केलास कार्ती?" अशी प्रेमळ आणि काळजीयुक्त स्वरात चौकशी केली. खुर्चीवर बसून आपले बूट पायातून काढून "आज ऑफिसमध्ये

फार काम होतं रे'' असे म्हणून कार्तिकने सारवासारव करून मोहनस्वामीचे समाधान करण्याचा प्रयत्न केला. मोहनस्वामी त्याच्या जवळ गेला, त्याचा चेहरा आपल्या छातीवर घेऊन, त्याच्या कुरळ्या केसांमधून हलकेच हात फिरवू लागला आणि म्हणाला, ''कार्ती, निदान माझ्यासमोर तरी खोटं बोलू नको रे.'' मोहनस्वामीने आपल्या खोटेपणाचा बुरखा फाडला आहे असे समजताच कार्तिक गोरामोरा झाला. पुढे काय बोलावे हे त्याला सुचेना. आपल्या मित्राचे समाधान करण्यासाठी त्याने आपले नाक त्याच्या छातीवर घासून डाव्या हाताने त्याला जवळ ओढण्याचा प्रयत्न केला. आपण शरण आलो आहोत हे दाखविण्याचा त्याचा प्रयत्न होता. मोहनस्वामीने आपल्या मित्राच्या पाठीवरून व गालावरून हात फिरवून, गोंजारून, शोभा आंटीबरोबर फोनवरून झालेल्या संभाषणाचा उल्लेख केला आणि ते खरे आहे का, अशी विचारणा केली. कार्तिकला आपण पकडले गेलो आहोत याची जाणीव झाली. पण कसेही करून मोहनस्वामीपासून सत्य लपवण्याचा त्याचा अट्टाहास होता. त्यासाठी त्याने नाक घासण्याची क्रिया तशीच पुढे चालू ठेवली. मोहनस्वामी पुन्हा त्याच्या पाठीच्या नळीमधून हात फिरवून ''कार्ती, काय असेल ते सांगून टाक. मला काही वाईट वाटणार नाही'' असे म्हणून सत्य समजण्याचा आपला हट्ट प्रकट केला. शेवटी नाईलाजाने खोल विहिरीमधून येणाऱ्या आवाजात कार्तिकने ''हो'' असे म्हणून सत्य कबूल केले आणि लांगूलचालन करण्याची गरज संपल्यामुळे नाक घासण्याची क्रिया थांबविली.

मोहनस्वामीला आपले दुःख रोखून धरणे शक्य झाले नाही. कार्तिकला हलकेच मागे ढकलून, त्याच्यापासून दूर होत मागच्या भिंतीजवळ कोसळून खाली बसला. डोळ्यांमधून घळाघळा अश्रू वाहू लागले. मानसिक यातना, निराशा आणि भय हे सर्व विकार उफाळून वर आले. आपण दुःखाच्या खोल दरीमध्ये पडलो आहोत असे त्याला वाटले. कार्तिकने त्याच्या जवळ जाऊन त्याचे अश्रू पुसून ''मोहन, माझ्यावर कृपा कर आणि रडणं थांबव. मला फार भीती वाटते आहे रे, प्लीज!'' असे म्हणून त्याचे समाधान करण्याचा प्रयत्न केला. पण मोहनस्वामीचे रडणे थांबण्याऐवजी जरा वरच्या पट्टीत चालूच राहिले. अतीव दुःखातून प्रकट झालेले मोहनस्वामीचे आक्रंदन कसे रोखावे हे कार्तिकला समजेना. तो तसाच त्याच्यासमोर बसून राहिला. मोहनस्वामीच्या शरीरावरून हात फिरवीत, गोंजारून अगतिकपणे म्हणाला, ''मी तरी काय करू मोहन? माझा नाईलाज आहे. आणखी किती दिवस मी लग्नाशिवाय राहू शकेन? माझं लग्न होऊच नये असं तुला वाटतं का? तू मला समजून घेण्याचा प्रयत्न कर. माझा विवाह ही आता काळाची गरज आहे.'' कार्तिकने कितीही समजूत घालण्याचा प्रयत्न केला, तरी मोहनस्वामीचे दुःख शमन होण्याची चिन्हे दिसेनात. शेवटी रडून रडून थकल्यावर तो शांत झाला.

बराच वेळ ते दोघे एकमेकांसमोर काहीही न बोलता मूक बसून राहिले होते. एक प्रकारची अगम्य मानसिक वेदना आणि गूढ शांतता त्या घरात व्यापून राहिली होती.

बराच वेळ गेल्यानंतर मोहनस्वामी भानावर येऊन बोलता झाला. "कार्ती, आज मी स्वयंपाक केला नाही. चल पटकन् दोघंही मेसवर जाऊन पोटात काही तरी ढकलून येऊ. तुझ्यासाठी खास कोवळी भेंडी आणली होती. पण भाजी करण्यात मन लागेना." असे म्हणून तो धडपडत उठला. मोहनस्वामी नॉर्मल झाला आहे हे पाहून कार्तिकला बरे वाटले. तो म्हणाला, "अरे, वाईट वाटून घेऊ नकोस. आज नाही जमलं तर उद्या करू. आता भुकेनं जीव कासावीस होतो आहे. चल लवकर जाऊन येऊ." कार्तिक तोंड धुऊन फ्रेश होण्यासाठी लगबगीने बाथरूमकडे गेला. ते पाहून मोहनस्वामीने कपाट उघडून एक स्वच्छ धुतलेला नॅपकिन काढला आणि बाथरूम जवळ असलेल्या छोट्या दांडीवर टांगत ठेवला. नॅपकिन ठेवला आहे याची सूचना त्याने कार्तिकला दिली. "ठीक आहे" असे कार्तिकने चेहऱ्याला साबण लावता लावता आतून ओरडून सांगितले.

"अरे, मी नॅपकिन ठेवून तुला मदत केली आणि तुला साधे आभार मानता येत नाहीत?" मोहनस्वामी लटक्या रागाने म्हणाला.

"ओ. के. थँक यू माय डिअर स्वीट हार्ट!" असे म्हणून कार्तिकने त्याचे समाधान केले.

मेसमध्ये अतोनात गर्दी होती. घरी परत येईपर्यंत रात्रीचे दहा वाजले होते. नेहमी बाईकवरून जाताना कार्तिकच्या मागे त्याच्या पाठीला घट्ट चिकटून मोहनस्वामी बसत असे. डावा हात कार्तिकच्या कंबरेवर, उजवा हात त्याच्या मांडीवर स्थिरावत असे आणि हनुवटी त्याच्या खांद्यावर ठेवून आरामात डोळे मिटून बाईक जिथे नेईल तिथे मोहनस्वामी विश्वासाने जात असे. क्वचित प्रसंगी कार्तिकने अविचाराने बाईक अतिवेगाने चालविली, तरी मोहनस्वामी अजिबात घाबरत नसे. सिग्नलजवळ बाईक थांबली असता कार्तिक मोहनस्वामीचा हात हळुवार गोंजारत असे. कार्तिकच्या अशा हळुवार स्पर्शाने मोहनस्वामी पुलकित होत असे आणि आवंढा गिळून एक गरम सुस्कारा सोडला, की तो थेट कार्तिकच्या हनुवटीवर आदळत असे. पण आज असे काही घडणार नव्हते. कार्तिकच्या शरीराला अजिबात स्पर्श करायचा नाही असा मोहनस्वामीने निर्धार केला होता. काही महिन्यांनी कार्तिकला त्याच्या प्रिय व्यक्तीचा सहवास लाभणार होता. त्यामुळे आतापासूनच कार्तिकशी जवळीक न केलेली बरी असा त्याने विचार केला. मेसकडे जाताना मोहनस्वामी कार्तिकच्या पाठीपासून थोडे अंतर ठेवून आधारासाठी सीटच्या मागची कडी धरून बसला होता. कार्तिकला त्याची जाणीव झाली आणि तो थोडा अस्वस्थ झाला. कार्तिक आपले आसन व्यवस्थित करण्याचे निमित्त साधून किंचित मागे सरकला आणि मोहनस्वामीच्या

मांडीला स्पर्श केला. त्याचा प्रयत्न मोहनस्वामीच्या ध्यानात आला. पण तो पाघळला नाही. तो आणखी थोडा मागे सरकला. सिग्नलजवळ गाडी थांबली असता कार्तिकने आपला हात मागे घेऊन मोहनस्वामीचा हात मागे खेचून तो आपल्या मांडीवर ठेवला. पण मोहनस्वामीने परत आपला हात मागे घेऊन पूर्ववत मागची कडी धरली. मेसमधली गर्दी पाहून कार्तिकने 'व्हॉट अ मेस' असा उपरोधिक शेरा मारून मोहनस्वामीला हसविण्याचा प्रयत्न केला. पण त्यालादेखील मोहनस्वामीने भीक न घालता आपल्या गंभीर चेहऱ्यावर सुरकुती पडू दिली नाही. घरी परत येते वेळीदेखील कार्तिकचा स्पर्श त्याने कटाक्षाने टाळला. त्यातल्या त्यात एकच समाधानाची बाब म्हणजे, मेसमध्ये जेवत असताना कार्तिकने तिखट साराचा भुरका मारला आणि त्याला ठसका लागला. ठसका शमविण्यासाठी पाण्याचा घोट घ्यावा म्हणून त्याने हात पुढे केला. पण टेबलावर पाण्याचा पेला नव्हता. मोहनस्वामीने हा प्रकार पाहिला त्याला वाईट वाटले. स्वतः उठून दुसऱ्या टेबलावरचा पेला उचलून त्याने कार्तिकच्या हातात दिला. कार्तिकने पाण्याचा घोट घेऊन ठसका थांबल्यावर समाधानाचे स्मितहास्य त्याच्या चेहऱ्यावर दिसेपर्यंत मोहनस्वामीचा चेहरा काळजीने काळवंडलेला दिसत होता. ते पाहून कार्तिकला बरे वाटले आणि त्याच्या चेहऱ्यावर समाधान दिसू लागले. पण मोहनस्वामीच्या "आर यू ओ के नाऊ! आता बरं वाटतं आहे ना?" या दोन-तीनदा विचारलेल्या प्रश्नाचे उत्तर शब्दाने न देता केवळ एक स्मितहास्य देऊन कार्तिकने आपले जेवण पुढे चालू ठेवले. पण त्याच्या डोळ्यांत कृतज्ञतेचे आर्त भाव दिसू लागले आणि त्या कृतज्ञ भावनेने तो मोहनस्वामीकडे पाहू लागला.

रात्री झोपण्याआधी थोडे गरम दूध घेण्याची दोघांनाही सवय होती. कार्तिक बिछान्यावर आडवा होऊन टी.व्ही.वरचे चॅनल एकामागोमाग बदलून पाहत होता. त्याच वेळी मोहनस्वामी गॅसवर दूध गरम करत होता. उकळलेले दूध जिभेला सहन होण्याइतपत थंड झाल्यानंतर त्यात थोडी साखरमिश्रित बदाम पावडर मिसळली आणि हे तयार केलेले बदामी दूध दोन पेल्यांत विभागून मोहनस्वामी बेडरूमकडे निघाला. कार्तिकच्या पेल्यात मुद्दामच जास्त दूध आणि स्वतःच्या पेल्यात थोडे कमी घातले होते. दूध प्राशन केल्यानंतर मोहनस्वामीने दोन्ही पेले घासून स्वच्छ पुसून परत जागच्या जागी ठेवून दिले. गॅसचा कट्टा स्वच्छ पुसून ठेवला. सर्व दारे खिडक्या व्यवस्थित बंद केलेल्या आहेत याची खात्री करून घेऊन, श्रीकृष्णाच्या मूर्तीला दोन्ही हात जोडून त्याला गुड नाईट म्हणून बेडरूममध्ये येऊन कार्तिकच्या हातून रिमोट हिसकावून, टी.व्ही. बंद करून कार्तिकशेजारी बिछान्यावर झोपी जाईपर्यंत रात्रीचे साडेअकरा वाजले होते.

मोहनस्वामी नेहमीप्रमाणे आपल्याशी शारीरिक जवळीक ठेवण्याचा प्रयत्न

करणार याची कार्तिकला कल्पना होती. ते टाळण्याचा प्रयत्न म्हणून कार्तिकने संथ घोरण्यास सुरुवात केली. पण शेजारीच पहुडलेल्या मोहनस्वामीला झोप येईना. त्याच्या मेंदूमध्ये विचार गर्दी करू लागले. कार्तिकवर आपण विनाकारण राग धरला, याचा त्याला पश्चात्ताप वाटू लागला. जे घडले त्यामध्ये त्याचा काय दोष? लग्नाचे वय झालेल्या तरुण मुलाला लग्नाशिवाय राहणे कसे शक्य आहे? त्याच्या आई-वडिलांनी त्याच्या लग्नासाठी आग्रह धरला, तर तो कसा विरोध करू शकेल? केवळ माझ्या स्वार्थासाठी मी त्याच्या लग्नाला विरोध केला, तर ते क्रौर्य नव्हे तर काय? बिचारा कार्तिक मनाने फार हळवा. त्याच्या अनेक मित्र-मैत्रिणी आहेत. त्याच्या इच्छा-आकांक्षांना मी कुंपण घालणे कितपत योग्य ठरेल? अशा अनेक विचारांनी त्याची झोप उडाली. आता कुठल्याही क्षणी कार्तिक जागा होईल आणि माझ्याशी जवळीक करण्याचा प्रयत्न करील. त्या वेळी थोडे नरमाईने घेऊन त्याला अजिबात विरोध करायचा नाही असा त्याने निर्धार केला. पण पाच मिनिटे होऊन गेली, तरी कार्तिकचा घोरण्याचा आवाज कमी होण्याची चिन्हे दिसेनात. मोहनस्वामीचा अपेक्षाभंग झाला. अंधारातच त्याने कार्तिकचा चेहरा पाहण्याचा प्रयत्न केला. कार्तिकवर माझे खरेखुरे प्रेम असेल, तर तो एका मिनिटात जागा होईल आणि डोळे उघडून माझ्याकडे पाहू लागेल, असा मनोमन विश्वास बाळगून तो कार्तिक जागा होण्याची वाट पाहू लागला. एकपासून शंभरपर्यंत आकडे मोजले. मनातल्या मनात श्रीकृष्णाचे ध्यान केले. दहा मिनिटे वाट पाहूनदेखील कार्तिक जागा झाला नाही. उलट त्याच्या घोरण्याचा आवाज थोडा जास्तच वाढला. निराश होऊन मोहनस्वामीचा निर्धार गळून पडला. असे निर्धार गळून पडण्याचे प्रसंग त्याला काही नवीन नव्हते. इतक्या वर्षांच्या अनुभवानंतर त्याला समजून चुकले होते, की निर्धाराने यश संपादन करणे त्याच्या नशिबी नव्हते. तो हळूच कार्तिकच्या बाजूला वळला आपले नाक त्याने कार्तिकच्या कानाच्या मागे हळुवार घासले. त्यामुळे कार्तिक जागा झाला.

शारीरिक सुखाचा ज्यांना उत्तम अनुभव आहे त्यांना जास्त काही स्पष्टीकरण देण्याची आवश्यकता नाही. ते सर्व काही स्पष्ट जाणतात. कुणाला कसा स्पर्श हवा, प्रेमाची चापट कुणाला किती सुख देऊ शकते, गोड वेदनेमधून देखील किती आनंद मिळू शकतो, गोड आवाजाने कसा उन्माद निर्माण होतो याची सर्व अनुभवी प्राणिमात्रांना चांगली जाणीव असते. एकमेकांच्या श्वासानेदेखील दोघेही पुलकित होतात. मांडीवरच्या तिळाला जिभेने हळुवार स्पर्श केला, तरी भावना उद्दीपित होतात. तसे पाहिले, तर प्रेमाला भाषा नसते. त्यामुळे हे सर्व अमृतकुंभ न बोलता मूकपणे प्राशन केले, तरी त्यापासून हवे ते सुख प्राप्त होते. जरूर पडली, तर जोडीदाराच्या कानात पुटपुटले तरी चालेल. या बाबतीत मनात कोणत्याही संकोचाला

किंवा पापभावनेला थारा देऊ नये. परमोच्च सुखाच्या प्राप्तीमध्ये तिळभरही कसर येऊ देऊ नये. शरीराच्या कानाकोपऱ्यातील सर्व अवयवांचे चुंबन घ्यावे. चुंबनाशिवाय एकही अवयव शिल्लक ठेवलेला असू नये. चव न चाखलेला एकही अवयव शिल्लक ठेवू नये. श्वासाच्या गरम हवेचा स्पर्श न झालेला असा एकही अवयव शिल्लक ठेवू नये. दोन मने एकत्र जुळली, तर देहाची रचना कवडीमोल ठरते. दोन आत्मे एकरूप झाले, तर देहाला कोण विचारतो?

हाच परमोच्च सुखाचा क्षण. दोन शरीरे एकरूप होण्याचा क्षण. हव्याशा वाटणाऱ्या वेदनांमधून सुखाची प्राप्ती करून देणारे अमृतकुंभ. मोहनस्वामीने कार्तिकला डोळ्यांनी खूण केली आणि आपला इरादा स्पष्ट केला. रस्त्यावरच्या दिव्यांचा उजेड त्यांच्या शयनगृहात पडला होता. त्या उजेडात कार्तिकच्या डोळ्यांमधली चमक स्पष्ट दिसत होती. रस्त्यातून चालताना दगडधोंडे, काटे वगैरेची तमा न बाळगता ती गालिच्यावर विखुरलेली फुले आहेत असे समजून मार्गक्रमण करण्याची तयारी त्या दोघांनीही केली. पण पुढचे पाऊल टाकणार, इतक्यात कार्तिकच्या मोबाइलची रिंग कर्कश आवाजात वाजली. आपल्या बाजूला असलेला कार्तिकचा मोबाइल मोहनस्वामीने उचलला आणि स्क्रीनवरच्या उजेडात त्याने कुणाचा कॉल आहे ते पाहिले. तो 'रश्मी माय लव्ह'चा कॉल होता. कार्तिकने त्याच्या हातातून मोबाइल हिसकावून घेतला आणि बाहेर जाऊन रश्मीशी संभाषण करू लागला. माझा नुकताच डोळा लागला होता. तू अजून जागी कशी, झोप येत नाही का, कार्तिकने हलक्या आवाजात प्रेमाने विचारले. कार्तिक बाहेर गेल्यावर मोहनस्वामीला काही सुचेना. अस्वस्थ मनाने तो बिछान्यावर उठून बसला. कार्तिकचे बोलणे त्याच्या कानावर येत होते, पण हलक्या आवाजात असल्यामुळे स्पष्ट ऐकू येत नव्हते. मधूनच हसण्याचा आवाज येत होता. सर्वच अस्पष्ट, अपरिचित आणि न रुचणारे.

एक तास होऊन गेला, तरी त्या उभयतांच्या गुजगोष्टी संपल्या नव्हत्या. कार्तिकची वाट पाहून मोहनस्वामी कंटाळला. शेवटी त्याने अंगावर कपडे चढविले आणि निद्रादेवीला शरण जाण्यासाठी डोळे मिटले. पण निद्रादेवी प्रसन्न होण्याची चिन्हे दिसेनात. अस्पष्ट आवाजातील शब्द, मधूनच उडणारे हास्याचे कारंजे कानावर सुया टोचल्याप्रमाणे पडू लागले, तर झोप कुठून येणार? अखेर डोळे सताड उघडे ठेवून छताकडे एकटक नजर लावून प्रेतासारखा तो निश्चेष्ट पडून राहिला. काही वेळाने उठून बाथरूमला जाऊन येऊन, घोटभर पाणी पिऊन तो परत येऊन बिछान्यावर आडवा झाला. तोपर्यंत कार्तिक परत येऊन अंगावर कपडे चढवून काहीही न बोलता झोपी गेला होता. मोहनस्वामी आपल्या शेजारी झोपला आहे याची कार्तिकला जाणीव झाली. त्याचा स्पर्श टाळण्यासाठी त्याच्यापासून

किंचित अंतर ठेवून तो सरकून झोपला. पंख्याचा वारा कमी आहे असे वाटल्यामुळे त्याचा वेग त्याने वाढविला. बराच वेळ तिथे एकमेकांचे श्वास ऐकू येत होते. कूस बदललेले आवाज येत होते. हाताची बोटे मोडलेले आवाज येत होते.

मोहनस्वामीने पुन्हा हार पत्करण्याची तयारी केली. त्याने कार्तिकला हळुवार स्पर्श केला. "प्लीज मोहन, आज नको." अशी काकुळतीने विनंती करून कार्तिकने आपला विरोध दर्शविला. मोहनस्वामीने आपली बोटे कार्तिकच्या छातीवरच्या केसांमधून अलगद फिरविली. तिथून ती खाली सरकून त्याच्या पोटावरून फिरू लागली. कालांतराने तर्जनी नाभीच्या भोवती फिरू लागली आणि करंगळीने उटीपोटावर दाब मिळू लागला. कार्तिकला हे सर्व सहन होईना. "प्लीज नको" असे म्हणून त्याने पुन्हा मोहनस्वामीला थोडा आवाज चढवून विरोध केला. पण मोहनस्वामीला स्वतःच्या मनावर नियंत्रण ठेवणे कठीण वाटत होते. कार्तिकच्या विरोधाला न जुमानता त्याची बोटे जास्तच खाली सरकली आणि जांघेच्या मध्यावर स्थिरावली. एक तासापूर्वी मनाला आलेली निराशा आणि मरगळ एका क्षणात लुप्त झाली. आता मात्र हा प्रकार कार्तिकच्या सहनशक्तीच्या पलीकडे गेला. रागाने किंचाळून "बास्टर्ड, मला हात लावू नको म्हटलेलं समजत नाही का?" असे म्हणून त्याने आपला बिछाना, उशी आणि चादर सर्व गुंडाळून दुसऱ्या खोलीत घेऊन जाऊन खोलीचा दरवाजा धाडकन् बंद करून घेतला.

हा अपमान सहन न होऊन मोहनस्वामीचे शरीर रागाने थरथरू लागले. आपल्या एका इशाऱ्यावर आपल्याला शारीरिक सुख देण्यास तयार होणाऱ्या कार्तिकला आपले नग्न शरीर इतक्यात नकोसे वाटू लागले? रात्री झोप नसल्यामुळे तळमळत असलेल्या कार्तिकला आपला बिछाना दुसऱ्या खोलीत हलवण्याची इच्छा झाली? 'मोहन' अशा गोड शब्दांत साद घालणाऱ्या कार्तिकच्या तोंडून 'बास्टर्ड' अशी शिवी बाहेर पडण्याइतपत परिस्थिती अचानक बिघडली कशी?

मोहनस्वामी सावकाश उठला आणि कार्तिक झोपलेल्या खोलीच्या दरवाजावर त्याने टक टक आवाज केला. आतून उत्तर आले नाही. "सॉरी कार्तिक," असे म्हणून क्षमायाचना केली. तरीदेखील कार्तिक बधला नाही. "प्लीज कार्तिक, माझी चूक झाली. मनात राग धरू नकोस. यापुढे तुझ्या इच्छेविरुद्ध तुला स्पर्श करणार नाही." अशी कळकळीने विनंती केली. तरीही कार्तिक गप्पच. "कार्तिक, माझं ऐक. यापुढं तुझ्या मनाविरुद्ध वागणार नाही. तू म्हणशील तसंच करीन. आजच्या चुकीबद्दल क्षमा कर. तुझ्या शेजारी मुकाट्यानं झोपेन. देवाची शपथ, तुला स्पर्श करणार नाही. दार उघड रे." अशी काकुळतीला येऊन विनवणी केली. इतके होऊनदेखील कार्तिककडून अजिबात प्रतिसाद मिळाला नाही. शेवटी एक निकराचा प्रयत्न करावा म्हणून त्याने आपला मोबाइल उचलला आणि कार्तिकचा नंबर

फिरविला. दोनदा रिंग वाजल्यावर कार्तिकने फोन कट केला. मोहनस्वामीने पुन्हा एकदा रिंग केली. तरीदेखील तोच प्रकार.

मोहनस्वामीला काही सुचेना. तो तडक देवघरात गेला आणि श्रीकृष्णाच्या मूर्तीसमोर एकटक ध्यान लावून बसला. श्रीकृष्णाची मूर्ती त्याने आपल्या हातात घेतली आणि मूर्तीच्या ओठांवर आपले ओठ टेकविले. त्याच्या हातातील मुरलीचेदेखील एक चुंबन घेतले. मूर्तीची छाती, पोट, पाठ, कंबर, मांडी यांवर देखील त्याने चुंबनांचा वर्षाव केला. अत्यंत प्रेमाने त्याने मूर्तीला गोंजारले आणि त्याची मनोभावे प्रार्थना केली, "देवा कृष्णा! माझ्या कार्तिकला सुबुद्धी दे रे. त्याचं लवकरच मनपरिवर्तन होऊदे. त्याच्या स्पर्शाविना मला कशी झोप लागेल? त्याचा गरम श्वास माझ्या शरीरावरून फिरला नाही, तर मला सुरक्षित कसं वाटेल? त्याच्या लटक्या रागाची धग माझ्या शरीराला भिडली नाही तर मी पुढचं आयुष्य कसं जगू शकेन? तो माझ्यापासून दूर गेला तर माझ्या जीवनाला काय अर्थ उरणार? देवा कृष्णा! इतका कठोर होऊ नकोस रे. तुझ्या या गोपबालकाचं दुःख नीट समजून घे. माझं काही चुकलं असेल तर उदार मनानं क्षमा कर. तुझ्या या प्रेमळ सख्यावर राग धरू नकोस." श्रीकृष्ण नेहमीप्रमाणे ओठांवर मंदस्मित खुलवून बासरीवादन करीत होता. "कृष्णा! तू खरोखर लबाड आहेस. एकही शब्द न बोलता, मूकपणानेच माझ्या सर्व प्रश्नांना उत्तर देतोस. ठीक आहे. आजचा दिवस मी तुझे मौन सहन करण्याचा प्रयत्न करीन. पण खबरदार. यापुढं मी तुझे मौन सहन करणार नाही. लक्षात ठेव..." असे म्हणून त्याने श्रीकृष्णाला एक प्रकारची प्रेमळ धमकी दिली.

मोहनस्वामी आपल्या खोलीवर परतला आणि खोलीचा दरवाजा बंद करून खालच्या वरच्या दोन्ही खिट्या लावून घेतल्या. मनाशी निर्धार करून म्हणाला, "कार्ती, आज रात्री तुला उपवास. आता सकाळपर्यंत तू स्वतः मला विनंती केलीस, तरी मी हे दार उघडणार नाही. राग काय फक्त तुलाच येतो? मीदेखील तुझ्यासारखा माणूस आहे. मलादेखील राग येतो हे लक्षात घे." नंतर तो आपल्या बिछान्यावर लवंडला. पाच मिनिटे डोळे मिटून त्याने झोपी जाण्याचा प्रयत्न केला. आता कोणत्याही क्षणी कार्तिक दार बडवून ते उघडण्याची विनंती करण्याची शक्यता आहे असे त्याला वाटू लागले. तो दार बडवताना मला जाग आली नाही तर? माझा प्राणप्रिय मित्र दार बडवून बडवून दमला आणि परत त्याच खोलीत झोपी गेला तर? तसे झाले तर त्याच्यावर मोठा अन्याय केल्यासारखे होईल. या विचाराने मोहनस्वामी पूर्ण गोंधळून गेला. तो लगेच उठला आणि दरवाजा पूर्ण उघडून "कार्ती, तुझ्यासाठी माझ्या हृदयाचे दरवाजे कायम उघडे आहेत आणि असतील. तुझ्याकडून घोडचूक झाली, तरी मला राग येणार नाही. तुझ्यावर राग धरण्याची माझी पात्रताच नाही. ये कार्ती, ये. तू केव्हाही ये. मी तुझी वाट पाहतो

आहे.'' असे मनाशी म्हणून पुन्हा बिछान्यावर आडवा झाला. मध्यरात्री दोन वाजेपर्यंत तो तळमळत बिछान्यावर पडला होता. पण निद्रादेवी अजिबात वश झाली नाही. तोवर दोन-तीन खेपा पुन्हा बाथरूमला जाऊन येऊन पाणी पिऊन परत आला. प्रत्येक खेपेस पाण्याचा पेला साबणाने स्वच्छ धुऊन पुसून शेल्फवर त्याच जागी परत ठेवला. कार्तिक परत येण्याची काही चिन्हे दिसेनात. शेवटी नाईलाजाने कार्तिक झोपलेल्या खोलीच्या दरवाजासमोर जमिनीवरच जाऊन झोपला. झोप नसल्यामुळे शरीर अस्वस्थ झाले होते आणि मन विषण्ण झाले होते. वरचेवर कूस बदलून तळमळत झोपी जाण्याचा प्रयत्न करीत होता. अखेरीस पहाटे त्याचा डोळा लागला. त्या अवस्थेतच त्याला काही भयानक स्वप्नेदेखील पडली.

कार्तिक त्या रात्री रागाने आपला मोबाइल स्विच ऑफ करून झोपला होता. त्यामुळे त्याला शांत व गाढ झोप लागली. जागा झाला तेव्हा सकाळचे सात वाजले होते. त्याने बाजूला हात पसरून चाचपडून पाहिले. बाजूला मोहनस्वामी नव्हता. आता मात्र त्याची झोप खाडकन् उडाली आणि तो बिछान्यात उठून बसला. रात्री घडलेली घटना त्याला आठवली. स्विच ऑफ केलेला मोबाइल परत सुरू केला. सहा मेसेज फोन सुरू होण्याची वाटच पाहत होते, ते धडाधड स्क्रीनवर दिसू लागले. त्यातले पाच मोहनस्वामीने पाठविलेले होते आणि सहावा रश्मीचा 'गुड मॉर्निंग स्वीट हार्ट' असा संदेश होता. मोहनस्वामीने पाठविलेले संदेश वाचण्याचे कष्ट न घेताच डिलिट करून टाकले आणि रश्मीला ''तू जवळ नसलीस तर ती मॉर्निंग गुड कशी असेल?'' असे उत्तर पाठविले. त्यानंतर हात लांब करून त्याने आळोखेपिळोखे दिले, आखडलेले शरीर सैल करून घेतले आणि खोलीचे दार उघडले. दाराबाहेरच मोहनस्वामी आडवा झोपलेला दिसला. त्याच्या काळजात चर्र झाले. रात्री मोहनस्वामीशी ताठरपणाने वागल्याबद्दल त्याला पश्चात्ताप झाला. खाली बसून मोहनस्वामीची चादर त्याने नीट केली, त्याच्या केसातून प्रेमाने हात फिरविला आणि वाकून त्याच्या गालावर आपले ओठ टेकविले.

त्या स्पर्शाने मोहनस्वामीला जाग आली. सावकाश डोळे उघडून पाहिले तेव्हा कार्तिक बाजूला बसलेला त्याच्या नजरेस पडला. ''किती वाजले कार्ती?'' मोहनस्वामीने चौकशी केली,

''अरे, अजून भरपूर वेळ आहे. तू निवांत झोप. आज मी दूध घेऊन येतो आणि फक्कड कॉफी करून तुला पाजतो.'' असे म्हणून कार्तिकने त्याचे गाल प्रेमाने गोंजारले.

''नको रे बाबा. दूध उतू गेलं तरी तुझं लक्ष नसतं.'' असे म्हणून मोहनस्वामी बिछान्यावरून उठू लागला. पण कार्तिकने त्याला उठू दिले नाही.

''साल्या, मुकाट्यानं झोप. मी कॉफी करतो आणि झाली की तुला उठवतो.''

त्याने मोहनस्वामीला बळजबरीने झोपविले. मोहनस्वामीला आनंद झाला आणि त्याच्या डोळ्यांमधून समाधानाचे भाव आणि चेहऱ्यावर स्मितहास्य झळकले. "तुझ्या हास्याला मी भुलणार नाही. गप्प झोपून रहा." कार्तिकने त्याला लटक्या रागाने दम भरला. पण मोहनस्वामीच्या चेहऱ्यावरचे हास्य मावळले नाही, तर जास्तच फुलले. आनंदाने त्याने कार्तिकचे दोन्ही हात हातात धरले आणि आपल्या छातीवर धरून डोळे मिटून घेतले. कार्तिकने त्याचे हात सोडवून घेतले. त्याच्या गालांवरून हात फिरविला आणि दूध आणण्यासाठी कूपन व पिशवी घेऊन पुढचे दार उघडले. मोहनस्वामीने कार्तिक घराबाहेर पडलेला पाहिला. बाहेरच्या उजेडात उंच व तगडा कार्तिक त्याला आकर्षक वाटू लागला. 'डू यू स्टिल लव्ह मी?' अशी प्रेमाने नरम शब्दांत चौकशी केली. यावर कार्तिकने आपल्या ओठांवर बोट ठेवून "मी कॉफी करून तुला उठवेपर्यंत चूपचाप झोपून रहा. विनाकारण बडबड करू नकोस. आता काय बोलायचं असेल, ते कॉफी झाल्यावरच बोलू." असे त्याला अधिकारवाणीने दटावून सांगितले आणि दरवाजा बाहेरून लावून घेऊन तो दूध आणायला निघून गेला. झोपलेल्या अवस्थेतच मोहनस्वामीने "थँक्यू कृष्णा, तू माझी साथ कधीही सोडणार नाहीस याची मला खात्री आहे." असे म्हणून आपल्या प्रिय श्रीकृष्णाचे मनापासून आभार मानले.

इकडे कार्तिक बाल्कनीमधून जेमतेम चार पायऱ्या उतरला असेल, इतक्यात त्याच्या मोबाइलमधून 'क्यांव' असा आवाज आला. रश्मीने मेसेजला उत्तर पाठवले होते. 'तसे असेल तर उडत उडत माझ्याजवळ ये ना डिअर.' असे म्हणून तिने रोमँटिक आमंत्रण दिले. मेसेज वाचून कार्तिक पुलकित झाला आणि त्याच्या सर्व शरीरावर रोमांच उठले. दुधाच्या बूथवर जाईपर्यंत त्याने कॉफी आटोपल्यावर तडक पहिल्या विमानाने मुंबई गाठायचीच, असा मनाशी निश्चय केला.

कार्तिकच्या विवाहाला हजर राहण्याचे मोहनस्वामीच्या अजिबात मनात नव्हते. साखरपुड्याचा कार्यक्रम ऑफिसच्या कामाचे निमित्त सांगून त्याने कसाबसा टाळला होता. अर्थात कार्तिकने त्याला बळजबरी केली नाही. पण शोभा आंटी व तिच्या यजमानांना मोहनस्वामीची गैरहजेरी खटकली होती. त्यांना फार वाईट वाटले होते. "तू कार्तिकचा खास जिवलग मित्र ना? त्याचा साखरपुडा चुकविताना तुला काहीच कसं वाटलं नाही?" असे म्हणून त्यांनी मोहनस्वामीवर ठपका ठेवला होता. कदाचित कार्तिकने 'जास्त हट्ट करू नकोस. मुकाट्यानं कार्यक्रमाला ये.' असा प्रेमाने आग्रह केला असता, तर त्याला टाळणे कठीण झाले असते. पण कार्तिकने ब्र देखील काढला नाही. कार्तिकचे बाकी सर्व मित्र मुद्दाम या कार्यक्रमासाठी मुंबईला गेले होते. कार्तिकच्या सर्व मित्रांना मोहनस्वामी चांगला ओळखत होता. त्यामुळे

त्या सर्वांना देखील मोहनस्वामीची गैरहजेरी खटकली होती. त्या सर्वांनी त्याला फोन करून 'का आला नाहीस?' म्हणून चौकशी केली. या चौकशीने त्याला चांगलाच वैताग आणला होता. त्या सर्वांना खोटे निमित्त पुढे करताना त्याची पुरेवाट झाली होती. अशा परिस्थितीला पुन्हा सामोरे जायला नको, या उद्देशाने त्याने कार्तिकच्या विवाहाला हजर राहणे पसंत केले.

हल्ली दोन महिन्यांपासून कार्तिकने घरी येणे बंद केले होते. शोभा आंटीच्या घरी तो झोपायला जात असे. 'लग्नसमारंभाची बरीच तयारी करायची आहे. शोभा आंटीच्या देखरेखीने कामे पटापट पार पडतात.' असे खोटे निमित्त त्याने पुढे केले. या दोन महिन्यांत मोहनस्वामीने कार्तिकची चौकशी करण्यासाठी बरेच मेसेज पाठविले. त्यांच्या उत्तराची वाट पाहून तो थकला. शेवटी कंटाळून त्याने 'तुझ्या तब्येतीची काळजी वाटते म्हणून तुला मेसेज पाठवीत राहिलो. तू ठणठणीत आहेस असे मला समजले, तर मला बरे वाटेल. माझी आणखी काही अपेक्षा नाही. तू उत्तर नाही पाठविलेस तरी मी राग धरणार नाही. फक्त 'मी बरा आहे' इतकेच कळविलेस तरी पुरे. त्याने माझे समाधान होईल' असा निर्वाणीचा मेसेज पाठवून उत्तराची वाट पाहत बसला. मोहनस्वामीच्या नशिबाने त्याला कार्तिककडून 'मी बरा आहे. पण कामात व्यस्त आहे.' असे छोटे उत्तर मिळाले. उत्तर वाचून मोहनस्वामीला बरे वाटले. तो खूष झाला. त्याच्या मनात विचार आला, कार्तिक हल्ली बराच बिझी दिसतो आहे. लग्नाची तयारी म्हणजे काही चेष्टा नव्हे. त्याच्याकडून मेसेजना उत्तर का मिळाले नाही याचा आता उलगडा झाला. मी समजत होतो तसा तो माझ्यापासून दुरावलेला नाही. मी विनाकारण त्याच्याबद्दल गैरसमज करून घेऊन मनात कुढत बसलो होतो. माझेच चुकले. आपल्या मित्राला बरे वाटावे म्हणून त्याने पुन्हा मेसेज पाठविला. 'कार्तिक, तुझे काही चुकले नाही. मला क्षमा कर.' या मेसेजला उत्तर देऊन कार्तिकला पुन्हा या चक्रात अडकून राहायचे नव्हते. त्याने गप्प राहणे पसंत केले. मोहनस्वामीने पुन्हा तोच मेसेज रोज रिपीट करून दहा वेळा पाठविला. पण उत्तर मिळाले नाही. नेहमीप्रमाणे तो उत्तराची वाट पाहून थकला.

कार्तिकला आपल्याकडे परत आकृष्ट करण्यासाठी मोहनस्वामीने एक शक्कल लढविली. त्याच्या आवडीचा जिन्नस तयार करून त्याला मेसेज पाठविला, 'आज घरी ये. चुकवू नकोस. तुझ्या आवडीची कारल्याची भाजी केली आहे.' या मेसेजला उत्तर आले नाही. बरीच वाट पाहिली, पण कार्तिकचा पत्ता नाही. काही दिवसांनी मोहनस्वामीने याची पुनरावृत्ती केली. पण परिणाम तोच. असेच काही दिवसांच्या अंतराने चार वेळा घडले. वाट पाहून मोहनस्वामी थकला. त्याने कार्तिकला फोन करायचा प्रयत्न केला. पण दुसऱ्या रिंगला फोन कट झाला. पुन्हा फोन केल्यावर 'फोन स्विच ऑफ' असा मेसेज आला. मोहनस्वामीला फार वाईट वाटले.

शिजविलेले अन्न त्याला खावेसे वाटेना. जेवणावरची वासना उडाली. उपाशी झोपी गेला. पण काही केल्या डोळा लागेना. डोळे चुरचुरू लागले. हाता-पायांना देखील भगभग जाणवू लागली.

आश्चर्याची गोष्ट म्हणजे एक दिवस रात्री कार्तिक झोपण्यासाठी घरी आला होता. त्या दिवशी शोभा आंटीच्या घरी बरेच पाहुणे जमले होते. पाहुण्यांच्या गर्दीमध्ये कार्तिकला झोपायला जागा मिळाली नाही म्हणून तो मोहनस्वामीकडे आला होता. मोहनस्वामीला हेच हवे होते. त्याला अत्यानंद झाला. त्याच्या अंगी उत्साह संचारला. जिवलग मित्राबरोबर बोलण्यासारखे बरेच राहून गेले होते. एकापाठोपाठ एक बातम्या सांगण्याचा त्याने सपाटाच लावला. काय बोलू आणि काय नको, असे त्याला झाले. कार्तिकला काही बोलण्याची संधीच न मिळण्याइतपत त्याची अखंड बडबड सुरू होती. रात्री दिवा मालवून झोपी गेल्यानंतर मात्र ही बडबड थांबली आणि सर्व काही शांत झाले. कार्तिकला स्पर्श करू की नको, या संभ्रमात मोहनस्वामी डोळे मिटून पडला होता. कार्तिकच्या श्वासोच्छ्वासावरून तो जागा आहे असे वाटत होते. त्याच्या घोरण्याचा आवाजदेखील येत नव्हता. त्याच्या हल्लीच्या वर्तणुकीचा मोहनस्वामीने भयंकर धसका घेतला होता. पण देहस्पर्शाची भूक ही अशी चीज आहे, की तिथे संकोच, भय वगैरे सर्व मानसिक बंधने आपोआप गळून पडतात. त्याने कार्तिकला हळुवार स्पर्श केला. त्याच्या केसांतून हात फिरविला. पाठीवरून हलका हात फिरविला. पण कार्तिककडून काहीच प्रतिक्रिया नाही. याचा 'मौनम् संमति सूचकम्' असा सोईस्कर अर्थ लावून मोहनस्वामी त्याच्याजवळ सरकला आणि आपले हात खाली सरकवून स्पर्शसुख अनुभवू लागला. बस. मोहनस्वामीच्या एक पाऊल पुढे टाकण्याच्या या क्रियेमुळे कार्तिक बिथरला. रागाने तो उठून बसला आणि मोहनस्वामीचा हात आपल्या हातात घेऊन तो जोराने पिरगाळला. या अनपेक्षित हल्ल्यामुळे आणि हाताच्या तीव्र वेदनेमुळे मोहनस्वामी कळवळून जोराने ओरडू लागला. त्याच्या ओरडण्यामुळे कार्तिकला जास्त चेव आला आणि तोच हात त्याने पुन्हा तितक्याच जोराने पिरगाळला. मोहनस्वामीला वाटले, आता आपला हात मोडून कार्तिकच्या हातात पडेल. भीतीने तो किंचाळू लागला आणि "नको रे कार्तिक, हात फार दुखतोय. पुरे झाले तुझे अत्याचार. प्लीज." अशी कार्तिकला काकुळतीने विनंती करू लागला. कार्तिकची विनवणी करण्याइतपतच मोहनस्वामीची मजल. यापलीकडे जाऊन कार्तिकवर हात उगारण्याची त्याची हिंमत नव्हती आणि ताकतदेखील नव्हती. आपले समाधान होण्याइतपत हात पिरगाळून झाल्यावर रागाने कार्तिक म्हणाला, "हलकटा, यापुढं मला स्पर्श करण्याचा प्रयत्न केलास तर याद राख. तुझे दोन्ही हात कलम करून टाकीन." विषारी सापाने फूत्कार सोडावेत, तसे त्याचे शब्द जहरी होते. कार्तिक

बिछान्यावरून उठला. अंगावर कपडे चढविले आणि आपल्या दुचाकीवर टांग मारून कुठे तरी निघून गेला. या प्रकाराने हैराण आणि भयभीत झालेल्या मोहनस्वामीने नेहमीप्रमाणे देवघर गाठले आणि त्याचा परममित्र व आराध्यदैवत श्रीकृष्णाच्या मूर्तीसमोर जाऊन बसला. मूर्तीच्या डोक्यावर त्याला आपला उजवा हात ठेवायचा होता. पण भयानक वेदनेमुळे तो हात उचलणे शक्य नव्हते. त्यामुळे त्याने आपला डावा हात मूर्तीच्या डोक्यावर ठेवला आणि शपथ घेतली, ''कृष्णा, तुझी शपथ, यापुढं मी त्या दुष्ट, नीच कार्तिकशी अजिबात बोलणार नाही. त्याला स्पर्श करणार नाही, इतकेच नव्हे तर त्याची आठवणदेखील काढणार नाही.''

या घटनेच्या दुसऱ्या दिवशीदेखील मोहनस्वामीचा हात फार दुखत होता. ऑफिसला रजा टाकून तो घरीच बसला. डाव्या हाताने उजव्या हाताला हलक्या हाताने मालिश करताना त्याला अतोनात दुःख वाटत होते. डॉक्टरकडे जाऊन उपचार घ्यावे असे वाटत होते. पण डॉक्टरने उलटसुलट प्रश्न करून चौकशी केली, तर त्याला तोंड देणे कठीण होईल या विचाराने त्याने तो बेत रद्द केला. डॉक्टरांच्या उपचाराऐवजी त्या हात पिरगाळणाऱ्या क्रूर कार्तिकने 'सॉरी' असा एक शब्द मेसेज पाठविला असता, तरी त्याने आनंदाने सारे दुखणे सहन केले असते. पण असा चमत्कार घडलाच नाही. दुपारच्या सुमारास त्याला शोभा आंटीची आठवण झाली आणि तिच्याशी फोनवरून बोलावेसे वाटले. तिच्यासमोर आपले मन उघडे करून तिला आपले दुःख व दुखणे सांगावे असे वाटले. तिला त्याचे दुःख बरोबर समजेल, असे वाटले. त्याने आपला मोबाइल उचलला आणि बऱ्याच कष्टाने डाव्या हाताने, 'तुमच्याशी जरा बोलायचे आहे.' असा मेसेज टाइप करून शोभा आंटीला पाठवून दिला. लगेच दोन मिनिटांत त्याला उत्तर मिळाले, ''ठीक आहे. आपण बोलू. पण आता नको. मी फार बिझी आहे. उद्या निवांतपणे आपण बोलू.'' एका दृष्टीने शोभा आंटीने वेळ मागून घेतली हे बरेच झाले. कारण संध्याकाळ होईपर्यंत मोहनस्वामीचा विचार बदलला. शोभा आंटीसमोर आपले गुपित उघड केले, तर ती मलाच दोषी ठरवणार. आपला विचार किती हास्यास्पद होता हे त्याला आता उमगले. आता शोभा आंटी नाही, तर आपले मनोगत सहानुभूतीने ऐकून घेणारे आणखी कोण आहे याचा तो विचार करू लागला. या बाबतीत एकच व्यक्ती त्याच्या मनासमोर होती आणि ती म्हणजे, स्मितहास्य पसरलेल्या ओठांवर बासरी धारण करणारा त्याचा सखा श्रीकृष्ण. त्याच्याशी बोलण्याचा त्याने निर्धार केला. दुसऱ्या दिवशी शोभा आंटीचा 'आता मी रिकामी आहे. तुला बोलायचे आहे ना?' असा हसरा स्मायली जोडलेला मेसेज आला. मोहनस्वामीने तिकडे दुर्लक्ष केले. मोहनस्वामी विसरला असेल या समजुतीने शोभा आंटीने दिवसभरात असे अनेक मेसेज करून त्याला स्मरण करून देण्याचा प्रयत्न

केला. मोहनस्वामी एखाद्या सुंदर मुलीच्या प्रेमात पडला असेल आणि त्याला आपल्यासमोर हे गुपित उघड करायचे असेल, असा शोभा आंटीचा अंदाज होता. हे गुलाबी प्रेमप्रकरण ऐकण्यासाठी शोभा आंटी उत्सुक होती. म्हणून तिने एकापाठोपाठ एक मेसेज पाठविले होते. पण मोहनस्वामीला ही किरकिर वाटू लागली. अखेर त्याने शोभा आंटीला, 'तसे महत्त्वाचे काही बोलण्यासारखे नाही. प्रत्यक्ष भेटल्यावरच बोलेन.' असा मोघम मेसेज पाठवून एक सुटकेचा निःश्वास सोडला. हा मेसेज वाचून शोभा आंटीला राग आला. 'तिने जशी तुझी इच्छा. तुला बोलायचं होतं म्हणून आठवण करून दिली. तुला बोलायचं नसेल तर माझं अडलंय खेटर.' असा रागीट चेहऱ्याचा स्मायली जोडून तिखट शब्दांचा मेसेज पाठविला.

काही झाले तरी यापुढे कार्तिकबरोबर संभाषण अजिबात बंद, असा निर्धार तो मनाशी वरचेवर घोळवत होता. दुसऱ्या दिवशी त्याने कार्तिकला फोन तर केला नाहीच, शिवाय मेसेज किंवा ई-मेलदेखील केला नाही. पण तीन दिवसांत त्याचा हा निर्धार डळमळला. चौथ्या दिवशी तारीख होती २५ ऑगस्ट. या महत्त्वाच्या दिवशी त्याला हा अबोला धरून कसे चालेल? आज कार्तिकचा वाढदिवस. त्याचा परिचय झाल्यापासून हा दिवस दोघांनाही एका सणाप्रमाणे वाटत असे. दोघे मिळून हा सण उत्साहाने साजरा करीत होते. या दिवशी घरी राहणे कार्तिकला पसंत नव्हते. दर वर्षी या दिवशी कार्तिक एका प्रसिद्ध हॉटेलमध्ये एक रूम बुक करीत असे आणि दोघेही या रूममध्ये त्या रात्री राहत असत. कार्तिकला पत्ता लागू न देता मोहनस्वामी त्याच्यासाठी विशेष भारी किमतीची भेटवस्तू खरेदी करून त्याच्या हातात ठेवत असे. या वर्षी त्याचा वाढदिवस विसरणे मोहनस्वामीला शक्य नव्हते. आजचा दिवस कडवटपणा विसरून त्याच्यासाठी एक सुंदर भेटवस्तू घेऊन द्यावी. उद्यापासून फार तर त्याच्याशी पुन्हा संबंध तोडून टाकले, तर कुठे बिघडले, असा विचार त्याने केला. कार्तिकने स्वतः पुढाकार घेऊन संबंध सुधारण्याचे प्रयत्न केले, तर पुढे पाहता येईल. रागाच्या भरात त्याने माझा हात पिरगाळला असेल. पण त्या एका क्षुल्लक कारणासाठी माझ्याशी मनात वैर बाळगून कायमचा दुरावा निर्माण करण्याइतपत आपला कार्तिक क्रूर आणि संकुचित मनोवृत्तीचा नाही, असे त्याचे मत होते. कार्तिकचा दांडगटपणा मनात ठेवून त्याच्याशी कायमचा दूर झालो तर ते माझ्या कृष्णालादेखील आवडणार नाही.

मोहनस्वामीने सबंध गावभर हिंडून, सर्व माल धुंडाळून, अवास्तव किमतीचा उत्तम प्रतीचा शर्ट, पँट, टाय, अंडरवेअर इतकी सर्व खरेदी केली. त्या दिवशी संध्याकाळी पाच वाजता तो कार्तिकच्या ऑफिसजवळ जाऊन कार्तिकची वाट पाहत बसला. कार्तिक साधारणपणे सहा वाजता ऑफिसबाहेर पडतो याची त्याला कल्पना होती. कोपऱ्यात उभी करून ठेवलेली त्याची काळ्या रंगाची बजाज पल्सर

दुचाकी त्याच्या नजरेला पडली. तो आपल्या दुचाकीजवळ आला, की लगेच त्याच्या हातात भेटवस्तू ठेवायची आणि त्यानंतर क्षणभरही न थांबता तिथून सटकायचे, असा त्याने निश्चय केला. यापुढे त्याचा सहवास कायमचा बंद. तो आहे तिथे सुखी राहो हीच सदिच्छा. त्याला शिव्याशाप देण्याइतका मी कोत्या मनाचा नाही. माझ्या वेदना मला एकट्यालाच सहन करायला हव्यात. माझ्या कार्तिकचे भले होवो.

सहा वाजण्याच्या सुमारास कार्तिक ऑफिसबाहेर पडला. पण तो एकटा नव्हता. सोबत एक सुंदर तरुणी दिसत होती. कार्तिकने तिच्या खांद्यावर हात ठेवला होता आणि दोघेही प्रेमाने बोलत होते. ती तरुणी म्हणजे दुसरी कोणी नसून, रश्मीच असणार हे मोहनस्वामीने ओळखले. ते दृश्य पाहून मोहनस्वामीच्या हातापायांना कंप सुटला. कार्तिक आपल्या दुचाकीजवळ आला. त्यावर स्वार होण्यापूर्वी त्याने दुचाकीला जोडलेल्या आरशात पाहून आपले केस विंचरून घेतले. रश्मीने त्याच्या केसांवरून हात फिरवून ते नीटनेटके केले. कार्तिकने आपले हेल्मेट धारण केले आणि त्याची क्लिप रश्मीने बसविली. तिने केलेली मदत त्याला आवडली. त्यासंबंधी तो तिला काही तरी बोलला. यावर ती चक्क लाजली. आपल्या विशिष्ट लकबीने हसली आणि तिने कार्तिकच्या पाठीवर एक हलकीशी चापट मारली. याची प्रतिक्रिया म्हणून कार्तिकने कळवळून पाठ दुखण्याचे नाटक केले. ती हसतच होती. तिच्या हसण्याने वीज चमकून प्रकाश पडल्याचा भास होत होता. तिचे हसरे मुखकमल कार्तिक अभिमानाने आणि आनंदाने पाहत होता. पहिल्याच किकवर दुचाकी सुरू झाली. रश्मी मागच्या बाजूला दोन्हीकडे दोन पाय सोडून बसली. कार्तिकला शक्य असेल तितके चिकटून, उजव्या हाताने त्याच्या पोटाला विळखा घालून, डावा हात त्याच्या मांडीवर ठेवून आणि हनुवटी त्याच्या खांद्यावर ठेवून ती बसली होती. यात काही कमी आहे असे वाटू नये म्हणून कार्तिकदेखील थोडा मागे सरकला आणि आपला देह रश्मीच्या देहाला थोडा जास्तच चिकटवला आणि हलक्या हाताने तिचा हात कुरवाळला. दुचाकी पुढे सरकली आणि बघता बघता रस्त्यावरच्या गर्दीमध्ये मिसळून दिसेनाशी झाली.

मोहनस्वामी एकटाच त्या कोपऱ्यात अनाथ मुलाप्रमाणे हे दृश्य पाहत होता. मनातून तो अत्यंत निराश झाला होता. बराच वेळ त्याचे शरीर थरथरत होते. त्याच्या हातातील भेटवस्तूचे पार्सलदेखील त्याला एकाकी आणि मूक वाटू लागले. तिथून घरी परत जायचे होते. पण त्याचे पाऊल पुढे पडेना. दोन्ही पाय अंगात त्राण नसल्याप्रमाणे निष्प्राण वाटत होते. काही वेळ तो तिथेच रस्त्याच्या कडेला बसून राहिला. हातातले पार्सल त्याने रस्त्यावरच्या एका भिकाऱ्याच्या हातात ठेवले. ती अनपेक्षित भेट पाहून भिकाऱ्याचे डोळे विस्फारले. आपल्याला

ही भेट चुकून मिळाली आहे असे वाटून भिकाऱ्याने ती देणाऱ्याला हाक मारली. पण मागे वळून न पाहता मोहनस्वामी बस स्टॉपच्या दिशेने वेगाने निघाला.

कार्तिकच्या विवाहमंडपात आमंत्रितांची गर्दी झाली होती. सुंदर तरुण मुली हसत-खिदळत कार्यालयात इकडे तिकडे फिरत होत्या. सर्वत्र त्यांचाच कलकलाट पसरला होता. काही तरी निमित्त काढून त्यातील एकीशी तरी बोलण्याची संधी मिळावी म्हणून तरुण मुले धडपडत होती. लहान मुलांनी आपले एक वेगळेच विश्व निर्माण केले होते. त्या विश्वात निरनिराळे खेळ खेळून आपले मन रमवीत होते. तारुण्य ओलांडलेल्या स्त्रिया आपल्या अंगावरील दागदागिन्यांचे प्रदर्शन करण्यात गुंतल्या होत्या. वयस्कर स्त्रिया एकमेकांना आपल्या नवऱ्याबद्दल आणि सुनांबद्दल तक्रारी ऐकवण्यात धन्यता मानत होत्या. कार्तिकचे सर्व मित्र पोकळ गप्पा मारून कार्तिकची मस्करी करण्यात दंग होते आणि त्यातून आपली करमणूक करून घेत होते. आपल्या मित्रांनी केलेल्या चेष्टामस्करीमुळे कार्तिक मनातल्या मनात पुलकित होत होता. पण आपल्याला तसे काही वाटत नाही असे भासविण्यासाठी अचानक पोक्तपणाचा आव आणून तो म्हणाला, "मित्रांनो, तुमची चेष्टा मला समजली. पण प्लीज आता पुरे." त्याच वेळी तो मिशीतल्या मिशीत हसला आणि एक प्रकारे आपल्या मित्रांना प्रोत्साहन दिले. कार्तिकचे सर्व मित्र चेष्टामस्करीमध्ये दंग झालेले असताना मोहनस्वामी मात्र खिरीमध्ये पडून तडफडत असलेल्या माशीप्रमाणे एकटाच कोपऱ्यात बसला होता. कोणत्याही क्षणी त्याच्या डोळ्यांमधून अश्रू टपकतील अशी त्याची मानसिक स्थिती होती. तसे होऊन सर्वांसमोर आपले हसे होऊ नये म्हणून तो मनोमन श्रीकृष्णाची प्रार्थना करू लागला, "कृष्णा, निदान आज तरी माझ्या डोळ्यांमधील अश्रू थोपवून धर आणि सर्वांसमोर मला मान खाली घालायचा प्रसंग येऊ देऊ नकोस." एक दोघांनी त्याला गाठून, "का रे, एकटाच गप्प बसलास?" अशी चौकशी केली. "अंगात थोडी कणकण आहे असं वाटतं." असे म्हणून त्याने वेळ मारून नेली.

शोभा आंटीने मात्र "हे रे काय मोहन? तुझ्या वागण्याचा अर्थ आम्ही काय समजावा? वास्तविक या लग्नात तू उत्साहाने पळापळ करून काम करायला हवे. असा गप्प राहिलास तर कार्तिकचे लग्न कसे होईल आणि त्याला काय वाटेल?" असे म्हणून त्याला डिवचले. त्यावर "आंटी, कार्तिकचं लग्न माझ्याशिवाय अडून राहणार आहे थोडंच? ते तर नक्की होईल." असे मोहनस्वामीने दुःखी स्वरात उत्तर दिले. या वेळी त्याने आपल्या डोळ्यातील अश्रू कष्टाने आवरले. पण शोभा आंटीला त्याचे दुःख जाणवले नाही. "तू म्हणजे एक वल्ली आहेस. काही वेळा तुझ्या बोलण्याचा अर्थच समजत नाही." असा शेरा मारून मोहनस्वामीच्या

डोक्यावर प्रेमाने एक टपली मारून ती आत गेली.

कार्तिकने रश्मीला आपल्या सर्व मित्रांचा परिचय करून दिला. प्रत्येकाचे नाव, त्याची नोकरी किंवा उद्योगधंदा, त्याचे विशिष्ट गुण, त्याचा खोडकर स्वभाव इ. सविस्तर माहिती त्याने रश्मीला दिली. तिने नेसलेल्या हिरव्या शालूमध्ये तिचे लावण्य खुलून दिसत होते. प्रत्येकाबरोबर ती अत्यंत विश्वासाने आणि स्नेहभावाने बोलत होती. मध्येच काही तरी विनोद करून सर्वांना हसवीत होती. हे सर्व पाहून मोहनस्वामीच्या मनात घालमेल चालली होती. रश्मीने त्याचा कार्तिक हिरावून घेतला होता. त्याचा कार्तिक आता तिचा झाला होता. ती देखील आपल्याला मनपसंत नवरा मिळाला म्हणून खूष होती. आसपासचे सर्वजण ती सुखी आणि आनंदी राहावी म्हणून धडपडत होते. हे सर्व पाहून मोहनस्वामीचा जळफळाट होत होता. आपल्या तोंडून चुकून जरी आपले मनोगत बाहेर पडले, तर सर्वजण आपल्याला आडवा पाडून बदडतील, अशी भीती त्याला वाटत होती. लग्नमंडपात तो एकटाच दुःखी होता. पण त्याचे कारण कुणाला समजले नाही.

कार्तिक मोहनस्वामीला शोधत त्याच्याजवळ आला. "काय रे? एकटाच इथं बसला आहेस. नाश्ता, चहापाणी झालं की नाही?" अशी जुजबी चौकशी केली. रश्मीला बोलावून त्याने मोहनस्वामीकडे अंगुलिनिर्देश केला आणि विचारले, "याची ओळख मी करून देणार नाही. तूच ओळख हा कोण आहे ते." रश्मीने क्षणभर त्याला निरखून पाहिले आणि म्हणाली, "मोहनस्वामी. ॲम आय राइट?" ती अजूनही मोहनस्वामीकडे कुतूहलाने पाहत आहे असे तिच्या डोळ्यांतून दिसत होते. कार्तिकने कौतुकाने मान हलविली आणि बरोबर ओळखल्याचा अभिप्राय दिला. आपण बरोबर ओळखल्याचा तिला आनंद झाला आणि हसतमुखाने तिने टाळ्या वाजविल्या. तिने मोहनस्वामीचा हात हातात घेऊन हस्तांदोलन केले आणि "कार्तिक मला तुमच्याबद्दल बरेच काही सांगत असतो. ते ऐकून मला तुमचा हेवा वाटू लागला आहे. दिवसातून दहा वेळा तरी तुमच्या नावाचा जप सुरू असतो. मोहन असे म्हणतो, मोहन तसे म्हणतो, मोहनने हे केले, मोहनने ते केले असे नेहमी तुमचे कौतुक करतो." असे हसतमुखाने म्हणाली. "अरे मोहन, हे सर्व खोटं आहे. मी इतकं काही तुझ्याबद्दल सांगितलेलं नाही." असे म्हणून कार्तिकने रश्मीची अतिशयोक्ती खोडून काढली. "पहा मोहनस्वामी, बायकोशी आताच खोटं बोलून तिला खिशात घालू पाहतो आहे. या पुरुषांची अक्कल कुठं शेण खाते कळत नाही." लटक्या रागाने रश्मी म्हणाली. "तुम्ही मात्र याचे गुण उचलू नका हो. स्त्रियांशी सन्मानानं वागा." तिने पुन्हा मोहनस्वामीकडे वळून त्याला उपदेश केला. मोहनस्वामीने फक्त मान हलवून आपली संमती दर्शविली. इतक्यात रश्मीच्या मैत्रिणीने तिला हाक मारली आणि रश्मी 'एक्स्क्यूज मी' असे म्हणून आपल्या

मैत्रिणीकडे निघाली.

मोहनस्वामी कार्तिकशी हस्तांदोलन करून म्हणाला, "तुझी निवड उत्तम आहे. यू आर लकी. काँग्रॅच्युलेशन्स!"

कार्तिक भावनाशील होऊन म्हणाला, "थँक्स मोहन. तू दिलेलं सर्टिफिकेट मला अनमोल आहे." त्याचे डोळे भरून आले होते. त्याने प्रेमाने मोहनस्वामीची पाठ थोपटली आणि त्याचा निरोप घेऊन निघाला.

विवाहाला जमलेले आमंत्रित शंभराहून जास्त होते. रश्मीचे वडील गर्भश्रीमंत होते. शिवाय रश्मी एकुलती मुलगी. मग काय विचारता? मंडपात इतका गलका होता, की एकाने बोललेले दुसऱ्याला ऐकू येत नव्हते. नव्याकोऱ्या वस्त्रांचा सळसळ आवाज, बऱ्याच दिवसांनी भेटलेल्या मित्र-मैत्रिणी, कुठे हास्याचे कारंजे, तर कुठे मानापमानाचे रुसवे-फुगवे, कुठे कुणावर स्तुतिसुमने, तर कुठे कुणाच्या तक्रारींचा पाढा, असा सर्वत्र गोंधळ चालला होता. पुरोहित निष्ठेने मंत्र म्हणत होते. व्हिडिओ चित्रण सुरू झाले होते. मंत्र-तंत्रांचा अर्थ किंवा उद्देश न समजता पुरोहित जे सांगतील ते कार्तिक आणि रश्मी कोणताही प्रश्न न विचारता विश्वासाने करीत होते. या सर्वांचे सोयरसुतक नसलेला एक ग्रुप मंडपाबाहेर जाऊन सिगारेट फुंकत क्रिकेटवर चर्चा करीत होता. मंडपाच्या मागील बाजूस चार मोलकरणी भांडी घासत होत्या.

या सर्व गदारोळात बोहल्याच्या बाजूने आवाज आला, 'वाजवा रे वाजवा!' पण तो आवाज वाजंत्र्यांपर्यंत पोचलाच नाही. वाजंत्री मंडपाबाहेर बसले होते. त्यामुळे वाजंत्री सुरू करण्याची आज्ञा एकापाठोपाठ दहा जणांनी ओरडून सांगितल्यावर ती वाजंत्र्यांपर्यंत पोचली. वाजंत्र्यांनी आपले काम सुरू केले. आधीच्या गोंगाटात वाजंत्रीची भर पडली. एकाचे बोलणे दुसऱ्याला ऐकू येईनासे झाले. तरीही गोंगाटात काही बदल झाला नाही. रश्मीने एक मूठभर अक्षता उचलून कार्तिकच्या मस्तकावर घालण्याचा प्रयत्न केला. पण त्याच्या मस्तकापर्यंत तिचे हात पोचू शकत नव्हते. म्हणून ती आपल्या चवड्यांवर उभी राहिली. सर्वांत प्रथम अक्षता कोण घालतो याची उत्सुकता जमलेल्या सर्वांना होती. रश्मी आपल्या डोक्यावर अक्षता घालीपर्यंत कार्तिक मुद्दामच गप्प उभा होता. रश्मीने आपले काम केल्यावर कार्तिकने एक मोठा पसाभर अक्षता उचलून त्या रश्मीच्या मस्तकावर रित्या केल्या. जमलेल्या सर्वांनी यांत्रिकपणे अक्षता वधुवरांच्या मस्तकावर घातल्या. काही अक्षता आमंत्रितांच्या मस्तकावर पडल्या. अक्षता पडल्यावर सर्वांना आनंद झाला. पण मोहनस्वामी मात्र हातात अक्षता तशाच ठेवून काय करावे या संभ्रमात बसून राहिला.

गोंधळ थोडा कमी झाला. वधुवरांच्या मस्तकावर पडलेल्या अक्षतांचा खच बोहल्याच्या बाजूला पडला होता. शोभा आंटीने त्यातील एक पसाभर अक्षता

उचलल्या आणि कार्तिकच्या मित्रांच्या कोंडाळ्याजवळ आली. त्यांना उद्देशून ती म्हणाली, "या पवित्र अक्षता आहेत. या ज्यांच्या मस्तकावर पडतील त्यांचा लवकरच विवाह होईल. सुंदर, अनुरूप बायको मिळेल." "आंटी मला, आंटी मला." असे म्हणून प्रत्येक जण डोक्यावर अक्षता घालून घेण्याच्या उद्देशाने शोभा आंटीच्या समोर जाऊन उभा राहण्यासाठी धडपडू लागला. त्या सर्वांमध्ये एक प्रकारची स्पर्धा निर्माण झाली आणि प्रत्येक जण पुढे जाण्यासाठी धक्काबुक्की करू लागला. हे दृश्य पाहून मोहनस्वामीला किळस वाटू लागली. काही जणांनी आपल्या डोक्यावर आणखी जास्त अक्षता घालण्याची शोभा आंटीला विनंती केली. "अरे, जास्त अक्षता घातल्या तर तुला दोन बायका मिळणार नाहीत. एकच मिळेल, पण चांगली जाडजूड असलेली गळ्यात पडेल. विचार कर." शोभा आंटीने चेष्टेच्या सुरात त्यांची फिरकी घेतली. सर्वांच्या डोक्यावर अक्षता घालून झाल्यावर तिचे लक्ष मोहनस्वामीकडे गेले. "अरे मोहन, तू का असा एकटाच गप्प बसला आहेस? तुझ्या डोक्यावरदेखील अक्षता घालते. ये इकडं." असे म्हणून तिने त्याला बोलविले. "आंटी, मला नको." असे म्हणून त्याने मृदू आवाजात नकार दिला. बाकीचे मित्र त्याला असाच सोडतील? त्यांनी मोहनस्वामीला खेचून शोभा आंटीसमोर उभे केले आणि म्हणाले, "आंटी, घाला याच्या डोक्यावर अक्षता. सर्वांचं लग्न लावून देऊन आपण निवांत एकटा राहण्याचा बेत करतो आहे हा लबाड." "आंटी नको, नको, प्लीज नको. तुमच्या पाया पडतो." अशी मोहनस्वामीने कळकळीने दयेची याचना केली. पण ही आर्द्र भावनेने केलेली याचना ना त्या मित्रांपर्यंत पोचली, ना शोभा आंटीपर्यंत. त्याच्या मनाची तळमळ कुणालाच समजली नाही. त्याच्या नकाराकडे दुर्लक्ष करून शोभा आंटीने त्याच्या डोक्यावर अक्षता घातल्याच. सर्वांनी आपण जिंकलो या आविर्भावात 'हुर्रे... हुर्रे' असा जयघोष केला. मोहनस्वामीला हे सर्व सहन झाले नाही. त्या सर्वांच्या तावडीमधून सुटका करून घेऊन तो मंडपाबाहेर आला. आपल्या डोक्यावर अक्षता नव्हे, तर निखारे पडले आहेत आणि त्यामुळे आपल्या डोक्याचे फक्त केस जळाले नाहीत, तर डोक्याचे मांस, इतर शरीराचे मांस, हृदय, तसेच सर्व शरीर जळून त्याची सर्वत्र दुर्गंधी पसरली आहे, असे त्याला वाटले. त्या काल्पनिक दुर्गंधीने त्याच्या पोटात मळमळू लागले. हा लग्नमंडप सोडून कुठे तरी दूर पळून जावे असे त्याला वाटू लागले. तो तडक तिथून निघाला. तिथून जवळच एक कचराकुंडी होती. त्याच्याजवळ बसून त्याने आपल्या डोक्यावरच्या सर्व अक्षता झाडून टाकल्या. एक दाणादेखील आपल्या डोक्यावर शिल्लक राहणार नाही याची त्याने खबरदारी घेतली. विस्कटलेले केस त्याने हातानेच नीटनेटके केले. इतके होऊनदेखील एक-दोन दाणे अजून डोक्यात शिल्लक असतील असे त्याला वाटू लागले. काही केल्या शिल्लक

दाण्यांचा विचार त्याच्या मेंदूमधून जायला तयार नव्हता. या विचाराने तो अस्वस्थ झाला. पोटातील मळमळ जास्तच वाढली. अखेर त्याला भडभडून उलटी झाली आणि सकाळी केलेल्या न्याहारीचे सर्व जिन्नस बाहेर पडले. नाकातूनदेखील उलटीचे पाणी गेल्यामुळे ते सर्व पाणी त्याच्या कपड्यांवर पडले. सर्व कपडे घाण झाले. त्यामुळे त्याच्या सर्व शरीराला दुर्गंधी सुटली. शरीरातील सर्व पाणी बाहेर पडल्यामुळे त्याला अशक्तपणा जाणवू लागला. सकाळपासून आवरून धरलेले अश्रू त्याच्या डोळ्यांतून आता बाहेर पडू लागले. घाणीने भरलेल्या कचराकुंडाजवळ बसून तो मुक्तपणे रडू लागला. सुरुवातीला खालच्या पट्टीतील रडण्याचा स्वर लवकरच तारस्वरात पोचला. त्याचे सांत्वन करणारे तिथे कुणीच नव्हते. इकडे लग्नमंडपात आहेर देणाऱ्यांची लांबलचक रांग लागली होती.

ती नवपरिणीत दाम्पत्याची पहिली वहिली रात्र. मोहनस्वामीचा रात्रभर डोळ्याला डोळा लागला नाही. डोळे मिटल्यावर कार्तिक व रश्मी यांची प्रणयदृश्ये त्याच्या मनःचक्षूसमोर दिसू लागली. त्यांच्या ठायी संचारलेला उत्साह, त्यांचे हास्य, उन्माद हे सर्व त्याच्या डोळ्यांसमोर तरळू लागले व कानावर पडू लागले. तो पहा कार्तिक. आपले सर्वस्व रश्मीला अर्पण करीत आहे. त्याच्या देहाचा प्रत्येक कण आता तिच्या मालकीचा झाला होता. तिची प्रत्येक इच्छा कार्तिक उचलून धरत आहे आणि लगेच ती पूर्ण करीत आहे. त्याचा चेहरा पहा कसा समाधानाने भरलेला आहे. तिच्या एका स्पर्शासाठी तो कसलाही त्याग करण्यास सिद्ध असलेला दिसतो आहे. रश्मी त्याच्या जीवनात आल्यावर जगातील इतर सर्व सुख त्याला कस्पटासमान वाटू लागले आहे.

मिटलेले डोळे उघडल्यावर त्याला आपले हे विचार म्हणजे पोरकटपणा वाटू लागला. कार्तिक व रश्मीशी आता आपला कोणताही संबंध नाही. आपण असला विचार करू नये असे त्याला वाटू लागले. पण हा शहाणपणा जास्त वेळ टिकला नाही. पुन्हा डोळे मिटल्यावर ये रे माझ्या मागल्या! ते पहा रश्मीचे टंच भरलेले वक्षस्थळ. दोन्ही स्तन म्हणजे जणू पूर्ण भरलेले अमृतकुंभ. ते कार्तिकला आव्हान देत आहेत आणि कार्तिक ते आव्हान स्वीकारण्यास सिद्ध झाला आहे. त्यांना कितीही आणि कसाही स्पर्श केला, तरी कार्तिकचे समाधान होण्याचे चिन्ह दिसत नाही. पहा, कार्तिक डोळे मिटून हे सुख ओरबाडून घेत आहे. सुखप्राप्तीचे किती हे प्रकार? एकदा नाजूक स्पर्शाने, त्यानंतर दांडगाईने, त्यानंतर धसमुसळेपणाने, त्यानंतर नाजूक मिठी, त्यानंतर घट्ट मिठी, त्यानंतर मिटल्या डोळ्याने, त्यानंतर उघड्या डोळ्याने, त्यानंतर.... आता मोहनस्वामीने डोळे उघडले आणि विचारांची दिशा बदलली. छे! छे! हे असले विचार मला शोभत नाहीत. ही असली दृश्ये मला

का दिसतात? माझ्या डोळ्यांपासून दूर का होत नाहीत? मला झोप का येत नाही? वास्तविक मला शांत झोप हवी आहे. स्वप्नातदेखील मला असले विचार वर्ज्य आहेत. यापुढे कार्तिकचा स्पर्श मला मिळणार नाही. म्हणून त्याची आठवणदेखील पुसून टाकायला हवी.

झोप यावी म्हणून मोहनस्वामीने पुन्हा डोळे मिटले. पुन्हा त्याला काल्पनिक दृश्ये दिसू लागली. तो पहा कार्तिक रश्मीवर चुंबनांचा वर्षाव करतो आहे. शरीराचा एकही भाग न सोडता सर्व ठिकाणी त्याने आपल्या ओठांचा शिक्का उमटविला आहे. शरीराचा कोणताही कोपरा त्याला वर्ज्य नाही. एकदा चुंबन घेऊन त्याची तहान भागत नाही. एकदा, त्यानंतर पुन्हा एकदा, त्यानंतर आणखी एकदा, त्यानंतर पुन्हा, पुन्हा, पुन्हा अशी एकसारखी त्याची तृष्णा वाढतच चालली आहे. रश्मीदेखील पहा कशी या चुंबनांच्या पावसात न्हाऊन खुषीने आणि समाधानाने तृप्त झाल्यासारखी दिसत आहे. आपल्यातील उणिवा त्याला अनुकूल होतील अशा रीतीने तिने स्वतःला कार्तिकच्या हवाली केले आहे. आपण ज्याची निवड केली आहे ते चोख बावनकशी सोने आहे याची कार्तिकला खात्री पटली आहे. आजपर्यंत आपण याची नीट पारख करू शकलो नाही, याचा त्याला पश्चात्ताप होतो आहे. कार्तिक, प्लीज असा विचार करू नकोस. तू माझ्यावर अन्याय केला आहेस. आय हेट यू. मलादेखील माझे जीवन जगण्याची संधी दे. एका क्षुद्र कीटकामध्ये माझी गणना करू नकोस. मी तुझ्याशी कधीच प्रतारणा केली नाही.

मोहनस्वामीच्या मनात विचारांचा कल्लोळ माजला होता. तिच्या सौंदर्याच्या जोरावर नाचणाऱ्या कार्तिकला माझ्याबद्दलचे गुपित रश्मीपासून लपवून ठेवणे शक्य होणार नाही. आज ना उद्या त्याचा गौप्यस्फोट होणारच आहे. माझ्या विकृतीवरचा पडदा लवकरच दूर होईल. ही किती लाजिरवाणी गोष्ट आहे असे म्हणून कार्तिक फिदी फिदी हसत सुटेल. रश्मी आश्चर्याने थक्क होईल. तिला माझी शिसारी येईल. तिच्या नजरेतून मी उतरलेला असेन. क्षुल्लक माणसांमध्ये माझी गणना होईल. पुढे कधीतरी मी तिच्या नजरेस पडलो, तर तिला हसू आवरणार नाही. कार्तिक तिच्या हसण्याला आवर न घालता उलट प्रोत्साहन देईल. आपल्या हसण्याचे कारण ती इतरांना सांगून मोकळी होईल. त्यावर तेदेखील हसू लागतील. माझी विकृती जगजाहीर होईल. मी घराबाहेर पाय टाकताच मला पाहून सर्वजण हसू लागतील. या सर्वांचे हास्य माझी पाठ सोडणार नाही. मी समाजाच्या कुचेष्टेचा विषय होऊन जाईन. दिवसेंदिवस माझी अधोगती होत राहील. माझा देह कुचकामाचा बनून जाईल आणि लवकरच तो अदृश्य होईल. पण त्याचे कुणालाच वाईट वाटणार नाही आणि सोयर-सुतकदेखील कुणालाच असणार नाही. कारण माझे महत्त्व कुणालाच असणार नाही. त्यांच्या दृष्टीने मी एक क्षुद्र कीटक किंवा

वळवळणारा कृमी असेन. असला कृमी पायाखाली चिरडला, तर त्यांच्या मागची किरकिर नाहीशी होईल.

'अरे, पण मी असा विचार का करतो आहे? मला इतक्यात मरायचे नाही. मला अजून खूप जगायचे आहे. मलादेखील संधी मिळायला हवी. या शरीरसुखाचा नाद सोडून द्यायला हवा. त्याची चटक क्षणिक सुख देऊन भरपूर यातना मागे ठेवते. मला साधे, सरळ जीवन जगायला हवे. फक्त ऑफिसचे काम, पोटभर जेवण आणि निवांत झोप. बस, इतकेच पुरेसे आहे. माझ्या परिने माझे जीवन जगण्याचे स्वातंत्र्य मला हवे आहे. शरीरसुखाचा त्याग करताना सुरुवातीला थोडा त्रास होईल. पण ठीक आहे. मी तो सहन करीन आणि त्यावर विजय मिळवीनच. कामजीवनाला माझा कायम विरोध असेल.'

पण असे मूर्खपणाचे विचार माझ्या मनात का येत आहेत? जे अशक्य आहे त्याचा विचार मी का करतो आहे? जे माझ्या डोळ्यांसमोर घडत नाही त्याची कल्पनाचित्रे मी का रंगवीत आहे? कार्तिकच्या नग्न देहाची कल्पना करून माझ्या शरीरात आणि मनात मी उद्दीपन का निर्माण करीत आहे? वास्तविक कार्तिकचा हसतमुख चेहरा पाहिला तरी पुरे. माझा सर्व निर्धार क्षणार्धात गळून पडेल. कार्तिकने एक इशारा केला, तरी मी त्याचा दास होऊन जाईन. तो समोर येऊन ठाकला तर माझा मीपणा नाहीसा होईल. मी त्याचा गडी म्हणून काम करायला तयार होईन. मी त्याचा शब्द खाली पडू देणार नाही. त्याने मला मार दिला, तरी मी तो सहन करेन. त्याने शिव्या दिल्या, तरी मी स्वीकार करीन. कधी काळी तो प्रेमाने माझ्या शरीराला स्पर्श करण्याची मी वाट पाहत राहीन. छे! छे! कार्तिक असे काही करणार नाही. तो मला एकसारखा छळत राहणार. दिवसभर लपंडाव खेळून तो मला पळवत ठेवील पण माझ्या हाताला लागणार नाही. त्याला पकडण्यासाठी मी एकसारखा पळत राहीन आणि दमून भागून बेशुद्ध पडेन. तो जाणून-बुजून माझ्या मनात गोंधळ निर्माण करील आणि त्यामुळे मी दुःखी होईन. पण माझे दुःख कुणाला सांगूनदेखील समजणार नाही. तो एक चेष्टेचा विषय होईल. नेमक्या याच कारणाने मला माझे दुःख सहन करणे कठीण होईल. आई, वडील, भाऊ, बहीण, मित्र, सहकारी, गुरू, नोकर, समाज, कोर्ट, कचेरी, सर्व जग, कोणीही मला जवळ करणार नाही. सर्वजण माझी नीच, हलकट म्हणून हेटाळणी करतील. मला कोणीही दयेची भीक घालणार नाही. कितीही खटपटी लटपटी करून मी माझा बचाव करण्याचा प्रयत्न केला, तरी माझ्यावरचे आरोप मी खोडून काढू शकणार नाही आणि मी दोषी असलेला कलंक पुसला जाणार नाही.

'नको रे बाबा, हे असले विचार करणे बंद व्हायला हवे. मला आता छान झोप लागली तरी पुरे. देवा, परमात्मा, कृष्णा, मी तुझी मनापासून भक्ती आणि आराधना

करतो आहे. या तुझ्या गोपबालकाला असली कठीण शिक्षा देऊ नकोस. माझ्यावर करुणा कर आणि या जंजाळातून माझी सुटका कर. दुःखाच्या खोल गर्तेमध्ये मी बुडालो आहे. त्यातून मला बाहेर काढ. माझी सुटका करण्याची तुझी इच्छा नसेल, तर मरण पत्करायची माझी तयारी आहे. मला तुझ्याकडे घेऊन चल आणि तुझ्याचरणी मला स्थान दे. मला मृत्यू आला, तरी माझ्यासाठी रडणारा असा जवळचा कोणीच नाही. ही जीवघेणी यातना माझ्या नशिबी का घातलीस? सर्वांच्या नजरेत मला एक क्षुल्लक जीव म्हणून जगणे माझ्या नशिबी का यावे? कुणा दुसऱ्या जीवाचे पाप माझ्या माथी मारून मला शिक्षा का दिलीस देवा?'

'मला मदत करायची तुझी इच्छा नसेल तर ठीक आहे. नाही तरी ती एक मुरली वाजविण्यापलीकडे दुसरे तुला काही सुचतच नाही. माझ्या यातनांवरचा उपाय मीच शोधून काढायला हवा. मला सुचलेला उपाय मी अमलात आणला तर मला दोष देऊ नकोस. ही पहा चकाकणारी धारदार सुरी. या सुरीने तू जन्माला घातलेल्या देहाचे कसे तुकडे होतात ते तूच पहा. तुझा अंगठा जरासा कापला आणि त्यातून रक्ताची धार लागली तर त्याचे किती कौतुक? माझे रक्त आणि कार्तिकचे रक्त यात काय फरक आहे? दोन्हींचा रंग लाल. संशय नको. तुझा विश्वास नाही ना बसत? आता तुला रक्ताचा अभिषेक घालतो पहा. कित्येक वेळा तुला पंचामृताचा अभिषेक घालून तुझी पूजा केली आहे. आज माझ्या रक्ताची चव घेऊन पहा. अर्थात यात तुला आश्चर्य वाटण्यासारखे काहीच नाही. जेव्हा जेव्हा तू अवतार घेऊन या भूमीवर पाय ठेवलास तेव्हा तेव्हा तू दैत्यांच्या रक्ताने स्नान केले आहेस. त्यांच्या खुनाचा आरोप स्वतःवर येऊ नये म्हणून त्याला दुष्टांचा संहार असे गोंडस नाव तू दिलेस. तुझ्या सर्व दहा अवतारांमध्ये हेच घडले आहे आणि त्याचा तू अभिमान बाळगतो आहेस. आता तू अकराव्या अवताराच्या उंबरठ्यावर आहेस. तसे असेल, तर मी तुला शाप देतो. त्याचा स्वीकार कर. तुझ्या अकराव्या अवतारात तू माझ्या रूपाने जन्म घेशील. मागच्या अवतारात तू सोळा हजार स्त्रियांचा उपभोग घेतला आहेस. आता अकराव्या अवतारात तुला एकाही स्त्रीला स्पर्श न करता येण्याचे दुःख आणि त्यामुळे येणारी दयनीय अवस्था कशी असते त्याचा अनुभव येईल. ज्या अवस्थेमध्ये कुणावर हात उगारण्याची देखील हिंमत होत नाही तिथे तू दुष्टांचा संहार कसा करतोस ते मी पाहतोच. माझ्या तळमळणाऱ्या मनाचा शाप नक्की खरा होईल याची मला खात्री आहे. तू पुन्हा अवतार घे आणि माझ्यासारख्या क्षुल्लक जीवाला हेटाळणी कशी सहन करावी लागते त्याचा अनुभव घे.'

मोहनस्वामीच्या मनाची ही तळमळ तीन दिवस चालली होती. ते तीन दिवस आणि

तीन रात्री त्याला अजिबात झोप लागली नाही. त्यानंतर त्याची तळमळ थांबली आणि चौथ्या दिवशी पहाटे चार वाजण्याच्या सुमारास त्याला शांत झोप लागली. मनाची तळमळ शांत होण्याचे मुख्य कारण म्हणजे रघुरामन नावाचा २८ वर्षांचा युवक. फेसबुकवर त्याची ओळख झाली होती. त्याचे मूळ गाव कोईमत्तूर. सध्या बेंगळूरमधील बसवनगुडी उपनगरात स्थायिक झाला आहे. एका इंटरनॅशनल स्कूलमध्ये इंग्रजी विषयाचा अध्यापक म्हणून काम करतो आहे. बसवनगुडीच्या घरात एकटाच राहतो आहे. त्याचे आई-वडील आणि एक बहीण त्याच्या गावी म्हणजे कोईमत्तूरला राहतात. बेंगळूरला येऊन चार वर्षे झाली आहेत. एकमेकांचे फोटो पाहिल्याशिवाय आपण पुढे बोलू शकत नाही असे रघुरामनने आपल्या चॅटमध्ये स्पष्ट शब्दांत लिहिले होते. मोहनस्वामीचा अनोळखी व्यक्तीशी चॅट रूपाने बोलण्याचा पहिलाच प्रसंग होता. त्यामुळे आपला फोटो अपलोड करावा की नको, या संभ्रमात मोहनस्वामी पडला होता. बराच विचार करून त्याने फोटो अपलोड करण्याचा निर्णय घेतला. फोटो मिळाल्यानंतर रघुरामनने 'यू आर ए स्मार्ट बडी' असे उत्तर पाठविले होते. रघुरामनने आपले अठरा फोटो अपलोड केले होते आणि ते सर्वांना दिसतील अशा रीतीने ब्लॉगमध्ये रचना केली होती. एक-दोन फोटोंमध्ये तो चांगला दिसत होता.

शुक्रवारी संध्याकाळी सात वाजता शेषाद्रिपुरम् येथील कॉफी डे नावाच्या हॉटेलमध्ये दोघांनी भेटायचे ठरविले. तिथे पोचण्याचा मार्ग नकाशासह मोहनस्वामीने पाठविला होता. हॉटेलजवळचे सिनेमाघर, सुपरमार्केट, एकदारी रहदारी मार्ग वगैरेचा स्पष्ट उल्लेख नकाशामध्ये होता. हा सर्व तपशील पाहून रघुरामन खूष झाला आणि त्याने 'तुम्ही किती छान माहिती पाठविली आहे. यू आर सो वेल ऑर्गनाइज्ड.' अशा मजकुराची मेल पाठविली. सोबत रघुरामनने आपला मोबाइल नंबर पाठविला होता आणि मोहनस्वामीचा मोबाइल नंबर त्याने मागून घेतला होता. पण मोहनस्वामीने आपला नंबर देण्यास नकार दिला. 'आपली भेट होईपर्यंत आपले संभाषण ई-मेलमार्फतच व्हायला हवे. प्रत्यक्ष भेट झाल्यावर मी माझा नंबर देईन.' असे मोहनस्वामीने उत्तर पाठविले. यावर रघुरामनने काही प्रतिक्रिया दिली नाही.

मोहनस्वामी अर्धा तास आधीच कॉफी डे हॉटेलमध्ये जाऊन पोचला आणि रघुरामनची वाट पाहत बसला. या भेटीसाठी त्याने एक नवीन सिम कार्ड खरेदी करून आपल्या मोबाइलमध्ये घातले आणि त्याचा नंबर तोंडपाठ करून ठेवला. गरज पडली, तर एक-दोन कंडोम खिशात घालून आणले होते. यापूर्वी कंडोमची खरेदी कधीच केलेली नव्हती. त्यामुळे खरेदी करताना दुकानदाराला पटेल असे कारण सांगताना त्याला बरीच कसरत करावी लागली. रघुरामन कसाही असला, तरी त्याच्याशी मनापासून मैत्री करायला हवी. तो मैत्रीसाठी योग्य वाटला नाही तर

आपण पुढचे पाऊल टाकायचे नाही असा निर्धार त्याने केला. एकमेकांची मनापासून स्वीकृती नसेल, तर दोन देह एकत्र येणे शक्य नाही. काही झाले तरी आपण आपल्यापुरते जागरूक असायला हवे असा विचार त्याने केला. आपल्यावर कितीही बळजबरी केली तरी ओरल सेक्स नकोच. पहिल्या एक-दोन भेटींनंतर तो मैत्रीसाठी योग्य वाटला आणि विश्वासाला पात्र ठरला, तर त्याच्या अनुमतीने एका चांगल्या हॉस्पिटलमध्ये जाऊन एड्स टेस्ट करून घ्यायला हवी. टेस्ट रिपोर्ट निगेटिव्ह असला, तर पुढचा मार्ग सुकर होईल. काही झाले तरी त्याला आपल्या घरी घेऊन जाणे योग्य ठरणार नाही. तसेच आपण त्याच्या घरी जाणेदेखील योग्य नव्हे. एखाद्या हॉटेलमध्ये रूम घेऊन राहणे हाच योग्य पर्याय दिसतो. रात्री रूमवर मुक्काम करून सकाळी घरी जाणे सोईस्कर होईल. नाही तरी उद्या शनिवारची सुटी असल्यामुळे ऑफिसची कटकट नाही.

ठीक सात वाजता रघुरामन हजर झाला. त्याने गुलाबी रंगाचा सूट परिधान केला होता. आत येऊन त्याने चौफेर नजर फिरविली आणि मोहनस्वामीला पाहून एक स्मितहास्य केले. तो मोहनस्वामीच्या समोर खुर्चीवर येऊन बसला. आपले दोन्ही हात स्वतःच्या चेहऱ्यासमोर धरून तो म्हणाला, ''हॉरिबल ट्रॅफिक यू नो.'' तो हॉटेलमध्ये शिरल्यापासून त्याची चालण्याची लकब पाहून मोहनस्वामीची घोर निराशा झाली. हा इसम आपल्या मैत्रीसाठी योग्य नाही असे त्याचे मत झाले. रघुरामनच्या चालण्यामध्ये त्याला बायकी ढंग दिसला. नीटनेटका पुरुषी पोषाख करूनदेखील त्याच्या अंगी असलेले स्त्रीत्वाचे गुण लपून राहत नव्हते.

''तुमच्या हाताला जखम झालेली दिसते. काय झालं?'' रघुरामनने आत्मीयतेने व कळकळीने चौकशी केली.

''किरकोळ जखम आहे. भाजी चिरताना जरा सुरी लागली इतकंच. गंभीर काही नाही.'' मोहनस्वामीने खोटे खोटे सांगून वेळ मारून नेली.

''ओ माय गॉड! जरा काळजी घेत चला.'' रघुरामनने काळजी प्रदर्शित करताना आपले दोन्ही तळवे गालावर ठेवून जी भावना प्रकट केली त्यामुळे त्याचे स्त्रीत्वाचे गुण ठळक दिसून आले. मोहनस्वामीचा जखमी हात आपल्या हातात घेऊन बँडेजवरून हळुवार हात फिरविताना ''फार दुखतोय का हो?'' असे म्हणून रघुरामनने सहानुभूती दाखविली. मोहनस्वामीने मानेनेच जास्त दुखत नसल्याचे दाखविले.

दोघांनीही कॅपिचिनोची ऑर्डर दिली. मोहनस्वामीने ''समोसा मागवू का?'' म्हणताच रघुरामनने ''नो बाबा, आय ॲम डाएटिंग'' असे म्हणून नकार दिला.

त्यानंतर दोघांनी आपापली सविस्तर माहिती एकमेकांना दिली. त्यातून त्यांच्या एकमेकांशी न पटणाऱ्या गोष्टी उघड झाल्या. रघुरामनने तमिळ सिनेमाबद्दल बरेच

काही सांगितले. त्यातील एक रजनीकांत सोडला, तर इतर कुणाचीच मोहनस्वामीला माहिती नव्हती. मोहनस्वामीची आपण करीत असलेल्या खाद्यपदार्थांबद्दल चर्चा सुरू असताना रघुरामनने त्यात स्निग्ध पदार्थांचा वापर जास्त दिसतो अशी टिप्पणी केली. रघुरामनला कर्नाटक शास्त्रीय संगीत प्राणाहून प्रिय होते, तर मोहनस्वामीला सिनेसंगीत सोडले, तर अन्य संगीतप्रकारांचा गंधदेखील नव्हता. दोघांची पटण्यासारखी एकच बाब म्हणजे क्रिकेट. त्यात दोघांनाही इंटरेस्ट होता. जेमतेम अर्धा तास चर्चा झाल्यावर दोघांनाही कंटाळा आला. वेटरने बिल आणून दिले. मोहनस्वामीने आपली पर्स उघडली, पण रघुरामनने त्याला थोपविले आणि स्वतः पैसे दिले. वेटरलादेखील त्याने भरघोस टिप दिली. दोघेही परत जाण्यासाठी उठले. बाहेर पडताना 'वंडरफुल इंटेरिअर!' असे म्हणून रघुरामनने आपली सौंदर्यामधील रुची दाखवून दिली. निरोप घेण्याआधी त्याने मोहनस्वामीचा मोबाइल नंबर मागून घेतला. आपला नंबर उघड करण्याचे मोहनस्वामीच्या मनात अजिबात नव्हते. पण तसे स्पष्ट सांगणे उद्दामपणाचे वाटले असते. म्हणून त्याने आपल्या मोबाइलवरून एक मिस कॉल दिला आणि तो नंबर सेव्ह करण्यास सांगितले. नाहीतरी ते नवीन सिम कार्ड नंतर फेकून देण्याचा विचार त्याने आधीच ठरविला होता. तसे केले तर रघुरामनने पुन्हा आपल्याशी संपर्क ठेवण्याचा प्रश्नच येत नाही.

रघुरामनने मोहनस्वामीला आपल्या गाडीने घरी ड्रॉप करण्याची ऑफर दिली. मोहनस्वामीने 'प्लीज नको. माझे घर इथून फार दूर आहे. तुम्हाला तो द्राविडी प्राणायाम होईल. मी बसने माझ्या घरी जाईन.' असे म्हणून नम्रपणे नकार दिला. निरोप घेताना मोहनस्वामीशी हस्तांदोलन करून आणि त्याच हाताचे हळुवार चुंबन घेऊन रघुरामन म्हणाला, "इट वाज ए वंडरफुल टाइम वुई स्पेण्ट. तुमच्याशी माझा परिचय झाला हे मी माझं भाग्य समजतो." रघुरामनच्या या कृत्यामुळे मोहनस्वामीला सर्वत्र काटे बोचल्याची भावना झाली. हे कुणी पाहिलं तर काय म्हणतील या भीतीने त्याने चोहीकडे नजर वळविली. नशिबाने त्याच्या ओळखीचे कुणीच नव्हते.

घरी परत निघताना मोहनस्वामी निराश झाला होता. खिशातले कंडोम आपल्याला खिजवून हसत आहेत असे त्याला वाटले. इतकी खटपट करून अखेर एका स्त्रीगुणी पुरुषाशी आपली गाठ पडली याचे त्याला फार वाईट वाटले. असला मनुष्य स्त्रीसोबत राहू शकत नाही. अशा परिस्थितीत मी आपला देह त्याला कसा अर्पण करू शकणार? अशा माणसाच्या शरीराला स्पर्श केला तरी किळस येतो. अंगाला काटे बोचल्याप्रमाणे वाटते. उद्दीपित होण्याचा प्रश्नच उद्भवत नाही. 'नको रे बाबा. यापुढे त्याचा सहवास अजिबात नको. इतःपर त्याच्याशी फोनवर किंवा ई-मेलवर संपर्क करणे बंद. केवळ आपल्या नेत्रकटाक्षाने स्त्रीला लाजवून घायाळ

करणारा माझा कार्तिक कुठे आणि लचकून-मुरडून चालणारा आणि आपल्या स्त्रीगुणाचे प्रदर्शन करणारा रघुरामन कुठे? त्याची संगत आता नकोच. उद्याच त्याला मेल करून आपले संबंध इथेच संपविण्याची विनंती करायला हवी.'

इतक्यात मोबाइलवर मेसेज आल्याचा आवाज आला. एक रघुरामन सोडला, तर हा नवीन नंबर आपण कुणालाच दिलेला नाही. त्या अर्थी हा मेसेज त्याचाच असणार हे त्याने ओळखले. त्याने मेसेज बॉक्सउघडून तो वाचण्यास सुरुवात केली. मेसेज असा होता. ''मोहनस्वामी, वाईट वाटून घेऊ नका. मी एका माजलेल्या बैलाप्रमाणे असलेल्या तगड्या, तरुण पुरुषाच्या शोधात होतो. पण तुम्ही तर नर्तिकेप्रमाणे दिसणारे निघाला. आपल्या संभाषणावरून मला तुम्ही स्त्रीगुणाचे पुरुष वाटला. अशा परिस्थितीत मी माझा देह तुम्हाला कसा अर्पण करू? माझ्या निर्णयाने तुमचे मन दुखावले असेल, तर मला क्षमा करा. तुम्ही भले माणूस आहात. एक चांगला धडधाकट पुरुष तुमच्या जीवनात येऊदे अशी मी सदिच्छा व्यक्त करतो.'' हा मेसेज वाचून मोहनस्वामी पूर्ण गोंधळून गेला. पुढे काय करावे हे त्याला सुचेना. पण काही क्षणांतच तो भानावर आला. त्याने रघुरामनला उत्तर पाठविले. 'तुम्हीदेखील भले गृहस्थ आहात. देव तुमचे भले करो. आय लव्ह यू!'' त्याला, 'आय लव्ह यू टू' असे उलट उत्तर मिळाले.

मोहनस्वामीने आपल्या मोबाइलमधून सिम कार्ड बाहेर काढले. त्याचे फाडून दोन तुकडे केले आणि ते बसच्या खिडकीमधून बाहेर भिरकावून दिले. परिस्थितीने सादर केलेले हे एक व्यंग होते आणि या व्यंगावर हसण्याशिवाय दुसरा पर्याय नव्हता. आज आपल्याला नक्कीच शांत झोप येणार असे त्याला वाटले. एक प्रकारच्या विचित्र समाधानाने आपली मान त्याने बसच्या खिडकीवर टेकवली आणि डोळे पुसण्यास सुरुवात केली.

सायकल फेरी

गोव्यातील अपरिचित गाव. रात्र हळूहळू पुढे सरकत होती. दूरवर समुद्राच्या लाटा किनाऱ्यावर आदळत होत्या. मोहनस्वामीचे समस्त वर्गमित्र भर उन्हात दिवसभर सायकल दामटून रात्री परतले होते आणि झोपेच्या अधीन झाले होते. आसपासची दारूची दुकाने आणि मांसाहारी हॉटेलचे दरवाजे बंद होण्यास सुरुवात झाली होती. 'अशा वेळी सायकल चालवायला शिकलो, की मी स्ट्रेट होऊन जाईन' या परमसत्याचा साक्षात्कार एकवीस वर्षांच्या 'गे' मोहनस्वामीला झाला.

आपण 'गे' या प्रकारात मोडतो याचे ज्ञान मोहनस्वामीला दोन वर्षांपूर्वी झाले होते. आपले व्यक्तिमत्त्व 'गे' या प्रकाराशी नक्की जुळते की नाही, याची त्याला अजून खात्री नव्हती. पण स्वतःला या प्रकारात सामावून घेण्याची त्याने आपल्या मनाची तयारी केली होती. 'स्ट्रेट' म्हणजे 'गे' व्यतिरिक्त इतर सर्वजण असा स्वतःपुरता सोईस्कर अर्थ मोहनस्वामीने लावून घेतला होता. आपण आणि आपल्यासारख्या इतर सर्वांचे व्यक्तिमत्त्व नक्की कोणत्या प्रकारात मोडते आणि या प्रकाराला कन्नडमध्ये काय म्हणतात याचा उल्लेख त्याला सर्वत्र शोधाशोध करूनदेखील सापडला नव्हता. आयुष्याच्या काही वळणांवर या व्यक्तिमत्त्वाची वेगवेगळी नावे आणि वेगवेगळी कारणे त्याच्या ऐकिवात आली होती. या प्रत्येक नावामुळे आणि कारणामुळे त्याला दुःख, तिरस्कार, अपमान या सर्वांचा सामना करावा लागला होता. पण या सर्वांत नक्की योग्य नाव कोणते हे त्याला आजतागायत समजले नव्हते आणि यासाठी त्याला कुणाची मदतदेखील मिळाली नव्हती. कन्नड शब्दकोशामधील एकही शब्द या व्यक्तिमत्त्वाशी मिळताजुळता नव्हता. कन्नड साहित्य

याबाबतीत मौन बाळगून होते. कोणत्याही कन्नड वृत्तपत्रात याबद्दल एकही बातमी दिसून आली नाही. याबाबतीत इंग्रजी वृत्तपत्रे आणि नियतकालिके यांचा अपवाद स्पष्ट दिसून येत होता. 'डेबोनेयर'सारख्या मासिकांमधून 'गे' या शब्दाचा वापर अधूनमधून होत असे. या व्यतिरिक्त इतर कुठेही 'गे' म्हणजे नक्की काय हे समजण्यास मार्ग नव्हता.

मोहनस्वामीच्या बालवयात त्याच्या व्यक्तिमत्त्वास 'पुग' हे नाव प्रथमच त्याच्या कानावर पडले. 'पुरुष गणिका' या शब्दाचे हे संक्षिप्त रूप. हे नाव त्याला समजले तेव्हा तो सातवीच्या वर्गात शिकत होता. या अजब नावाचा शोध दुसऱ्या कुणी नव्हे, तर खुद्द त्याच्या ताईने म्हणजे त्याच्या थोरल्या बहिणीने लावला होता. त्या वेळी या नावाचा नक्की अर्थ निदान तिला तरी माहीत होता की नाही, याबद्दल मोहनस्वामी अजूनही साशंक आहे. या नावाचा शोध लागला तेव्हा ती कडक उन्हाळ्यातील भर दुपारची वेळ होती. मोहनस्वामी, त्याची ताई आणि तिच्या काही मैत्रिणी हे सर्वजण रणरणत्या उन्हात राघवेंद्रस्वामी मठाकडे चालले होते. वाटेत सांडपाण्याचे एक मोठे गटार होते. गटारीच्या पलीकडे मोहनस्वामी आणि अलीकडच्या बाजूला त्याची ताई आणि तिच्या मैत्रिणी उभ्या होत्या. त्या वेळी ताई मोहनस्वामीला उद्देशून 'तू म्हणजे एक पुरुष गणिका आहेस.' असे म्हणाली. यावर तिच्या सर्व मैत्रिणी फिस्सकन् हसल्या होत्या ते मोहनस्वामीला आजदेखील स्पष्ट आठवते. आपल्या तोंडून काही चुकीचा शब्द बाहेर पडला की काय, या शंकेने ती थोडी कावरीबावरी झाली होती. पण तिच्या मैत्रिणींच्या हसण्यामुळे आपण बोललो ते बरोबरच आहे अशी तिची समजूत होऊन तिला धीर आला आणि नव्या आत्मविश्वासाने पुरुष गणिका हे शब्द तिने पुन्हा स्पष्ट उच्चारले. तिला दुजोरा देण्यासाठी तिच्या सर्व मैत्रिणी पुन्हा जोरजोराने हसल्या. तेव्हापासून पुरुष गणिका हा शब्द त्याच्या परिचितांमध्ये, तसेच मित्रवलयामध्ये सर्वतोमुखी झाला आणि सर्वजण त्याला याच नावाने ओळखू लागले.

या घटनेची पार्श्वभूमी अशी राघवेंद्रस्वामी मठामध्ये एका उत्सवाचे आयोजन केले होते आणि त्या निमित्ताने गावातील समस्त ब्राह्मण कुटुंबांना दुपारच्या भोजनाचे निमंत्रण मिळाले होते. त्यासाठी मोहनस्वामीचे आई-वडील सकाळी दहा वाजताच निघाले होते. जाताना त्यांनी आपल्या मुलांना ठीक जेवणाच्या वेळेस हजर राहण्याची सूचना दिली होती. आई-वडील घरी नसल्याची पर्वणी साधून ताईच्या सर्व मैत्रिणी घरी गोळा झाल्या. सर्वांनी मिळून विविध खेळ खेळून धमाल मजा करण्याचे ठरवले. मोहनस्वामीदेखील त्यांच्या खेळात सहभागी झाला. आपल्या समवयस्क मित्रांशी मैदानी खेळात भाग घेणे मोहनस्वामीला आवडत नव्हते. त्याऐवजी आपली ताई आणि तिच्या मैत्रिणींसोबत रांगोळी रेखाटणे, भातुकली

खेळणे किंवा बाहुला-बाहुलीचे लग्न लावणे या खेळांत तो रमून जात असे. 'तू मुलांबरोबर खेळ जा' असे म्हणून मैत्रिणींनी त्याला हाकलण्याचा प्रयत्न केला तरी तो जात नसे. आपले सर्व मित्र मैदानी खेळामध्ये आपल्याला घोळात घेऊन फसवतात आणि जिंकू देत नाहीत अशी त्याची समजूत होती. बहीण आणि तिच्या मैत्रिणींसोबतच्या खेळांमध्ये तो रंगून जात असे. त्या सर्वांनी मिळून वेगवेगळ्या नक्षीदार रांगोळ्या काढल्या, भातुकली झाली, टॉवेल गुंडाळून साडी नेसण्याचे खेळ झाले, गाण्याच्या तालावर नाचण्याचे कार्यक्रम झाले आणि हे सर्व होईतोवर दुपारचे साडेबारा कधी वाजले ते समजले नाही. मोहनस्वामीच्या ते लक्षात आले आणि त्याने सर्वांना जेवणासाठी राघवेंद्रस्वामी मठाकडे निघण्याची आठवण करून दिली. सर्वजण घराबाहेर पडून मठाच्या दिशेने निघाले.

कडक उन्हाळ्याचे दिवस. डोक्यावर उन्हाच्या झळा आणि खाली जमीन तापलेली. दहा पावले रस्त्यावरून चालत गेले, तरी पाय भाजून निघत होते. लहान मुलांची चप्पल इकडे तिकडे विसरून हरवण्याची सवय असल्यामुळे आई-वडील त्यांच्यासाठी कधीच चप्पल घेऊन देत नसत. त्यामुळे मोहनस्वामीसकट सर्वजण तापलेल्या रस्त्यावरून गप्पा मारत अनवाणी चालले होते. रस्त्यावर काही चिंचेची झाडे होती. त्या झाडांच्या सावलीमधून सावकाश चालत होते आणि सावली संपल्यावर भराभर चालत किंवा जवळ जवळ पळतच चालले होते. वाटेत सांडपाण्याचे एक मोठे गटार होते. गटाराच्या पलीकडे राघवेंद्रस्वामींचा मठ होता. त्यामुळे मठाला जाण्यासाठी गटार ओलांडून जावे लागत होते. हे गटार साधारणपणे उडी मारून ओलांडण्यासारखे छोटे नव्हते, पण उडी मारून ओलांडण्याचा प्रामाणिक प्रयत्न केल्यास न जमण्याइतके मोठेदेखील नव्हते. त्यासाठी उडी मारण्याचे धैर्य आणि मनाची एकाग्रता या दोन्हीची आवश्यकता होती. उडी मारताना थोडी चूक झाली किंवा अवसान गळून पडले, तर संपूर्ण देह गटारात बुडून सांडपाण्याचे स्नान घडत असे. त्यानंतर स्वच्छ पाण्याने सुगंधी साबण वापरून आंघोळ केली, तरी शरीराला सुटलेली दुर्गंधी कमी होत नसे. दुर्गंधी पूर्ण जाण्यासाठी कमीत कमी एक आठवडा लागत असे. ज्यांना उडी मारणे जमत नाही त्यांच्यासाठी एक दगडी फरशी टाकून छोटा पूल बनवला होता. पण त्यासाठी गटाराच्या बाजूने बरेच अंतर चालत जाऊन दगडी फरशीवरून गटार ओलांडून मठाकडे येण्यासाठी परत माघारी तितकेच अंतर चालावे लागे. आधीच उन्हाने तापलेला रस्ता, त्यात दगडी फरशीवरून पलीकडे जाण्यासाठी मोठा वळसा घालावा लागे, म्हणून तरुण मंडळी शक्यतो उडी मारून गटार ओलांडण्याचा प्रयत्न करत असत. इतरांना वळसा घालून जाण्याशिवाय गत्यंतर नव्हते.

सकाळचा वेळ मजेत खेळण्यात आणि बागडण्यात गेल्यामुळे मोहनस्वामीच्या

अंगात बराच उत्साह संचारला होता. त्यामुळे त्याला उडी मारून गटार ओलांडावेसे वाटले. तो थोडे अंतर मागे फिरला आणि गटारापर्यंत वेगाने पळत जाऊन थेट गटारीच्या पलीकडे उडी मारून पाय ठेवला. हनुमंताने उड्डाणाने समुद्र पार करून लंकेवर पाय ठेवल्याप्रमाणे मोहनस्वामीला वाटले. या साहसी कृत्याचा त्याला अभिमान वाटू लागला. घरी त्याची ताई आणि तिच्या मैत्रिणींनी खेळामध्ये त्याला फारसे महत्त्व दिले नव्हते आणि त्याबद्दलचा राग अजूनही त्याच्या मनात होता. त्यासाठी त्या सर्वांना आपल्याप्रमाणेच उडी मारून गटार पार करण्याचे आव्हान दिले आणि आनंदाने नाचू लागला. त्या सर्वजणी वयाने त्याच्यापेक्षा चार-पाच वर्षांनी मोठ्या होत्या. मोहनस्वामीने दिलेले आव्हान स्वीकारावे की नको या विचारात सर्वजणी पडल्या होत्या. त्या सर्वांनी भारी किमतीचे रंगीबेरंगी चोळी-परकर घातले होते. असे कपडे अंगावर ठेवून गटारावरून उडी मारणे त्यांना प्रशस्त वाटत नव्हते. तशा परिस्थितीतदेखील दोघीजणी ते आव्हान स्वीकारण्यास तयार झाल्या. त्या दोघीही मागे फिरून गटार ओलांडण्याच्या इराद्याने वेगाने पळत निघाल्या. पण गटाराजवळ येईपर्यंत त्यांचे अवसान गळाले आणि दोघीही तिथेच उभ्या राहिल्या. हे पाहून मोहनस्वामी जोराने हसू लागला आणि अहंकाराने "मी जिंकलो, तुम्ही सर्वजण हरला" असे तीन-चार वेळा म्हणून आनंदाने नाचू लागला. आपला पराजय त्या सर्व मुलींना चांगलाच झोंबला. त्या सर्वांची नायिका म्हणजे मोहनस्वामीची ताई त्याला नाचताना पाहून खड्या आवाजात म्हणाली, "कसला घाणेरडा नाचतोस रे, गणिका नाचल्याप्रमाणे? हा नाच बघून तू एक पुरुष गणिका दिसतोस." या शब्दांनी मोहनस्वामीला आपला अपमान झाल्यासारखे वाटले आणि त्याने आपला नाच थांबवला. ताईचा शेरा तिच्या सर्व मैत्रिणींना समर्पक वाटला आणि त्या फिस्सकन् हसल्या. त्यांच्याकडून मिळालेल्या उत्तेजनाने बहिणीला धीर आला आणि तिने पुन्हा एकदा पुरुष गणिका हे शब्द जोराने उच्चारले. त्यावर सर्व मैत्रिणी पुन्हा जोरजोराने हसल्या. त्यानंतर त्या सर्वजणी हसत हसत गटार ओलांडण्यासाठी दगडी फरशीच्या दिशेने निघाल्या.

मोहनस्वामी गटाराच्या पलीकडे बराच वेळ बुजगावण्याप्रमाणे उभा होता. त्या दिवशी इकडे तिकडे सर्वत्र मुली आपल्याला पाहून 'पुरुष गणिका' असे म्हणून हसत आहेत आणि आपल्याला खिजवत आहेत असे मोहनस्वामीला भास होऊ लागले. यावर कशी प्रतिक्रिया द्यावी, हे त्याला समजेना. त्या सर्वांना पकडून एकेकीच्या श्रीमुखात द्यावी असे त्याला वाटत होते. पण हे निमित्त साधून त्यांनी उद्यापासून आपल्याला भातुकलीच्या खेळात सहभागी करून घेतले नाही तर आपण एकटे पडू, या विचाराने तो काही न करता फक्त हात चोळत बसला. काही झाले तरी मुलांसोबत खेळण्यात त्याला काही स्वारस्य नव्हते.

या घटनेमुळे त्याच्या जीवनात दोन मोठे बदल झाले. पहिला बदल म्हणजे पुरुष गणिका हे त्याचे उपनाव एकाकडून दुसऱ्याकडे व तिथून तिसऱ्याकडे असे वाऱ्याच्या वेगाने सर्वत्र पसरले आणि सर्वतोमुखी झाले. या नावाने त्याला थेट हाक मारली, तर त्याच्या आई-वडिलांना ते आवडणार नाही म्हणून 'पुग' या संक्षिप्त रूपाने हाक मारण्यास सुरुवात झाली. दुसरे म्हणजे त्या सांडपाण्याच्या गटारावरून उडी मारून जाणे त्याला पुन्हा शक्य झाले नाही. वरील घटनेनंतर दुसऱ्याच दिवशी तो एकटाच मठाच्या दिशेने निघाला होता. गटाराच्या आधी थोडे अंतर पळत जाताना त्याच्या हृदयाची धडधड वाढली आणि तो घामाघूम झाला. आपला धीर खचत चालला आहे हे समजूनदेखील त्याने नेटाने उडी मारली. पण अंदाज चुकला आणि गटारात बुडून त्याला सांडपाण्याचे स्नान घडले. तशाच अवस्थेत तो घरी गेला. आईने त्याला सुगंधी साबणाने घासून घासून आंघोळ घातली, तरी शरीराची दुर्गंधी गेली नाही. दुर्गंधी पूर्ण जाण्यासाठी एक आठवडा लागला. त्यानंतर इतक्या वर्षांनी त्याच्या एकविसाव्या वर्षीदेखील त्याने दीर्घ श्वास घेतल्यावर त्या दुर्गंधीचा भास होऊन त्याच्या शरीराला किंचित कंप सुटतो.

'पुग' या नावाने कुणी हाक मारली, तर मोहनस्वामीला वाईट वाटत होते. पण त्याबद्दल जाब विचारण्याचा धीर त्याला होत नव्हता. पण त्या ऐवजी अशी हाक मारणाऱ्यापासून दूर निघून जात असे. काही बाबतीत अशी हाक मारणाऱ्याकडे तो दुर्लक्ष करीत असे, तर काही बाबतीत त्यांच्याशी गोड बोलून त्यांना अशी हाक मारण्यापासून परावृत्त करीत असे. पण असे प्रयत्न यशस्वी होणे महाकठीण. गावातील सर्वांचे तोंड कोण आणि कसे बंद करणार? अशी हाक मारणाऱ्यांकडे दुर्लक्ष करणे हा एकच उपाय त्याला योग्य वाटला आणि तोच अमलात आणू लागला. पण एका बाबतीत तर कहर झाला आणि त्याकडे दुर्लक्ष करणे त्याला कठीण वाटले. त्या दिवशी त्याच्या मनाला फार दुःख झाले.

शाळेमध्ये गणित हा विषय मोहनस्वामीला अत्यंत कठीण वाटत होता. त्याची आई दहावीपर्यंत शिकली होती आणि गणित हा तिच्या अत्यंत आवडीचा विषय होता. ती रोज संध्याकाळी न चुकता मोहनस्वामीला गणित शिकवत असे. तरीही या शिकवणीचा म्हणावा तसा परिणाम परीक्षेच्या निकालावर झालेला दिसून येत नव्हता. इतर विषयांत मोहनस्वामीला उत्तम मार्क मिळत होते. पण गणित हा विषय त्याच्यासाठी कधीही न पचणारा होता. अंकगणितातील सम आणि व्यस्त राशी, बीजगणितातील अनेक प्रकारची सूत्रे आणि समीकरणे, भूमितीमधील अनेक प्रकारची प्रमेये, या सर्वांत त्याला काहीच रस वाटत नव्हता. पण आईसमोर त्याला आपली नाराजी कधीच व्यक्त करता आली नाही. आईच्या शिकवणीला तो मारून मुटकून

बसत असे आणि तिने शिकविलेले समजल्याचे नाटक करीत असे.

त्या दिवशी संध्याकाळी मोहनस्वामी सातवीची गणिताची परीक्षा संपवून घरी परतला होता. माजघरात आई त्याची वाट पाहत बसली होती. नुकतीच घासलेली भांडी सुक्या फडक्याने पुसून ठेवत होती. आता आईच्या हातचा खरपूस मार नक्की मिळणार ही अपेक्षा मनात ठेवूनच मोहनस्वामीने घरी पाय ठेवला होता. प्रश्नपत्रिकेवर प्रत्येक प्रश्नाचे उत्तर लिहून घेऊन येण्यास आईने बजावून सांगितले होते. मोहनस्वामीने आपली प्रश्नपत्रिका आईसमोर ठेवली आणि तिच्यासमोर खाली मान घालून बसला.

आई प्रत्येक प्रश्न वाचून, त्यामधील गणित सोडवून त्याचे उत्तर मोहनस्वामीच्या उत्तराबरोबर पडताळून पाहू लागली. मोहनस्वामीचे उत्तर बरोबर असेल, तर पूर्ण मार्क आणि चूक असेल तर शून्य मार्क देऊ लागली. आईचे हे कृत्य मोहनस्वामी एकटक नजरेने पाहत होता. जसजशी आई प्रत्येक प्रश्न सोडवत गेली तसतशी मोहनस्वामीच्या छातीची धडधड वाढत चालली. आता या वेळी कुणीतरी काका किंवा काकू घरी यावी आणि आईचे लक्ष प्रश्नपत्रिकेमधून विचलित व्हावे, अशी तो देवाची विनवणी करू लागला. पण त्या देवाने ही प्रार्थना अजिबात मनावर घेतली नाही. आईने प्रश्नपत्रिका पूर्ण सोडविली आणि गुणांची बेरीज केल्यावर ती फक्त अठ्ठेचाळीस झाली. आईच्या रागाचा पारा चढला. तिने जवळच असलेले जेवणाचे स्टीलचे ताट उचलून त्याने मोहनस्वामीच्या शरीरावर एकामागोमाग एक प्रहार करणे सुरू केले. मोहनस्वामी कळवळू लागला. "आई, मारू नकोस. चूक झाली" अशी तो दीनवाणीपणाने विनवणी करू लागला. आईच्या हातातल्या काचेच्या बांगड्या तुटल्या, तरी त्याची पर्वा न करता तिचे प्रहार सुरूच होते. "माझी सगळी कामं बाजूला ठेवून रोज संध्याकाळी मी तुला गणित शिकवत होते, त्याचं हे फळ दिलंस? मी कुठं कमी पडले म्हणून हे असले मार्क घेतलेस?" रडत रडत आपला हताशपणा तिने मुलासमोर उघड केला. ताटाचे मनसोक्त प्रहार झाल्यावर तिने ते ताट बाजूला ठेवले आणि रडत बसली. आईने मार देणे थांबवले आहे. आता मला खेळण्यासाठी बाहेर जायला हरकत नाही असे मोहनस्वामी मनातल्या मनात मांडे खाऊ लागला. पण हा विचार आईला समजला, तर ती पुन्हा रागवेल या विचाराने त्याने आपले रडणे सुरूच ठेवले.

रडण्याचा ओघ ओसरल्यावर आईने आपले डोळे पुसले आणि पुन्हा आपली सरबत्ती सुरू करून "पुरुष गणिकेप्रमाणे तुला नाचता येते, पण गणितात मात्र तुझी अक्कल शून्य. हा असला कसला मुलगा माझ्या पोटी जन्माला आला आहे?" 'पुग रांडेचा' असे म्हणाली. आईच्या तोंडून 'पुग' या संबोधनाची अपेक्षा त्याने अजिबात केली नव्हती. त्याला फार वाईट वाटले. आपल्या काळजात सुई टोचल्याप्रमाणे त्याला वाटले. काही न बोलता तो तिथून उठला आणि एका

कोपऱ्यात बसून ओक्साबोक्सी रडू लागला. यापूर्वी आईने कधीही 'पुग' हे संबोधन वापरले नव्हते. हे संबोधन त्याच्या ताईने वापरले, तर आई तिला 'गप्प बस ग रांडे. मुलांबद्दल असले अभद्र शब्द वापरू नयेत' असे म्हणून तिच्या अंगावर ओरडून तिला विरोध करत असे. अशा परिस्थितीत आईच्याच तोंडून हे संबोधन ऐकून ज्याच्यावर भरवसा ठेवला, त्या देवानेच दगा दिल्याप्रमाणे त्याला वाटले. देवानेच फसवले, तर पुढचे आयुष्य कुणाच्या आधारावर जगायचे असा त्याला प्रश्न पडला.

पण 'पुग' हे संबोधन आपल्या तोंडून बाहेर पडल्यावर आईला पश्चात्ताप झाला. मुलाच्या रडण्याच्या सुरावरून त्याला फार वाईट वाटल्याची तिला जाणीव झाली. रागाच्या भरात आपण हे शब्द उच्चारले असले, तरी ते उच्चारल्यामुळे आपल्या हातून फार मोठी चूक झाली असे वाटून ती स्वतःलाच दोष देऊ लागली. पाच मिनिटे वाट पाहून तिने मोहनस्वामीला शांत करण्याचा प्रयत्न केला. 'आता पुरे कर मोहन. जास्त वाईट वाटून घेऊ नकोस.' असे अधिकारवाणीने म्हणाली. तरीही मोहनस्वामीचे रडणे थांबले नाही. आईला अस्वस्थ वाटू लागले. ती उठून अंधाऱ्या कोपऱ्यात रडत बसलेल्या आपल्या मुलाजवळ गेली. त्याच्या बाजूला बसून "का रे असं रडतोस माझ्या राजा?" असे म्हणून त्याला आपल्या मिठीत घेण्याचा प्रयत्न केला. पण बाजूला सरकून मोहनस्वामीने त्याला विरोध केला आणि आपल्या रडण्याचा वेग वाढवला. आईच्या पोटात गलबलले. "माझंच चुकलं राजा. पुन्हा असे तिखट शब्द मी वापरणार नाही" असे कळकळीने म्हणून मुलाला शांत करण्याचा तिने पुन्हा प्रयत्न केला. या शब्दांनी मोहनस्वामी विरघळला. तो आईच्या मिठीत शिरला आणि पुन्हा जोरजोराने रडू लागला. त्याच्या पाठीवरून हात फिरवून "नको रडू माझ्या बाळा, रागाच्या भरात ते घाणेरडे शब्द माझ्या तोंडून बाहेर पडले" असे म्हणून तिने आपला पश्चात्ताप व्यक्त केला आणि तिच्या डोळ्यांतून अश्रू टपकू लागले. आईच्या शरणागतीने मोहनस्वामी थोडा शांत झाला. दोघांनीही आपला शोक आवरला. "तुला भूक लागली असेल ना रे? चल थोडं जेऊन घे. खमंग मसुरीची उसळ केली आहे." असे म्हणून आई मोहनस्वामीला घेऊन आत गेली. काकडीची कोशिंबीर, मसुरीची उसळ आणि मेथीचा पाला घातलेला तूरडाळीचा सांबार असा फक्कड बेत पाहून मोहनस्वामीच्या तोंडाला पाणी सुटले. आपला सर्व राग विसरून तो भोजनासाठी बसला.

आपल्या चुकीचा पश्चात्ताप झालेल्या आईने मुलासमोर ताट वाढून न ठेवता तेच ताट आपल्या हातात घेऊन त्यातील एकेक घास ती मुलाला भरवू लागली. "इतर विषयांत उत्तम मार्क मिळतात, पण गणितातच तुझं घोडं कुठं अडतं रे राजा?" अशी तिने प्रेमाने विचारपूस केली. आईकडे प्रेमाने पाहत मोहनस्वामीने तो

घास घेतला आणि चवीने खाऊन झाल्यावर पाणी पिऊन त्याने आपले तोंड पुसले.

"आई, पुरुष गणिका म्हणजे नक्की काय? सर्वजण मला त्या नावाने का हाक मारतात?" आईच्या डोळ्याला डोळा भिडवून मोहनस्वामीने प्रश्न केला.

"मसणात गेली ती पुरुष गणिका. त्याचा विचार करत बसू नकोस. तू आरामात जेवून घे. तू कुठली पुरुष गणिका? अशा शेकडो गणिका तुझ्या इशाऱ्यावर नाचतील." असे म्हणून आईने पुढचा घास मुलाला भरवला.

"आई आणि कुणाला अशी हाक मारलेली मी ऐकली नाही. अशी हाक मलाच का मारतात?" मोहनस्वामीने तोंडातील घास गिळून पुन्हा प्रश्न केला. यावर काय उत्तर द्यावे हे त्या माऊलीला कळेना. त्यामुळे ती अस्वस्थ झाली.

"हे बघ राजा, जरा पुरुषांप्रमाणे वागायला शिक. तसे वागलास तर कुणीही तुला तशी हाक मारणार नाही."

"म्हणजे नक्की कसं वागायचं आई?"

"पुरुषी आवाजात बोलायला हवं. हाता-पायांची हालचाल पुरुषांसारखी हवी. पुरुषांचे मैदानी खेळ खेळायला हवेत. मुलींऐवजी मुलांमध्ये जास्त मिसळायला हवं."

"मुलांना तसं वागायला कोण शिकवतं? मला तसं अजून कुणीच कसं शिकवलं नाही?"

"हे कुणी मनुष्याने शिकवायची गरज नाही राजा. हे देवाचं काम. तो प्रत्येकाला शिकवून मगच जन्माला घालतो."

"मग मलाच का देवानं तसं न शिकवता जन्माला घातलं? माझ्या हातून असं कुठलं पाप घडलं म्हणून देवानं माझ्या बाबतीत हा भेदभाव केला?"

मुलाच्या या प्रश्नावर काय बोलावे हे त्या माऊलीला समजले नाही. हातातील घास मुलाला न भरवता तिने तो तसाच ताटात ठेवला आणि खिन्न मनाने खाली नजर लावून बसली. डोळ्यांतून दोन अश्रू खाली टपकले.

"का गं आई? कशाला रडतीस?"

"तुझी काहीच चूक नाही राजा. तू निष्पाप आहेस. चूक घडली आहे ती माझ्याकडून आणि तुझ्या बापाकडून."

"काय चूक झाली तुमच्या हातून?"

"म्हातारपणी जन्मलेली मुलं वाया गेलीच म्हणून समजा अशी पूर्वजांची एक म्हण आहे. तू जन्माला आलास तेव्हा ही म्हण आम्हाला माहीत नव्हती." निराश मनाने खाली नजर लावून ती माऊली म्हणाली. पण मोहनस्वामीला त्याचा अर्थ अजिबात समजला नाही. त्याला नीट समजावे या उद्देशाने ती म्हणाली,

"तुझ्या वडिलांचं वय किती आहे ते माहीत आहे तुला?" आई-वडिलांची

जन्मतारीख मुलांना थोडीच माहीत असते? त्या काळी आई-वडिलांचा वाढदिवस साजरा करण्याची पद्धत अस्तित्वात नव्हती. त्यामुळे मोहनस्वामीने नकारार्थी मान हलविली.

"येणाऱ्या गुढीपाडव्याच्या दुसऱ्या दिवशी त्यांना सत्तरावे वर्ष लागणार आहे. आता तुझं वय किती आहे?"

"माझे वय तेरा वर्षं." मोहनस्वामीला स्वतःचे वय बरोबर माहीत होते. शाळेत गणिताच्या शिक्षकांनी आजची तारीख आणि जन्मतारीख यांमधील फरकावरून आजचे वय समजून घेण्याची पद्धत शिकवली होती.

"म्हणजे तू जन्माला आलास तेव्हा तुझ्या वडिलांचं वय सत्तावन होते. माझं वय त्या वेळी चाळीसच्या आसपास होतं. तुझ्या वडिलांची मी दुसरी बायको. माझं लग्न फार उशिरा झालं. म्हातारा नवरा पदरात पडला. म्हातारपणी देखील आशा पाठ सोडत नाही म्हणतात तेच खरे. या वयात आपल्याला मूल नको म्हणून मी यांची किती विनवणी केली. पण ते हट्टाला पेटले होते. त्यांच्या हट्टामुळं तुझा जन्म झाला. वय झाल्यानंतर जन्माला घातलेल्या मुलांमध्ये काही तरी वैगुण्य असणारच ना? आपली खाज शांत करण्यासाठी त्यांनी तुझा बळी घेतला. तुझ्या बापानंच तुझं जीवन कष्टाचं करून टाकलं. माझंच नशीब फुटकं. नशिबात असलेले भोग भोगायलाच हवेत. दुसरा उपाय नाही." डोळ्यांत पाणी आणून आई म्हणाली.

आईचे बोलणे मोहनस्वामीला नीट समजले नाही. बापाला कसली तरी खाज सुटली. त्यामुळे तो हट्टाला पेटला आणि त्याचा परिणाम म्हणून आपला जन्म झाला. त्याच्या हट्टामुळे आपल्या जीवनात हे कष्ट निर्माण झाले. माझ्या या अवस्थेला केवळ आपला बापच जबाबदार आहे, इतकाच अर्थ आईच्या बोलण्यातून त्याला समजला. पण वडील त्याला फार प्रेमाने वागवत होते. त्यांनी आपल्या अंगावर कधीही हात उगारला नाही आणि आपल्यावर कधीही रागावले नाहीत. आपले वडील देवमाणूस आहेत अशी त्याची भावना होती. त्यामुळे त्यांच्या बाबतीत कसलाही वाईट विचार करणे मोहनस्वामीला शक्य नव्हते.

त्याच दिवशी रात्री आणखी एक वाईट घटना घडली. दुपारपासून घरी जे काही घडले त्याचा मोहनस्वामीने चांगलाच धसका घेतला होता. आता पुन्हा दुसरा आघात त्याला झेलावा लागला. रात्री सर्वांचे जेवण झाल्यावर उष्टी खरकटी काढणे, फरशी स्वच्छ पुसणे, खरकटी भांडी राखेने घासून स्वच्छ लखलखीत करणे ही कामे मोहनस्वामीच्या ताईकडे सोपविली होती. पुरुषप्रधान संस्कृतीमध्ये असली कामे स्त्रियांनीच करण्याचा अलिखित नियम समाजामध्ये रूढ झाला होता. पण ताईला या कामाची तितकीशी आवड नव्हती. इतरांची खरकटी भांडी आपण

उचलून स्वच्छ करण्याचा तिला तिटकारा होता. या कामात दुसरी अडचण म्हणजे त्या रात्री हातांवर नक्षीदार मेंदी लावून घेण्याचा कार्यक्रम तिने हाती घेतला होता. त्यामुळे या उष्टी-खरकटी काढण्याच्या कामाकडे तिने जाणूनबुजून दुर्लक्ष केले आणि गुपचूप एका कोपऱ्यात बसून हातावर मेंदी रंगविण्याच्या कामात रंगून गेली. सर्व उष्टी ताटे त्याच अवस्थेमध्ये वाळत चालली होती. ते पाहून स्वयंपाकघरात चूल सारवत असलेली आई गरजली, "अगं ए भवाने, चल ऊठ आणि ती भांडी घास. खरकटी भांडी जास्त वेळ तशीच वाळवत ठेवू नयेत. शनिपीडा सुरू होते."

त्या दिवशी असले काम करण्याचा ताईला मनस्वी कंटाळा आला होता. तिने मोहनस्वामीला हाक मारून, "ए पुग, आजचा दिवस तूच उष्टी-खरकटी काढ ना रे." असे म्हणून त्याला विनंती केली. "जा गं जा. असली कामं पुरुषांनी करायची नसतात." असे म्हणून मोहनस्वामीने ताईची विनंती साफ धुडकावून दिली. यावर नाराज झालेली ताई रागातच म्हणाली, "अहाहा! तू कसला रे पुरुष? शुद्ध पुरुष गणिका आहेस. पुग, पुग, पुग." 'पुग' या शब्दाचा त्रिवार उच्चार करून तिने असे काही विकट हास्य केले, की मोहनस्वामीला आपल्या जखमेवर मीठ चोळल्यासारखे वाटले. स्वयंपाकघरात काम करत असलेल्या आईच्या कानावर हे संभाषण पडले आणि तिचा मेंदूदेखील सटकला. जवळच असलेली सांडशी तिने उचलली आणि तिचे रपारप प्रहार आपल्या मुलीवर करू लागली.

"आपल्या भावाला अशा घाणेरड्या शब्दांनी का हाक मारतेस गं रांडे? तू वयाने त्याच्यापेक्षा मोठी असशील. पण म्हणून त्याच्यावर दादागिरी गाजवण्याचा अधिकार तुला कुणी दिला?" असे म्हणून अंगात संचारल्याप्रमाणे तिच्यावर एकापाठोपाठ एक प्रहार करू लागली. या अनपेक्षित हल्ल्यामुळे घाबरलेली ताई जोराने किंचाळू लागली. असा मार खाण्याइतकी आपल्या हातून कसली चूक झाली आहे हेच तिला सुरुवातीला समजले नव्हते. मोहनस्वामीदेखील या प्रकाराने पूर्ण गोंधळून गेला होता. आईचा रुद्रावतार पाहून तो घाबरला आणि दूर कोपऱ्यात जाऊन बसला. त्याचे वडील घरात असते, तर त्यांनी आईला आवरले असते. पण ते घरात नव्हते. काही कामानिमित्त बळ्ळारीला गेले होते.

"आई गं. मारू नकोस. माझी चूक झाली. पुन्हा असं नाही म्हणणार." असे म्हणून ताई कळवळून आईची विनंती करू लागली. बराच मार देऊन झाल्यावर आईचा राग किंचित कमी झाला आणि तिने आपल्या हातातील सांडशी दूर भिरकावून दिली. जवळच असलेल्या खांबाला टेकून तिने बसकण मारली. 'जळळ मेलं माझं नशीब' असे म्हणून तिने आपल्या कपाळावर हात बडवला आणि तिच्या डोळ्यांतून अश्रू वाहू लागले. ताईच्या अंगावर माराचे वळ उठले होते. त्यांवरून हात फिरवत, एकदा आपल्या भावाकडे पाहत आणि एकदा आपल्या आईकडे

पाहत तीदेखील रडू लागली. मोहनस्वामीदेखील मनातून घाबरला होता. हा सगळा प्रकार आपल्या बायल्या वृत्तीमुळे झाला आहे, आपल्यामुळेच घरातील समाधान नष्ट होत चालले आहे, सर्व दोष आपलाच आहे, अशी त्याची भावना झाली. काहीही करून या कलहाला आवर घातला पाहिजे असा निर्धार त्याने मनाशी केला. तो सावकाश उठला. उष्टी भांडी उचलून ती राखेने घासून स्वच्छ केली आणि जागेवर ठेवून दिली. जेवणाची जागा पाण्याने स्वच्छ धुऊन काढली आणि सुक्या फडक्याने पुसून घेतली. आई, लेक दोघीही मोहनस्वामीचे हे काम आश्चर्याने थक्क होऊन पाहत होत्या; पण त्यापासून त्याला परावृत्त करण्याचा धीर त्या दोघींनाही झाला नाही.

या सर्व घटनावरून मोहनस्वामीने काही निष्कर्ष काढले. या सर्व घटनांना मुख्य कारण म्हणजे आपली बायली वर्तणूक. सर्वांत प्रथम म्हणजे आपल्या अशा वर्तणुकीमध्ये बदल करायला हवा. साधारणपणे आपल्या हाता-पायांच्या हालचाली, मानेची हालचाल, डोळ्यांचे हावभाव यांवरून आपली बायली वर्तणूक स्पष्ट दिसून येते. त्यामुळे या हालचाली निग्रहाने बदलण्याचा त्याने निर्धार केला. एखाद्या रोबोटप्रमाणे आपल्या हालचाली नियंत्रित केल्या, तर त्यामागे आपली बायली वर्तणूक लपून जाईल, असा त्याने तर्क केला. तसेच आपल्या बोलण्याच्या आवाजावरून देखील आपली बायली वृत्ती दिसून येते असे त्याच्या लक्षात आले. त्यामुळे आपण मौनीबाबा झालो तरी चालेल, पण शक्यतो कमी बोलण्याचे त्याने ठरवले. शाळेमध्ये शिक्षकांना शंका विचारण्यावर स्वतःच बंदी घालण्याचे त्याने ठरवले. अनावश्यक गप्पांच्या आहारी जायचे नाही. काही तरी बोलण्याचा दबाव आल्यास शक्यतो खालच्या पट्टीत पुरुषी आवाजात मोजकेच बोलण्याचे त्याने ठरवले. आपले बोलणे कुणाला समजले नाही आणि त्यांनी जोराने बोलण्याची आज्ञा केली, तरीही आपण आपल्या आवाजाची खालची पट्टी सोडायची नाही असे त्याने ठरविले. आपली बहीण आणि तिच्या मैत्रिणींबरोबर भातुकली खेळत असल्यामुळे आपल्याला 'पुग' ही घाणेरडी पदवी मिळाल्याचे त्याच्या लक्षात आले. त्यामुळे त्यांच्याशी खेळणे बंद करण्याचा निर्धार त्याने केला. पण मुलांबरोबर मैदानी खेळ खेळल्यास त्यांच्याशी स्पर्धा करणे शक्य नव्हते. म्हणून आपल्या जीवनातून खेळाची हकालपट्टी करण्याचे त्याने ठरवले. विरंगुळा म्हणून खेळाऐवजी कथा, कादंबऱ्या वाचून वेळ घालवण्याचा त्याने निर्धार केला. खेळाच्या मैदानापासून दूर कुठे तरी जाऊन पुस्तके वाचत बसण्याची सवय त्याने लावून घेतली. काही प्रसंगी आपली ताई मैत्रिणींसोबत खेळताना पाहिली, तर आपणही त्यात भाग घ्यावा अशी जबरदस्त इच्छा त्याला होई. पण पुढे होणाऱ्या अपमानाची जाणीव होऊन तो तिथून काढता पाय घेऊ लागला. याचा परिणाम म्हणजे, त्याच्या सर्व इच्छा-आकांक्षा

दबल्या गेल्या.

आणखी एक महत्त्वाचा बदल मोहनस्वामीच्या जीवनात झाला. गणिताच्या परीक्षेमध्ये आपण उत्तम गुण मिळवले असते, तर आईने आपल्याला 'पुग' असे संबोधून हिणवले नसते असे त्याला वाटले. आईव्यतिरिक्त इतरांनी 'पुग' अशी हाक मारली असती, तर त्याने तिकडे दुर्लक्ष केले असते. पण आईने तशी हाक मारल्यावर आपला अपमान झाल्यासारखे त्याला वाटले. आईने पुन्हा तशी हाक मारू नये यासाठी एकच उपाय आहे आणि तो म्हणजे गणित या विषयाचा मन लावून अभ्यास करून त्यावर प्रभुत्व मिळवणे. यापुढे गणितामध्ये कधीही कमी गुण मिळवायचे नाहीत असा त्याने मनाशी निर्धार केला. त्यानंतर त्याने आपले सर्व लक्ष आपल्या शाळेच्या अभ्यासावर केंद्रित केले. मुळातच तो हुषार विद्यार्थी असल्यामुळे गणित विषयामध्ये प्रावीण्य मिळविण्यास त्याला जास्त कष्ट पडले नाहीत. इतरांबरोबर बोलणे जवळपास सोडून दिले आणि खेळावरची वासना उडवून दिली. आता अभ्यासासाठी त्याच्याकडे भरपूर वेळ होता आणि याचा व्यवस्थित लाभ उठवून त्याने कसोशीने अभ्यास केला. शाळेच्या वेळापत्रकाप्रमाणे दुसऱ्या दिवशी शिक्षक कोणत्या विषयाचा कोणता धडा शिकवणार आहेत याचा अंदाज घेऊन त्याचा आदल्या संध्याकाळीच अभ्यास करून पूर्ण तयारीनिशी तो शाळेला जाऊ लागला. पुढील वर्षीच्या आठवीच्या वार्षिक परीक्षेमध्ये गणित विषयात त्याला पूर्ण शंभर टक्के गुण मिळाले. जिल्ह्यात त्याचा पहिला नंबर आला. गावात सर्वांनी त्याचे कौतुक केले. शाळेतील सर्व मुलांच्या आई-बापांनी आपापल्या मुलांना मोहनस्वामीचा आदर्श उचलून धरण्याचा सल्ला दिला. जिल्ह्यात दोन ठिकाणी त्याचा सत्कारदेखील करण्यात आला. या उत्तुंग यशामुळे आपल्यासमोर जगाचे नवीन दरवाजे उघडलेले आहेत असे त्याला वाटले. 'पुग' या संबोधनाला हद्दपार करण्यासाठी आपल्याला सर्वांत हुषार विद्यार्थ्याचे स्थान मिळवता आले पाहिजे असा त्याने निर्धार केला. शाळेच्या अभ्यासाला आणि परीक्षेला तो जळू चिकटल्याप्रमाणे चिकटून बसला. पुस्तकांचे रक्तशोषण करू लागला.

मुलाने मिळविलेल्या उत्तुंग यशाने मोहनस्वामीच्या आईला आकाश ठेंगणे वाटू लागले. पण त्याच वेळी आपला मुलगा आपल्यापासून दुरावत चालला आहे, असे वाटून ती किंचित अस्वस्थ झाली. एक वर्षापूर्वी रोज संध्याकाळी ती मोहनस्वामीला गणित विषय शिकवत होती. त्या वेळी मोहनस्वामीला आईची बरीच तिखट बोलणी ऐकावी लागत होती. आता मोहनस्वामीला आईच्या शिकवणीची गरजच उरली नाही. गेल्या एक वर्षापासून ही संधी आपल्या मुलाने आपल्यापासून हिरावून घेतली आहे, असे तिला वाटू लागले.

बऱ्याच वर्षांपूर्वीची एक घटना मोहनस्वामीच्या आईला अधूनमधून आठवत

होती. मोहनस्वामी दुसरीच्या वर्गात जाईपर्यंत त्याला एक विचित्र सवय जडली होती. त्या काळी मोहनस्वामी रोज रात्री अंगणात आपल्या आईच्या कडेवर बसून चांदोबाकडे पाहत आपण घेत असलेला घास त्या चांदोबाला दाखवून मगच तोंडात घालत असे. कितीही विनवणी केली, धाकदपटशा दाखवला, तरी त्याने हा आपला हट्ट सोडला नाही. लहानपणी आई त्याला रोज रात्री कडेवर घेऊन अंगणात जात असे. त्याच वेळी तिच्या डाव्या हातात जेवणाची छोटी ताटली धरलेली असे. मोहनस्वामीने जेवणाकडे दुर्लक्ष केले, तर ती ताटलीतील घास आपल्या उजव्या हातात घेऊन "तो पहा, चांदोबा तुझ्याकडे पाहतो आहे. तू जेवायला टाळाटाळ केलीस, तर तुझा घास तो चांदोबा पळवून स्वतः गट्टम् करील." असे म्हणून तो घास चंद्राच्या दिशेने धरून लगेच मोहनस्वामीला भरवत असे आणि मोहनस्वामी तो घास अजिबात आढेवेढे न घेता गिळून टाकत असे. त्यानंतर मोहनस्वामीची चांदोबाशी चांगलीच गट्टी जमली. त्याची ताई त्याच्यापेक्षा पाच वर्षांनी मोठी होती. तरीही आई मोहनस्वामीला कडेवरून अंगणात घेऊन जाताना ताईदेखील आईचा पदर धरून तिच्याबरोबर अंगणात येत असे. काही वेळा आई "तुला हा घास नको असेल, तर ताईला देऊन टाकीन" अशी धमकी देऊन तो घास ताईच्या तोंडाजवळ नेत असे. ताई देखील आपल्याला तो घास हवा असल्याच्या आविर्भावात 'आ' म्हणून तोंड उघडण्याचे नाटक करीत असे. इतके नाटक झाल्यावर मोहनस्वामी तो घास मुकाट्याने गिळत असे. अमावास्येच्या दिवशी किंवा ढगाळ आकाशात चंद्र दिसेनासा झाल्यावर मोहनस्वामीला घास भरवणे म्हणजे एक मोठे दिव्य होते. तरीही अंगणात दोन्ही मुलांसह उभे राहून गार वारा अंगावर घेत मुलाला घास भरवण्यात आईला एक वेगळाच आनंद मिळत होता. मोहनस्वामीची ही सवय दुसरीच्या वर्गात गेल्यावर सुटली. ताटलीत स्वतः भात कालवून जेवण्यास त्याने प्रारंभ केला. आई त्याला कडेवर घेऊन बाहेर निघाली, तर तो 'नको नको' म्हणून कडेवरून उतरत असे. त्या वेळी एका बाजूने मुलगा मोठा झाला म्हणून आईला आनंद झाला, तर दुसऱ्या बाजूने त्याला कडेवर घेऊन अंगणात उभे राहून घास भरविण्याचा जो आनंद मिळत होता त्यापासून आपण वंचित झालो आहोत याची जाणीव होऊन तिला फार वाईट वाटे. जसजशी मुले मोठी होत गेली तसतशी ती आपला आनंद हिरावून नेत आहेत, अशी तिची भावना होऊन प्रत्येक वेळी तिला वाईट वाटू लागले.

"पतिपत्नी संभोग करतेवेळी पत्नी पतीवर स्वार होऊ लागली आणि त्या संभोगातून ती गरोदर राहिली, तर त्यांची संतती अशा स्वरूपात जन्म घेते. त्यासाठी मुलींना कधीही आपल्यावर स्वार होऊ देऊ नये" अशी मुक्ताफळे जेव्हा मोहनस्वामीचा

वर्गमित्र उत्तर प्रदेशचा राजबिंडा तरुण सुमीत गोयल याने उधळली तेव्हा मोहनस्वामीने किंचित अस्वस्थ होऊन विचारले, "असं खरंच होतं?" कॉलेजच्या समोरच अथांग पसरलेल्या समुद्राच्या तीरावर मावळत्या सूर्याला मानवंदना देत ते दोघेही गप्पागोष्टी करत रमत गमत चालले होते. त्या वेळी एक पुरुष बायकी हावभाव करत त्यांच्यासमोरून गेला. "हा माणूस 'गे' आहे. अशी माणसं काय करतात माहीत आहे?" असे डोळे मिचकावून सुमीतने विचारले तेव्हा मोहनस्वामीने नकारार्थी मान हलविली. 'गे' हा शब्द त्याच्या कानावर हल्लीच पडला होता. मोठ्या महानगरातून कॉन्व्हेंटमध्ये शिकून इथे आलेली आणि वसतिगृहामध्ये राहत असलेली तरुण मुले 'गे' या शब्दाचा अधूनमधून वापर करून गडगडाटी आवाजात हसत असतात. मोहनस्वामीला माहीत नसलेल्या काही गोष्टी त्याला समजावून सांगण्याच्या उत्साहात सुमीत गोयलने "अशी 'गे' मंडळी पुरुषांशी संभोग करतात" असा गौप्यस्फोट केला. आपले नैसर्गिक शारीरिक हावभाव सुमीतच्या नजरेला पडू नयेत म्हणून मोहनस्वामीने आपले शरीर जास्तच आखडले. पण त्याचे कुतूहल त्याला स्वस्थ बसू देईना. "ही 'गे' मंडळी असं का करतात?" मोहनस्वामीने साळसूदपणे आपली शंका सुमीतला विचारली. "अशा मंडळींची कामशक्ती प्रचंड असते. स्त्रियांशी संभोग करून त्यांना पुरेसे सुख मिळत नाही, म्हणून ते पुरुषांना आपल्या जाळ्यात ओढून आपली कामतृप्ती करून घेतात." कामजीवनातील आपले ज्ञान परिपूर्ण असल्याच्या आविर्भावात सुमीतने मोहनस्वामीचे शंकानिरसन केले. पण मोहनस्वामीचे पूर्ण समाधान झाले नाही. "इतकी तीव्र कामशक्ती घेऊन ते कसे काय जन्माला येतात?" त्याने पुढचा प्रश्न केला. अशा शंका विचारण्यामागे त्याला स्वतःबद्दलचे ज्ञान समजून घेण्याचा उद्देश होता. या प्रश्नाचे उत्तरदेखील आपल्याकडे तयार असल्याच्या दिमाखात त्याने संभोगसमयी स्त्री-पुरुष घेत असलेल्या आसनांचे रहस्य उघड केले आणि म्हणाला, "म्हणूनच मी कधीही मुलींना माझ्यावर स्वार होऊ देत नाही. तू देखील तसंच कर. या बाबतीत कायम सावध रहा. बी केअरफुल!" सुमीतचे उत्तर ऐकून आपली आई अशीच वडिलांवर स्वार झाल्यामुळे आपला या स्वरूपात जन्म झाला असावा अशी शंका मोहनस्वामीच्या मनात उत्पन्न झाली. "आईनं असं का केलं असावं?" हा विचित्र प्रश्न त्याचा मेंदू पोखरू लागला. पण हा प्रश्न सुमीतला किंवा दुसऱ्या कुणाला थेट विचारून आपले समाधान करून घेण्याइतपत त्याला धीर नव्हता.

उत्तर भारतातील मुले इतकी सुंदर आणि आकर्षक असतील असे मोहनस्वामीला वाटले नव्हते. बळ्ळारी जिल्हा सोडून इतर कुठेही तो फिरकला नव्हता. उत्तर प्रदेशमधून कुणीही त्याच्या गावी किंवा जिल्ह्यात आलेला नव्हता. अशा मुलांचा लालसर गोरा रंग, वयाच्या मानाने जास्त उंची, आडदांड शरीरयष्टी, मस्तकावर

भरपूर केस, चेहऱ्यावरचे मोहक हास्य, हे सर्व एकटक पाहत राहावे असे मोहनस्वामीला वाटत होते आणि तसे पाहताना त्याच्या तोंडाला पाणी सुटत असे. या मुलांच्या अंगी असामान्य धैर्य होते. प्रत्येक कार्यात त्यांचा पुढाकार असे. अजिबात न घाबरता ते मुलींच्या बरोबर बोलतात. शहरात जाऊन पबमधून दारू ढोसून ब्ल्यू फिल्म पाहून येतात. या मुलांची वेगळीच पिढी असावी असे वाटते. त्या मानाने इकडचे दक्षिण भारतीय तरुण अगदीच मिळमिळीत वाटतात.

बारावीच्या वार्षिक परीक्षेमध्ये उत्तम गुण मिळाल्यामुळे मोहनस्वामीला या समुद्रकिनाऱ्यावरच्या प्रतिष्ठित इंजिनीअरिंग कॉलेजमध्ये प्रवेश मिळाला होता. या कॉलेजमध्ये भारतातील प्रत्येक राज्यासाठी ठरावीक जागा राखून ठेवल्या होत्या. त्यामुळे दूरदूरच्या राज्यांतून अनेक तरुण-तरुणी या कॉलेजमध्ये येऊन शिकत होत्या. अशाच राखीव जागांचा फायदा घेऊन लखनौच्या सुमीत गोयलने या कॉलेजमध्ये प्रवेश घेतला होता. मोहनस्वामी आणि त्याची एकच इंजिनीअरिंगची शाखा आणि एकच तुकडी होती. त्या दोघांची दाट मैत्री होण्यामागे अनेक कारणे होती. सुमीतला शिक्षणामध्ये फारशी गती नव्हती. बरीच धडपड करून बारावीमध्ये पास होऊन या कॉलेजमध्ये प्रवेश घेण्यात तो यशस्वी झाला होता. त्याला क्रिकेटचे विलक्षण वेड होते. फुरसतीच्या वेळी तो हटकून क्रिकेटच्या मैदानात हजर असे. कॉलेजच्या परीक्षेला दांडी मारून कुठेतरी दूरच्या गावात क्रिकेटचा सामना खेळून तो परत येत असे. भारताच्या क्रिकेट टीममधून आंतरराष्ट्रीय सामने खेळण्याची त्याची जबरदस्त महत्त्वाकांक्षा होती. आपली स्वप्ने आणि महत्त्वाकांक्षा इतरांसमोर प्रकट करण्याची त्याची इच्छा होती. त्यासाठी जास्त न बोलणारा आणि आपले बोलणे नीट कान देऊन ऐकणारा मित्र हवा होता. हे दोन्ही गुण असलेला मोहनस्वामी त्याने बरोबर हेरला आणि त्याच्याशी त्याने आपली गट्टी जमवली.

नेहमीप्रमाणे मोहनस्वामी शिक्षणात अव्वल होता. अजूनपर्यंत त्याने गणितामध्ये शंभर टक्क्यांहून कमी गुण घेतले नाहीत. उद्याचा अभ्यास आजच संध्याकाळी करून जय्यत तयारीनिशी शाळेला जाण्याचा त्याचा जुना परिपाठ इथे कॉलेजमध्येदेखील त्याने चालू ठेवला होता. विश्वविद्यालयाच्या परीक्षांमध्ये पहिला नंबर पटकावण्याची संधी त्याने कधीही दवडली नाही. मोहनस्वामीच्या या डोळे दिपविणाऱ्या यशामुळे सुमीत गोयल त्याच्याकडे जास्त आकृष्ट झाला आणि दोघांची दाट मैत्री झाली. अभ्यासामध्ये सुमीतला मोहनस्वामीची फार मदत मिळत होती. मोहनस्वामीने घेतलेल्या सुवाच्य अक्षरातील नोट्स सुमीतच्या अलगद हातात पडत होत्या आणि सुमीत त्याचा योग्य फायदा उठवत होता. एखादा किचकट विषय सुमीतला समजला नाही, तर मोहनस्वामी त्याला उत्साहाने विस्तृत स्पष्टीकरण देऊन शिकवत असे. मोहनस्वामीने अनेक वेळा सुमीतच्या लॅब शीट्स, डिझाईन्स,

ड्रॉइंग्ज तयार करून दिल्या होत्या. यापेक्षा महत्त्वाची मदत म्हणजे मोहनस्वामी परीक्षेच्या दिवसांत संभाव्य प्रश्नांची अचूक निवड करून त्याची उत्तरे सुमीतला स्पष्ट सांगून त्याला त्या परीक्षेमध्ये पास होण्यास मदत करत असे. याच्या बदल्यात कसलीही अपेक्षा न ठेवणारा, मुलींच्या भोवती पिंगा न घालणारा, ब्ल्यू फिल्म कधीही न पाहणारा, संकोची स्वभावाचा, मितभाषी मोहनस्वामी आपला मित्र आहे याचा सुमीतला अभिमान वाटत होता. या अभिमानापोटी सुमीत अधूनमधून मोहनस्वामीला मिठीत घेऊन त्याच्या कपाळावर एक चुंबनाचा शिक्का उमटवून म्हणत असे, तू मुलगी असतास तर मी तुझ्याशी आधीच लग्न केले असते. याचा परिणाम म्हणजे मोहनस्वामीच्या गालांचा रंग बदलून लाल होत असे.

मोहनस्वामी सुमीतकडे आकर्षित होण्यास सुरुवात झाली होती आणि त्याची प्रेमाच्या दिशेने वाटचाल सुरू होती. पण हा बदल मोहनस्वामीच्या लक्षात आला नाही. सुमीत आपल्याला हवाहवासा का वाटतो याबद्दल मोहनस्वामीने कधीच विचार केला नाही. आपण नेहमी सुमीतच्या सहवासात राहावे, त्याचे बोलणे ऐकत राहावे, त्याच्या कामात त्याला मदत करावी, सुमीतने कॉलेजचे क्लास चुकवले, तर अधिकारवाणीने त्याची कानउघाडणी करावी, सुमीतला शारीरिक इजा न होईल इतपत त्याच्याशी मारामारी करून आपला राग प्रदर्शित करावा, त्याचा क्रिकेटचा सामना चालू असताना मैदानावर जाऊन त्याला प्रोत्साहन द्यावे, कदाचित सामन्यात हार झाली तर त्याचे समाधान करून त्याला धीर द्यावा, या सर्व त्याला हव्याहव्याशा वाटणाऱ्या अपेक्षा. बऱ्याच मुली सुमीतकडे आकर्षित होत होत्या. त्याच्यावरून जीव ओवाळून टाकावा असे त्यांना वाटत होते. मुलींशी असलेले त्याचे संबंध हा कॉलेजमध्ये सर्वांमुखी झालेला विषय होता. त्याबद्दल अनेक रंगीन किस्सेही कानावर येत असत. एकदा चेष्टेने मोहनस्वामी त्याला म्हणाला, "तू मुलींबद्दल जे बोलतोस ते कितपत खरं आहे? की निव्वळ थापा?" यावर सुमीतने आपल्या पॅण्टच्या मागील खिशातून दोन कंडोम काढून दाखवले आणि म्हणाला, "हे आज रात्रीसाठी." ते पाहून मोहनस्वामी आश्चर्याने थक्क झाला.

एकदा सहज गप्पा मारताना सुमीतने चौकशी केली, "का रे मोहन, अजून तुझा कुणा मुलीशी संबंध आला नाही?" या प्रश्नावर मोहनस्वामी गडबडला आणि त्याच्या छातीची धडधड जोराने होऊ लागली. सुमीतने थेट त्याच्या प्रतिष्ठेला हात घातला होता. त्या प्रतिष्ठेला जपण्यासाठी गावातील एका मुलीवर आपले खूप प्रेम आहे आणि एकदा संधी साधून तिच्याशी शारीरिक संबंध ठेवला होता, अशी कपोलकल्पित घटना त्याने सुमीतसमोर मांडली. यावर सुमीत खळखळून हसला आणि म्हणाला, "वा दोस्ता! वरून भोळा सांब दिसतोस, पण आतून लबाड आहेस. तू तो छुपा रुस्तुम निकला यार!" आपल्या लखनवी भाषेत त्याने

मोहनस्वामीचे कौतुक केले. या नकली शाबासकीने हुरळून जावे, की आपल्या शारीरिक वैगुण्याबद्दल खंत करावी हे मोहनस्वामीला कळेना. हल्ली काही दिवसांत मित्रमंडळींच्या कोंडाळ्यात बसून मुलींबद्दल आणि सिनेमातील नायिकांबद्दल अश्लील चर्चा करण्यास तो शिकला होता आणि त्यासाठी त्याला मित्रांकडून हसून दाददेखील मिळाली होती. पण वास्तवात त्याला अजूनपर्यंत एकाही मुलीचा देह आकर्षक वाटला नव्हता. त्याऐवजी समोर जमलेल्या मित्रांपैकी काहीजणांचे तारुण्याने भरलेले देह त्याला आकर्षक वाटत होते. त्यांच्याकडे पाहताना त्याच्या देहातील सुप्त कामभावना जागृत झालेली जाणवत होती. पण हे वास्तव या सर्वांसमोर उघड केले, तर आपल्याला कोणी जवळ करणार नाही, आपला हा मित्रपरिवार आपल्यापासून दूर होईल आणि आपण एकटे पडू अशी भीती त्याच्या मनात होती. क्वचित कधी तरी रात्री निद्रादेवी रुसून बसली आणि झोप येईनाशी झाली, तर किती दिवस अशी बतावणी करत आयुष्य घालवायचे, असा विचार करून हताश होत असे. शिशुपालाचे शंभर अपराध भरल्यावर श्रीकृष्णाने आपल्या सुदर्शन चक्राने त्याचे शिर धडावेगळे केले होते. अशा परिस्थितीत रोज निदान दहा वेळा खोटे बोलण्याचे अपराध आपल्या हातून घडत असताना पुढे आपले कसे होईल, या चिंतेने त्याची झोप पार उडून जात असे.

महिन्यातून एक-दोन वेळा संध्याकाळी ते दोघेही समुद्रकिनाऱ्यावर फिरायला जात असत. राष्ट्रीय महामार्गावर एका बाजूला त्यांच्या कॉलेजचा विशाल कॅम्पस होता, तर दुसऱ्या बाजूला अथांग पसरलेला अरबी समुद्र होता. राष्ट्रीय महामार्ग ओलांडल्यावर लगेच समुद्रतीरावर पाऊल पडत असे. हल्ली समुद्रतीरावर काही व्यापाऱ्यांनी दुकाने थाटली होती. कॉलेजच्या विद्यार्थ्यांची मागणी लक्षात ठेवून हे समुद्रतीराचे व्यापारीकरण झाले होते. बरेचसे कॉलेज विद्यार्थी संध्याकाळी इथे येऊन सूर्यास्ताचे रमणीय दृश्य पाहून धन्य होत असत. सुमीतच्या सहवासात अश्लील गप्पा मारत समुद्रकिनाऱ्यावर फेरफटका मारणे, संधी साधून सुमीतशी लगट करणे, गप्पांच्या ओघात सुमीत कधी तरी आपल्या खांद्यावर हात ठेवण्याची वाट पाहणे यासाठी मोहनस्वामी हपापलेला असे. त्यासाठी समुद्रकिनाऱ्यावर फिरायला जाऊ म्हणून सुमीतला तो वरचेवर गळ घालत असे.

ज्या दिवशी मुलींच्याबरोबर डेटिंग नसेल त्या दिवशी मोहनस्वामीच्या विनंतीला मान देऊन सुमीत समुद्रतीरावर फेरफटका मारण्यासाठी जात असे. त्या दिवशी संध्याकाळी सुमीत आपली क्रिकेट प्रॅक्टिस संपवून, घामाने निथळून निघालेल्या देहाने आणि अंगातील सर्व कपडे घामाने ओलेचिंब झालेल्या अवस्थेत मोहनस्वामीसोबत फिरायला निघत असे. नेमके याउलट मोहनस्वामी मैसूर सॅण्डल सुगंधी साबणाने स्नान करून ताजा, टवटवीत होऊन फिरायला बाहेर पडत असे. सुमीतच्या देहातून

निघणाऱ्या घामाच्या वासाने मोहनस्वामी कामोत्तेजक होत असे. समुद्रावरून येणारा गार वारा आपल्या छातीवर झेलण्यासाठी सुमीत आपल्या शर्टाची दोन बटणे सोडून आपली विशाल छाती उघडी करत असे आणि आपले दोन्ही हात आडवे पसरून, दोन्ही डोळे मिटून गार वाऱ्याचा आनंद घेत असे. या अवस्थेतील सुमीतला पाहून हा आकाशातून धरतीवर अवतरलेला गंधर्व असावा असे मोहनस्वामीला वाटत असे. त्याच्या खांद्यावर हात टाकून फिरावे, अशी मोहनस्वामीला तीव्र इच्छा होई. पण सुमीत मोहनस्वामीपेक्षा दहा इंचांनी उंच असल्यामुळे मोहनस्वामीचे हात सुमीतच्या खांद्यापर्यंत पोचतच नव्हते. जे आपल्या आवाक्याबाहेर आहे त्याच्या मागे कधीही लागू नये याची मोहनस्वामीला चांगलीच जाणीव होती. पण आचरणात आणणे कठीण वाटत होते.

माहिती-तंत्रज्ञानाचा आजच्यासारखा सुळसुळाट त्या काळी अजून झालेला नव्हता. कॉलेजच्या ग्रंथालयात एक इंजिनीअरिंगचा विषय सोडला, तर इतर विषयांवरची पुस्तके उपलब्ध नव्हती. दैहिक वासनेबद्दलची माहिती मिळविण्यासाठी हपापलेल्या आधुनिक तरुणांना माहितीची रोज नवीन दालने उघडून सत्याचा शोध लावणे महाकठीण काम होते. पण तशा अवस्थेत देखील ही हॉस्टेलमधली तरुण मंडळी हलक्या दर्जाच्या भाषेत लिहिलेली स्त्री-पुरुष संबंधांच्या शृंगारिक रहस्यकथांची पुस्तके, अश्लील विनोदांची लयलूट असलेली दर्जाहीन मासिके, स्त्रियांच्या नग्नदेहाची अस्पष्ट चित्रे असलेली पुस्तके हरप्रयत्नाने हस्तगत करत असत. अशा पुस्तकांची पाने जीर्ण होऊन फाटेपर्यंत हॉस्टेलमधले सर्वजण अदलाबदल करून वाचत असत आणि शेवटी ती कुणाच्या तरी बिछान्याखाली दडवली जात असत. ही अवस्था फक्त कर्नाटकातील कन्नड भाषिक तरुणांची नव्हे, तर सर्वभाषिक तरुणांची होती. फक्त फरक इतकाच, की कन्नड भाषेतील पुस्तके कृष्णधवल चित्रांची, तर इंग्रजी किंवा इतर भाषांतील पुस्तके रंगीबेरंगी चित्रांची आणि आकर्षक स्वरूपातील होती.

मोहनस्वामीदेखील अशी पुस्तके अधूनमधून चाळत असे. त्यात कुठे तरी आपल्या वेगळ्या प्रकारच्या दैहिक वासनेबद्दल उल्लेख असेल, या आशेने पानांमागून पाने उलगडत नजर टाकत असे. पण दुर्दैवाने हवी तशी माहिती त्याला कुठेही मिळाली नाही. असे अश्लील साहित्य फक्त पुरुषांसाठीच असल्यामुळे त्यात ठिकठिकाणी स्त्रियांच्या नग्न देहाची चित्रे, स्त्रियांच्या विविध अवयवांचे वर्णन यांचाच उल्लेख होता. त्यात पुरुषांच्या शृंगारिक अवस्थांबद्दल माहिती किंवा वर्णन कुठेही दिसून येत नव्हते. चुकून तशी माहिती कुठे दिसलीच तरी ती वाचून आपण महापाप करत आहोत, असे वाटून त्याच्या मनात अपराधीपणाची भावना निर्माण होत असे. एकदा असेच एक मासिक चाळत असताना, 'वाचकांचे शंकासमाधान'

या सदरात एका वाचकाने विचारलेला प्रश्न त्याच्या नजरेला पडला. त्या वाचकाने आपल्याला पुरुषांबद्दल आसक्ती वाटते आणि त्यांच्या सहवासात राहावेसे वाटते असे लिहून त्यावरचा उपाय विचारला होता. त्याचे उत्तर स्वतःला त्या विषयातील तज्ज्ञ म्हणवून घेणाऱ्या महाशयाने लिहिले होते ते असे– 'साधारणपणे पुरुषांच्या कुंडलीत नागदोष असेल, तर अशा पुरुषांना पुरुषांचे आकर्षण वाटते. नागदेवता ही संतानविषयक देवता आहे. अशा पुरुषांच्या पूर्वजाने जिवंत नागाला ठार मारले असण्याची शक्यता आहे. त्यामुळे अशा पुरुषांनी रोज नागदेवतेची पूजा केल्यास त्यांना या शापामधून खात्रीने मुक्ती मिळेल.'

मोहनस्वामीने यावर नितांत विश्वास ठेवला. आपल्या घराण्यात कुणी अशी नागहत्या केल्याचे त्याने ऐकले नव्हते. पण नक्कीच कुणी तरी केली असणार असा त्याला विश्वास वाटला आणि त्याला फार वाईट वाटले. त्यानंतर रोज त्याच्या स्वप्नात वळवळणारे नाग दिसू लागले. एकदा त्याच्या स्वप्नात 'फुस फुस' आवाज करत, आपला फणा उभारून, आपल्या तोंडातील दोन लालचुटूक जिभांचे दर्शन घडवून एक नागसर्प वेगाने वळवळत त्याच्या जवळ आला आणि त्याच्या पोटरीवर फणा आपटून त्याला दंश करून त्याच वेगाने पसार झाला असे दृश्य दिसले. भीतीने दचकून तो जागा झाला. उठून पाहतो, तर ती मध्यरात्रीची वेळ होती. त्याला दरदरून घाम फुटला होता. सर्व शरीर घामाने भिजून चिंब झाले होते. छातीची वेगाने होणारी धडधड पूर्ववत होण्यासाठी दोन मिनिटे लागली. यावर काही तरी उपाय करायलाच हवा असा निश्चय करून तो रोज सकाळी स्नान करून समुद्रतीरावर असलेल्या एका महादेव मंदिरात जाऊन देवदर्शन करून येऊ लागला. त्या मंदिरात नागदेवतेची मूर्ती कोरलेले दोन दगड होते. त्या मूर्तीसमोर भक्तिभावाने हात जोडून, हे नागदेवता, माझ्या कुणी पूर्वजाने तुमच्यावर अन्याय केला असेल तर त्याची शिक्षा मला कशाला, अशी डोळ्यांत पाणी आणून विनवणी करू लागला. पण अशी कित्येक महिने नागदेवतेची पूजा करूनदेखील त्याच्या दैहिक वासनेमध्ये अजिबात फरक पडला नाही. वसतिगृहाच्या बाथरूममधून स्नान करून कंबरेभोवती टॉवेल गुंडाळून येणाऱ्या तरुणांना पाहिले, की तो भलताच कामोद्दीपित होत होता. इतर विद्यार्थ्यांप्रमाणे चड्डी न घालता फक्त टॉवेल गुंडाळून तो कधीही स्नानाला जात नसे. पण एकच समाधानाची गोष्ट म्हणजे स्वप्नामध्ये नागांचा सुळसुळाट हळूहळू कमी होत चालला होता.

क्वचित कधी तरी हा विषय मित्रमंडळींच्या चर्चेमध्ये निघत असे. मोहनस्वामी स्वतः कधी हा विषय उकरून काढत नसे. आपण या विषयावर काही बोललो, तर आपले मित्र आपल्याला 'गे' समजतील या भीतीने बोलण्याचे स्वातंत्र्य आपल्या मित्रांना देऊन स्वतःकडे फक्त ऐकण्याचे काम ठेवले. ऐकताना त्यांच्या बोलण्यावर

मन एकाग्र करून नीट कान देऊन ऐकत असे आणि ते मुकाट्याने न ऐकता शी, थू, घाणेरडेपणा, असह्य असे शेरे मारत असे. आपण बरीच इंग्रजी पुस्तके वाचलेली आहेत असे गर्वाने सांगणाऱ्या बेंगळूरच्या एका मित्राने एकदा एक विचित्र स्पष्टीकरण दिले. "आमच्या देहावर नियंत्रण ठेवणाऱ्या काही वंशवाहिन्या (जीन्स) असतात. त्या फार बुद्धिमान असतात. काही मानव या भूतलावर बिनकामाचे असतात. असे बिनकामाचे मानव ते लगेच ओळखतात. अशा मानवांना संतानप्राप्ती होणार नाही याची दक्षता घेतात आणि त्यांची वंशवृद्धी रोखून धरतात. आपण ज्यांना 'गे' समजतो ते असेच वंशवृद्धी संपुष्टात आलेले मानव. अशांना फक्त पुरुषांचेच आकर्षण वाटते. त्यांना संतानप्राप्ती होणार नसल्यामुळे त्यांच्या मृत्यूनंतर त्यांचा वंश तिथेच संपतो. आम्ही मुलांना जन्म देण्यास सक्षम आहोत याचा अर्थ आम्ही बिनकामाचे नव्हेत हे आमच्या वंशवाहिन्यांनी जाणले आहे,' असे तो ठामपणे म्हणाला. हे स्पष्टीकरण मोहनस्वामीला अत्यंत कठोर व निर्दयी वाटले. 'मी फार चांगला मुलगा आहे असे निदान मला तरी वाटते. शिक्षणात मी सर्वांत हुषार आहे. आजपर्यंत मी कुणाचे काही वाकडे केलेले नाही. या वंशवाहिन्या माझ्यासारख्या सभ्य गृहस्थावर बिनकामाचा म्हणून कसा काय शिक्का मारतात आणि वंशवृद्धी रोखून धरतात? फसवेगिरीचे धंदे करणाऱ्या बऱ्याच जणांना संतती झाली आहे. त्यांच्यापेक्षा मी हीन दर्जाचा कसा?' असा त्याने मनात विचार केला. पण या मनातल्या विचाराला उत्तर कोण देणार? आपल्या शरीरातील वंशवाहिन्यांना बोलते कोण आणि कसे करणार?

यानंतर काही दिवसांनी सुमीतच्या वडिलांचे निधन झाल्याची तार हॉस्टेलवर येऊन धडकली. ती तार नक्की कुणासाठी आहे याचा शोध बऱ्याच खटपटीनंतर दोन दिवसांनी लागला आणि त्यानंतर ती सुमीतच्या हातात पडली. सुमीतने लगेच मित्रांकडून प्रवासखर्चासाठी उसने पैसे मागून घेतले आणि आपल्या गावी लखनौला निघाला. रेल्वेने त्याच्या गावी पोचण्यासाठी तीन दिवस लागतात. त्यानंतर तिथून परत निघून येण्यासाठी आणखी तीन दिवस. तिकडचे अंत्यविधी उरकण्यासाठी पाच दिवस तरी हवेत. म्हणजे जवळ जवळ दोन आठवड्यांनी तो परत येण्याचा अंदाज होता. सुमीतच्या अनुपस्थितीमध्ये मोहनस्वामीचे दिवस अतिशय दुःखात गेले. सुमीत त्याच्या आई-वडिलांचा धाकटा मुलगा. मोहनस्वामीच्याच वयाचा. या लहान वयात त्याचे वडील या जगातून निघून गेल्याचे मोहनस्वामीला फार दुःख झाले. तो परत आल्यावर त्याचे सांत्वन करायला हवे, त्याची काळजी घ्यायला हवी, त्याला पैशांची गरज लागली, तर लगेच द्यायला हवेत, असे त्याने मनाशी ठरवले. सुमीत परत येण्याची तो आतुरतेने वाट पाहू लागला. वडिलांच्या निधनानंतर तिथे काय घडले असेल, सुमीत आता कसा असेल, असे विचार त्याच्या मनात

घोळू लागले.

एकदा दुपारी हायड्रॉलिक लॅबमध्ये प्रयोग करत असताना, उशिरा आलेल्या एका विद्यार्थ्याने सुमीत परत आल्याची बातमी दिली. बातमी समजताच मोहनस्वामीला अर्धवट राहिलेला प्रयोग पूर्ण करावासा वाटला नाही. डोकेदुखीचे निमित्त सांगून तो बाहेर पडला आणि हॉस्टेलच्या दिशेने धावला. पळतच त्याने सुमीतची खोली गाठली आणि खोलीचा दरवाजा ढकलला. सुमीत आरामात एक लाडू खात होता आणि खातानाच रेडिओवरच्या एका गाण्याच्या तालावर आनंदाने नाचत होता. मोहनस्वामीचे त्याने हसून स्वागत केले आणि एक लाडू देऊन तो खाण्याची विनंती केली. मोहनस्वामीला आश्चर्य वाटले. वडिलांचे निधन झाल्याची बातमी बहुतेक खोटी असावी असे त्याला वाटले. आपल्याला आलेल्या संशयाची सत्यता पडताळून पाहण्यासाठी त्याने "लखनौला कशाला गेला होतास?'' असा थेट प्रश्न सुमीतला केला. सुमीतलादेखील आश्चर्य वाटले. "अरे, माझे वडील वारल्याची बातमी तुला समजली नाही?'' असा प्रश्न करून त्याने लाडवाचा आणखी एक तुकडा तोंडात टाकला. सुमीतचे वक्तव्य ऐकून आणि त्याचे लाडूसेवन पाहून मोहनस्वामीला गरगरू लागले. सुमीतने दिलेला लाडू त्याला खावासा वाटेना. "तुला फार दुःख झालं असेल ना रे सुमीत?'' मोहनस्वामीने आस्थेने चौकशी केली. त्यावर सुमीत हसला आणि म्हणाला, "नाही रे मोहन. वडील वारले आणि या जगातून त्यांची सुटका झाली हे बरंच झालं. माझ्या आईचा त्यांनी अतोनात छळ केला. गेली दोन वर्षं ते अंथरुणाला खिळून होते. त्यांची सेवा करताना आईला फार कष्ट पडले. निदान यानंतर आई सुखानं जगेल अशी आशा वाटते.'' सुमीतच्या चेहऱ्यावर दुःखाचा लवलेशदेखील दिसत नव्हता. "त्यांचं वय किती होतं रे?'' मोहनस्वामीने दुसरा प्रश्न केला. "पंच्याऐंशी वर्षं. पण चड्डी सोडण्याचा नाद अजूनही सुटला नव्हता. माझी आई त्यांची तिसरी बायको. पहिल्या दोन बायकांना त्यानं छळून मारलं. दोघींनीही बिछान्यावरच प्राण सोडला म्हणे. माझी आई या छळातून कशीबशी वाचली. माझा जन्म झाला तेव्हा त्यांचे वय पासष्ट होते. त्या वयातदेखील ते बरेच लंपट होते. हल्ली दोन वर्षं अंथरुणाला खिळलेले असतानादेखील कुणी तरी कोवळी तरुण मुलगी दिसली, की हे लाळ घोटत तिच्याकडे पाहत बसत होते म्हणे.'' असे म्हणताना रेडिओवर नवीन चांगले गाणे लागले म्हणून तो खुषीत येऊन गाणे ऐकू लागला. त्या गाण्याच्या तालावर एका हाताने मोहनस्वामीचे हात धरून आणि दुसरा हात त्याच्या कंबरेवर ठेवून तो नाचू लागला.

मोहनस्वामीच्या मनाच्या एका कोपऱ्यात आपल्या या स्थितीला आपला बाप जबाबदार आहे, अशी भावना होती. त्याच्या बालवयातच त्याच्या आईने हे द्वेषाचे विषारी बीज त्याच्या मनात रुजवले होते. यथावकाश त्या बीजाला अंकुर फुटून

त्याचा आता मोठा विषवृक्ष झाला होता. तेव्हापासून त्याच्या मनातील वडिलांबद्दलचे प्रेम कमी होत होत आता जवळ जवळ नष्ट झाले होते. पण आता सुमीतच्या बोलण्यावरून त्या विषवृक्षाचे समूळ उच्चाटन झाले होते. मुलींच्या बाबतीत लाळघोटेपणा करणारा हा मुलगा सुमीत गोयल त्याच्या बापाच्या पासष्टाव्या वर्षी जन्मला होता. याचा अर्थ आईचा युक्तिवाद सपशेल बिनबुडाचा होता. अचानक आपले वडील देवमाणूस असल्याचा त्याला पुन्हा साक्षात्कार झाला. आपल्या या स्थितीला आपले वडील कारणीभूत नाहीत याची त्याला खात्री झाली. त्याचे मन समाधानाने भरले आणि त्याला एकदम हलके हलके वाटू लागले. आपली चाल पुरुषी दिसावी या हेतूने नेहमी आखडून चालणाऱ्या मोहनस्वामीने आपले शरीर एकदम सैल सोडले आणि सुमीतबरोबर नृत्य करताना आपल्या मनाप्रमाणे योग्य नैसर्गिक पदन्यास करू लागला. आपली नैसर्गिक चाल तो चालू लागला आणि सुमीतच्या डोळ्याला डोळा भिडवून दिलखुलास हसू लागला.

मोहनस्वामी व सुमीत गोयल या दोघांची दाट मैत्री सातव्या सेमिस्टरमध्ये संपुष्टात आली. दोघांनाही एका कटू प्रसंगाला सामोरे जावे लागले. त्या अनुभवातून बाहेर पडण्यास मोहनस्वामीला अतोनात कष्ट पडले. यापूर्वी मोहनस्वामीने आपली मर्यादा कधीही ओलांडलेली नव्हती. सुमीतचा देह चुंबकाप्रमाणे त्याला आकर्षित करत होता. मोहनस्वामीच्या सर्व दैहिक वासना सुमीतभोवती घोटाळत होत्या. आपले हात जिथे पोचत नाहीत तिथे विनाकारण हात पोचविण्याचा प्रयत्न करू नये याची त्याला जाणीव होती. सुमीतच्या बाबतीत त्याला स्पर्श करण्यासाठी त्याने स्वतः पुढाकार कधीच घेतला नाही. पण सुमीतने पुढाकार घेतल्यास त्याचा फायदा उठविण्याची त्याची तयारी होती. पण यौवनाच्या बहरात आपल्या इंद्रियांवर नियंत्रण ठेवणे फार कठीण असते. नेमका याचा अनुभव त्या दिवशी मोहनस्वामीला आला. त्या एका क्षणाच्या सुखाची बरीच मोठी किंमत त्याला मोजावी लागली.

त्या रात्री सुमीत भरपूर दारू ढोसून खोलीवर परतला होता. दुसऱ्या दिवशी 'मेकॅनिकल व्हायब्रेशन्स' या विषयाची परीक्षा होती. हा विषय मुळातच फार कठीण. सर्व विद्यार्थ्यांनी या विषयाची धास्ती घेतली होती. पण याला मोहनस्वामी मात्र अपवाद होता. कोणत्याही क्षणी परीक्षेला सामोरे जाण्याची त्याची तयारी होती. त्या उलट सुमीत गोयल परीक्षेच्या आधी एक दिवस अभ्यास करून त्या विषयापुरती तयारी करत असे. पण या तयारीसाठी त्याला मोहनस्वामीच्या मदतीची गरज होती. मोहनस्वामी परीक्षेमध्ये दिले जाणारे संभाव्य प्रश्न अचूक हेरून त्यांची उत्तरे सुमीतला सविस्तर सांगत असे आणि या तयारीवर सुमीत परीक्षेला बसत असे. आता तुझ्या मेंदूवर दारूचा अंमल आहे. त्यामुळे मी सांगितलेली उत्तरे नीट

समजणार नाहीत. या परीक्षेचा नाद सोडून दे. नाही तरी कॉलेजकडून तुला आणखी एक संधी मिळेलच. त्या वेळी जोराची तयारी करून परीक्षेला जा, असा सल्ला मोहनस्वामीने दिला. पण सुमीतने त्याला नकार दिला. "नो नो... तिसऱ्या परीक्षेच्या सुमाराला इंटर युनिव्हर्सिटी क्रिकेट मॅच आहे. त्यासाठी मला बेंगळूरला जावं लागेल. या परीक्षेची तयारी मला आत्ताच करायला हवी." असे म्हणून तो मोहनस्वामीच्या गळ्यात पडला, त्याला मिठीत घेतले आणि कपाळावर चुंबनाचा एक शिक्का उमटविला. मोहनस्वामीला आणखी काय हवे? उत्तरे सांगायला तो कबूल झाला.

त्या दिवशी मोहनस्वामीचा रूममेट त्याच्या खोलीत परीक्षेची जोरदार तयारी करत बसला होता. त्याच्या अभ्यासामध्ये अडचण येऊ नये या उद्देशाने सुमीत मोहनस्वामीला घेऊन आपल्या खोलीवर गेला. सुमीतचा रूममेट दुसरीकडे गेला होता. त्यामुळे या दोघांव्यतिरिक्त खोलीत कुणीच नव्हते. मोहनस्वामीने प्रेमाने आणि कळकळीने संभाव्य प्रश्न आणि त्यांची उत्तरे रात्री दोन वाजेपर्यंत नीट समजावून सांगितली. सुमीत मुळातच हुषार होता. अगदी दारूच्या नशेमध्ये देखील मोहनस्वामीने सांगितलेली उत्तरे त्याने आत्मसात केली. शिवाय सुमीतने इतर काही शंका मोहनस्वामीला विचारल्या. या शंका अगदी रास्त होत्या. त्यावर मोहनस्वामीदेखील मिनिटभर गोंधळला. पण नंतर नीट विचार करून त्याने उत्तरे दिली. सुमीतचे समाधान झाले. रात्री दोन वाजता "सुमीत, आता बस झालं. यापुढं आणखी जागरण केलंस, तर उद्या परीक्षेच्या वेळी तुला झोप येईल आणि आपले सर्व प्रयत्न केराच्या टोपलीत जातील. ही सर्व उत्तरं नीट लक्षात ठेव आणि उद्या परीक्षेला जा." असा सुमीतला सल्ला देऊन तो आपल्या खोलीवर जाण्यासाठी उठला. शरीराला आळोखेपिळोखे दिले. इतक्या रात्री जागरण करून मोहनस्वामीने आपल्याला अभ्यासात मदत केलेली पाहून सुमीतचे मोहनस्वामीवरचे प्रेम उफाळून आले. 'मोहन, तू फार दमला आहेस. आज रात्री इथंच झोप. नाही तरी माझा रूममेट आज रात्री येणार नाही.' सुमीतने मोहनस्वामीला गळ घातली. आपण दोघे एकत्र झोपल्यास काय अनर्थ घडेल याची मोहनस्वामीला पुसटशी कल्पना होती. 'नको सुमीत, नको. माझ्या गादीवरच मला चांगली झोप लागेल.' असे म्हणून त्याने नकार दिला आणि दरवाजाच्या दिशेने निघाला. 'प्लीज, प्लीज दोस्ता, माझं ऐक. निदान आज तरी माझं मन दुखवू नकोस' असे म्हणून सुमीतने मोहनस्वामीचा हात धरून त्याला आपल्याजवळ खेचून घेतले. या आग्रहाला मात्र मोहनस्वामी बळी पडला आणि तो तिथेच झोपण्यास कबूल झाला.

समुद्रतीरावरच्या त्या गावात दमट हवामानामुळे वर्षभर उकाडा जाणवत असे. मुसळधार पाऊस पडला, तरी उष्मांकामध्ये अजिबात घट होत नसे. बळ्ळारीइतकी

उष्णता इथे नव्हती. पण घामाने शरीर पूर्ण भिजून जात असे आणि त्यामुळे अस्वस्थ वाटत असे. प्रत्येकजण थेट पंख्याखाली झोपण्याची धडपड करत असे. खोलीच्या छतावर बरोबर मध्यभागी पंखा टांगलेला होता. हॉस्टेलमध्ये प्रत्येक खोलीत दोन विद्यार्थ्यांची सोय असल्यामुळे दोघांनीही आपल्या कॉट खोलीच्या मधोमध आणून जोडून ठेवल्या होत्या. सुमीत आधीच थोडा दारूच्या नशेमध्ये होता. त्यात मोहनस्वामीबरोबर अभ्यास करून तो दमला होता. त्याला जबरदस्त झोप आली होती. त्याने दिवा मालवला मोहनस्वामीला खेचून आपल्याजवळ ओढून घेतले आणि कॉटवर आडवा झाला. मोहनस्वामीच्या छातीवर त्याने आपला डावा हात ठेवला. त्याच्या कंबरेपलीकडे आपला डावा पाय टाकला. त्याच्या मस्तकाचे चुंबन घेतले आणि "दोस्ता, तू इतका चांगला कसा रे? मला इतकी मदत का करतोस? या बदल्यात माझ्याकडून काय हवं ते सांग. मी नक्की देईन." असे वचन देऊन त्याने डोळे मिटले आणि काही क्षणांत तो झोपेच्या अधीन झाला. सुमीतने दिलेल्या या वचनाचा मोहनस्वामीने वेगळाच अर्थ मनात धरला. आपल्याला काय हवे ते सुमीतला समजले आहे आणि ते देण्यासाठी सुमीतने पहिले पाऊल उचलले आहे. आता पुढचे पाऊल आपल्यालाच टाकायला हवे, असा त्याला सोईस्कर असलेला अर्थ त्याने गृहीत धरला. गेल्या तीन वर्षांपासून ज्या देहाचे सुख मिळविण्यासाठी आपण हपापलेले होतो, तो देह या अंधाऱ्या खोलीत अगदी आपल्याला चिकटून आपल्याशेजारी पहुडलेला आहे, हे पाहून त्याच्या चित्तवृत्ती प्रफुल्लित झाल्या. त्याचा निकट सहवास, त्याचा उष्ण श्वास आणि त्या श्वासातून बाहेर निघणारा मद्याचा उग्र दर्प, शरीर किंचित ओले करणारा घाम, हे सर्व त्याच्या शारीरिक भुकेला खतपाणी घालत होते. सुमीतने आपला डावा पाय मोहनस्वामीच्या कंबरेवरून पलीकडे टाकलेला असल्यामुळे त्या दोघांच्या शरीराचे छोटे अवयव एकमेकांना स्पर्श करत होते. अमावास्येचा दिवस असल्यामुळे सर्वत्र अंधाराचे साम्राज्य पसरले होते. खिडकी उघडी होती आणि तिथून आकाशात पसरलेल्या अगणित तारका चमचमत होत्या. छतावर फिरत असलेल्या पंख्याचा आवाज एका लयीमधून कानावर पडत होता.

मोहनस्वामीला आपल्या इंद्रियांवर नियंत्रण ठेवणे अशक्य झाले. त्याचा उत्साह आता शिगेला पोचला होता. समुद्रकिनाऱ्यावर ओहोटीमुळे छोट्या लाटांची ये-जा चालली होती. मोहनस्वामी हलकेच आपल्या उजव्या कुशीवर वळला. त्याने सुमीतच्या गालाचे एक चुंबन घेतले. एक हलकी लाट येऊन तिने समुद्रतीराला स्पर्श करावा त्याप्रमाणे सुखाची एक लहर मोहनस्वामीच्या शरीरात निर्माण झाली. एखाद्या नाजूक फुलाला ओठांचा स्पर्श व्हावा त्याप्रमाणे मोहनस्वामीने सुमीतच्या दोन्ही डोळ्यांचे चुंबन घेतले. आता सुखाची थोडी मोठी लहर शरीरात निर्माण

झाली. मोहनस्वामीचे दोन्ही हात सुमीतच्या देहावरून फिरू लागले. एक छोटे जहाज समुद्राच्या हृदयावरून लाटांचे आघात अंगावर झेलून तरंगत असल्याप्रमाणे सुमीतला वाटत होते. सुमीतच्या शरीरावरून फिरणारे हात त्याच्या पायजम्याच्या नाडीवर स्थिरावले आणि नाडी सोडवण्याचा प्रयत्न करू लागले. समुद्राच्या खोल तळातील एका शार्क माशाने त्याच्या जवळून जाणाऱ्या एका लांबलचक माशाला आपल्या जबड्यात घेऊन गिळून टाकले.

सुमीतला जाग आली तेव्हा आपल्या शरीराजवळ कसली हालचाल चालली आहे हे त्याला कळेना. डोळे उघडून पाहिले, तर सर्वत्र अंधार पसरलेला होता. आपल्या शरीरावरून बोटे फिरत आहेत असे त्याला वाटले. रात्रीची दारू थोडी जास्तच झाली असावी असे त्याला वाटले. छे! छे! मित्रांच्या आग्रहाखातर थोडीशीच घेतल्याची त्याला खात्री होती. आपल्या शरीरावरचे कपडे उतरवलेले त्याला जाणवले. आपल्या बाजूला कुणीतरी झोपले आहे आणि आपल्याशी लगट करत आहे असे वाटले. रात्री मोहनस्वामीला आपल्यासोबत झोपण्याचा आग्रह केलेला त्याला आठवला. याचा अर्थ, आपल्याशेजारी झोपलेला मोहनस्वामीच असणार. पण तो असे का करतो आहे? शी शी! थू! हा तर छक्का दिसतो. त्याला शिसारी आली. गलिच्छ सांडपाण्याच्या नाल्यामध्ये खोल बुडून गेल्यासारखे त्याला वाटले. मोहनस्वामी आपली मर्यादा ओलांडून या थराला पोचेल असे स्वप्नातदेखील त्याला वाटले नव्हते. घरात पाळलेला कुत्रा जसा प्रेमाने मालकाच्या शरीरासोबत झोंबाझोंबी करतो, तसाच प्रकार मोहनस्वामीने चालवला होता. तसे पाहिले, तर सुमीतने त्याच्याशी मैत्री केली ती त्याच्या अनेक चांगल्या गुणांमुळे. त्याचा स्वभाव अत्यंत लाघवी होता. तो इतरांना मदत करण्यात नेहमी तत्पर असे. तो कधीही कुणावर रागावत नसे. तो शिव्या देताना किंवा कुजकट बोलताना किंवा टोमणे मारताना कुणीही ऐकले नव्हते. तो कायम नीटनेटका राहत असे. स्वच्छतेकडे त्याचा नेहमी कटाक्ष असे. पण हे त्याचे सर्व वाखाणण्यासारखे गुण या क्षणाला त्याच्या गलिच्छ कृतीमुळे धुळीला मिळाले होते.

सुमीतने सावकाश मोहनस्वामीचे हात दूर ढकलले आणि तो उठून बसला. अंगावरचे उतरवलेले कपडे पुन्हा चढवले. त्यानंतर तो पलंगावरून उठला. आपला पलंग त्याने सरकवून भिंतीच्या बाजूला नेऊन लावला आणि त्यावर आडवा झाला. पंख्याचा वारा तिथे पोचत नव्हता. तरीही त्याने अंगावरून चादर ओढून घेतली आणि डोक्यासह पूर्ण शरीर झाकून घेऊन तो झोपला. त्याची झोप पार उडून गेली होती. पण मोहनस्वामीची किळस वाटून त्याच्याकडे पाहणे टाळले. पवित्र तीर्थामध्ये मूत्र मिसळल्याप्रमाणे वाटून त्याच्या मनाची तगमग होऊ लागली. मोहनस्वामी झोपलेल्या बाजूने कसलीही हालचाल त्याला जाणवली नाही. पण काही मिनिटांनी

तो रडत असल्याचा आवाज ऐकू आला. उठून त्याचे समाधान करावे असे त्याला क्षणभर वाटले. पण धड पुरुष नाही, की धड स्त्री नाही अशा या इसमाचा आपल्याशी काय संबंध असा विचार करून, मनावर दगड ठेवून त्याने आपला विचार बदलला. रडण्याचा आवाज बराच वेळ ऐकू येत होता. बाहेर समुद्रावरच्या लाटांचा आवाजदेखील वाढला होता. सुमीतने आपली कूस न बदलता अंगावरची चादर जास्तच घट्ट लपेटून घेतली. कोणत्याही क्षणी मोहनस्वामी पुन्हा जवळ येऊन आपले अश्लील चाळे पुन्हा सुरू करील ही भीती त्याची पाठ सोडत नव्हती.

काही वेळाने मोहनस्वामी पलंगावरून उठल्याचा आवाज आला. तो जवळ आला, तर त्याच्या श्रीमुखात जोराचा प्रहार करण्याचा निर्णय त्याने मनाशी केला. मोहनस्वामीने पलंगावरची बेडशीट सरकवल्याचा आवाज आला. त्यानंतर बेडशीट आणि चादर नीट घडी करून ठेवलेलीदेखील समजली. अशा प्रसंगी देखील त्याच्या नीटनेटक्या स्वभावाचे सुमीतला आश्चर्य वाटले. त्यानंतर मोहनस्वामी सावकाश पावले टाकत दरवाजाच्या दिशेने निघाल्याचा आणि दरवाजाची कडी उघडल्याचा आवाजदेखील आला. मोहनस्वामी आपल्या खोलीवर परत निघाला आहे हे समजून सुमीतचे मन क्षणभर द्रवले. गेल्या तीन वर्षांत मोहनस्वामीने आपल्याला सर्वतोपरी मदत केली आहे, परीक्षेच्या वेळीदेखील त्याने आपल्याला उत्तम मार्गदर्शन केले आहे. पण त्याच्या बदल्यात त्याने जी अपेक्षा केली ती मात्र गलिच्छ आणि किळसवाणी. असली कसली ही गुरुदक्षिणा? गुरू द्रोणाचार्याने एकलव्याजवळ गुरुदक्षिणेच्या रूपात त्याचा अंगठा कापून देण्याची कठोर मागणी केली होती. म्हणजे मोहनस्वामी द्रोणाचार्यप्रमाणेच कठोर मनाचा निघाला वाटते. या अशा माणसासाठी आपले मन द्रवले? छे छे! अजिबात नको. पण तरीही मन स्वस्थ बसू देईना. सुमीतने चादरीमधून फक्त आपला डावा हात बाहेर काढून उंचावला आणि मोहनस्वामीला हाक मारली. हाक ऐकून मोहनस्वामी दाराजवळच थांबला. "मोहन, आय विश यू ऑल दि बेस्ट. यापुढं कृपा करून माझ्याशी बोलण्याचा प्रयत्न करू नकोस. माझ्याकडं नजरदेखील टाकू नकोस. तुझ्या मदतीची मला यापुढं गरज नाही. तू जे केलंस त्यानं मला फार दुःख झालं आहे. मला ते सहन होत नाही. प्लीज." अशी सुमीतने कळकळीची विनंती केली. काही उत्तर न देता मोहनस्वामीने दरवाजा उघडला आणि जड पावले टाकत आपल्या खोलीच्या दिशेने निघाला.

एक मोठी लाट आली. त्या प्रहाराने जहाज कोलमडून पडले आणि बुडून समुद्राच्या तळाशी पोचले. जहाजातील प्रवाशांनी कितीही आक्रोश केला, तरी खोलीत चादर पांघरून झोपलेल्या सुमीतला तो ऐकू येणे शक्य नव्हते. अरण्यरुदन एक वेळ परवडले. पण समुद्ररुदन त्यापेक्षादेखील व्यर्थ. तिथे कुणीही मदतीला

येणे शक्य नाही.

दुसऱ्या दिवशी मोहनस्वामी परीक्षेला गैरहजर राहिला. कॉलेज जीवनात परीक्षेला गैरहजर राहिलेली ही त्याची पहिलीच खेप.

सुमीत गोयलने मोहनस्वामीच्या मनावर केलेली जखम भरून येण्यासाठी अनेक महिन्यांचा कालावधी लागला. मनावर झालेल्या जखमा लवकर भरून येण्यासाठी त्या आपल्या जवळच्या मित्रांना दाखविणे गरजेचे असते. त्या जखमांवर मलमपट्टी होते ती मित्रांकडूनच. पण तसा कोणी मित्रच नसेल तर त्या जखमांची तीव्रता वाढते आणि त्या भरून येणे कठीण होते. मोहनस्वामीची अगदी अशीच परिस्थिती होती. संध्याकाळी एकटाच समुद्रकिनाऱ्यावर जाऊन रडत बसलेला असे. जेवायला जावेसे वाटले नाही, तर खोलीवर जाऊन तसाच उपाशी झोपत असे. सुमीतचे मन बदलेल आणि तो आपल्याकडे परत येईल अशी आशा त्याच्या मनाच्या एका कोपऱ्यात दडून बसलेली होती. पण तसा चमत्कार कधीच घडला नाही. मोहनस्वामीची सावली जरी जवळ दिसली, तरी सुमीत तिकडून दूर जाऊन थांबत असे. त्याच्याकडे नजर टाकणेदेखील सुमीतला वर्ज्य होते. त्या रात्रीची आठवण झाली, तरी शरीरावर घाण पडल्याप्रमाणे त्याला किळस वाटत होती.

साधारणपणे प्रत्येक रविवारी वसतिगृहाच्या भोजनालयामध्ये आइस्क्रीम मिळायचे. सुमीतला आइस्क्रीम म्हणजे अत्यंत आवडीचा पदार्थ. आइस्क्रीम दिसले, की सुमीत त्यावर तुटून पडत असे आणि एकामागोमाग एक आइस्क्रीमचे गोळे पोटात रिचवत असे. मोहनस्वामीला याची जाणीव होती. आपल्या वाटीमधील एक-दोन चमचे आइस्क्रीम घेऊन बाकीचे सर्व तो सुमीतला देत असे. मोहनस्वामीला आइस्क्रीम आवडत नव्हते असे नव्हे. त्यालादेखील आइस्क्रीम अतिशय आवडत असे. पण आपल्या वाटणीचे आइस्क्रीम सुमीत आवडीने खातो ते पाहण्यात मोहनस्वामीला एक वेगळाच आनंद मिळत असे. हवेतील उष्णतेमुळे आइस्क्रीम विरघळून जाऊ नये म्हणून ते गडबडीने घशाखाली घालण्याच्या प्रयत्नात स्वतःचे ओठ आइस्क्रीमने लडबडलेले आहेत याचे भानदेखील सुमीतला नसे. ते पाहून मोहनस्वामी मनापासून हसत असे. पण हल्ली सुमीतने आपली जेवणाची वेळच बदलली होती. सुमीतच्या अनुपस्थितीमध्ये मोहनस्वामीला आइस्क्रीम गोड लागत नव्हते. आइस्क्रीम न खाताच तो भोजनालयातून बाहेर पडू लागला.

सुमीतच्या डोक्यावर भरपूर केस होते. केस वाढून ते मानेवर रुळायला लागले, तरी तो सलूनला जात नसे. संध्याकाळी मैदानावर क्रिकेटचा सराव करून तो परतला, की केसांमधून पाणी गळत असल्याप्रमाणे घाम गळत असे. त्या वेळी मोहनस्वामी समोर असला तर सुमीत आपले मस्तक गरागरा फिरवून मोहनस्वामीच्या

डोक्यावर आपला घाम शिंपडत असे. पावसाळा सुरू होण्यापूर्वी सोसाट्याचा वारा सुटला, की वसतीगृहासमोरील झाडे जोराने हलू लागतात. त्याच वेळी सुमीतच्या मस्तकावरील केसदेखील चहूबाजूंनी भुरभुरत असत. सुमीतचा घाम मोहनस्वामीच्या अंगावर उडाल्यावर 'थू थू! काय रे हे सुमीत?' असे म्हणून मोहनस्वामी लटक्या रागाने सुमीतला ओरडत असे. पण त्या उडालेल्या घामाने त्याच्या चित्तवृत्ती प्रफुल्लित होत असत, हेदेखील तितकेच खरे. त्या सुखाच्या ओढीने तो रोज संध्याकाळी मैदानाच्या दिशेने चालत जात असे. पण हल्ली मैदानावरून परत येताना मोहनस्वामी नजरेस पडला, की सुमीत त्याच्याकडे न पाहता सरळ पुढे निघून जात असे. ते पाहून मोहनस्वामीच्या पायातील त्राण निघून जात असे आणि जड पावलांनी तो परतत असे.

तिसऱ्या परीक्षेचे वेळापत्रक हातात पडल्यावर लगेच सुमीत आपल्याकडे मदतीसाठी धावत येईल, अशी मोहनस्वामीला आशा वाटत होती. आपल्या मदतीशिवाय सुमीत परीक्षेला सामोरा जाणे शक्य नाही याचा मोहनस्वामीला विश्वास वाटत होता. पण सुमीत त्याच्या मदतीची याचना न करता परीक्षेला बसला आणि त्या वेळी त्याला परीक्षा कठीण गेल्याचे मोहनस्वामीला जाणवले नाही. मोहनस्वामीच्या मदतीशिवाय सुमीत परीक्षेला बसला. इतकेच नव्हे, तर त्याने त्या परीक्षेत उत्तम गुण मिळविले. आपल्या मदतीशिवाय सुमीतचे काही अडत नाही याची जाणीव होऊन मोहनस्वामीच्या मनाला सुया बोचल्याप्रमाणे वेदना होऊ लागल्या. सुमीत आपल्या इतर मित्रांसोबत किंवा मैत्रिणींसोबत दिलखुलास बोलताना पाहिला, की मोहनस्वामीला पोटात जळजळल्याप्रमाणे वाटू लागे.

रात्रंदिवस सुमीतचे ध्यान करणे, एकट्याने खोलीत कोंडून घेऊन रडत बसणे आणि नंतर स्वतःचे समाधान स्वतःच करणे हा सर्व प्रकार सुमारे दोन महिने चालला. एकदा त्याच्या मनाने निराशेची परिसीमा गाठली. जीवनाचा कंटाळा आला. नको हे एकाकी जीवन, असे वाटून त्याने जीवनाचा अंत करण्याचा निश्चय केला. मध्यरात्री उठून तो समुद्राच्या दिशेने निघाला. तो किनाऱ्यावर पोचला तेव्हा तिथे कुणीही नव्हते. साधारणपणे संध्याकाळी साडेसातच्या सुमारास किनाऱ्यावर जमलेले सर्वजण परत फिरतात. त्यानंतर तिथे कुणीही फिरकत नाही आणि तो प्रदेश निर्जन होतो. मोहनस्वामीला पोहायला येत नव्हते. सरळ चालत समुद्राच्या आतपर्यंत शिरून खोल पाण्यात बुडून जीवनाचा अंत करण्याची त्याची योजना होती. ती पौर्णिमेची रात्र होती. आकाश निरभ्र होते. शांत वातावरणात चंद्र प्रकाशमान झाला होता आणि सर्व परिसर चांदण्यांनी उजळून निघाला होता. काही वेळ किनाऱ्यावर बसून मोहनस्वामी अश्रू ढाळत होता. इथे आपण कुणाच्याही नजरेस पडलो नाही तर बरे होईल असे त्याला वाटत होते. 'सुमीत गोयलने

आपल्याला झिडकारल्यामुळेच आपण आत्महत्या करत आहोत.' अशा मजकुराची चिठ्ठी लिहून ठेवायला हवी होती, असे त्याला वाटले. पण असा दुसऱ्यावर ठपका ठेवणे पाप आहे, असे त्याला पुढच्याच क्षणात वाटले. मोहनस्वामी कुणाचाही द्वेष करीत नसे. कोणत्याही परिस्थितीत सर्वांशी प्रेमाने वागण्याचा त्याचा स्वभाव. त्यामुळे 'देव सुमीतचे भले करो' असा त्याला अखेरचा आशीर्वाद देऊन तो समुद्रात प्रवेश करण्यासाठी निघाला. समुद्राच्या गार पाण्यात पाय ठेवताच त्याचे शरीर शहारले, जीवनावरचे प्रेम जोराने उसळी मारून परत आले. पुढचे पाऊल टाकायला भीती वाटू लागली, पण तरीही हट्टाने आणि निग्रहाने पुढची पावले टाकत तो निघाला.

आपल्या छातीला पाण्याचा स्पर्श होईपर्यंत तो पुढे जात राहिला. पुढे जायची भीती वाटू लागली. पुढे काय करावे हे समजेना. काही वेळ तो तसाच त्या जागी उभा राहिला. इतक्यात मागून त्याला एका स्त्रीचा आवाज ऐकू आला. "कोण रे तो पाण्यात शिरलाय? इतक्या दूर नको जाऊ बाबा. भरतीची वेळ आहे. मोठ्या लाटा तुला आत ओढून घेऊन जातील. लगेच मागं फिर." असे ती ओरडून म्हणाली. तिच्या कडेवर छोटे मूल होते. तिच्या ओरडण्यामुळे ते मूल जोराने रडू लागले. बहुतेक ती स्त्री कोळी कुटुंबातील असावी आणि किनाऱ्यावरच्या कोळीवाड्यातून आली असावी, असा मोहनस्वामीने तर्क केला. का कोण जाणे, पण त्या स्त्रीचा आवाज मोहनस्वामीला अमृतवाणीप्रमाणे गोड वाटला. लगेच त्याने मागे वळून पाहिले. त्या स्त्रीच्या कडेवर एक मूल होते आणि बाजूला दोन वेण्या घातलेली एक लहान मुलगी उभी होती, असे त्यांच्या सावल्या पाहून त्याला समजले. तिच्या मागे एक लहानशी झोपडी होती. झोपडीच्या भोवती उंच नारळाची झाडे होती आणि त्या झाडांच्याही वर आकाशात पौर्णिमेचा चंद्र प्रकाशमान झालेला दिसत होता. ते दृश्य पाहून त्याला आपल्या आईची आणि ताईची आठवण झाली. ती स्त्री आपली आई असावी असे त्याला वाटले. तिच्या कडेवर आपण आहोत आणि तिच्या बाजूला आपली ताई उभी आहे, असे त्याला वाटले. ती स्त्री आणि तिची मुलगी या दोघीही त्याला हात उंचावून माघारी बोलवत होत्या. ते पाहून त्याच्या मनात प्रेमभावना जागृत झाली आणि तो तडक माघारी वळला. एक मोठी लाट किनाऱ्याच्या दिशेने येत होती. तिच्या आघाताने तो आपसूक किनाऱ्याजवळ वेगाने पोचला. अंगावर चिकटलेली वाळू झटकून तो वसतिगृहाच्या दिशेने निघाला. वाटेत ती स्त्री आणि तिची मुलगी दोघीही भेटल्या. ती स्त्री त्याला शिव्या देऊ लागली. "कशाला मरायला तिकडं गेला होतास? या पौर्णिमेच्या रात्री समुद्राला भरती येते. अशा वेळी तिकडं जाऊ नये इतकंही तुला समजलं नाही?" ती रागाने ओरडून बोलत असली, तरी तिच्या आवाजातील वात्सल्य त्याला जाणवले. आपला खरा हेतू तिच्यासमोर

उघड करणे त्याला प्रशस्त वाटले नाही. वेळ मारून नेण्यासाठी त्याने हिंदीमधून "मैं आप की कन्नड भाषा नही समझता" असे खोटे सांगून तिथून सटकण्याचा प्रयत्न केला. गेल्या अनेक वर्षांपासून उत्तर भारतीय विद्यार्थी या कॉलेजमध्ये शिकण्यासाठी येत असल्यामुळे त्या स्त्रीला हिंदी भाषा अवगत होती. त्यामुळे ती मोहनस्वामीशी हिंदीमध्ये बोलू लागली. "दूर देशसे तुम लोग यहा आते हो. तुम्हारे माँ-बाप पैसे खर्च करके तुम्हे सिखनेके लिए भेजते है. तुम्हारा कुछ भला-बुरा हुआ तो उनको कैसे लगेगा?" तिचे बोलणे आपल्याला ऐकू आले नाही अशी बतावणी करून मोहनस्वामी वेगाने वसतिगृहाच्या दिशेने निघाला.

वसतिगृहाजवळ येताच त्याच्या मनात विचार आला, आपल्यासमोर ज्या समस्या उभ्या आहेत त्या एकाच कारणामुळे. आणि ते कारण म्हणजे आपण 'गे' आहोत हेच. हे कारण नष्ट केले आणि आपण स्ट्रेट झालो तर सर्व समस्या आपोआप सुटतील. काहीही करून यावर उपाय शोधून काढायला हवा. प्रत्येक समस्येवर उपाय मिळतोच. या समस्येवर देखील नक्की उपाय मिळेल. पण तो उपाय शोधून काढण्याची जबाबदारी मात्र माझीच. कसेही करून माझ्या मनात स्त्रीबद्दल आकर्षण निर्माण व्हायलाच हवे. स्त्रीच्या सहवासात मला सुख मिळायलाच हवे. तसा अनुभव मला मिळवायलाच हवा. तसे जगाला दाखवून द्यायला हवे. पूर्ण जगाला नाही तर निदान या सुमीत गोयल नावाच्या प्राण्याला तरी नक्कीच दाखवून द्यायला हवे, असा निर्धार त्याने मनाशी केला. वाटेत श्री शंकराचे मंदिर लागले. श्री शंकराच्या मूर्तीसमोर हात जोडून त्याने 'यापुढे आत्महत्या करण्याची इच्छा मनात येऊ देऊ नको रे भगवंता.' अशी कळकळीने प्रार्थना केली. तसेच मागे वळून ती माय-लेक उभी असलेल्या दिशेलादेखील वंदन केले.

वरून पौर्णिमेचा चंद्र मोहनस्वामीची अगतिकता, त्याचे विचार आणि त्याचा निर्धार यांचे निरीक्षण करीत होता. असे कोट्यवधी मोहनस्वामी आणि त्यांचे निर्धार त्याने पाहिले होते. मोहनस्वामीचा निर्धार ऐकून त्याला हसू आले. त्याच्या या हास्याने चांदण्याचा प्रकाश थोडा वाढला आणि ते जास्त आल्हाददायक वाटू लागले.

नववीमध्ये शिकणारा आणि होस्पेट येथे राहणारा दादापीर नावाचा मुलगा आणि इंजिनीअरिंगच्या शेवटच्या सेमिस्टरमध्ये शिकणारा मोहनस्वामी, दोघेही बसने हंपीच्या दिशेने निघाले होते. मोहनस्वामीला सायकल शिकायची होती. ती शिकवण्याची जबाबदारी दादापीरने उचलली होती. त्यासाठीच ते दोघेही हंपीला निघाले होते. हंपीच्या निर्जन मैदानावर सायकल शिकणे त्या दोघांनाही सोईस्कर वाटले होते. "अण्णा, तू घाबरू नकोस. सायकल शिकणं तसं कठीण नाही.

अर्ध्या दिवसात सायकल चालवण्यात तू तरबेज होशील.'' असे म्हणून दादापीर एखाद्या वडील मनुष्याप्रमाणे मोहनस्वामीला धीर देत होता. मोहनस्वामीच्या ताईने दादापीरला दिलेले एक रुपयाचे बक्षीस आपले काम उत्तम रीतीने करत होते.

अचानक कॉलेजला एक आठवड्याची दांडी मारून सायकल शिकण्यासाठी होस्पेटला आपल्या ताईच्या घरी मोहनस्वामी आला होता, त्यामागे एक पार्श्वभूमी होती. इंजिनीअरिंगच्या शेवटच्या सेमिस्टरमध्ये सर्व विद्यार्थी इंडस्ट्रिअल टूरसाठी गेले होते. आजपर्यंत केवळ पुस्तकातून तंत्रज्ञान शिकणाऱ्या विद्यार्थ्यांना प्रत्यक्ष कारखान्यामध्ये उत्पादन कसे केले जाते ते दाखवण्याचा या टूरचा उद्देश होता. पण ही केवळ नावापुरती इंडस्ट्रिअल टूर होती. प्रत्यक्षात विद्यार्थ्यांनी प्रेक्षणीय स्थळांना भेट देणे, सिनेमा पाहणे आणि शॉपिंग करणे यातच जास्त वेळ घालवला. बेंगळूर, कलकत्ता, दिल्ली, जयपूर, मुंबई, पुणे या महानगरांत बरेच कारखाने होते. पण विद्यार्थी पाहायला गेले लालबाग, विधानसौध, इडन गार्डन्स, व्हिक्टोरिया मेमोरिअल, आग्र्याचा ताजमहाल, चौपाटी, इ. प्रेक्षणीय स्थळे. मुंबई, पुणे या ठिकाणी तर रेल्वे फलाटाला लागताच विद्यार्थ्यांनी पहिले काम केले ते रेड लाइट विभागातून फेरफटका मारण्याचे. हे पाहून मोहनस्वामी चक्क हादरला होता. या इंडस्ट्रिअल टूरसाठी प्रत्येक विद्यार्थ्याने दीड हजार रुपयांची वर्गणी दिली होती आणि सर्वांची वर्गणी एकत्र जमवून कॉलेजकडे सुपूर्त केली होती. हे दीड हजार रुपये गोळा करून देण्यासाठी मोहनस्वामीच्या वडिलांना अपार कष्ट पडले होते. टूरवर जाऊन आल्यानंतर तिथे मिळविलेल्या माहितीबद्दल आणि ज्ञानाबद्दल प्रबंध लिहून तो कॉलेजच्या संबंधित प्रमुखांना देण्याचे बंधन होते. तो दिल्यावर त्यासाठी पंचवीस गुण जास्त मिळण्याची योजना होती. या मुख्य कारणासाठी मोहनस्वामी टूरवर आला होता.

या टूरचा अखेरचा टप्पा म्हणून गोव्याच्या सर्व समुद्रकिनाऱ्यावर हिंडून येण्याचा कार्यक्रम ठरला होता. गोव्याच्या भूमीवर पाऊल ठेवताच सर्व विद्यार्थ्यांनी मनसोक्त मद्यप्राशन केले. गोव्यात जिथे पाहावे तिथे मद्यविक्रीचे बार आणि मांसाहारी उपाहारगृहे पाहून मोहनस्वामीला आश्चर्य वाटले होते. मोहनस्वामीला मद्यपान किंवा धूम्रपानाचे व्यसन अजिबात नव्हते. त्यामुळे त्याच्या सर्व वर्गमित्रांनी मद्यपान करून घातलेला धुडगूस, आचरट विनोद हे सर्व पाहत आणि ऐकत बसण्याखेरीज मोहनस्वामीकडे दुसरा पर्याय नव्हता. विद्यार्थ्यांची वर्तणूक एक वेळ समजू शकेल. पण त्यांच्याबरोबर मार्गदर्शक म्हणून आलेले दोन प्रोफेसरदेखील भरपूर मद्यपान करून त्या उनाड पोरांबरोबर अचकट-विचकट बोलण्यात स्वतःला धन्य समजत होते. मध्यरात्रीपर्यंत त्यांचे अश्लील विनोद, गप्पा, हास्याचे फवारे, रडण्याचे आवाज, वांती इ. अविरत चालू होते. सकाळी त्या सर्वांना जाग आली तेव्हा दहा वाजले होते.

गोव्याचे सर्व समुद्रकिनारे भटकून येण्यासाठी सर्वजण सज्ज झाले. पण सर्व समुद्रकिनारे चालत जाण्याइतपत जवळपास नव्हते. त्यात दुपारचा सूर्य मस्तकावर तळपत होता. त्यामुळे तिकडच्या स्थानिक लोकांनी सायकलवरून सर्व समुद्रकिनारे भटकून येण्याचा सल्ला दिला. भाड्याच्या सायकली जवळपास सहज उपलब्ध होत्या. सर्व विद्यार्थी व मार्गदर्शक मिळून साठ जणांचा ग्रुप होता. त्या सर्वांसाठी एक खासगी बस भाड्याने घेण्याचा सल्लादेखील काही जणांकडून मिळाला. पण बसचे भाडे देण्याइतपत वर्गणीचे पैसे शिल्लक नव्हते. वर्गणीच्या पैशांमधून सर्व खर्च निभावताना मार्गदर्शकांची तारांबळ उडत होती. उरलेल्या पैशांमधून सर्व विद्यार्थ्यांचे दोन दिवसांचे जेवणखाण आणि प्रवासखर्च कसाबसा भागला असता. त्यामुळे मार्गदर्शकांनी सर्वांना स्वखर्चाने सायकली भाड्याने घेऊन सर्व समुद्रकिनारे भटकून येण्याचे फर्मान सोडले. आणि आपली जबाबदारी झटकून मोकळे झाले. मार्गदर्शकांच्या या निर्णयामुळे मोहनस्वामीची मात्र निराशा झाली.

मोहनस्वामीला सायकल चालवता येत नव्हती. त्याचे गाव अगदी छोटे होते. तिथे सहसा कुणी सायकल वापरत नव्हते. पायी चालून सर्व गाव पालथे घालता येण्यासारखे होते. तरीही मोहनस्वामीला सायकल शिकण्यासाठी मनाई कुणीच केली नव्हती. त्याला स्वतःलाच सायकलीची भीती वाटत होती. त्याचे गावातील सर्व मित्र आरामात दोन्ही हात सोडून सायकल चालवत होते. मोहनस्वामीच्या वडिलांनी सायकल चालविणे बंद करून आपली जुनी सायकल विकून टाकली होती. आता त्यांचे वय झाल्यामुळे त्यांना सायकल चालवणे शक्य नव्हते. मोहनस्वामीच्या एक-दोन मित्रांनी त्याला सायकल शिकवण्याचे कबूल केले. पण सायकल पाहिली, की त्याचे हात थरथरत आणि पाय लटपटत होते. या भीतीला पळवून लावल्याशिवाय तो सायकल शिकणे केवळ अशक्य होते. त्याच्या मित्रांनी दोन दिवस त्याला शिकवण्याचा प्रयत्न केला. पण जमत नाही असे दिसल्यावर, या 'पुग'ला सायकल चालवता येणे कधीच शक्य होणार नाही असे व्यंग करून हसत हसत ते निघून गेले.

गोव्याच्या अपरिचित गावात जमलेल्या त्या साठ जणांच्या ग्रुपमध्ये सायकल न चालवणारा मोहनस्वामी एकटाच होता, त्यामुळे तो सर्वांच्या चेष्टेचा विषय झाला होता. आपल्याला सायकल चालवता येत नाही हे गुपित त्याने आजपर्यंत कुणासमोर उघड केले नव्हते. इंजिनीअरिंग कॉलेजच्या आवारात सायकल चालवण्याची गरज अजिबात नव्हती. त्यामुळे तिथे हा प्रश्न कधीही उपस्थित झाला नव्हता. पण एकटा मोहनस्वामी सोडून सर्वांना उत्तम सायकल चालवता येत होती. गोव्याला जमलेल्या ग्रुपमध्ये केवळ तीन मुली होत्या. त्यांनादेखील सायकल उत्तम चालवता येत होती. मार्गदर्शक सायकल चालविण्यायोग्य वयाचे होते. त्यामुळे त्या साठ जणांच्या

ग्रुपमध्ये मोहनस्वामी एकाकी पडला. सर्वजण त्याच्या या वैगुण्यावर गालातल्या गालात हसत होते. त्या तीन मुलीदेखील याला अपवाद नव्हत्या. युनिव्हर्सिटीमध्ये कायम पहिला नंबर मिळविणाऱ्या या हुषार विद्यार्थ्याची टर उडविण्याची आयती चालून आलेली संधी कुणीही दवडली नाही. एकट्या मोहनस्वामीमुळे सर्व ग्रुपसाठी भाड्याने बस घ्यावी लागणार म्हणून मार्गदर्शक चिंतेमध्ये पडले होते. त्यांना मोहनस्वामीचा राग येऊ लागला होता. तू स्वतःला पुरुष म्हणवून घेतोस आणि सायकल चालवता येत नाही म्हणून सांगायला लाज कशी वाटत नाही, असे म्हणून सर्वांसमक्ष त्यांनी मोहनस्वामीचा अपमान केला. अखेर आपला निर्णय न बदलता त्यांनी मोहनस्वामीला हॉटेलमध्ये राहण्याची आज्ञा केली व इतर सर्व विद्यार्थ्यांसह सायकलीने समुद्रकिनारे भटकून येण्यासाठी निघून गेले.

एकटा खोलीमध्ये बसून राहण्याची शिक्षा भोगताना मोहनस्वामीला फार दुःख झाले. सिटी बसने एक-दोन ठिकाणी जाऊन येण्याचा त्याने विचार केला. पण तसे केल्यास सायकलने पुढे गेलेल्यांची कुठे तरी भेट होण्याची शक्यता नाकारता येण्यासारखी नव्हती. आणि तशी भेट झाली तर पुन्हा त्यांनी आपली टर उडविण्यास मागे-पुढे पाहिले नसते, असा विचार करून सिटी बसने जाण्याचा बेत त्याने रद्द केला. सर्वजण राहत असलेले हॉटेल दूर गावाबाहेर होते म्हणून त्याचे भाडेदेखील कमी होते. आसपास कोणतेही प्रेक्षणीय स्थळ नव्हते. त्यामुळे खोलीत एकट्याने बसून राहण्याव्यतिरिक्त दुसरा पर्याय नव्हता. ताबडतोब इथून निघून गावी जावे असे त्याला वाटले. पण त्या प्रवासखर्चासाठी लागणारे पैसे त्याच्याकडे नव्हते. काय करावे ते सुचेना. चडफडत खोलीतच येरझाऱ्या मारू लागला. त्याचाही कंटाळा आल्यावर हॉटेलच्या लाउंजमध्ये हाताला मिळेल ते वर्तमानपत्र घेऊन वाचू लागला.

अशा परिस्थितीत देखील आपण 'गे' असल्यामुळे आपल्याला सायकल चालविता येत नसावी असा अजब तर्क त्याने केला. याशिवाय दुसरे कोणते कारण असणार? त्या सर्वांप्रमाणे मलादेखील डोळे, कान, नाक, तोंड हे सर्व अवयव आहेत. त्यांच्याप्रमाणे माझे रक्तदेखील लाल रंगाचे आहे. त्यांच्याप्रमाणे मलादेखील विचार करण्याची शक्ती आहे. माझे कपडेदेखील त्यांच्यासारखेच आहेत. त्यांच्यात आणि माझ्यात फरक इतकाच आहे, की त्यांना सायकल चालवता येते आणि मला येत नाही. बहुतेक सायकल चालवणे हे पौरुषत्वाचे लक्षण असावे. लहानपणी सायकल न शिकून मी मोठी चूक केली. त्या वयात माझ्या मनातून भीतीचे उच्चाटन करता आले असते, तर मी सायकल चालविण्यात तरबेज झालो असतो आणि आज ही परिस्थिती उद्भवली नसती. मला सायकल चालवता आली असती, तर आज इतर मुलांप्रमाणे मलादेखील मुलींचे आकर्षण वाटले असते आणि मी त्यांच्याभोवती पिंगा घातला असता. आज मला माझ्या या विचित्र स्वभावाच्या मूळ

कारणाचा शोध लागला. आता उशीर करून उपयोग नाही. आता लवकरात लवकर सायकल शिकून हे मूळ कारण नष्ट करून टाकायला हवे. सर्वांप्रमाणे मलादेखील मुलींच्या बाबतीत लाळघोटेपणा करता यायला हवा. कित्येक दिवसांपासून माझ्या या दारुण अवस्थेचे कारण शोधून काढण्याचा मी प्रयत्न करत होतो. आज अचानक त्या कारणाचा शोध लागला आणि त्यावरचा उपाय देखील सापडला. आता यापुढे अजिबात उशीर करायचा नाही. असे अनेक विचार मोहनस्वामीच्या मनात घोळत होते.

मोहनस्वामीने सायकल शिकण्याचा निश्चय केला खरा. पण शिकवणार कोण? याबद्दल आपल्या मित्रांना गळ घालण्याचा त्याला धीर झाला नाही. कुणाही एकाजवळ हा विषय काढला, तर पुन्हा आपली टर उडवली जाणार यात शंका नव्हती. यासाठी सरळ गावी निघून जाऊन तिकडच्या कुणाला तरी सायकल शिकवण्याची विनंती करावी, असे त्याला वाटले. त्याच्या वडिलांचे वय झाले होते आणि त्यांना तितका उत्साहदेखील नव्हता. शिवाय गावात सर्वांचा परिचय होता. गावात अत्यंत हुषार विद्यार्थी म्हणून त्याची ख्याती होती. सर्वजण त्याची वाखाणणी करत होते. आपल्याला अजून सायकल चालवता येत नाही असा गावात बभ्रा झाला, तर पुन्हा आपण कुचेष्टेचा धनी होऊ अशी त्याला भीती होती. पोहता न येणाऱ्या एका पंडिताची यःकश्चित नावाड्याने टर उडविलेली कथा त्याने लहानपणी ऐकली होती. तशी आपली टर उडवली जाऊ नये यासाठी त्याची धडपड चालली होती. पण सायकल शिकणे अत्यंत गरजेचे होते. आजपर्यंत आपली 'गे' म्हणून हेटाळणी झाली तितकी पुरे. यापुढे तरी आपले जीवन सन्मानाने जगता आले पाहिजे. कार ड्रायव्हिंग शिकवणाऱ्या संस्था जशा जागोजागी आहेत, तशा सायकल ड्रायव्हिंग शिकवणाऱ्या संस्था असत्या, तर किती बरे झाले असते असे त्याला वाटले. आपली ही समस्या कुणापुढे मांडावी हे त्याला कळेना. बराच वेळ तो याबद्दल विचार करत बसला.

असा विचारात गढलेला असताना त्याला होस्पेटला आपल्या पतीसोबत राहणाऱ्या ताईची आठवण झाली. तिला एक सविस्तर पत्र लिहून त्यात त्याने आपली सायकल शिकण्याची इच्छा असल्याचे नमूद केले. पण सायकल शिकण्यामागचा आपला खरा उद्देश उघड करण्याचे त्याने जाणीवपूर्वक टाळले. इथे उकाडा फार आहे. त्यामुळे कॉलेजला पायी चालत जाऊन पोचेपर्यंत आपली फार दमणूक होते. सायकलने गेल्यास अशी दमणूक होणार नाही अशी खोटी सबब त्याने ताईसमोर मांडली. हल्ली त्याचे आणि ताईचे संबंध बरेच सुधारले होते. लहानपणी आपल्याला 'पुग' म्हणून पदोपदी हिणवणारी ताई आता भावासाठी काहीही करण्यास सदैव तत्पर होण्याइतपत तिच्या स्वभावामध्ये बदल झाला होता. लहानपणी ती भावापासून

चार हात दूर असायची. भावाला सतत पाण्यात पाहायची, त्याचा अपमान करायची. हळूहळू तिच्या स्वभावात बदल होत गेला. भावाबद्दल तिच्या मनात प्रेम उत्पन्न होऊ लागले. बहुधा बालपणातून तारुण्यात पदार्पण करताना मनुष्य समजूतदार होतो असे म्हणतात. तिच्या बाबतीत असेच घडले असावे. आपला मोहन कुणाला त्रास देत नाही, कुणाशी जास्त बोलत नाही, आपल्या परीने तो आपले जीवन जगतो आहे, हे जाणून तिच्या मनात मोहनस्वामीबद्दल प्रेम निर्माण झाले असावे. मोहनस्वामीला बारावीच्या परीक्षेमध्ये उत्तम गुण मिळून तो इंजिनीअरिंग शिकण्यासाठी दूरच्या गावी गेल्यावर तिचे भ्रातृप्रेम जास्तच वाढले होते. दर रविवारी ती भावाला पत्र लिहून आपली आणि आई-वडिलांची ख्यालीखुशाली कळवत असे. मोहनस्वामी देखील तिला वरचेवर पत्र लिहीत असे. मोहनस्वामी इंजिनीअरिंगच्या पाचव्या सेमिस्टरला असताना तिचे लग्न होऊन ती होस्पेटला आपल्या सासरी निघून गेली. होस्पेट तसे फार दूर नव्हते. तरीही सासरी जाताना मोहनस्वामीला आपल्या मिठीत घेऊन ती खूप रडली. 'मोहन, तू कशालाही घाबरू नकोस. तुझ्यावर कसलेही संकट आले तर मला कळव. मी तुला मदत करीन. माझ्या हातून काही चूक झाली असेल, तर मला क्षमा कर' असे निरोप घेताना ती वारंवार म्हणत होती. 'तुझ्याकडून कसलीही चूक झालेली नाही ताई. कशाला उगाच अपराधी वाटून घेतेस?' असे म्हणताना मोहनस्वामीला देखील रडू आले होते. बहुतेक तिला मोहनस्वामीच्या लैंगिक अवस्थेबद्दल थोडी शंका आली असावी असे तिच्या बोलण्यावरून वाटत होते. पण याबद्दल मोहनस्वामीशी स्पष्ट बोलण्याचा धीर तिला कधीच झाला नाही. मोहनस्वामीने देखील तिच्याशी स्पष्ट बोलण्याची तसदी कधी घेतली नाही.

एका आठवड्यातच ताईचे उत्तर आले. अजिबात मागेपुढे न पाहता होस्पेटला ये. तुझ्या सायकल शिकण्याची मी तयारी करून ठेवली आहे. आमच्या शेतात काम करणाऱ्या शेखावलीचा मुलगा दादापीर तुझ्या लक्षात असेल. तो इकडच्या सरकारी हायस्कूलमध्ये नववी इयत्तेत शिकत आहे. आपल्या आई-वडिलांना शेताच्या कामातदेखील मदत करतो. शिक्षणात त्याला फारशी गती नाही. पण सायकल मात्र उत्कृष्ट चालवतो. त्याच्या वडिलांचा ट्रॅक्टरदेखील उत्तम चालवतो. सायकलची दुरुस्ती स्वतःच करतो. त्याला विनंती केली तर तो तुला नक्की सायकल शिकवेल. वयाने तो तुझ्यापेक्षा लहान आहे म्हणून त्याच्याकडून सायकल शिकण्यात कमीपणा वाटून घेऊ नकोस. शक्यतो जास्त गर्दी नसलेल्या जागेत सायकल शिकण्यास जा, असे सविस्तर पत्र तिने लिहिले होते. पत्र वाचून मोहनस्वामीचे ताईवरचे प्रेम उफाळून आले. आपल्या संकटकाळात ताईने आपली मदत केली या विचाराने त्याचे डोळे भरून आले. कॉलेजची व्याख्याने, अभ्यास, परीक्षा या सर्वांना डावलून त्याने होस्पेटची बस पकडली. आता काही दिवसांतच

त्याच्या सर्व समस्या सुटणार होत्या आणि तो 'स्ट्रेट' होणार होता. या आशेमुळे त्याला उत्साहाचे उधाण आले होते.

स्थानिक लोकांसाठी हंपी हे पंपापतीचे मंदिर असलेले तीर्थक्षेत्र होते, तर पर्यटकांसाठी ते विजयनगर साम्राज्याच्या वैभवाचे भग्नावशेष पाहण्याचे ठिकाण होते. जगाच्या कानाकोपऱ्यातून हे भग्नावशेष पाहण्यासाठी पर्यटक गर्दी करत होते. अशा या महत्त्वाच्या ठिकाणी सायकल शिकण्यासाठी मोहनस्वामी आणि ती शिकवण्यासाठी दादापीर हे दोघे निघाले होते. हे ठिकाण होस्पेटहून आठ किलोमीटर अंतरावर आहे. दोघेही होस्पेटहून बसने निघून हंपी येथे आले. तिथे एक सायकल भाड्याने घेतली. बरेचसे पर्यटक भाड्याने सायकल घेऊन सर्व स्मारके व भग्नावशेष पाहून परतत होते. त्यामुळे जागोजागी सायकल भाड्याने देण्याची दुकाने इथे उपलब्ध होती.

पंपापती मंदिरासमोर एक विशाल मैदान आहे. पण त्या जागी सायकल शिकण्यास मोहनस्वामीने नकार दिला. त्या मैदानाच्या दोन्ही बाजूंस बरीच दुकाने आहेत. तिथे मंदिरात येणाऱ्या भक्तांची बरीच गर्दी होते. आपल्यापेक्षा वयाने लहान असलेला एक मुलगा आपल्याला सायकल शिकवतो आहे हे पाहून तिकडचे दुकानदार आणि भक्त आपल्याला हसतील आणि त्याचा आपल्याला संकोच वाटेल, असे कारण मोहनस्वामीने पुढे केले. त्यामुळे ही जागा सोडून अच्युतराय मंदिराच्या समोरील मैदानावर जाण्याचे ठरले. मातंग पर्वताच्या पायथ्याला असलेले हे मंदिर जवळपास मोडकळीस आले आहे. दोन तटबंदी असलेल्या विशाल आणि भव्य परिसरात हे मंदिर उभे आहे. पण मंदिरात देवाची मूळ मूर्ती नसल्यामुळे येथे पूजा, आरती, नैवेद्य इ. सोपस्कार होत नाहीत. त्यामुळे येथे फारसे कुणी फिरकत नाही. या मंदिरासमोरदेखील भव्य आणि विशाल मैदान आहे. या मैदानाच्या दोन्ही बाजूंस दगडी मंडप उभे आहेत. विजयनगर सम्राटाच्या काळात या मंडपात व्यापाऱ्यांनी आपली दुकाने थाटली होती. शिवाय या भागात वेश्यांचा सुळसुळाट होता. त्या वेश्या या मंडपात स्वतःचे प्रदर्शन मांडत होत्या. परदेशी प्रवाशांनी लिहिलेल्या इतिहासात याची नोंद आहे. या मंडपांच्या बाजूला एक विशाल पुष्करणी अहे. त्या काळात व्यापाऱ्यांसाठी या पुष्करणीमधून पिण्याचे पाणी उपलब्ध होत असे. आजदेखील या पुष्करणीमध्ये मुबलक पाणी आहे. पण ते पिण्यायोग्य नाही. मंदिराच्या मागे मातंग पर्वत आणि समोर गंधमादन पर्वत उभे आहेत. थोडे दूर चालत गेल्यास तुंगभद्रा नदी झुळझुळू वाहत असलेली दिसेल.

अच्युतराय मंदिराला जाण्यासाठी मातंग पर्वताला लागून पायऱ्या आहेत. दादापीरने सायकल उचलून पायऱ्या चढण्यास सुरुवात केली. त्याच्या मागोमाग मोहनस्वामीदेखील पायऱ्या चढू लागला. पायऱ्या चढून दोघेही मंदिराच्या दिशेने

चालत निघाले. रस्त्यावर सुरुवातीलाच एक मोठी एकशिला नंदीची मूर्ती आहे. हा नंदी थेट देवाकडे पाहत बसलेल्या अवस्थेत असतो. दादापीरने या नंदीला भक्तिभावाने हात जोडून नमस्कार करण्याची मोहनस्वामीला विनंती केली. तो म्हणाला, या "बसवण्णाला (नंदीला) तुमची भक्ती पावली, की तुमचं काम झालंच म्हणून समजा. लगेच तुम्हाला सायकल चालवता येऊ लागेल." या बसवण्णाचा आणि त्या फडतूस सायकलीचा संबंध काय आणि तो या मुसलमान तरुणाने कसा जोडला हे मोहनस्वामीला कळेना. त्याने दादापीरला तसे विचारले. मोहनस्वामीच्या अज्ञानाची कीव वाटत असल्याच्या आविर्भावात दादापीर म्हणाला, "अहो, हा बसवण्णा म्हणजे ईश्वराची सायकल नव्हे का?" मोहनस्वामीला हे अजब तर्कशास्त्र पटले नाही. पण जास्त काही न विचारता त्याने नंदीला हात जोडून नमस्कार केला.

गुडघ्यापर्यंत पोचणारी सैलसर खाकी अर्धी चड्डी आणि त्यावर लाल रंगाचा शर्ट असा दादापीरचा पेहराव होता. हा लाल शर्ट मोहनस्वामीचाच. ताईने पत्रातून विनंती केल्यानुसार त्याने आपल्यासोबत आपले काही जुने कपडे आणून ते ताईच्या हवाली केले होते. त्यातला हा शर्ट ताईने दादापीरला दिला असावा. दादापीर वयाने लहान असला, तरी आडव्या बांध्याचा होता. त्यामुळे मोहनस्वामीचा शर्ट त्याच्या अंगाला घट्ट वाटत होता. तरीही त्याने तो आनंदाने घातला होता. दादापीरचा रंग काळा होता, पण दात मात्र पांढरे शुभ्र होते. या दोन्ही रंगांच्या मिश्रणाने त्याच्या चेहऱ्यावरचे हास्य मात्र मोहक दिसत होते. काही वेळा त्याच्या विचित्र आणि असंबद्ध बोलण्याची मोहनस्वामीला किरकिर वाटत होती. पण तसे दादापीरला थेट सांगण्याचा मोहनस्वामीला धीर झाला नाही. 'गुरूची सेवा केल्याशिवाय ज्ञानाची प्राप्ती होत नाही' हे मोहनस्वामीला चांगलेच माहीत होते. तरीही आपल्यापेक्षा सात वर्षांनी लहान असलेल्या दादापीरला गुरूचे स्थान देणे मोहनस्वामीला कठीण वाटत होते.

अच्युतराय मंदिरासमोरचे मैदान निर्जन होते. उन्हाचा तडाखा थोडा कमी झाला असला, तरी झळा अजूनही जाणवत होत्या. या ठिकाणी पर्यटकांची उपस्थिती तुरळक असल्यामुळे सर्व परिसर ओसाड वाटत होता. मोहनस्वामीला ही जागा आवडली. सायकल शिकण्याच्या दृष्टीने ही जागा उत्तम आहे असे त्याला वाटले. पण दादापीर इतक्या सहजपणे सायकल शिकवण्यास तयार नव्हता. सायकल शिकण्यासाठी मैदान योग्य आहे की नाही हे स्वतः तपासून पाहण्याचा त्याचा विचार होता. त्यासाठी त्याने स्वतः सायकल चालवून मैदानाला दोन फेरे घातले. तपासणी झाल्यावर तो म्हणाला, "सायकलची कंडिशन चांगली आहे की नाही याची खात्री करून घेतली. तुम्ही बसल्यावर अपघात होऊ नये याची काळजी मलाच घ्यायला हवी." मैदानाचा विस्तार बराच मोठा होता. दोन फेरे घालायला

त्याला वीस मिनिटे लागली. सायकलची कंडिशन उत्तम असल्याचे त्याने सर्टिफिकेट दिले. त्यानंतर सुरुवातीला या धरणीमातेला भक्तिभावाने वंदन करून तिची क्षमा मागा, अशी त्याने आज्ञा केली. मोहनस्वामीला हा थोडा अतिरेक वाटला. क्षमा मागण्यासारखे मी काय पाप केले आहे? नाराजीच्या सुरात मोहनस्वामीने प्रश्न केला. आजपर्यंत ही धरणीमाता फक्त आमच्या शरीराचा भार उचलून धरत होती. यापुढे तिला आमच्यासह आमच्या वाहनाचा म्हणजे सायकलचा भार सहन करावा लागणार. ती बिचारी आणखी किती भार उचलू शकेल, असे विस्तृत स्पष्टीकरण दादापीरने दिले. नशिबाने आपण फक्त सायकल शिकतो आहोत. जे.सी.बी. शिकण्याची पाळी आली, तर या दादापीरला धरणीमातेची कशी आणि किती करुणा वाटेल याची कल्पनाच करवत नाही, मोहनस्वामी मनातल्या मनात म्हणाला. दादापीरच्या या अजब तर्कबुद्धीला आव्हान देणे मोहनस्वामीला शक्य नव्हते. त्याच्या इच्छेनुसार मोहनस्वामीने खाली वाकून जमिनीला स्पर्श केला आणि चिमूटभर माती आपल्या कपाळावर लावून घेतली.

"अण्णा, सायकल शिकण्यापूर्वी एक महत्त्वाची गोष्ट लक्षात ठेवा. ही सायकल थोडी खट्याळ स्वभावाची आहे. तुम्ही किंचित घाबरलात, तर ती तुम्हाला जास्त भीती वाटेल असं वागते. अजिबात न घाबरता धीरानं तिचं हॅण्डल पकडलेत, तर ती स्वतः वठणीवर येऊन तुम्ही सांगाल तशी वागेल. त्यामुळं मनात धीर बाळगा. धीर नसेल तर देवाशपथ सांगतो तुम्ही सायकल शिकणं कदापि शक्य नाही. ती थोडी नखरे करू लागली, तर 'ए भवाने, तुला माझ्या गांडीखाली घालून तुडवतो आहे. तुझे नखरे माझ्याकडे चालणार नाहीत. नखरे केलेस, तर मी गांडीतून गॅस सोडून तुला हैराण करीन. तेव्हा नीट वाग' अशी तिला तंबी दिलीत तर ती वठणीवर येईल, असे म्हणून दादापीरने पुन्हा आपल्या अकलेचे तारे तोडले. यावर हसावे की रडावे हे मोहनस्वामीला कळेना. तो दादापीरकडे केविलवाण्या नजरेने पाहत राहिला.

अशा रीतीने सर्व रूढी, परंपरा आणि प्रार्थनेचे सोपस्कार झाल्यावर प्रत्यक्ष सायकल शिकवणीला प्रारंभ झाला. सायकल शिकण्याच्या बाबतीत मोहनस्वामी अगदीच नवखा नव्हता. लहानपणी दोन दिवस त्याने सायकल शिकण्याचा प्रयत्न केला होता. त्या वेळी शिकलेले धडे आता त्याला उपयोगी पडले. त्या वेळी आपण जे शिकलो ते अजिबात विस्मरणात गेले नाही याचे मोहनस्वामीला आश्चर्य वाटले. सुरुवातीला सीटवर न बसता खालून उजवा पाय पेडलवर ठेवून पायाने पेडलवर जोर देऊन सायकलला गती देऊन तोल सांभाळण्याचा त्याने प्रयत्न केला. अशा अवस्थेमध्ये त्याने मैदानाला दोन फेरे घातले. त्याच्या मागोमाग दादापीर धावत जाऊन सूचना देत होता. तिसरी फेरी मात्र मोहनस्वामीने एकट्याने स्वतंत्रपणे

मारली. दादापीर त्याच्यामागे न धावता एका जागी उभा राहून मोहनस्वामीवर लक्ष देत होता. आता मोहनस्वामीला थोडा धीर आला.

मोहनस्वामी उंचीने धड कमी नव्हता, की जास्त नव्हता, तर मध्यम उंचीचा होता. पण ती भाड्याने घेतलेली सायकल बरीच उंच होती. त्यामुळे त्याला सीटवर बसून सायकल चालवणे कठीण वाटत होते. आता दादापीरने त्याला सायकल चालवण्याचा महत्त्वाचा धडा शिकवण्यास प्रारंभ केला. तो धडा म्हणजे म्हणजे डाव्या बाजूने पेडल तुडवून तोल सावरत सायकलला गती देणे, त्यानंतर तोल सावरत टांग मारून सीटवर बसणे, दोन्ही पेडलवर पाय ठेवून सायकलची गती वाढविणे आणि तोल सावरत पुढे जाणे. या क्रियेसाठी त्याने एक मजेशीर उदाहरण दिले. अण्णा, आकाशातला चांदोबा जसा पळत्या ढगांना पकडून त्यांच्यासोबत स्वतः पळतो, तसंच सायकलचं आहे. पळत्या सायकलचं हॅण्डल पकडून त्यावर स्वार होऊन तुम्हीदेखील पुढं पळायला हवं.'' दादापीरने चंद्राची उपमा दिलेली ऐकून मोहनस्वामीला हसू आले, पण त्यामुळे त्याची भीती कमी होऊन थोडा धीर आला यात शंका नाही. त्या धीराच्या जोरावर एक-दोन वेळा टांग मारून त्याने सीटवर चढण्याचा प्रयत्न केला. पण तोल जाऊन खाली पडला. गुडघा खरचटून थोडे रक्त येऊ लागले. दादापीरने गुडघ्याला चिकटलेली माती झटकली आणि मोहनस्वामीला उभे केले. ''अण्णा, जखम झाली म्हणून घाबरू नका आणि वाईट वाटून घेऊ नका. जखम लगेच भरून येईल आणि नवी त्वचा येऊन तुम्ही पूर्वी सारखे व्हाल. जुना शर्ट फाटला, तर वाईट वाटून न घेता तुम्हाला आनंद झाला पाहिजे, कारण तुम्हाला नवीन शर्ट मिळणार आहे.'' दादापीरने मोहनस्वामीला पुन्हा धीर देण्याचा प्रयत्न केला. त्यामुळे मोहनस्वामीला हुरूप आला आणि पुन्हा सीटवर चढण्याचा प्रयत्न केला. आता मात्र त्याला यश मिळाले. सीटवर बसून तोल सावरता आला. त्या आनंदाच्या भरात अनेक वेळा सीटवर चढून तोल सावरून पुन्हा सावकाश खाली उतरण्याचा त्याने सराव केला. या सरावाने त्याचा आत्मविश्वास वाढला आणि उत्साहाने सीटवर चढून मैदानाला त्याने दोन फेरे घातले. मैदानावर वळण घेतेवेळी तो किंचित घाबरला आणि त्याचा तोल ढळला. पण दादापीरचे धीराचे शब्द आठवून लगेच त्याने स्वतःला सावरले आणि पुढे निघाला. 'स्वतःचा धीर खचू देऊ नका. धीर खचला, तर सायकल नखरे करू लागते आणि तुमचा तोल जाऊ शकतो' हे दादापीरचे शब्द आठवून मोहनस्वामीने स्वतःला धीर दिला आणि स्वतःचा तोल सांभाळला.

पण तिसऱ्या फेरीच्या वेळी मात्र ज्याची भीती होती तेच घडले. दोघे विदेशी पर्यटक दोन सायकलीवरून अच्युतराय मंदिराच्या दिशेने येत होते. त्यातील एकाने अर्धी खाकी चड्डी आणि लाल शर्ट परिधान केला होता आणि दुसऱ्याने निळी जीन्स

पॅण्ट आणि निळा शर्ट चढविला होता. ते दोघे दुरून येताना दोन लाल आणि निळ्या ठिपक्यांप्रमाणे दिसत होते. दोघेही रस्त्याच्या मधोमध वेगाने सायकल चालवत येत येत होते. त्यांच्या खांद्यावर कॅमेरा दिसत होता. मोहनस्वामीला ते समोरून येताना दिसले आणि त्याचा धीर किंचित ढळला. दादापीरचे बोल खरे ठरले. मोहनस्वामीचा धीर खचल्यावर सायकलचे नखरे सुरू झाले. सायकलने मोहनस्वामीची आज्ञा पाळण्याचे नाकारले. मोहनस्वामीने सायकलीला त्या दोघा पर्यटकांना वळसा घालून पुढे जाण्याची आज्ञा केली. पण ते न ऐकता सायकल त्या दोघा पर्यटकांच्या मध्ये घुसली, त्या पर्यटकांना धक्का दिला. ते दोघेही खाली पडले आणि त्यांच्यासमोर मोहनस्वामीदेखील पडला.

"ओह मॅन, तुला सायकल नीट चालवता येत नाही?" असे म्हणत ते दोघेही उठून उभे राहिले. त्या दोघांचे अंग थोडे खरचटले होते आणि कपडे धुळीने माखले होते. त्या दोघांनीही आपल्या कपड्यांवरची धूळ झटकली. मोहनस्वामीजवळ जाऊन 'आर यू ओके?' म्हणून त्याची प्रेमाने चौकशी केली. दादापीरने लांबून हा अपघात पाहिला आणि तो धावत धापा टाकत त्यांच्याजवळ आला. दादापीरने त्या दोघांशी हस्तांदोलन केले आणि "माय ब्रदर....सायकल....माय टीचिंग....हिम लर्निंग....सॉरी, सॉरी." असे म्हणून त्याने नववीत शिकलेल्या इंग्रजीचे ज्ञान पाजळले. त्या पर्यटकांना देखील इंग्रजी नीट समजत नव्हते. युरोप खंडातील एका छोट्या देशाचे ते रहिवासी. तिकडची भाषा वेगळीच होती. पण त्यांच्यासमोर पडलेली व्यक्ती सायकल शिकत आहे इतके त्यांना बरोबर समजले. एक लहान मुलगा मोठ्याला सायकल शिकवतो हे पाहून त्यांना आनंद झाला. त्यांना ही दुर्मीळ घटना कॅमेऱ्यामध्ये कैद करावीशी वाटली. त्यांनी दादापीरला सायकल शिकवण्याची पोझ देण्याची विनंती केली आणि आपला कॅमेरा सज्ज केला.

स्वतःचा फोटो काढून घेणे ही त्या काळी नवलाईची गोष्ट होती. हे दोघे पर्यटक आपला फोटो घेणार आहेत असे समजल्यावर दादापीरला आनंद झाला. फोटोसाठी तयार होण्यासाठी त्याने आपले केस विंचरून नीट केले, कपाळावरचा घाम शर्टाच्या बाहीने पुसला आणि आपला शर्ट चड्डीमध्ये खोचून तयार झाला. त्या दोघांपैकी अर्धी चड्डी घातलेल्या पर्यटकाला "यू निकर....माय निकर....सेम सेम....यू रेड शर्ट....आय रेड शर्ट....सेम सेम... सेम पिंच" असे म्हणून त्याच्या शरीराचा एक छोटा चिमटा घेतला. त्या पर्यटकांना दादापीरची ही कृती आवडली आणि ते दोघे हसले. पण मोहनस्वामीला या घटनेमुळे आपला अपमान झाल्यासारखे वाटले. आपल्याला सायकल नीट चालवता येत नाही हे या अपरिचित पर्यटकांना समजले याचे त्याला फार वाईट वाटले. पण फोटो घेणे ही त्याच्या दृष्टीनेदेखील नवलाई होती. त्या काळी श्रीमंतांच्या लग्नसमारंभात ग्रुप फोटो घेण्यासाठी देखील

दहा वेळा विचार करावा लागत असे. फोटो घेणे म्हणजे वायफळ खर्च असे त्या काळच्या वडीलधाऱ्यांचे मत असे. त्यामुळे आपला अपमान विसरून मोहनस्वामीदेखील फोटो घेण्यासाठी पोझ देऊन तयार झाला.

सूर्य गंधमादन पर्वताच्या मागे जाऊन मावळण्याच्या तयारीत होता. सर्वत्र संध्याकाळची लाली पसरली होती. सोळाव्या शतकातील प्रसिद्ध अच्युतराय मंदिर आता मोडकळीस आले होते. मंदिराच्या मागे मातंग पर्वत आणि त्या पर्वतावर एक छोटेसे मंदिर, सर्वत्र निर्जन वातावरण या सर्व ऐतिहासिक पार्श्वभूमीवर दोन-तीन फोटो घेण्यात आले. त्याशिवाय दादापीर मोहनस्वामीला सायकल शिकवत असल्याची दृश्ये असलेले काही फोटो घेतले गेले. मोहनस्वामी आणि दादापीर वेगवेगळ्या ठिकाणी उभे असलेल्या स्थितीत काही फोटो घेतले गेले. काही फोटो दगडी मंडपांच्या पार्श्वभूमीवर घेतले गेले. त्यानंतर त्या पर्यटकांनी सायकल उत्तम रीतीने चालविण्यासाठी मोहनस्वामीला आपल्या काही निवडक सूचना दिल्या. त्यानंतर दोघांनाही धन्यवाद देऊन ते पर्यटक सायकलवर स्वार होऊन अच्युतराय मंदिरापर्यंत गेले आणि तिथून सायकल उचलून घेऊन मंदिरात शिरले. तिथेदेखील बरेच फोटो घेण्याचा त्यांचा बेत असल्याचे ते म्हणाले होते.

त्यानंतर मोहनस्वामीने सायकलवरून मैदानाला आणखी काही फेरे घातले. आता त्याचा आत्मविश्वास वाढला आणि त्याच्या जोरावर आणखी जास्त फेरे घालण्याचा उत्साह त्याला वाटू लागला. पण संध्याकाळ झाली होती आणि सर्वत्र अंधार पसरू लागला होता. शिवाय दोन तास सायकल चालवून तो दमला होता. सायकलवरून पडून झालेल्या जखमांमुळे शरीरदेखील ठणकत होते. त्याला तहान लागली होती. सोबत आणलेल्या पाण्याच्या बाटल्या रिकाम्या झाल्या होत्या. जवळच पाण्याची विहीर होती. पण तिचे पाणी पिण्याच्या योग्यतेचे नव्हते. थोड्या दूर अंतरावर तुंगभद्रा नदी वाहत होती. पण नदीचे पाणी आहे तसेच पिणे आरोग्यास घातक होईल, म्हणून तो विचारदेखील बाजूला ठेवला. यावर दादापीरने, 'आपण इथून जवळच असलेल्या विजय विठ्ठल मंदिराकडे सायकलने जाऊन तिकडे मिळणारी चार शहाळी घेऊन येऊ' असे सुचविले. मोहनस्वामी त्यासाठी कबूल झाला. मोहनस्वामीने दादापीरच्या हातात पाच रुपये ठेवले. त्या काळी शहाळी रुपयाला एक या दराने मिळत होती. मोहनस्वामी अतिशय दमला होता. त्यामुळे त्याला विजय विठ्ठल मंदिराकडे चालत जाणे शक्य नव्हते. म्हणून त्याने दादापीरला एकट्यानेच सायकलवरून जाण्याची विनंती केली आणि स्वतः तिथेच विश्रांती घेण्यासाठी बसला. दादापीरने पाच रुपयांची नोट खिशात ठेवली आणि सायकलवर स्वार होऊन अंधारात अदृश्य झाला.

दादापीर जाऊन अर्धा तास झाला, तरी तो परत आला नव्हता. मोहनस्वामीला

त्याची काळजी वाटू लागली. तहानेने घसा कोरडा पडत चालला होता. सर्वत्र अंधार दाटून आला होता. सूर्यास्त झाल्यामुळे गंधमादन पर्वत दिसेनासा झाला होता. या बाजूला मातंग पर्वताची देखील तीच अवस्था होती. अच्युतराय मंदिराचे मोडकळीस आलेले गोपुर, भोवतीचे दगडी मंडप सर्व काही अंधारात बुडाले होते. परिसरात एक प्रकारची भयाण शांतता पसरली होती. मोहनस्वामी मनातून थोडा घाबरला. त्याच्या भीतीला खतपाणी घातले ते एका पक्ष्याच्या विचित्र आवाजाने. वटवाघळे भिरभिरू लागली होती आणि त्यांचा आवाजदेखील वातावरणात भरून राहिला होता. चेहऱ्याभोवती डास गुणगुणत पिंगा घालत होते आणि मोहनस्वामीवर हल्ला करण्याच्या तयारीत होते. मोडकळीस आलेला परिसर असल्यामुळे तिथे साप, विंचू सरपटत असण्याची शक्यता होती. कित्येक वर्षांपूर्वी लाखो लोकांचा मृत्यू या परिसरात झाला होता आणि त्यांची प्रेते इथेच गाडली गेली होती. उत्खननातून काही प्रेतांचे सांगाडे बाहेर येत होते. या भीतिदायक वातावरणामध्ये मोहनस्वामीच्या पोटात भीतीचा गोळा उठला. दादापीरचा अजून पत्ता नव्हता. त्याला अपघात तर झाला नसेल ना, अशी चिंता मोहनस्वामीला भेडसावू लागली. जवळपास कुणीतरी ओळखीचा माणूस असता तर बरे झाले असते, असे त्याला वाटू लागले. अचानक त्याला त्या दोन परदेशी पर्यटकांची आठवण झाली. अच्युतराय मंदिराचे फोटो घेण्यासाठी ते दोघे मंदिरात गेलेले त्याने पाहिले होते. पण तिथून ते परतलेले दिसत नव्हते. ते अजून मंदिरातच थांबले आहेत, की तिथून पायऱ्या चढून पंपापती बाजारात गेले आहेत, काही कळेना. काय झाले ते पहावे या उद्देशाने तो उठला आणि अच्युतराय मंदिराच्या दिशेने निघाला.

दूर मंडपाच्या भिंतीला टेकवून ठेवलेल्या त्यांच्या दोन सायकली दिसल्या. त्यावरून ते दोघे अजूनही मंदिरातच आहेत असा तर्क त्याने केला. त्याला थोडा धीर आला. सावकाश अंधारातून वाट काढत तो सायकलींच्या दिशेने निघाला. चंद्र नुकताच वर आला होता. त्याचे अंधुक चांदणे अंधारातून चालण्यास मदत करीत होते. सायकली ठेवलेल्या ठिकाणी तो पोचला. तिथून जवळच मंडपात ठेवलेला त्यांचा कॅमेरा दिसला. पण ते दोघे कुठेच दिसले नाहीत. कुठे गेले असावेत, काही विपरीत घडले नसेल ना, अशी शंका मोहनस्वामीला येऊ लागली. इतक्यात कुणीतरी वेदनेने विव्हळत असलेला आवाज त्याच्या कानावर पडला. या आधी असा आवाज त्याने कधीच ऐकला नव्हता. त्यांना हाक मारावी, असे मोहनस्वामीला वाटले. पण तसा धीर झाला नाही. आवाजाच्या दिशेने सावकाश पावले टाकत तो निघाला.

गाभाऱ्याला लागून असलेल्या मंडपात दोन देह लोळत पडले होते. दोघांचे कपडे मंडपाच्या खांबावर लटकत ठेवलेले दिसले. आतल्या बाजूला लोळत

असलेले देह त्या फोटो घेणाऱ्या विदेशी पर्यटकांचे असणार यात कोणतीही शंका नव्हती. खांबाच्या आडोशाला उभा राहून मोहनस्वामी ते अजब दृश्य पाहू लागला. त्याच्या शरीराला किंचित कंप सुटला. अचानक त्याला थंडी वाजू लागली. असे दोन पुरुष देह मुक्तपणे एकत्र लोळत पडलेले त्याने कधीच पाहिले नव्हते. हे सुख त्याने आजवर मनातच अनुभवले होते. असे सुख मिळवण्याच्या हव्यासापोटी त्याने एका पुरुषाला स्पर्श केला होता. पण त्या पुरुषाला ते आवडले नाही. त्या पुरुषाने मोहनस्वामीला दूर ढकलले आणि त्याचा अपमान केला. त्यानंतर त्या पुरुषाने मोहनस्वामीकडे कायमचे दुर्लक्ष केले. त्यामुळे पुरुषाशी जवळीक करण्याचा वाईट गुण या अखंड विश्वात फक्त आपल्याकडेच आहे, अशी मोहनस्वामीची समजूत झाली होती. आता दोन बलिष्ठ पुरुषदेह नग्नावस्थेत मुक्तपणे लोळत असलेले रमणीय दृश्य त्याला स्पष्ट दिसत होते. तिथे कसलीही पापभावना दिसत नव्हती, कारण एक दुसऱ्याच्या कानात काही तरी पुटपुटला आणि त्यावर दोघेही हसले. त्यांचे हसणे अच्युतराय मंदिराच्या प्राकारात विरून गेले. आता मोहनस्वामीच्या डोक्यात प्रकाश पडला. त्याने विव्हळण्याचा आवाज ऐकला, तो वेदनेमुळे विव्हळण्याचा नव्हता, तर शरीरसुखाने विव्हळण्याचा होता. बराच वेळ ते रमणीय दृश्य पाहत तो तिथे उभा होता. एक प्रकारे त्याला भगवंताचा साक्षात्कार झाला होता आणि त्यामुळे तो आनंदाने मोहरून गेला. आपण या जगात एकाकी नाही, याची त्याला खात्री पटली आणि इतकी वर्षे एकाकीपणाच्या ओझ्याखाली दबलेले त्याचे मन ते ओझे फेकून देऊन मुक्त झाले. आता त्याला अगदी हलके हलके वाटू लागले.

मोहनस्वामी अच्युतराय मंदिराबाहेर आला. त्याच वेळी दादापीर शहाळी घेऊन परतला होता आणि मोहनस्वामीची वाट पाहत होता. "अण्णा, कुठं तुमचा पत्ता? शहाळी घेण्यासाठी दूर कमलापूरपर्यंत जावं लागलं. यासाठीच मला उशीर झाला. आताच दोन मिनिटांपूर्वी मी आलो." काही न बोलता मोहनस्वामीने आपली करंगळी वर करून लघुशंकेसाठी गेल्याचे सूचित केले. 'मंदिराच्या आवारात तसे करू नये अण्णा.' मोहनस्वामीने करू नये ते केल्याचे दर्शविणारे दादापीरचे बोलणे मोहनस्वामीच्या कानाला गोड लागले आणि अचानक दादापीरचा चेहरा त्याला सुंदर दिसू लागला. दुपारपासून अपार कष्ट झेलून दादापीर त्याला सायकल शिकवत होता आणि आता त्याने खूप दूर जाऊन आपल्यासाठी शहाळी आणली होती. आपल्या वाटणीची शहाळी तिथेच पिऊन न येता दोघांनी एकत्र पिण्याच्या उद्देशाने दादापीरने चार शहाळी आणली होती. मोहनस्वामीला तो मुलगा प्रेम करण्याच्या योग्यतेचा वाटला. त्याच्या मनात समाधानाच्या लहरी उमटू लागल्या. त्याने दादापीरला जवळ ओढले. त्याची पाठ थोपटली. त्याच्या कपाळाचे प्रेमाने चुंबन घेतले आणि 'सायकल शिकवल्याबद्दल आभारी आहे दादापीर,' असे कानात

पुटपुटला. दादापीरला हे अनपेक्षित असले, तरी त्याने त्याचा संकोच न करता स्वीकार केला. ‘असू देत अण्णा. मी काही महान केलं नाही. फक्त सायकल शिकवली.’’ असे म्हणून त्याने हात जोडून मोहनस्वामीला नमस्कार केला.

एका टोकदार दगडाने शहाळ्याच्या मस्तकावर छिद्र पाडून दोघांनीही पोट भरून आतील गोड पाणी प्राशन केले आणि ते होस्पेटला परत निघण्यासाठी तयार झाले. निघण्यापूर्वी मोहनस्वामीने एक सूचना केली. दादापीर, आता आपण अच्युतराय मंदिरातून न जाता विजय विठ्ठल मंदिराजवळून जाऊ. थोडा लांबचा पल्ला असला, तरी चालेल. गार वारा सुटला आहे. गप्पा मारत आरामात जाऊ. दादापीरला ही सूचना जरा विचित्र वाटली, तरी जास्त काही न बोलता त्याने होकार दिला. दोघेही सायकल ओढत सावकाश चालत निघाले.

मोहनस्वामीला एक गोष्ट स्पष्टपणे जाणवली. आपण सायकल शिकलो किंवा विमान चालवण्यास शिकलो तरी आपल्या व्यक्तिमत्त्वात काही फरक पडणार नाही. आपल्याला पुरुषांच्या संगतीची आवड आहे ती तशीच राहणार. त्यात काही बदल होणार नाही. मुलींचे आकर्षण आपल्याला कदापि वाटणार नाही याबद्दल त्याची खात्री पटली. बळजबरीने आपल्यात बदल घडवून आणण्याचा मूर्खपणा यापुढे कधीही न करण्याचा त्याने निश्चय केला. आपण शोध घेतल्यास आपल्यासारखे कुणी ना कुणी, कधी ना कधी भेटेलच, असा ठाम विश्वास त्याला या घटनेमुळे मिळाला. समाधानाने तो दादापीरसोबत चालू लागला.

काशीवीर

काशीवीर मोहनस्वामीपेक्षा पाच वर्षांनी मोठा. शिक्षणामध्ये अतिमठ्ठ; पण खेळामध्ये चलाख. त्याच्या या विचित्र नावाचा इतिहास एके दिवशी त्याची आई विमलाकाकूंनी मोहनस्वामीला कथन केला. त्या दिवशी मोहनस्वामी त्यांच्या घरी गेला होता तेव्हा विमलाकाकूखेरीज घरात इतर कुणीही नव्हते. विमलाकाकू माजघरात बसून तांदूळ निवडत होती. भुजंगकाका ऑफिसला गेले होते आणि काशीवीर माळावर तळपत्या उन्हात भोवरा खेळण्यासाठी गेला होता. काशीवीरच्या दोन्ही बहिणी मैत्रिणींसोबत सागरगोटे खेळत होत्या.

मोहनस्वामी विमलाकाकूंचा अतिशय लाडका होता. त्याचे एक कारण म्हणजे तो त्यांच्या जिवलग मैत्रिणीचा मुलगा होता आणि दुसरे म्हणजे त्यांच्या मुलाप्रमाणे तो शिक्षणात मठ्ठ नव्हता. प्रत्येक वर्षी परीक्षेमध्ये उत्तम गुण मिळवून तो पास होत असे. त्यांचा चिरंजीव काशीवीर मोहनस्वामीपेक्षा मोठा असूनदेखील पहिल्या वर्षी नापास आणि दुसऱ्या वर्षी कसाबसा पास अशा चक्रामधून जाऊन यंदा मोहनस्वामीच्या वर्गात जाऊन बसला होता. विमलाकाकूंच्या मनात मोहनस्वामीबद्दल तिळमात्र द्वेष नव्हता. मोहनस्वामी नाकासमोर चालणारा, आज्ञाधारक, मोहक चेहऱ्याचा मृदूभाषी अशा स्वभावाचा मुलगा होता. त्याच्या या गुणांमुळे विमलाकाकूंना तो आपल्या मुलाप्रमाणे वाटत होता. त्याला पाहिले, की त्यांचे मातृप्रेम उफाळून येत असे. सर्वसाधारणपणे मोहनस्वामीचा स्वभाव तमाम वडील मंडळींना आवडत असे. आपल्या मुलांना त्याचा आदर्श उचलून धरण्याचा सल्ला दिला जात असे.

विमलाकाकूंनी मोहनस्वामीचे प्रेमाने स्वागत केले.

त्याच्यासाठी लाह्यांचे पीठ दुधात मिसळून, त्यात तूप आणि साखर मिसळून, हे मिश्रण एका वाटीत घालून ती वाटी मोहनस्वामीच्या हातात देऊन त्या पुन्हा आपल्या तांदूळ निवडण्याच्या कामाकडे वळल्या. तांदळाच्या राशीमधून खडे वेचून, एकेक खडा अंगणात फेकून, आपल्या काशीवीरची जन्मकथा मोहनस्वामीसमोर कथन करीत होत्या. दुपारची वेळ असल्यामुळे उन्हाचा प्रखर झोत माजघरात पसरला होता. त्यामुळे त्यांचे तांदूळ निवडण्याचे काम सुलभ झाले होते. एका हाताने समोर घोंगावणाऱ्या माशांना हाकलून, दुसऱ्या हाताने दुधात मिसळलेल्या लाह्यांच्या पिठाचा एकेक गोळा सेवन करीत, मोहनस्वामी विमलाकाकू सांगत असलेली काशीवीरची जन्मकथा ऐकत होता.

विमलाकाकूंना विवाहानंतर लागोपाठ दोन मुली झाल्या होत्या. तिसऱ्या खेपेस गरोदर असताना त्यांच्या मनावर एक विचित्र दडपण आले होते. 'या खेपेस तुला मुलगाच व्हायला हवा, नाहीतर त्या अर्भकाला नदीत बुडवून जलसमाधी देईन,' अशी तंबी त्यांना त्यांचे पती भुजंगकाकांनी दिली होती. मोहनस्वामीच्या आईने 'दोन मुलींवर तिसरा मुलगाच होणार, काळजी करू नकोस आणि कुणालाही घाबरू नकोस. देवावर भरवसा ठेव आणि त्यालाच शरण जा' असे म्हणून त्यांचे समाधान केले होते. तरीही विमलाकाकूंच्या मनात शंकेची पाल चुकचुकत होती. ती डोळ्यांत पाणी आणून म्हणाली, 'इतके करूनदेखील मुलगीच झाली तर काय करू? गेल्या खेपेस दिसेल त्या देवाच्या विनवण्या करून नवस बोलले होते. पण एकाही देवाला पाझर फुटला नाही. अखेर मुलगीच झाली.' यावर मोहनस्वामीची आई काय बोलणार? निरुत्तर होऊन ती गप्प बसली. सात महिने उलटून गेल्यावर विमलाकाकूंचा धीर खचला आणि त्या निराशेने व्याकूळ झाल्या.

त्याच सुमारास गावात कुमारस्वामीची जत्रा भरली. ही गावातील सर्वांत मोठी आणि प्रसिद्ध जत्रा. हे कुमारस्वामीचे मंदिर गावाबाहेरच्या डोंगरावर होते. तीन वर्षांतून एकदा म्हणजे अधिक मास असलेल्या वर्षातील श्रावण महिन्यात ही जत्रा भरत असे. गावातील राजकीय धुरीणांचे भवितव्य या दैवताच्या कृपेवर अवलंबून असल्यामुळे जत्रा आयोजकांना त्यांच्या हातून भरमसाठ देणगी मिळत असे आणि त्यामुळे जत्रा थाटात आणि दिमाखात साजरी होत असे. गावातील व्यापारी या जत्रेमध्ये भरपूर दानधर्म करीत असत. त्यामुळे ही जत्रा म्हणजे देशाच्या कानाकोपऱ्यातून येणाऱ्या साधू-संन्याशांचे आश्रयस्थान बनले होते. जत्रा संपल्यावरदेखील हे साधू-संन्यासी अनेक महिने गावातील धर्मशाळेमध्ये मुक्काम ठोकून राहत असत. जत्रेच्या सात दिवसांत त्यांना पोटभर न्याहारी आणि जेवणखाण मिळत असे. जत्रा संपल्यावर मात्र ते घरोघरी भिक्षा मागून आपला उदरनिर्वाह करीत असत.

असाच एक संन्यासी भिक्षा मागण्यासाठी विमलाकाकूंच्या दारासमोर आला

तेव्हा विमलाकाकूंचा उदास आणि चिंतित चेहरा पाहून तो म्हणाला, "का माई? इतकी चिंता कशाला करतेस? गरोदर बाईनं अशी चिंता करणं बरं नव्हे. गर्भातील बाळाला त्याचा त्रास होतो." संन्याशाच्या कळकळीने आणि आपुलकीने केलेल्या चौकशीने विमलाकाकूंचे मन हेलावले. त्याच्यासाठी आणलेले भिक्षेचे ताट खाली ठेवून तिने तिथेच उंबऱ्यावर बसकण मारली. आपली सर्व व्यथा तिने संन्याशासमोर मांडली. अंगणात मांडी घालून बसलेल्या त्या संन्याशाने तिचे बोलणे शांतपणे ऐकून घेतले आणि तिला एक सल्ला दिला. "जवळच असलेल्या दर्ग्यामध्ये काशीमपीर नावाच्या अवलियाची समाधी आहे. तिथं चालत जाऊन त्या समाधीचं दर्शन घेऊन ये. त्या अवलियाने मनावर घेतलं आणि तुझं दैव अनुकूल असेल, तर तुला खचित मुलगा होईल" असा आशीर्वाद देऊन तो निघून गेला. त्याच्या बोलण्यामध्ये दैवी शक्ती असल्याचा भास विमलाकाकूंना झाला. त्यावर त्यांचा विश्वास बसला. रोज नेमाने चालत जाऊन त्या समाधीचे दर्शन घेऊन हात जोडून काशीमपीर अवलियाची मनोभावे प्रार्थना करू लागल्या. आठवड्यातून एकदा समाधीला गुळाचा नैवेद्य दाखवून तो प्रसाद भक्षण करू लागल्या. दर्ग्यामधील मौलवीकडेदेखील त्यांनी आपले दुःख मांडले. काशीमपीरने विमलाकाकूंच्या विश्वासाला तडा जाऊ दिला नाही. ही साधना फळाला आली आणि विमलाकाकूंना पुत्ररत्न झाले. भुजंगकाकांच्या आनंदाला आकाश ठेंगणे वाटू लागले.

पण बारशाच्या दिवशी या आनंदाला ग्रहण लागले. नामकरणविधीसाठी आलेल्या पुरोहितांनी, "मुलाचे नाव काय ठेवायचं?" असा भुजंगकाकांना प्रश्न केला. भुजंगकाकांनी तोंड उघडण्याआधीच काशीमपीर हेच नाव ठेवायचे म्हणून विमलाकाकूंनी सुचविले. यावर भुजंगकाका भडकले. "तुझं डोकं फिरलंय की काय?" असे म्हणून त्यांनी आपल्या पत्नीवर डोळे वटारले. पण विमलाकाकू कुणाचेही ऐकण्याच्या मनःस्थितीमध्ये नव्हत्या. त्यांनी आपला हट्ट सोडला नाही. आधीपासूनच मी हे नाव ठरवून ठेवले आहे. त्यात कोणताही बदल होणार नाही, अशा स्पष्ट शब्दांत त्यांनी आपला निर्णय सांगितला. नामकरणाव्यतिरिक्त इतर कोणता प्रसंग असता, तर भुजंगकाकाने विमलाकाकूंना मारहाण करण्यास मागे-पुढे पाहिले नसते. पण या प्रसंगी शंभर-सव्वाशे नातलग आणि मित्रमंडळी जमलेली असताना आपल्याला पुत्रलाभ करून देणाऱ्या ओल्या बाळंतिणीवर हात उगारण्याचा त्यांना धीर झाला नाही. हतबल होऊन भुजंगकाकाने त्या नावाला संमती दिली आणि पुरोहितांना त्यांनी विधी सुरू करण्याची विनंती केली. पण पुरोहितांनी त्या नावाला स्पष्ट नकार दिला. 'तुम्ही ब्राह्मण असून, या नावाला कशी संमती देऊ शकता? तुमची तयारी असली, तरी मी या पापाचरणात भागीदार होऊ इच्छित नाही.' पुरोहितांनी आपले परखड मत भुजंगकाकांसमोर मांडले. या वादावादीमध्ये

मुहूर्ताची वेळ जवळ येत चालली होती. अखेर तिथे जमलेल्या एका कन्नड भाषापंडिताने या पेचप्रसंगातून सुटण्याचा एक सोपा उपाय सुचविला. विमलाकाकूंनी सुचविलेल्या 'काशीमपीर' या नावामध्ये थोडा बदल करून ते 'काशीवीर' करावे अशी सूचना त्याने केली. त्याच्या मते कन्नडमधील 'प', 'ब' आणि 'व' या अक्षरांमध्ये अदलाबदल केली, तरी संबंधित शब्दांच्या अर्थामध्ये फारसा फरक होत नाही. पुरोहितासह सर्वांनी याला दुजोरा दिला आणि 'काशीवीर' या नावावर शिक्कामोर्तब झाले. नामकरण विधी पूर्ण झाला. पण विमलाकाकूंना हा बदल फारसा रुचला नाही. त्या आपल्या मुलाला 'काशीमपीर' याच नावाने संबोधू लागल्या.

काशीवीरला शिक्षणात गती नव्हती. त्याच्या दोन्ही बहिणी हुषार होत्या आणि त्या दर वर्षी उत्तम गुण मिळवून पास होत गेल्या. पण काशीवीर उडुपीच्या पर्यायपीठाप्रमाणे दर दोन वर्षांनी वरच्या वर्गात जात असे. मुलांची विनाकारण खोडी काढून त्यांना त्रास देण्यात तो वाकबगार होता. खोडी अंगाशी आल्यावर मारामारी करण्यासदेखील तो मागे-पुढे पाहत नसे. मारामारीच्या तक्रारी त्याच्या आई-वडिलांपर्यंत येत होत्या. त्यांना ती एक डोकेदुखी ठरली होती. दहावीच्या वर्गात जाईपर्यंत त्याचा सहा फुटांचा तगडा देह झाला होता. व्हॉलिबॉल खेळण्यात तो चांगलाच तरबेज होता. रोज सकाळी व संध्याकाळी तो न चुकता व्हॉलिबॉल खेळण्यासाठी मैदानावर हजर होत असे. त्याच्या वडिलांनी त्याची या खेळामधली आवड पाहून त्याला प्रोत्साहन दिले होते. व्हॉलिबॉलच्या राज्यस्तरीय स्पर्धांमध्ये त्याने भाग घेतला होता आणि त्यात तो चांगलाच चमकला होता. इथवर सर्व काही ठीक चालले होते. पण नियतीच्या मनात काही वेगळेच होते. व्हॉलिबॉल स्पर्धेच्या निमित्ताने गावोगावी फिरणाऱ्या काशीवीरला व्यसनाधीन खेळाडूंच्या सहवासाने वाईट सवयी लागण्यास वेळ लागला नाही. सुरुवातीला धूम्रपानाची सवय, त्यानंतर मद्यपानाची सवय. या सवयी लवकरच व्यसनामध्ये रूपांतरित झाल्या. सुरुवातीला याबद्दल घरातील मंडळींना काहीच कल्पना नव्हती. पण अखेर कर्णोपकर्णी होऊन ही बातमी घरात येऊन पोचली. दिसायला सुंदर असलेल्या काशीवीरला कॉलेजचे पहिले वर्ष संपण्यापूर्वी स्त्रियांच्या शरीरसुखाची चटकदेखील लागली. काही रिकामटेकड्या मुलांना हाताशी धरून सायकलवर आरूढ होऊन गावभर उनाडक्या करत हिंडण्याखेरीज त्याला दुसरा उद्योग नव्हता. आई-वडिलांनी उपदेशाचे डोस पाजून त्याची या व्यसनामधून सुटका करण्याचा खूप प्रयत्न केला. पण ते सर्व पालथ्या घड्यावरचे पाणी ठरले. मोहनस्वामीची आई एकदा विमलाकाकूंना भेटली असताना हताश स्वरात विमलाकाकू म्हणाल्या होत्या, ''काशीवीरची व्यसनं हाताच्या करंगळीइतकी असती, तर त्यावर काबू ठेवणं शक्य झालं असतं.

पण ती आता दंडापर्यंत येऊन पोचली आहेत. काय करावं काही सुचत नाही.''

जसजसे दिवस पुढे सरकू लागले, तसे काशीवीरच्या सुंदर देहाचे मोहनस्वामीला आकर्षण वाटू लागले. हल्लीच मोहनस्वामीला बेंगळूरमध्ये चांगल्या पगाराची नोकरी लागली होती. क्वचित कधी तरी सुटी असतांना गावी आला, की काशीवीरला भेटण्यासाठी हपापलेला असे. बेंगळूरहून येतेवेळी न विसरता काशीवीरला देण्यासाठी एक भेटवस्तू आणून, गुपचूप ती त्याला देत असे. काशीवीरच्या वाईट सवयीबद्दल कुणी टीकेचा सूर लावला, तर मोहनस्वामीला वाईट वाटत नसे, पण मनातल्या मनात एक आनंदाची लहर उमटत असे. त्याच्या आईने किंवा विमलाकाकूंनी काशीवीरच्या दुर्गुणांबद्दल काही बोलण्यास सुरुवात केली, तर 'त्याला उगीच काही बोलू नका. अशीच मुले पुढे जीवनात यशस्वी होतात' असे म्हणून त्याची तरफदारी करत असे. आपल्याविषयी मोहनस्वामीच्या मनात असलेले आकर्षण काशीवीरला बरोबर समजले होते आणि नेमका याचाच फायदा काशीवीरने उचलण्यास सुरुवात केली होती. अधूनमधून काही तरी निमित्त पुढे करून तो मोहनस्वामीकडे पैशांची मागणी करत असे आणि मोहनस्वामी ती आनंदाने पुरवत असे. अशा वेळी 'हे पैसे तुझ्या सिगारेट आणि दारूच्या व्यसनामध्ये उडवू नकोस' असा मानभावी सल्ला तो मैत्रीच्या हक्काने त्याच्या खांद्यावर हात ठेवून देत असे आणि त्या निमित्ताने त्याच्या शरीरस्पर्शाचे सुख अनुभवत असे. काशीवीरदेखील आपण सद्गुणांचा पुतळा असल्याच्या आविर्भावात 'हे रे काय मोहन? असे पैसे उडवायला मला काय वेड लागले नाही. कॉलेजचे पुस्तक खरेदी करण्यासाठी मला हे पैसे हवेत' असे म्हणून मोहनस्वामीचे समाधान करण्याचे नाटक करत असे आणि हे नाटक वठविताना आपल्या डोक्यावरील केसामधून बोट फिरवून खाजविण्याचा अभिनय करून मोहनस्वामीला गंडविल्याबद्दल आपल्या खोडकरपणाच्या खोट्या अभिमानाने त्याची छाती फुगत असे. काशीवीर कॉलेजच्या शिक्षणामध्ये काय दिवे लावणार आहे, याची मोहनस्वामीला पुरेपूर कल्पना होती. पण त्याच्या थापेबाजीची देखील मोहनस्वामीने सवय लावून घेतली होती.

मोहनस्वामी रोज संध्याकाळी मैदानावर जाऊन काशीवीर खेळत असलेला व्हॉलिबॉलचा खेळ पाहत असे. आखूड चड्डी आणि जाळीदार बनियन परिधान केलेल्या काशीवीरचे सर्व अवयव कसलीही भीड न बाळगता मोहनस्वामी पाहत उभा असे. त्याच्या पुष्ट पोटया, मांड्या, सर्व्हिस करताना उघडी पडलेली त्याची काख, त्यावरील रोम, हाताचे स्नायू, पॉइंट मिळाल्यावर अहंकाराने त्याने दिलेला हुंकार, मधूनच तहान लागल्यावर पाणी पिताना शरीरावर पडलेले आणि त्याच्या छातीवरून खाली घरंगळत जाणारे पाण्याचे थेंब, त्यामुळे भिजणारे त्याचे कपडे, डोक्यावर पाणी मारून घेऊन डोके हलविल्यावर उडणारे पाण्याचे तुषार, हे सर्व

पाहताना मोहनस्वामीची छाती धडधडत असे. रात्री झोपेमध्ये काशीवीर पूर्ण नग्न अवस्थेमध्ये उभा आहे अशी स्वप्ने त्याला दिसू लागली. आपला उन्माद शमविण्यासाठी काशीवीर अनेक रूपांत आपल्यासमोर उभा असल्याची कल्पनाचित्रे तो रंगवू लागला. त्याच वेळी आपली ही मानसिक अवस्था कुणाला समजली तर काय होईल, ही भीतीदेखील त्याला वरचेवर छळत होती.

एकदा काशीवीरच्या पूर्ण देहाचे स्पर्शसुख अनुभवण्याची संधी मोहनस्वामीसमोर उभी राहिली. त्या दिवशी तो विमलाकाकूंच्या घरी गेला असताना घरात त्यांच्याव्यतिरिक्त कोणीच नव्हते. विमलाकाकूंनी त्याला कॉफी करून दिली आणि त्याच्याशी बेंगळूरची हवा, तिकडचा व्यापार, उद्योगधंदा, महागाई इ. विषयांवर वायफळ गप्पा मारू लागल्या. भुजंगकाका बाजारात गेले होते. काशीवीर हजामत करून घेण्यासाठी सलूनमध्ये गेला होता आणि त्याच्या दोघी बहिणी गावाबाहेरच्या हनुमान मंदिरात गेल्या होत्या. मोहनस्वामीच्या मनात विमलाकाकूसोबत गप्पा मारत बसावे, की घरी निघून जावे याबद्दल द्वंद्व चालले होते. ठाम निर्णय होत नव्हता. इतक्यात काशीवीर हजामत आटोपून परत आला आणि घराच्या मागे थेट न्हाणीघरात गेला. तिथूनच त्याने आईला हाक मारून आंघोळीसाठी वरून पाणी घालण्याची विनंती केली. विमलाकाकू स्वयंपाकघरात व्यग्र होती. काहीशा नाराजीने ती म्हणाली, "धड स्वयंपाकदेखील करू देत नाहीत ही कारटी. मोहन, जरा तूच जाऊन काशीवीरला वरून पाणी घाल. उपकार होतील माझ्यावर." अनपेक्षितपणे मिळालेल्या या संधीने मोहनस्वामीचे शरीर मोहरून निघाले. गोड खाऊच्या आशेने आई सांगेल ते काम करणाऱ्या मुलाप्रमाणे मोहनस्वामी न्हाणीघराकडे निघाला. "जरा तुझ्या अंगावर पाणी उडणार नाही याची काळजी घेऊन पाणी घाल रे मोहन. आमचा वीरू धसमुसळ्या आहे. ताडमाड उंच वाढलाय, पण अकलेच्या नावाने शून्य." विमलाकाकूंनी आतूनच सूचना केली.

न्हाणीघरातल्या कोपऱ्यात एक चूल होती. त्यात लाकडे जळत होती. अंगावरचे सर्व कपडे उतरवून एका आखूड चड्डीवर उघडाबंब उभा असलेल्या काशीवीरच्या देहावर अग्नीच्या ज्वाळांचा प्रकाश पडला होता. त्यामुळे त्याचा देह सुवर्णकांतीप्रमाणे भासत होता. त्याच्या गळ्यातील सोनसाखळी देखील ज्वाळांच्या प्रकाशात चमकत होती. रोज रात्री स्वप्नात छळणारा काशीवीरचा उघडा देह आता खराखुरा आपल्यासमोर उभा असलेला पाहून मोहनस्वामीची छाती धडधडू लागली. हंड्यातून गरम पाणी काढतेवेळी त्याचे हात थरथरू लागले. काशीवीरच्या देहावरची त्याची नजर काही केल्या हटत नव्हती. नीटनेटकी केलेली हजामत, गुळगुळीत दाढी आणि बारीक कोरलेल्या मिशांमुळे त्याचा चेहरा मन्मथाप्रमाणे भासत होता. मोहनस्वामीच्या मनातील भावनांबद्दल कसलीच जाणीव नसलेला काशीवीर एक

फिल्मी गाणे शीळ घालून गात होता. त्या सिनेमातील नायकाच्या अभिनयाची नक्कल करण्यासाठी काशीवीरने दोन्ही हात वर उचलून अंगाला एक मुरड दिली, त्या वेळी दोन्ही काखांमधील केस बेपत्ता झालेले मोहनस्वामीच्या नजरेला पडले. आता या वेळी काखेमधून वस्तरा फिरविला, तर तो घसरून खाली पडेल असे काल्पनिक चित्र मोहनस्वामीच्या मनात निर्माण झाले. त्याच्या शरीरातील उष्ण रक्तप्रवाह जास्तच जोराने वाहू लागला.

मोहनस्वामीने प्रथम चार तांबे थंड पाणी काशीवीरने आपल्या शरीरावरून उतरवून ठेवलेल्या कपड्यांवर ओतले आणि ते कपडे पूर्ण भिजविले. त्यानंतर हंड्यातील गरम पाणी काशीवीरच्या अंगावर घातले. हजामतीहून परतल्यावर सर्व शरीरदेखील भिजायला हवे. शरीराचा कोणताही अवयव कोरडा राहू नये याची दक्षता घ्यायला हवी. मोहनस्वामीने काशीवीरला 'शरीराचा हा भाग कोरडा आहे तो भिजव, तो भाग कोरडा आहे तो भिजव असे' म्हणून बरेच पाणी त्याच्या शरीरावर घातले. काशीवीरने 'अरे, किती पाणी वाया घालवतोस? आता पुरे!' असे अनेक वेळा सांगूनदेखील मोहनस्वामी थांबण्याचे चिन्ह दिसेना. काशीवीरचा उघडा देह पाहून मोहनस्वामीचे समाधान झाले नाही. आता त्याच्या शरीराला स्पर्श करावा या उद्देशाने "अरे, तुझ्या पाठीवर अजून मळ साचलेला आहे. तुझा हात मागे पाठीवर नीट पोचत नाही. चल, मी तुझी पाठ घासून देईन. तो साबण माझ्याकडे दे" असे म्हणून मोहनस्वामीने काशीवीरच्या हातातून साबण हिसकावून घेतला आणि न्हाणीत उतरला. "अरे, तू कशाला हे काम करतोस? मला जमेल तशी मीच माझी पाठ घासतो. दे तो साबण इकडं" असे म्हणून काशीवीरने साबण परत मागून घेतला. पण त्याचे काही न ऐकता, मोहनस्वामी काशीवीरच्या पाठीवरून साबणासह आपला हात फिरवू लागला. काशीवीरच्या मनात संशयाने शिरकाव केला आणि तो सावध झाला. काशीवीरच्या देहाला स्पर्श करण्याची संधी मिळताच मोहनस्वामीचे आपल्या मनावरचे नियंत्रण सुटले. पाठीवरून त्याचा हात काशीवीरच्या पोटावर सरकला. तिथून त्याचे खांदे, मान, हात, पाय, पोटऱ्या, मांड्या, कंबर अशा अनेक अवयवांवरून फिरत राहिला. काशीवीर काहीही प्रतिकार न करता स्तब्ध उभा राहिला. मोहनस्वामीच्या अंगात जणू भुताचा संचार झाला होता. आत स्वयंपाकघरात विमलाकाकू आहेत याचेदेखील भान न ठेवता त्याने काशीवीरच्या चड्डीत हात घातला. मंदिराच्या गाभाऱ्यात प्रवेश करून देवतेच्या मूर्तीला स्पर्श केल्याचे समाधान मिळाल्यासारखे त्याला वाटले. एकाच वेळी स्पर्शसुखाचा आनंद आणि अनामिक भीती अशा संमिश्र भावनांचा कल्लोळ त्याच्या मनात निर्माण झाला आणि सुखाच्या परमोच्च क्षणी डोळे गच्च मिटून त्याने काशीवीरच्या छातीवर आपले मस्तक टेकविले. स्पर्शसुखाचा अनुभव घेण्याचा त्याचा हा पहिलाच प्रसंग.

उन्मादाने बेभान होऊन त्याने काशीवीरच्या देहावरचे आपले आक्रमण सुरूच ठेवले. काशीवीर स्थितप्रज्ञाप्रमाणे हे सर्व पाहत उभा होता. पण चेहऱ्यावर साबण लावण्याच्या निमित्ताने मोहनस्वामीने आपला चेहरा त्याच्या चेहऱ्याजवळ नेला आणि काशीवीरचे रागावरचे नियंत्रण सुटले. मोहनस्वामीचा जवळ येत असलेला चेहरा डाव्या हाताने थोपवून त्यावर उजव्या हाताने एक जोराचा प्रहार केला. त्या प्रहाराने मोहनस्वामी कोलमडून मागे फरशीवर आदळला आणि त्याचा 'धप्प' असा झालेला आवाज स्वयंपाकघरात विमलाकाकूंना ऐकू आला. "काय झाले रे काशी? कसला आवाज झाला?" अशी तिने आतूनच चौकशी केली. "काही नाही गं आई. हा खट्याळ बोका मध्ये कडमडला." काशीवीरने लगेच सुचेल ते उत्तर देऊन बाजू सावरली. न्हाणीतच आडवा झाल्यामुळे मोहनस्वामीचे सर्व कपडे भिजले. काशीवीरला आपल्या देहाचे काडीइतकेही आकर्षण नसल्याचे कटु सत्य मोहनस्वामीला उमगले. काशीवीरच्या नजरेतून आपण पार उतरून गेलो आहोत, याची त्याला जाणीव झाली. आपण एक वाया गेलेला मुलगा आहोत अशी त्याची भावना झाली असेल. पुन्हा त्याला स्पर्श करण्याची हिंमत मोहनस्वामीला झाली नाही. त्याचे डोळे भरून आले. न्हाणीघरातून बाहेर पडून तो थेट आपल्या घरी गेला.

मोहनस्वामीचा पूर्ण दिवस अपराधी भावनेमध्ये गेला. 'मोहऽऽन' अशी प्रेमाने हाक मारणाऱ्या वडीलभावासमान असणाऱ्या काशीवीरच्या देहाला स्पर्श करण्याचा मूर्खपणा आपण केला आहे. आपल्या हातून भयानक पाप घडले आहे. धिक्कार असो माझ्या जीवनाचा. या पापाबद्दल मला देवाने कठोर शिक्षा केली, तरी ती आनंदाने स्वीकारायला हवी. मला जिवंत राहण्याचा अधिकार नाही. दूध पाजणाऱ्यालाच दंश करणारा मी क्रूर सर्प आहे. माझ्यासारख्या क्रूर मानवाला या जगात राहण्याचा अधिकार नाही. माझ्याहून पाच वर्षांनी मोठा असलेल्या इसमाच्या देहाचे आकर्षण आपल्याला वाटलेच कसे? आपला जन्म झाल्यावर काशीवीरने आपल्या मांडीवर घेऊन मला खेळविले आहे, असे एकदा विमलाकाकू म्हणाल्या होत्या, याचा आपल्याला कसा विसर पडला? या पापाचे प्रायश्चित्त काय आणि कसे घ्यावे, हे मोहनस्वामीला समजेना. पुरुषाच्या देहाला स्पर्श करण्याची इच्छा झालेल्या या माझ्या पापी देहाचे बारीक तुकडे करून ते कावळ्यांना आणि गिधाडांना खाऊ घालायला हवेत. माझे मन पापी विचारांनी पोखरून निघाले आहे. माझे आयुष्य हीन आणि किळसवाणे झाले आहे. त्याचा कुणीही गौरव करणार नाही आणि करण्याची आवश्यकतादेखील नाही. मी अयोग्य आहे. मी नालायक आहे. मी अपवित्र आहे. अशा प्रकारे स्वयंनिंदा करण्यातच त्याचा पूर्ण दिवस गेला. त्याच्या डोळ्यांतून घळघळा अश्रू वाहू लागले. देवासमोर एकांतात बसून त्याने आपल्या अश्रूंना मोकळी वाट करून दिली. आपले तोंड कुणाला दाखविण्यालायक नाही आणि

कुणीही ते पाहू नये या उद्देशाने खाली मान घालूनच तो वावरू लागला.

दिवसाअखेरीस त्याचे दुःख शमन होण्याच्या मार्गावर असताना त्याला थोडी भीतीदेखील वाटू लागली. आपण केलेले पाप काशीवीरने त्याच्या आई-वडिलांसमोर उघड केले तर? त्यापलीकडे गावात सर्वांना समजले, तर आपली काय इज्जत राहील? गावातील प्रतिष्ठित मंडळी माझी धिंड काढतील. दंगल करण्यासाठी हपापलेल्या मंडळींना हे एक निमित्त पुरेसे आहे. ते माझ्यावर दगडफेक करण्यास मागे-पुढे पाहणार नाहीत. एक विनयशील आणि सालस मुलगा म्हणून सर्वत्र ख्याती असलेला माझ्या चेहऱ्यावरचा बुरखा सर्वजण क्षणार्धात फाडून टाकतील. नको नको. अशी ही मानहानी नको. मी काशीवीरची क्षमा मागायला हवी. वयाने वडील असलेल्या काशीवीरची क्षमा मागण्यात काहीही गैर नाही. यापुढे मी कधीही त्याच्या शरीराला स्पर्श करणार नाही, असा भरवसा त्याला द्यायला हवा. त्याच्या पायांवर डोके टेकून आणि त्यावर अश्रूंचा अभिषेक करून त्याची क्षमायाचना करायला हवी. मला आता एकदाच क्षमा कर काशीवीर, असे म्हणून त्याच्या मनाला पाझर फुटण्याइतपत याचना करायला हवी. त्याने उदार मनाने क्षमा केली आहे असे तो म्हणाला, की लगोलग मी बेंगळूरला निघून जाईन. त्याची आणि माझी पुन्हा भेट किंवा नजरानजर होऊ नये याची दक्षता घ्यायला हवी. पुन्हा कधीही तो मला स्वप्नात न दिसण्याइतपत त्याची आठवण मनातून काढून टाकायला हवी.

दुसऱ्या दिवशी संध्याकाळी मोहनस्वामीने काशीवीरला एक पत्र लिहिले. त्यात त्याने केलेल्या पापाची प्रांजळ कबुली दिली. त्याबद्दल आपणाला क्षमा करण्याची परोपरीने विनंती केली. तुझा धाकटा भाऊ म्हणवून घेण्याची आपली पात्रता नाही आणि त्याची आपल्याला खंत वाटत असल्याचे त्याने नमूद केले होते. प्रत्यक्ष काशीवीरच्या हातात देण्यासाठी ते पत्र घेऊन तो खेळाच्या मैदानावर वेळेच्या आधी येऊन हजर राहिला आणि काशीवीर येण्याची वाट पाहू लागला. नेहमीप्रमाणे काशीवीर आपल्या खेळाडू मित्रांसह हसत हसत मैदानावर हजर झाला आणि अंधार पडेपर्यंत खेळत राहिला. मैदानावर उभा असूनदेखील मोहनस्वामीला काशीवीरच्या नजरेला नजर भिडविणे शक्य झाले नाही.

खेळ संपल्यावर काशीवीर आपली पॅण्ट चढविताना मोहनस्वामी त्याच्याजवळ गेला आणि खाली मान घालून समोर उभा राहिला. मान वर केली, तर पुन्हा नजरेला नजर भिडणार. त्याऐवजी मान खालीच असलेली बरी असा विचार त्याने केला. "काशीवीर, मला तुझ्याशी थोडं बोलायचं आहे." असे दीनवाण्या चेहऱ्याने आणि रडक्या सुरात जरा बिचकतच म्हणाला. काशीवीरने आपला टी शर्ट झटकून त्यावरची धूळ झटकली आणि तो अंगात चढविताना "कुठल्या विषयावर?" असे किंचित चिडक्या सुरात विचारले. आजूबाजूचे खेळाडू आपले बोलणे ऐकण्याच्या

भीतीने मोहनस्वामी बिचकत बिचकत बोलत होता. पण काशीवीरला कसलीच भीती नव्हती. त्यामुळे तो बिनधास्त बोलत होता. काशीवीरच्या सहा फुटी तगड्या देहासमोर मोहनस्वामीचा किरकोळ देह कोणतीही शापवाणी ऐकण्यासाठी तयार होऊन उभा होता. मोहनस्वामीने काशीवीरशी बोलण्याची इच्छा प्रकट केली असली, तरी काही बोलण्याइतके धैर्य त्याच्यापाशी नव्हते. त्यामुळे काही न बोलता त्याने सोबत आणलेले पत्र काशीवीरच्या हातात दिले आणि 'सॉरी' इतकेच म्हणून तो जवळ जवळ पळतच मैदानाबाहेर निघाला. त्याची छाती प्रमाणाबाहेर धडधडत होती. त्या रात्री झोप त्याच्या आसपासदेखील फिरकली नाही. रात्री चार वेळा उठून देवघरात जाऊन देवासमोर 'मला क्षमा करण्याची बुद्धी काशीवीरला दे रे देवा' अशी डोळ्यांत पाणी आणून प्रार्थना केली.

दुसऱ्या दिवशी सकाळी मोहनस्वामी काही खरेदीसाठी बाजारात गेला असताना मागून सायकलवरून काशीवीर आला. ब्रेक लावून मोहनस्वामीसमोर थांबला आणि म्हणाला, "आज दुपारी दुर्गादेवी मंदिरामागं येऊन भेट. थोडं बोलायचं आहे" इतकेच बोलून सायकल दामटून आलेल्या वेगाने निघून गेला. काशीवीरच्या बोलण्यावरून त्याने आपल्याला क्षमा केली की नाही या संभ्रमात मोहनस्वामी पडला. काहीही होऊदे; पण काशीवीरबरोबर समेट होणे ही आपली प्राथमिक गरज आहे. त्यासाठी काहीही करण्याचा निर्धार मोहनस्वामीने केला.

मोहनस्वामी दुपार होण्याची वाटच पाहत होता. दुपार होताच तो दुर्गादेवी मंदिराच्या दिशेने निघाला. मंदिर गावाबाहेर होते. मंदिराच्या चारही बाजूंनी चिंचेच्या झाडांची रांग होती. दुपारच्या वेळी तिकडे फारसे कुणी फिरकत नसे.

मंगळवारी आणि शुक्रवारी मात्र संध्याकाळी मंदिरात गर्दी होत असे. मोहनस्वामी मंदिराच्या मागील बाजूस जाऊन तिकडच्या एका बाकावर बसला. काशीवीरचा अजून पत्ता नव्हता. काशीवीरची वाट पाहताना जसा वेळ जाईल तसा मोहनस्वामी अस्वस्थ होत होता. काशीवीरने पोलिसांकडे तक्रार केली, तर मला पोलिस अटक करतील की काय? माझे दुष्कृत्य कायद्यानुसार अपराध असेल का? तसे असेल तर उद्या वर्तमानपत्रात ते प्रसिद्ध होऊन जगजाहीर होईल की काय? युरोप-अमेरिकेमध्ये असले प्रकार राजरोस घडतात आणि त्याबद्दल कुणी आक्षेप घेत नाही, असे ऐकले होते. पण भारतामध्ये पोलिस दंडुक्याने आणि लाथाबुक्क्यांनी बडवून कस्टडीमध्ये ढकलतात, असे ऐकले आहे. तसे झाले, तर आपली काय अवस्था होईल? माझ्या आई-वडिलांची काय अवस्था होईल? आमच्या घराण्याच्या प्रतिष्ठेचे काय होईल? माझ्या चारित्र्यावरचा डाग विचारात घेऊन नोकरीतून माझी हकालपट्टी होईल की काय? याच कारणासाठी मला दुसरीकडे कुठेही नोकरी मिळाली नाही, तर माझ्या पुढच्या आयुष्याचे काय होईल? अशा शेकडो शंका-

कुशंकांनी त्याच्या मेंदूमध्ये थैमान घातले होते. त्यामुळे लवकरच त्याच्या मेंदूचा स्फोट होईल असे त्याला वाटले.

सुमारे अर्ध्या तासानंतर काशीवीर आला. त्याला पाहताच मोहनस्वामी अपराधी भावनेने उभा राहिला. "अरे बस रे, बस"असे म्हणून काशीवीरने त्याला बळजबरीने बसविले. मंदिर परिसरात या दोघांव्यतिरिक्त कुणीही नव्हते. त्यामुळे मोहनस्वामीला मोकळेपणा मिळाला आणि पापाची कबुली देण्यासाठी त्याला धीर आला. दोन्ही हात जोडून "माझ्या हातून चूक घडली काशीवीर" असे म्हणून कळकळीने त्याने क्षमायाचना केली. "अरे वेड्या, गप्प बस. कसली क्षमा? कशासाठी? त्याची काही जरुरी नाही." असे म्हणून काशीवीरने मोहनस्वामीचे बोलणे अर्ध्यावर तोडून टाकले. हळूच खिशातून एक सिगारेट काढून ती ओठात सरकवली. "काय रे? तू सिगारेट ओढायला शिकलास की नाही?" सिगारेट पॅक त्याच्यासमोर धरून काशीवीरने विचारले. मोहनस्वामीने मानेनेच त्याला नकार दिला. "तू काय बुवा? सद्गुणी मुलगा. माझ्यासारखा वाया गेलेला नाहीस. सर्वजण मला तुझं उदाहरण देऊन तुझा आदर्श डोळ्यांसमोर ठेवून वागायला सांगतात." असे म्हणून काशीवीर आपल्या बोलण्यात दडलेल्या टोमण्याला आपणच हसला. "ठीक आहे. तू सिगारेट ओढत नसलास तर माझी काही हरकत नाही. पण निदान माझ्या सिगारेटला काडी तरी लाव." असे म्हणून काशीवीरने काडेपेटी मोहनस्वामीच्या हातात ठेवली आणि आपल्या ओठांतील सिगारेट त्याच्यासमोर धरली. मोहनस्वामीने तीन-चार वेळा काडी घासल्यावर ती पेटली. मग सिगारेटच्या टोकावर धरून ती पेटवली. काशीवीरने एक झुरका घेऊन बाहेर धूर सोडला. मोहनस्वामीच्या हातातून त्याने काडेपेटी मागून घेऊन ती खिशात ठेवली. "तुझं पत्र वाचलं. किती छान गोल आणि वळणदार अक्षरं आहेत तुझी. माझं लिखाण म्हणजे फक्त कावळ्या-चिमण्यांचे पाय." असे म्हणून काशीवीर हसला.

मोहनस्वामीच्या बाबतीत ही वेळ अशी होती, की कितीही खेळकर विनोद झाला, तरी त्याला हसू आले नसते. "आपल्या दोघांत जे काही घडले आहे, त्याची वाच्यता कुठेही करू नकोस प्लीज" अशी त्याने कळकळीने काशीवीरला विनंती केली. "हात्तिच्या, त्याला कशाला घाबरतोस? अशी चूक करणारा जगातील तू पहिला माणूस नव्हेस! ठीक आहे. मी कुणालाही सांगणार नाही. काळजी करू नकोस." असे काशीवीरने आश्वासन दिले. मोहनस्वामीचे समाधान झाले. "थँक यू काशीवीर. तू खरोखर महान आहेस." असे मनापासून आभार मानून त्याने पुन्हा हात जोडले. हातातील पेटती सिगारेट तशीच ठेवून काशीवीर म्हणाला, "ते राहू देत. तुझी खाज शमविण्यासाठी तू मला स्पर्श केलास. आता त्यामुळे मी काय गरोदर राहणार?" असे म्हणून त्याने आपल्या पोटावरून गोलाकार हात फिरवून

गरोदरपणाचा आभास निर्माण केला आणि आपल्याच विनोदावर तो खो खो हसला. अर्थात् मोहनस्वामीला हसू आले नाही. तो असहाय होऊन काशीवीरकडे पाहू लागला. "चुका सगळेच करतात. मी देखील बऱ्याच चुका केल्या आहेत. म्हणून काय तुझ्यावर राग धरून तुझ्या आई-वडिलांकडे तक्रार करू, की गावभर बोभाटा करून त्यांचे मनोरंजन करू? की पोलिसांत तक्रार करून मला पोलिसांचे संरक्षण मागून घेऊ? की पोलिसांवर दबाव आणून तुला तुरुंगाची हवा देऊ? हे सर्व शहाणपणाचे काम नव्हे. मी ते करणार नाही. तुझं पत्रदेखील कुणाच्या नजरेला न पडण्याइतपत लपवून ठेवलं आहे." असे म्हणून काशीवीर व्यंगात्मक हसला. सध्या आपली ग्रहदशा बिघडली आहे असे मोहनस्वामीला वाटले. त्याचा चेहरा अजूनही निस्तेज दिसत होता. आता जास्त वेळ इथे थांबणे धोक्याचे ठरेल, असे त्याला वाटले. "आता मी निघतो काशीवीर. यापुढं कधीही मी तुला स्पर्श करणार नाही असं मी वचन देतो." असे म्हणून निघण्यासाठी त्याने पुढे पाऊल टाकले. पण काशीवीरने त्याला थांबविले. "अरे, जरा थांब. एवढी कसली गडबड आहे तुला घरी जायची? घरी वाट पाहणारी तुझी बायको नाही, की मुलं नाहीत. तुझ्याबरोबर महत्त्वाचं बोलायचं आहे. जरा थांब." असे म्हणून सिगारेटचे शेवटचे थोटूक खाली फेकून ते पायाखाली चिरडून विझविले. तिकडून उठून दुसऱ्या बाकावर बसला आणि तिथून मोहनस्वामीला हाक मारून बोलावून घेतले. चिंचेच्या झाडावर बसलेल्या पक्ष्याने एक विचित्र चीत्कार केला.

"मोहन, मी थोड्या संकटात आहे. एका इसमाकडून मी उसने पैसे मागून घेतले होते आणि त्या इसमानं आपल्या वसुलीसाठी मला खूप छळलं. वडिलांनी कॉलेजची फी देण्यासाठी दिलेले पैसे मी त्याला देऊन त्याच्यापासून सुटका करून घेतली आहे. आता कॉलेजची फी देण्यासाठी माझ्याकडे एक दमडीदेखील नाही. तू जरा उदार मनानं मला पाचशे रुपये दिलेस, तर मी फी चुकती करून या वर्षीची डिग्रीची शेवटची परीक्षा देऊन मोकळा होईन. त्यानंतर तुझ्याप्रमाणे कुठल्या तरी नोकरीवर चिकटून आयुष्याची नवी सुरुवात करण्याची इच्छा आहे. शिक्षणात मी मठ्ठ आहे, याची मी कबुली देतो. तुझ्यासारखा मी हुषार अजिबात नाही. काही असलं, तरी हे आयुष्य जगायलाच हवं. जगण्यासाठी लग्न करणं जरूर आहे. पण नोकरी नसेल, तर कुणीही मला मुलगी देणार नाही. नोकरी हवी असेल, तर कॉलेजची डिग्री आवश्यक आहे. ती डिग्री मिळवून देणं आता तुझ्याच हातात आहे," असे म्हणून त्याने आपला विस्तृत अहवाल मोहनस्वामीसमोर मांडला आणि तो त्याला नीट समजावा या उद्देशाने त्याच्या मांडीला एक जोरदार चिमटा काढला.

"ठीक आहे काशीवीर. पण तुला हवेत तितके पैसे सध्या माझ्याकडं नाहीत."

असे प्रामाणिकपणे कबूल करून मोहनस्वामी चिमट्याची वेदना शमविण्यासाठी आपल्या मांडीवरून हात फिरवू लागला.

"सध्या तुझ्याकडं असलेले सगळे पैसे दे. उरलेले पैसे उद्या बँकेमधून काढून दे. कॉलेजची फी भरण्यासाठी तू मला उदार मनानं मदत करायला तयार आहेस. मी तुला आताच पैसे दे म्हणून गडबड करण्याचा कृतघ्नपणा कसा करेन?"

मोहनस्वामीने आपले वॉलेट उघडून त्यातून शंभराच्या तीन नोटा, पन्नासची एक नोट, दहाच्या दोन नोटा, दोन रुपयांची एक नोट आणि एक रुपयाच्या दोन नोटा काशीवीरच्या हातात ठेवल्या आणि म्हणाला, "सध्या माझ्याकडं इतकेच आहेत." "ठीक आहे. उरलेले उद्या दे" असे म्हणून काशीवीरने त्या नोटा आपल्या खिशात ठेवल्या. "आता मी निघतो" असे म्हणून मोहनस्वामी तिथून निघाला. "ठीक आहे. निघ. तुझी आई वाट पाहत बसली असेल." असे म्हणून काशीवीरने मोहनस्वामीचे गाल गोंजारले आणि त्याला निरोप दिला. आपण एखाद्या मोठ्या जाळ्यात अडकलो तर नाही ना, अशा शंकेने मोहनस्वामीची पावले जड झाली. त्या जड पावलांनीच तो घरी निघाला.

जेमतेम शंभर पावले गेल्यावर मोहनस्वामीला एका महिलेचा किलकिल हसण्याचा आवाज आला. नक्कीच तो आवाज मंदिराच्या मागून येत होता. तो मागे फिरून सावकाश पावले टाकीत मंदिराच्या मागील बाजूस गेला आणि भिंतीच्या आडोशाला लपून पलीकडे पाहू लागला. तेथील दृश्य पाहून त्याला आश्चर्याचा धक्का बसला. एक तरुणी काशीवीरसमोर उभी राहून हसत होती. काशीवीरच्या उजव्या हाताच्या दोन बोटांत शंभर रुपयांची एक उभी दुमडलेली नोट होती आणि ती नोट त्या तरुणीच्या चेहऱ्यावरून तो ओवाळत होता. ती नोट आपल्या हातात पकडण्यासाठी ती तरुणी धडपडत होती. पण चलाखीने तिचा हात चुकवून काशीवीर ती नोट तिच्यासमोर नाचवीत होता. बऱ्याच प्रयत्नानंतर तिला ती नोट हस्तगत करण्यात यश मिळाले. लगेच काशीवीरने तिच्या कंबरेभोवती आपल्या डाव्या हाताचा विळखा घातला आणि तिला आपल्याजवळ खेचून घेतले. या प्रणयक्रीडेमुळे तिचे किलकिल हसणे जास्तच वाढले. मोहनस्वामीला तिथे जास्त वेळ थांबणे शक्य झाले नाही. जवळ जवळ पळतच तो तिकडून निघाला आणि आपल्या घरी पोचला. ती तरुणी तिथे काशीवीरसोबत आली असावी आणि तिने आपला संवाद चोरून ऐकला असावा, अशा विचाराने तो फार अस्वस्थ झाला.

मोहनस्वामीने जळत्या निखाऱ्यावर हात ठेवला होता आणि त्या दाहामुळे तो एकसारखा जळत होता.

काशीवीरचा पैशांचा हव्यास असामान्य होता. पाचशे रुपयांच्या मर्यादेवर तो थांबणारा नव्हता. काशीवीरला घाबरून मोहनस्वामी गावी येणे टाळत होता.

दीपावलीसारख्या महत्त्वाच्या सणासुदीला देखील गावी न येता तो बेंगळूरलाच राहू लागला. आई-वडिलांना 'ऑफिसमध्ये भरपूर काम आहे मला येणे शक्य नाही' अशी खोटी सबब नाईलाजाने पुढे करताना त्याला फार कष्ट पडत होते. पण काशीवीर त्याला असा सहज आणि स्वस्तात सोडून देणाऱ्यांपैकी नव्हता. तो थेट बेंगळूरला गेला आणि सकाळी मोहनस्वामी साखरझोपेमध्ये असताना त्याच्या दारावर थाप मारली.

"काल रात्री तुझ्या घरी जाऊन काकूंना भेटलो. त्यांनी तुझा पत्ता दिला आणि तुला भेटून तुझी हालहवाल विचारून येण्यास सांगितलं आहे. तू बरेच दिवस गावी आला नाहीस आणि तुझी काही ख्यालीखुशाली समजली नाही म्हणून काकू डोळ्यांत पाणी आणून सांगत होत्या. आई-वडिलांना दुःख होईल आणि वाईट वाटेल असं वागू नये रे मोहन" असा मोहनस्वामीला साळसूदपणाचा सल्ला देऊन आणि त्याच्याकडून एक हजार रुपये हिसकावून घेऊन काशीवीर निघून गेला. जाता जाता मोहनस्वामीला टोमणा मारायला विसरला नाही. "हे पहा मोहन, मी मागितली तितकी रक्कम तू दिली आहेस. कुणाकडून फुकट पैसे घेणं बरं नव्हे असं म्हणतात. तेव्हा या पैशांचा मोबदला तू घेऊ शकतोस. हवं असेल तर तू पुन्हा एकदा मला स्पर्श करू शकतोस. त्यासाठी एक तास थांबायला मी तयार आहे. माझी काही हरकत नाही." आपण विनोद केला आहे असे समजून तो मोठ्याने हसला. मोहनस्वामीच्या रागाचा पारा चढला. "हलकटा, नीच माणसा, ताबडतोब निघ इथून. चल लगेच चालता हो" असे जवळ जवळ किंचाळून थरथरत्या हाताने दरवाजा उघडून तो उभा राहिला. काशीवीरने दाराबाहेर पाऊल टाकताच धाडकन् दरवाजा बंद करून मोहनस्वामी मागे फिरला. काशीवीरला टाळण्यासाठी आपण घर बदलावे का, असा विचार मोहनस्वामीच्या मनात आला. पण घर बदलले, तरी आई-वडिलांकडून नवीन पत्ता घेऊन आपले घर शोधून काढणे काशीवीरला सहज शक्य होईल, असा विचार करून तो गप्प बसला.

त्यानंतर एकदा सकाळी नेहमीप्रमाणे मोहनस्वामी ऑफिसला निघाला. ऑफिसमध्ये पाऊल टाकताच आपल्या टेबलासमोर काशीवीर बसलेला त्याला दिसला. त्याआधी मोहनस्वामीच्या सहकाऱ्यांसह त्याने मनसोक्त गप्पा मारल्या होत्या. मोहनस्वामीचा बालमित्र म्हणून त्याने आपली ओळख करून दिली होती. आपण दोघे एकाच गावाचे, एकत्र शिकलेले, एकत्र खेळलेले आणि गावी असताना एकमेकांना कधीही सोडून न राहिलेले अशी विस्तृत माहिती त्याने सहकाऱ्यांना दिली होती आणि अल्प काळातच त्यांच्याशी सूत जमवून घेतले होते. 'किती डायनॅमिक आहे हो तुमचा बालमित्र?' असे म्हणून त्यांनी काशीवीरची तारीफ केली. काशीवीर कशासाठी आला आहे, याची कल्पना मोहनस्वामीला चांगलीच आली होती. त्यासंबंधी

ऑफिसमध्ये बोलणे योग्य नव्हे, या विचाराने मोहनस्वामी त्याला सोबत घेऊन जवळच्या हॉटेलमध्ये गेला. मोहनस्वामीने 'दोन कॉफी'ची ऑर्डर दिली. वेटर मागे फिरल्यावर काशीवीरने त्याला हाक मारून बोलविले आणि माझ्यासाठी एक मसाला डोसा आणून दे आणि नंतर कॉफी दे अशी ऑर्डरमध्ये सुधारणा केली. काशीवीरने पॅण्टच्या खिशातून एक पुडी बाहेर काढली आणि "तिरुपतीला जाऊन बालाजीचे दर्शन घेऊन आलो. येताना तुझ्यासाठी प्रसाद आणला आहे. 'हा घे प्रसाद. तुझे कल्याण होईल'" असे म्हणून ती मोहनस्वामीला देऊ लागला. मोहनस्वामीने प्रसाद घेण्यास नकार दिला. "अरेरे, काय हे मोहन? हवा तर माझ्यावर राग धर. त्याबद्दल मी काही म्हणणार नाही. पण वेंकटरमणाच्या प्रसादाला नाकारून संकटाला आमंत्रण देऊ नकोस" असे म्हणून बळजबरीने तो प्रसाद त्याने मोहनस्वामीच्या हातात कोंबला. नाईलाजाने मोहनस्वामीने ती पुडी स्वीकारून त्यातील प्रसादाचा लाडू भक्षण केला. त्यानंतर सहज त्याची नजर ती पुडी बांधलेल्या कागदावर गेली ती पाहून त्याला गरगरू लागले आणि वांती होऊन तो लाडू बाहेर पडेल, असे वाटू लागले. तो कागद म्हणजे त्यानेच काशीवीरला पापाची कबुली देऊन लिहिलेल्या पत्राची झेरॉक्स प्रत होती. ती हातात घेऊन जमतील तितके त्याचे बारीक तुकडे करून त्याने ती फेकून दिली. ते पाहून काशीवीर मिशीतच हसला.

"वेंकटरमणाला पैशांची फार हाव सुटली असे दिसते मोहन. तू दिलेले सर्व पैसे त्याने माझ्याकडून हिसकावून घेतले पहा. आता माझ्याजवळ कॉफी विकत घेण्याइतकेदेखील पैसे नाहीत रे मोहन. आता तुझ्याशिवाय माझा कुणीच वाली नाही. जरा एक हजार रुपये दिलेस तर फार बरे होईल," अशी पार्श्वभूमी जोडून त्याने आपली मागणी मोहनस्वामीसमोर मांडली.

"काशी, माझ्याजवळ तितके पैसे नाहीत. घरी वडिलांना पाठवायला हवेत." अत्यंत विषण्ण मनाने मोहनस्वामीने नकार देण्याचा प्रयत्न केला.

"नाही म्हणू नकोस मोहन. अरे इतके चांगले मित्र आहेत तुझ्या ऑफिसमध्ये. त्यांच्याकडून मागून घे. फार चांगली माणसं आहेत ती. तुला नाराज करणार नाहीत." काशीवीरने चांगलेच पेचात पकडले होते. आता मात्र मोहनस्वामीचा नाईलाज झाला. खिशातून वॉलेट काढून त्यातून एक हजार रुपये काढून त्याने काशीवीरच्या हातात टेकविले आणि कॉफीची वाटदेखील न पाहता जड पावलांनी तो थेट ऑफिसला निघून गेला. दिवसभर त्याच्या हातून काहीच काम झाले नाही.

जो देह त्याच्या मनात आणि स्वप्नात येऊन त्याच्या कामवासना उद्दीपित करत होता, तोच देह आता एका भयानक स्वप्नाप्रमाणे त्याच्यासमोर येऊन त्याचा थरकाप उडवत होता. डोळे मिटले, तरी तोच दिसत होता आणि डोळे उघडले,

तरी तो पुन्हा कधी येऊन टपकेल याची भीती कायम मनात घर करून राहिली होती. मोहनस्वामीला आपले दुःख आपल्या विश्वासातल्या मित्रासमोर उघड करावेसे वाटत होते. पण असा कुणीही त्याचा मित्र नव्हता आणि उघड केले तरी ती गोष्ट कुणाला आवडण्यासारखी नव्हती. त्याला सहानुभूती दाखवणारेदेखील कुणी नव्हते. त्याचे दुःख ऐकणाऱ्याला त्याच्याविषयी सहानूभूती वाटण्याऐवजी तिरस्कारच वाटला असता. त्याचे कृत्य कुणालाही पिशाच्चाप्रमाणे वाटण्याचा संभव होता. हे दुःख स्वतःच्या मनातच बंदिस्त ठेवून मोहनस्वामीच्या मनाचा दाह होत होता. अनेक रात्री त्याला झोप लागली नाही.

याव्यतिरिक्त मोहनस्वामीच्या घरातदेखील समस्यांचे डोंगर उभे राहिले. मोहनस्वामी दर महिन्याला वडिलांना एक ठरावीक रक्कम पाठवून देत असे. पण हीच रक्कम काशीवीर हिरावून नेत असल्यामुळे हा रतीब बंद पडला होता. त्यामुळे वडिलांकडून अनेक चौकशा आणि अनेक प्रश्न विचारले जात होते आणि त्यांना उत्तरे देताना मोहनस्वामीची भंबेरी उडू लागली. हे सर्व सहनशक्तीच्या पलीकडे गेल्यावर मोहनस्वामीचा नाईलाज झाला. त्याने आईला 'मी स्वतः कष्ट करून मिळवलेला पैसा कसा खर्च करावा हे मला चांगले समजते. त्यासाठी तुमच्या सल्ल्याची गरज नाही' असे मनावर दगड ठेवून स्पष्ट शब्दांत सांगितले. आईला अत्यंत वाईट वाटले आणि तिच्या डोळ्यांना अश्रूंची धार लागली. आपल्या मुलावर कुणीतरी करणी केली आहे, असे तिचे मत झाले. गावात सर्वांना ती तसे सांगत फिरू लागली. वडिलांनी रागाने विचारले, "इतके पैसे कसे खर्च होतात रे? तुला कसलं व्यसन लागलं आहे का?" यावर मोहनस्वामी काही उत्तर देऊ शकला नाही. पण अशा प्रश्नांचा त्याने धसका घेतला आणि असे प्रश्न टाळण्यासाठी आपल्या सहकाऱ्यांकडून उसने पैसे मागून घेऊन ते त्याने वडिलांना पाठवून दिले.

तो दिवस मोहनस्वामीचा अत्यंत वाईट दिवस ठरला. त्याआधी सलग तीन रात्री त्याने पूर्ण जागून काढल्या होत्या. झोप त्याच्या जवळपासदेखील फिरकली नव्हती. सकाळी बरोबर आठ वाजता वडिलांचा फोन आला. गावातील एस.टी डी. बूथ सकाळी आठ वाजता उघडतात. घरी फोन नव्हता. घरी फोन कनेक्शन मिळण्यासाठी अर्ज करून दोन वर्षे झाली होती. पण बी.एस.एन.एल.ने तिकडे दुर्लक्ष केले होते. मोहनस्वामीला ऑफिसच्या वतीने घरी फोन मिळाला होता. वडिलांनी फोनवरून आई आजारी असल्याची बातमी दिली. "मध्यरात्री दोन वाजता एकाएकी तिच्या पोटात भयंकर दुखू लागलं. पोटदुखीमुळे अस्वस्थ होऊन ती बिछान्यावर गडबडा लोळत होती. तेव्हापासून एक थेंबदेखील पाणी तिच्या पोटात गेलेलं नाही. काल संध्याकाळी तिला ताप भरला होता. अंगात ताप असूनदेखील रात्रीचा स्वयंपाक करून सर्वांना जेवण वाढून, जमीन सारवून ती झोपली होती.

आज सकाळी तिला हॉस्पिटलमध्ये दाखल केलं आहे. तिच्या मूत्रपिंडात खडे झाले आहेत, असे डॉक्टरांनी निदान केले आहे. खडे काढून टाकण्यासाठी शस्त्रक्रिया करणे जरुरीचे आहे असे डॉक्टर म्हणतात. त्यासाठी भरपूर खर्च येण्याची शक्यता आहे,'' अशी माहिती वडिलांनी फोनवरून दिली. ''हे पहा मोहन, तू लवकरात लवकर तिथून निघून गावी ये. माझ्याकडं जास्त पैसे नाहीत. हॉस्पिटलचा सर्व खर्च मी करू शकणार नाही. तेव्हा येताना निदान दहा हजार रुपये घेऊन ये.'' वडिलांचे बोलणे ऐकून मोहनस्वामीला फार वाईट वाटले.

''बाबा, अजिबात घाबरू नका. काहीही करून पैशांची जमवाजमव करून मी लगेच निघतो. तुम्ही जरा धीर धरा आणि डॉक्टर सांगतील तसे करा'' असे म्हणून मोहनस्वामीने वडिलांना धीर दिला. त्याला आईबरोबर बोलायचे होते. पण हॉस्पिटलच्या फोनजवळ तिला आणून बसविणे शक्य नव्हते. आता एक-दोन तासांत पैशांची तजवीज करून, ऑफिसमध्ये रजेचा अर्ज टाकून गावी निघायला हवे असा विचार करून मोहनस्वामी उठला.

बँकेमध्ये त्याच्या खात्यात पुरेशी शिल्लक नव्हती. ऑफिसमधील सहकाऱ्यांकडून आधीच पैसे उचलले होते. त्यांच्याकडे पुन्हा पैशांची मागणी करणे शक्य नव्हते. ऑफिसबाहेरदेखील अनेक जणांकडे कर्ज घेऊन त्यांचे देणे थकले होते. काशीवीर महिन्यातून दोनदा तरी मोहनस्वामीकडून हजारो रुपये वसूल करत होता. आता आईच्या आजारपणासाठी पैसे कुठून आणि कसे जमवावे हे मोहनस्वामीला समजेना. अस्वस्थपणे तो घरातच येरझाऱ्या मारू लागला. दोन-तीन वेळा देवघरात जाऊन त्याचे आराध्यदैवत श्रीकृष्णाच्या मूर्तीसमोर उभा राहून 'देवा आता तूच मार्ग दाखव' अशी मनोभावे प्रार्थना करूनदेखील झाली. अखेर त्याला एक उपाय सुचला. त्याला पहिली नोकरी लागताच त्याच्या आईने दोन तोळ्यांचा सोन्याचा हार करून त्याच्या गळ्यात घातला होता. तो हार गहाण ठेवल्यास दहा हजारांची तजवीज होण्याची शक्यता होती. हा उपाय सुचल्यावर त्याचे मन थोडे शांत झाले. त्या वेळेस दहा ग्रॅम सोन्याची किंमत सुमारे पाच हजार होती. तेवीस ग्रॅम सोन्याचा हार गहाण ठेवल्यास दहा हजार रुपये सहज कर्जाऊ मिळाले असते. पण अशा व्यवहाराचा त्याला अजिबात अनुभव नव्हता. ऑफिसला जाण्याच्या वाटेवरच एक सराफी पेढी पाहिलेली त्याला आठवली. लगेच स्नान करून आपल्या कपड्यांची बॅग भरून तो बाहेर पडला.

पुढच्या नाक्याजवळ त्याला नेहमीची तृतीयपंथी स्त्री भेटली. तिने त्याच्या गालांवरून हात फिरवून आपल्या कानसुलावर आपली बोटे काडकन् मोडली आणि पैशांसाठी हात पुढे केला. प्रत्येक वेळी ती अशी भेटली, की मोहनस्वामी खिशातील काही पैसे काढून तिच्या हातावर ठेवीत असे. ती आपल्याच जिल्ह्यातील

असल्यामुळे मोहनस्वामीला तिच्याबद्दल आपलेपणा वाटत होता. त्यामुळे मोहनस्वामी न चुकता तिला काही चिल्लर नाणी देत असे. त्या बदल्यात ती त्याच्या डोक्यावर हात ठेवून आशीर्वाद देत असे. तिच्याबद्दल मोहनस्वामीला धड अनुकंपा नव्हे, धड भीती नव्हे, धड आकर्षण नव्हे अशी मिश्र भावना होती. हृदयाच्या एका कोपऱ्यात तिची आणि आपली समस्या एकसारखी तर नव्हे ना, अशी शंका लपून बसली होती. समोर आलेल्या कोणत्याही पुरुषाला बिनधास्त स्पर्श करून, त्यावर त्याची प्रतिक्रिया अनुकूल असेल, तर त्याचे इतर अवयवदेखील चाचपडण्याचे तिचे धैर्य पाहून त्याला तिचा मत्सर वाटत असे. पण तिच्याप्रमाणे स्त्रीवेष धारण करून गावात रस्तोरस्ती भटकणे त्याला जमणार नाही याची जाणीवदेखील त्याला होती. तिला पाहून मोहनस्वामीला एकदा आपले लिंगपरिवर्तन करून घेऊन खऱ्याखुऱ्या स्त्रीदेहात यावे, असा विचार मनात घुटमळला. पण असे करणे विकृत ठरले असते असा विचार करून तो गप्प राहिला. त्याच्या अंतरंगात पुरुषदेहाबद्दल आकर्षण होते, पण बाह्यरंगात स्त्रीप्रमाणे वर्तन करणे त्याला पसंत नव्हते. त्याच्या वागण्या-बोलण्यात स्त्रीढंग दिसतो असे त्याच्या मित्रांनी दाखवून दिल्यावर, ओढून ताणून पुरुषी ढंग आत्मसात करण्याच्या प्रयत्नात सहजपणे हालचाल करण्यास तो दचकत होता.

एकदा कॉलेजच्या वार्षिक स्नेहसंमेलनात मोहनस्वामीने वाघनृत्यात भाग घेतला होता. कार्यक्रम संपल्यावर सर्वजण त्याला 'वाघीण' म्हणून संबोधू लागले. त्याच सुमारास वाघासंबंधी एक चित्रपट प्रदर्शित झाला होता. तेव्हापासून आजतागायत मोहनस्वामीने कधीही नृत्यात भाग घेतला नाही. ऑफिसच्या पार्टीप्रसंगीदेखील कुणीही आग्रह केला, तरी नृत्य करण्यास तो नकार देत असे. बसल्या जागी शरीराची काही हालचाल न करता दगडासारखा बसून सर्व कार्यक्रम पाहत असे. कुणा सहकाऱ्याने नाचण्याचा आग्रह केला, तर तो सरळ पार्टीमधून उठून निघून जात असे. अशा प्रसंगातून स्वतःची सुटका करून घेण्यासाठी पुरुषांप्रमाणे वागण्या-बोलण्याचा आणि आपल्यातील स्त्रीगुण लपवून ठेवण्याचा आटोकाट प्रयत्न करीत असे. पण अशा प्रयत्नांमध्ये त्याला यश कधीच मिळत नसे. पोषाखाच्या बाबतीत मात्र तो आधुनिक पुरुषांप्रमाणे चोखंदळ होता. गुलाबी, लाल आणि गर्द पिवळा रंग तो कटाक्षाने टाळत असे. पण दैहिक आवडी-निवडीबाबत कितीही प्रयत्न केला, तरी स्त्रीदेहाचे आकर्षण त्याला कधीही वाटले नाही. एकदा मनावर दडपण ठेवून आपल्यासमोर पूर्ण नग्न स्त्रीदेह उभा आहे अशी कल्पना करून आपले शरीर कामोद्दीपित होते का याची त्याने चाचणी घेतली. पण या प्रयत्नात तो सपशेल फसला. त्यानंतर त्याने स्त्रीकडे पाहणेदेखील सोडून दिले. त्याच्या स्वप्नामध्ये सुंदर स्त्रीला सक्त मज्जाव होता.

त्या तृतीयपंथी स्त्रीने त्याच्या गालांवरून हात फिरविल्यावर त्याने आपल्या खिशात हात घालून चिल्लर नाणी मिळतात का ते पाहिले. पण फक्त एकच पाच रुपयांचे नाणे मिळाले. पाच रुपये जास्त वाटल्यामुळे ते नाणे तिच्या हातावर ठेवायचे त्याच्या जिवावर आले. पण ते एकच नाणे त्याच्या खिशात होते. आणि आता त्याच्या खिशातून बाहेर पडले होते म्हणून नाईलाजाने ते नाणे त्याने तिच्या हातावर ठेवले. तिलादेखील ते जास्त आहेत असे वाटले आणि 'यापुढे दोन-तीन दिवस तरी तुझ्याकडे काही मागणार नाही. फक्त आशीर्वाद देईन' असे म्हणून तिने त्याच्या डोक्यावर हात ठेवून 'माझ्या दादाचे कल्याण होऊदे. दुष्ट शक्तीपासून तुला संरक्षण मिळूदे' असा आशीर्वाद दिला. मोहनस्वामीला हसू आले. तो म्हणाला, ''प्रत्येक खेपेस तुला पैसे मिळाले, की तू असाच आशीर्वाद देतेस. पण माझे कष्ट, माझी दु:खं, माझ्या मानसिक यातना काही कमी झाल्या नाहीत पहा. दुष्टांच्या कारवायांनी मी अगदी मेटाकुटीला आलो आहे.'' यावर तिने त्याच्या चेहऱ्यासमोर एक टाळी वाजवली, त्याच्या गालांवरून हात फिरवला आणि बहुमोल सल्ला देण्याच्या आविर्भावात म्हणाली, ''दादा, एक गोष्ट लक्षात ठेव. लोक त्रास द्यायला टपलेलेच असतात. त्यांचा त्रास तू मुकाट्याने सहन केलास, तर ते आणखी जास्त त्रास देतात. तुझ्या नरम स्वभावाने त्यांना जास्तच चेव येतो. त्यांच्या विरोधात तू ठाम उभा रहा. यापुढं असलं काही खपवून घेणार नाही असं ठणकावून सांग. तुझा निर्धार पाहून त्यांचा धीर खचणार आणि ते काढता पाय घेणार याची मला खात्री आहे. तू माघार घेतलीस, की ते आक्रमक होऊन तुला जास्तच मागे लोटतील. पण तू आक्रमक झालास तर ते तिथून पळ काढतील हे लक्षात ठेव. रोज सकाळी उठल्यावर उभा राहून आपल्या छातीवरून हात फिरवून मी काहीही चूक केलेली नाही. माझ्या हातून काहीही पाप घडले नाही असे आत्मविश्वासाने स्वतःशी बोलता आले की पुरे. कुणीही तुझ्याशी आगळीक करण्याचे धाडस करणार नाही याची खात्री ठेव.'' तिचा हा सल्ला ऐकून मोहनस्वामीला हसू आले. ती देखील हसली आणि दुसरा कोणी दानशूर पुरुष शोधण्यासाठी ती पुढे निघाली.

सोन्याचा हार गहाण ठेवून कर्ज घेण्यास मोहनस्वामीला जास्त त्रास झाला नाही. सराफाने तो हार पाहून त्याचा कस तपासून घेतला. एका कागदावर मोहनस्वामीची सही घेतली आणि नऊ हजार आठशे रुपये त्याच्या हातात ठेवले. मोहनस्वामीला ते पुरेसे होते. सराफाला धन्यवाद देऊन तो रजेचा अर्ज देण्यासाठी ऑफिसमध्ये हजर झाला. तिथे त्याला आणखी एक धक्का बसला. काशीवीर आधीच तिथे हजर होऊन त्याची वाट पाहत बसला होता. ''का रे मोहन? फार उशीर केलास. अंगात बरं नाही का?'' असे अत्यंत प्रेमाचे नाटक करून मोहनस्वामीची त्याने चौकशी केली. काशीवीरला पाहून खिशातील पैसे सुईचे तीक्ष्ण टोक

टोचल्यापमाणे मोहनस्वामीला बोचत राहिले. त्याचे डोके गरगरू लागले.

हॉटेलमध्ये नेहमीप्रमाणे गजबजाट होता. ऑफिसमध्ये तमाशा होऊ नये म्हणून मोहनस्वामी काशीवीरला घेऊन हॉटेलमध्ये घेऊन आला होता. नाना विवंचना पाठीशी असताना देखील डोके ताळ्यावर ठेवून शांत चित्ताने त्याने हा निर्णय घेतला होता. दोन कॉफीची ऑर्डर देऊन ती येण्याची दोघेही वाट पाहत होते. त्या दिवशी काही वेटर रजेवर गेल्याने स्वतः मालकाने कॉफी आणून दिली. मालकाने पांढरा शुभ्र लांब बाह्यांचा शर्ट, तसेच पांढरे धोतर नेसले होते आणि कपाळावर उभा गंधाचा टिळा होता. मोहनस्वामी त्याचे जुने गिऱ्हाईक असल्यामुळे मालकाला त्याच्याबद्दल अभिमान वाटत होता. मालक मोहनस्वामीशी नेहमी सौजन्याने वागत असे आणि त्याची विचारपूस करत असे.

''काशी, निदान आज तरी माझी अडवणूक करू नकोस. मी गावी निघालो आहे. घरी आई आजारी आहे. तिची बळ्ळारीच्या हॉस्पिटलमध्ये शस्त्रक्रिया होणार आहे. ही पहा माझी बॅग भरून तयार आहे.'' मोहनस्वामीने काशीवीरची विनवणी केली. काशीवीर मिशीतच हसला.

''मोहन, तुला खोटं बोलायला अजिबात जमत नाही. खोटं बोलणं तसं सोपं नसतं. खोटं बोलण्यासाठी बरेच परिश्रम करावे लागतात आणि चांगली योजना आखावी लागते. तुझ्यासारख्या सज्जन मुलाला ते जमण्यासारखं नाही. ते काम माझ्यासारख्या उनाड मुलानेच करण्यायोग्य हे लक्षात ठेव. कालच तुझ्या घरी जाऊन तुझ्या आईला भेटून आलो. काकूंनी तुझ्यासाठी ही चटणी पूड पाठवली आहे. घे.'' असे म्हणून त्याने आपल्या बॅगेमधून चटणी पुडीचे पॅकेट काढून मोहनस्वामीच्या हातात ठेवले. मोहनस्वामीची लबाडी उघड करून दाखविल्याचा अहंकार काशीवीरच्या चेहऱ्यावर स्पष्ट दिसत होता. पण मोहनस्वामीसाठी हे सर्व सहनशक्तीच्या पलीकडचे होते.

''तुझा विश्वास बसत नसेल, तर मी तरी काय करू काशी? तू आईला भेटून आल्यावर देखील रात्रीपर्यंत ती ठीक होती. मध्यरात्री दोन वाजता तिला पोटदुखीचा त्रास सुरू झाला. वडिलांनी मला फोन करून ताबडतोब पैसे घेऊन ये म्हणून बोलावलं आहे. माझ्या कमाईचे सर्व पैसे तुझ्या डोंबलावर घालून आता मी कफल्लक झालो आहे. आईच्या उपचारासाठी माझ्या गळ्यातला हार गहाण टाकून कर्ज काढलं आहे. खोटं वाटत असेल तर हे पहा'' असे कळकळीने सांगून खिशातून आपले वॉलेट काढून त्याने ते काशीवीरला दाखविले.

काशीवीर याची वाटच पाहत होता. त्याने ते वॉलेट मोहनस्वामीच्या हातून खेचून घेतले. त्यातील सर्व पैसे काढून त्याने आपल्या पॅण्टच्या हिप पॉकेटमध्ये ठेवले. रिकामे वॉलेट त्याने मोहनस्वामीला परत केले आणि म्हणाला, ''तुझ्या

आईच्या उपचारासाठी तुझ्या बापाकडं भरपूर पैसा आहे. त्यासाठी तू कशाला इतकी धडपड करतोस मोहन? तू अजून लहान आहेस. हे थोरामोठ्यांचं काम. तुला या भानगडीत पडण्याची जरूर नाही.'' असे म्हणून काशीवीर उठला, मोहनस्वामीच्या खांद्यावर थोपटले आणि परत निघाला. मोहनस्वामी पाहतच राहिला. काय घडले आहे हे कळायला त्याला दोन मिनिटे लागली. आपल्यावर अन्याय झाला आहे असे समजताच संतापाची एक लाट त्याच्या मस्तकात भिनली. त्याला कुठून बळ मिळाले कुणास ठाऊक. त्याने उठून काशीवीरचा पाठलाग केला. काशीवीर हॉटेलच्या दरवाजापर्यंत पोचला होता. मोहनस्वामीने त्याला दारातच गाठले. सर्व बळ एकवटून त्याने काशीवीरचा दाराबाहेर पडलेला पाय खाली वाकून ओढला. अनपेक्षितपणे झालेल्या या हल्ल्यामुळे काशीवीरचा तोल गेला आणि तो खाली कोसळला. दरवाजाच्या उंबऱ्यावर त्याचे कपाळ आपटले आणि वेदनेमुळे तो किंचाळू लागला. मोहनस्वामीला या वेदनेची दखल घेण्याचे कारण नव्हते आणि सवडदेखील नव्हती. तो काशीवीरच्या पालथ्या पडलेल्या देहावर झेपावला. त्याच्या पायावर बसून हिप पॉकेटमध्ये ठेवलेले पैसे अलगद काढून घेतले आणि ते स्वतःच्या वॉलेटमध्ये व्यवस्थित ठेवले आणि सावकाश उठला. काशीवीर कपाळावर झालेल्या जखमेवर हात ठेवून विव्हळत कष्टाने उठला. मोहनस्वामीवर प्रतिहल्ला करण्याच्या बेतात होता. पण त्याचा रौद्रावतार पाहून मागे सरकला. मोहनस्वामीचे स्वतःवरचे नियंत्रण सुटले आणि तो काशीवीरला चढ्या आवाजात शिव्यांची लाखोली वाहू लागला.

''बोसडीच्या, माझी सगळी कमाई हडप करतोस? भडव्या, मला ब्लॅकमेल करतोस? कोण रे तू सुक्काळीच्या? काय चूक झाली माझ्याकडून म्हणून तू मला लुबाडतोस? कशाला माझ्यामागं समंधासारखा लागलास? काय रे? तू मला मदनासारखा दिसलास, तुला स्पर्श करावासा वाटला, तुझा मुका घ्यावासा वाटला, तुझ्याबरोबर झोपावेसे वाटले, तुझे इंद्रिय हाताळावेसे वाटले, यात माझं काय चुकलं? याला तुझा विरोध आहे असे समजल्यावर मी तुझ्या नखालादेखील स्पर्श केला नाही. याचा गावभर डंका पिटवायचा विचार आहे का तुझा? ठीक आहे. जा गावात आणि घरोघरी सांगत फिर. वाटेल त्याला सांगून मोकळा हो. हवं तर या हॉटेलात बसलेल्या सर्वांना सांग. हवं तर पोलिसांत जाऊन तक्रार कर. पोलिस माझं काय वाकडं करतात ते पाहतोच मी. पुन्हा माझ्याकडं पैशांची मागणी करायला आलास तर याद राख. तू जन्मला नाहीस अशी अवस्था करून टाकतो तुझी.'' इतके तावातावाने बोलून मोहनस्वामीला धाप लागली. पुढे त्याला बोलवेना. कपाळाला झालेल्या जखमेतून वाहत असलेले रक्त आपल्या रुमालाने पुसून काशीवीर डोळ्याच्या एका कोपऱ्यातून मोहनस्वामीचा नवा अवतार पाहत होता.

मोहनस्वामी धापा टाकत थरथरत उभा होता. त्याचा चेहरा रागाने लाल झाला होता. हॉटेलमध्ये जमलेले सर्वजण खाणे-पिणे विसरून हा तमाशा पाहत होते. काशीवीर अपमानित भावनेने तिथून बाहेर पडला.

मोहनस्वामी सावकाश मागे येऊन आपल्या टेबलावर बसला. आपल्याला हे धैर्य कुठून मिळाले? हा आवेश आपल्याला कसा मिळाला? ही भाषा मला कुठून अवगत झाली? या घाणेरड्या शिव्या आपल्या तोंडून कशा बाहेर पडल्या? झाल्या प्रकाराचे या क्षणी त्यालाच आश्चर्य वाटू लागले. थंड झालेल्या कॉफीवर आता माशा घोंगावू लागल्या होत्या. मोहनस्वामीने सभोवताली एक नजर फिरविली. सर्वजण त्याच्याकडे पाहत होते. त्यामुळे त्याला अस्वस्थ वाटू लागले आणि भीतीदेखील वाटू लागली. तिथून निघून जाण्याचा विचार मनात येऊन तो उठला. इतक्यात हॉटेलचा मालक समोर आला आणि त्याने एका प्लेटमध्ये कॉफीचे बिल ठेवून ती प्लेट काही न बोलता टेबलावर ठेवली. मोहनस्वामीने बिल पाहिले. आठ रुपये. मोहनस्वामीने खिशातून दहा रुपयांची नोट काढून ती प्लेटमध्ये ठेवली. त्याने मालकाच्या चेहऱ्यावर नजर टाकली. हसून 'चिल्लर तुम्हीच ठेवून घ्या' म्हणून मालकाला विनंती केली. मालकदेखील हसला आणि आपल्या खिशातून दोन रुपयांचे नाणे काढून त्याने ते प्लेटमध्ये ठेवले. त्यानंतर गंभीर चेहऱ्याने "उद्यापासून तुम्ही इथें नाही आलात तरी चालेल. तुमच्यासाठी दुसरं हॉटेल शोधा. हे हॉटेल सभ्य लोकांसाठी आहे." असे म्हणून जड पावलांनी तो आपल्या कॅश काउंटरवर जाऊन बसला. मालकाचे बोलणे आणि वागणे पाहून त्यावर कशी प्रतिक्रिया द्यावी हे मोहनस्वामीला समजेना. तो चक्रावल्यासारखा झाला. यापुढील आयुष्यात आपण काशीवीरशी ताठर धोरण ठेवूनच वागण्याचा निर्धार त्याने केला. तसे न केल्यास त्याची काही धडगत नाही, असे त्याला वाटले. विषण्ण मनाने तो टेबलावरून उठला आणि जड पावलांनी हॉटेलबाहेर पडला.

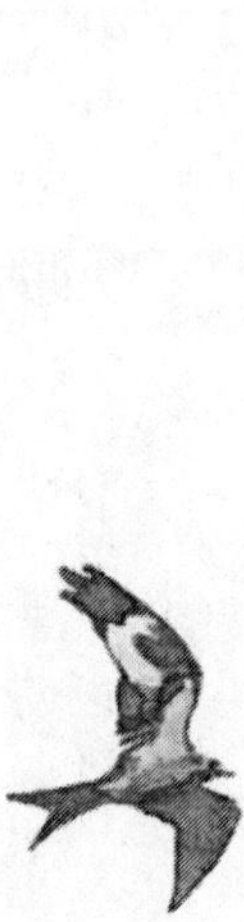

निष्पाप

पहाटेचे पाच वाजले होते. निर्जीव वस्तूंनादेखील हुडहुडी भरेल इतपत धनुर्मासातील कडाक्याची थंडी. आजीने उठविण्यापूर्वीच कल्लेशी (कल्लेश्वर) बिछान्यातून उठला. रात्री त्याला नीट झोप आली नव्हती. खोलीबाहेर येऊन त्याने दिवा लावला. दिव्याच्या उजेडाने आजीला जाग आली. आजीने डोळे न उघडताच 'उठलास का रे?' म्हणून चौकशी केली. त्याने फक्त 'हो आजी' म्हणून उत्तर दिले. आजी लगेच परत झोपी गेली. तो दहावीच्या वर्गात होता. वार्षिक परीक्षेला अजून तीन महिने होते आणि प्रिपेरेटरी परीक्षा दोन आठवड्यांवर येऊन ठेपली होती. वास्तविक त्याने कसून अभ्यास करायला हवा होता. पण त्याने परीक्षेला प्राधान्य दिले नाही. त्याने आवाज न करता खोलीचा दरवाजा लावून घेतला आणि चप्पल न घालता परसदारी येऊन मागील दरवाजा सावकाश उघडला. काल रात्रीच त्याने मागच्या दरवाज्याच्या बिजागऱ्यांमध्ये तेल सोडले होते. त्यामुळे आता तो दरवाजा उघडताना अजिबात आवाज झाला नाही. वडील घरी नसल्यामुळे तो धीराने बाहेर पडला. आईचे निधन झाल्यापासून वडील क्वचितच रात्री घरी मुक्कामाला असत. ते घरी असते, तर आपला मुलगा अशा अवेळी घराबाहेर पडला म्हणून त्याला जीव जाईपर्यंत बदडून काढले असते.

बाहेर पडून रस्त्यावरून चालू लागताच त्याला जास्तच धीर आला. सोगम विहिरीच्या दिशेने तो वेगाने निघाला. शक्य असते, तर पळत जाऊन त्याने विहीर गाठली असती; पण रस्त्यावरील भटकी कुत्री पाठलाग करतील या भीतीने त्याने पळण्याऐवजी वेगाने चालत जाणे पसंत केले. सोगम विहीर

गावापासून दूर असली, तरी त्याच्या घरापासून जास्त दूर नव्हती. विहिरीच्या सभोवताली स्वच्छ चांदणे पसरले होते. सोमण्णा अजून आलेला नाही हे समजताच त्याला बरे वाटले. कालच संध्याकाळी सोगम्माची विहिरीत बुडालेली घागर सोमण्णाने विहिरीत बुडी मारून काढून दिली असल्याचे कल्लेशीने स्वतःच्या डोळ्यांनी पाहिले होते. त्यामुळे सोमण्णा गावातच आहे आणि थोड्याच वेळात तो आपल्या व्यायामासाठी विहिरीकडे येणार, याची त्याला खात्री होती. जवळच्याच कडुनिंबाच्या झाडामागे कल्लेशी लपून उभा राहिला. स्वतःची सावली झाडापलीकडे दिसणार नाही याची त्याने खबरदारी घेतली. सोमण्णाची वाट पाहताना चांदण्याच्या उजेडाशी स्वतःचे डोळे जुळवून घेण्याचा प्रयत्न करत राहिला.

दूर कुंभार गल्लीच्या कोपऱ्यावर कुणी तरी येत आहे असे त्याला दिसले. त्या व्यक्तीला पाहून एक कुत्रे त्याच्या अंगावर जोराने भुंकू लागले. त्या व्यक्तीने रस्त्यावरचा एक दगड उचलून कुत्र्याच्या दिशेने भिरकावला, तो नेमका त्याच्या मस्तकावर लागला. जिवाच्या आकांताने ते कुत्रे केकाटत दूर पळून गेले. ही सर्व क्रिया पाहून ती व्यक्ती म्हणजे सोमण्णाच आहे, याची कल्लेशीला खात्री पटली. किंचित अपराधी भावनेने त्याची छाती धडधडू लागली.

सोमण्णा विहिरीजवळ आला. खांद्यावरचा टॉवेल त्याने विहिरीच्या कट्ट्यावर अंथरला. वाकून त्याने विहिरीत एक नजर टाकली. रहाटाचे चाक फिरवून पाहिले. भूत मागे लागलेल्या इसमाने घाबरून ओरडावे त्याप्रमाणे रहाट 'गर्र' आवाज करू लागला. आपण अंथरलेल्या टॉवेलवर सोमण्णा उभा राहिला. हात जोडून वर आकाशाकडे पाहून डोळे मिटून त्याने प्रार्थना केली. अंगातील शर्ट आणि कंबरेभोवतीचा पंचा काढून त्याने लांब फेकून दिला.

कल्लेशी आवंढा गिळून हे दृश्य पाहत होता. स्वप्नात अनेक वेळा रंगविलेले सोमण्णाचे शरीर आता वास्तवात त्याच्या डोळ्यांसमोर तळपत उभे होते. एक लांडा लंगोट सोडला, तर बाकीचे सर्व शरीर उघडेबंब होते. इतर वेळी अजिबात कंप न पावणारे त्याचे शरीर धनुर्मासातील थंडीमुळे किंचित थरथरत होते. कल्लेशीचे शरीर आतून आगीवर धरलेल्या लोखंडाप्रमाणे तप्त झाले असले, तरी बाहेरून थंडीमुळे ते फुलावर बसलेल्या फुलपाखराच्या पंखांप्रमाणे थरथरत होते. त्याला हुडहुडी भरली होती. दात एकमेकांवर आपटून 'कटकट' असा आवाज येत होता. झाडाचा बुंधा घट्ट धरून कल्लेशी समोरच्या शृंगारिक दृश्याचा आनंद अनुभवत असताना त्याच्या डोळ्यांतून किंचित पाणी तरळले.

हत्तीच्या पायाने मसाज करवून घेण्याइतपत सोमण्णाचे शरीर दणकट होते. व्यायाम करताना त्याचे पीळदार स्नायू अजगर सरपटत गेल्याप्रमाणे फुरफुरत होते. त्याच्या अजगराप्रमाणे दिसणाऱ्या पिवळसर डोळ्यांमधली चमकदेखील चांदण्याशी

स्पर्धा करीत होती. उठाबशा काढताना त्याच्या मुठी खालच्या फरशीवर किंचित आदळत होत्या आणि त्याचा 'ठण ठण' असा आवाज पहाटेच्या नीरव शांततेचा भंग करीत होता. तरीही तो आवाज ऐकत रहावा असे वाटत होते. उठून उभा राहिल्यावर त्याचा लांब केशसंभार वाऱ्यामुळे भुरभुरत असे आणि त्यावर चांदणे पडून एखादी चांदणी चमकल्याचा भास होत असे.

कल्लेशीला झाडामागे जास्त वेळ थांबणे शक्य झाले नाही. तो पुढे येऊन सोमण्णासमोर उभा राहिला आणि 'सोमण्णा' अशी हलक्या आवाजात हाक मारली. काही कल्पना नसताना अचानक दत्त म्हणून उभा ठाकलेल्या कल्लेशीला समोर पाहून सोमण्णाला आश्चर्य वाटले. 'काय रे कल्लेशी?' अशी चौकशी करण्यासाठी सोमण्णाने तोंड उघडले, पण त्याचा किंचित थरथरत असलेला देह आणि त्याच्या आवाजातील मार्दव पाहून तो काही बोलला नाही.

कल्लेशीने आपला थरथरता हात पुढे केला आणि सोमण्णाच्या नाभीभोवती जमलेले घर्मबिंदू पुसून टाकले. या नाभीस्पर्शाने कल्लेशी पुलकित होऊन त्याने आपला हात मागे घेतला. सोमण्णाची प्रतिक्रिया अजमावण्यासाठी आपले मस्तक उंचावून त्याने सोमण्णाच्या चेहऱ्याकडे पाहिले. सोमण्णाच्या चेहऱ्यावर त्याला किंचित हास्य दिसले. त्या हास्यामुळे कल्लेशीला धीर आला. आपल्या चवड्यावर उभा राहून त्याने सोमण्णाच्या चेहऱ्यावरून हात फिरविला. त्याच्या नाकाखाली हात धरून सोमण्णाचे गरम श्वास झेलू लागला. या स्पर्शसुखामध्ये तो आपसूक बुडून गेला. सोमण्णाची मान, त्याचे बाहू, दंड, छाती, छातीवरचे स्तन, पोट या सर्व अवयवांवरून त्याने हात फिरविला. किल्ल्यांच्या जुडग्यामधून एकेक किल्ली बाहेर काढावी त्याप्रमाणे त्याने प्रत्येक अवयव हाताळला. वरच्या बाजूचे सर्व अवयव हाताळल्यानंतर तो खाली सरकला. खाली वाकून त्याने सोमण्णाचे पाय, पोटऱ्या, मांड्या इ. वरून हात फिरवला. अखेरीस सर्व धैर्य एकवटून त्याने सोमण्णाच्या लंगोटात हात घातला. बस्स!

एक जोराची थप्पड कल्लेशीच्या गालावर बसली आणि भेलकांडत तो खाली कोसळला. 'बोसडीच्या' अशी एक इरसाल शिवी हासडून एखाद्या कुत्र्याला तुडवावे त्याप्रमाणे सोमण्णाने कल्लेशीला लाथा हाणल्या. कल्लेशी किंचाळून गडबडा लोळू लागला. सोमण्णा 'थू' म्हणून पचकन् त्याच्या शरीरावर थुंकला. सोमण्णाने कल्लेशीला उठून उभा राहण्यास मदत केली नाही. वळवळणाऱ्या किड्याकडे दुर्लक्ष करावे त्याप्रमाणे त्याने कल्लेशीच्या देहावरून आपली नजर दुसरीकडे वळविली. व्यायाम करण्याचा मूड निघून गेला. आपला लंगोट सोडून त्याने आपल्या इतर कपड्यांच्या दिशेने भिरकावला आणि विहिरीत उडी घेऊन त्याने पोहण्यास सुरुवात केली.

बेशुद्ध पडलेला कल्लेशी दोन मिनिटांनी शुद्धीवर आला. आपल्या दुखणाऱ्या गालावरून त्याने हात फिरविला. त्याच्या हाताला थोडे रक्त लागले. विहिरीमधून सोमण्णा पोहत असलेला आवाज येत होता. तो सावकाश उठून बसला. कंबरेवर बसलेल्या लाथांमुळे असह्य वेदना होत होत्या. 'आई गं!' असे म्हणून तो विव्हळला. सावकाश चालत जाऊन त्याने विहिरीत वाकून पाहिले. अजून उजाडले नसल्यामुळे काही दिसत नव्हते. फक्त पोहण्याचा आवाज येत होता. एका हाताच्या अंतरावर सोमण्णाचे कपडे होते. ते कपडे त्याने चाचपडले. त्याच्या हातात लंगोट आला. त्याने तो लंगोट आपल्या नाकासमोर धरला. त्या घामट वासाने तो पुन्हा उत्तेजित झाला. आपला चेहरा आणि इतर शरीरावरून तो लंगोट फिरवून त्याचे स्पर्शसुख त्याने अनुभवले. लंगोट जाडसर कपड्याचा आणि खरबरीत वाटत असला, तरी एक वेगळेच सुख त्याला त्यापासून मिळत होते. अखेरीस तो लंगोट आपल्या चड्डीत घुसवून मिळेल तितके सुख ओरबाडून घेऊ लागला. बाकीचे कपडेदेखील त्याने चाचपडले. शर्टाच्या खिशातून त्याने एक विडी आणि काडेपेटी बाहेर काढली. विडी ओठांत धरून त्याने ती शिलगावली. एक झुरका घेतला. जळत असलेली काडी त्याने सोमण्णाच्या कपड्यांवर फेकून दिली आणि घराच्या दिशेने निघाला. जळणाऱ्या कपड्यांमधून निघणाऱ्या ज्वाळा चांदण्यांच्या उजेडात भर घालीत होत्या. सोमण्णा तसाच नग्न अवस्थेत विहिरीत पोहत होता.

कल्लेशीच्या घराच्या परसदारी असलेली विहीर अनेक वर्षांपासून वापरात नसल्यामुळे पडक्या स्वरूपात होती. विहिरीत पाणी होते, पण उपसा नसल्यामुळे ते दूषित होऊन त्याला एक प्रकारची दुर्गंधी येत होती. काही वर्षांपूर्वी कल्लेशीची आई त्यात बुडून मेली होती आणि तेव्हापासून ग्रामस्थांनी त्या विहिरीचा वापर बंद केला होता. विहिरीत पंधरा फूट खोलीवर पाणी होते. पाण्याचा पृष्ठभाग शेवाळाने भरून गेला होता आणि हिरवागार दिसत होता. बरेचसे गवत आणि झाडेझुडपे वाढलेली होती. त्यात एक वडाचे रोपदेखील दिसत होते. विहिरीत सोडलेले काही मासे आणि एक दोन कासवे दूषित पाण्यामुळे मरून त्यांचे निर्जीव देह तिथेच कुजले होते. पण ते दूषित पाणी मानवणाऱ्या काही प्राण्यांनी त्यात जन्म घेतला होता आणि त्यात ते सुखाने जीवन जगत होते. त्यात काही वळवळणारे लांबलचक कृमी होते. विहिरीच्या भिंती उंदीर व घुशींनी पोखरून त्यात मोठी खिंडारे पाडली होती. उंदीर-घुशींचे भक्ष्य मिळण्याच्या आशेने काही सापांनी विहिरीत आश्रय घेतलेला होता. रात्रीच्या वेळी वटवाघळांचा परिवार तिथे लयबद्ध आवाज करत असे. या सर्व प्राण्यांना गावातील लोकांकडून कसलाच उपद्रव होत नसल्यामुळे त्यांचे जीवन या पडक्या विहिरीत आनंदाने व्यतीत होत होते.

पण त्या दिवशी मात्र त्यांच्या सुखी जीवनाला दृष्ट लागली ती कल्लेशीने

जिवाच्या आकांताने केलेल्या आरडाओरडीने. कल्लेशीवर आलेले संकट आपल्यावरदेखील ओढवेल या भीतीने ते सर्वजण घाबरून गेले होते आणि पुढे काय करावे हे न समजल्यामुळे गोंधळून गेले होते. खाली डोके आणि वर पाय या अवस्थेत कल्लेशी त्या पडक्या विहिरीमध्ये लटकत होता. त्याचे डोके पाण्याच्या पृष्ठभागापासून जेमतेम सहा फुटांवर होते. ‘‘आप्पा चूक झाली, पुन्हा असं करणार नाही’’ अशी वडिलांकडे काकुळतीने विनंती करत होता. विहिरीत मिट्ट काळोख होता. काही दिसत नव्हते. पण प्राण्यांच्या हालचालींचा आवाज ऐकू येत होता. आपण या प्राण्यांच्या अगदी जवळ आहोत आणि ते आपल्यावर कधीही हल्ला करतील या भीतीने किंचाळून, ‘‘आप्पा मला भीती वाटते. मला लवकर वर खेचून घ्या’’ अशी वडिलांना थरथरत्या आवाजात विनंती करीत होता. तरीही वडील ढिम्म होते. वडील आपले काही ऐकत नाहीत तर निदान आपली आजी तरी ऐकेल या आशेने, ‘‘आजी निदान तू तरी मला वाचव. मला वर खेचून घे’’ म्हणून तिची विनवणी केली. पायांना आणि छातीला बांधलेला दोरखंड क्षणाक्षणाला जास्तच आवळत होता आणि त्यातून होणाऱ्या वेदनांमुळे ‘आई गं!’ म्हणून तो आईचा धावा करत होता.

विहिरीच्या कट्ट्यावर कोणीही नव्हते. बाजूला असलेल्या झाडाला दोरखंड बांधून कल्लेशीचा बाप वीरभद्रप्पा दूरवर एका कडुनिंबाच्या झाडाखाली शांतपणे विडी ओढत बसला होता. कल्लेशीच्या आजीने आपल्या नातवाला या यातनांमधून सोडविण्यासाठी आपल्या मुलाकडे म्हणजे वीरभद्रप्पाकडे डोळ्यांतून पाणी काढून अर्ज-विनंत्या केल्या होत्या. पण वीरभद्रप्पावर त्याचा काही परिणाम झाला नाही. हताश होऊन आजीने स्वतः काही तरी करण्याचा निर्णय घेतला आणि ती विहिरीच्या कट्ट्यावर चढून सर्व शक्ती एकवटून कल्लेशीला खेचून घेण्याचा प्रयत्न करू लागली. पण दोरखंड एक इंचानेदेखील वर आला नाही. निराश होऊन ती घरी परतली आणि स्वयंपाकघरात जाऊन रडत बसली.

एकामागून एक विडी ओढणाऱ्या वीरभद्रप्पाचे डोळे लालभडक झाले होते. जवळून पाहिले, तर त्या लाल डोळ्यांच्या बुबुळावर अश्रूंचे आवरण दिसत होते. काल रात्री तो कुडागी येथे गेला होता आणि तिथे सुनंदाच्या घरी त्याचा मुक्काम होता. तिथे भल्या पहाटे उठून, सोमवार असल्यामुळे आंघोळ करून, डोंगरावरच्या कार्तिकस्वामी मंदिराला भेट देऊन, पूजाअर्चा करून तो गावाकडे परतला होता. घरी येत असताना वाटेत ओळखीचा एक इसम भेटला आणि ‘आज पहाटे तुझ्या चिरंजीवाने थेट सोमण्णाचे लिंग धरले म्हणे’ अशी बातमी देऊन फिसकन् हसला. आणि हा संवाद वीरभद्रप्पाच्या कानात एकसारखा घुमत होता.

ओरडून ओरडून कल्लेशी थकला. जास्त ओरडण्याचे त्राण त्याच्या अंगात

नव्हते. घशाला कोरड पडली होती. भिरभिरणारी एक पाकोळी 'किर्च किर्च' असा आवाज करीत त्याच्या तोंडाला स्पर्श करून गेली. कोणीतरी आपल्यावर हल्ला करत आहे या कल्पनेने तो हादरला आणि त्याची चड्डी ओली झाली. चड्डीतून वाहणाऱ्या पाण्याने त्याचा सदरा ओला केला. तिथून त्याचा चेहरा, डोके, डोक्यावरचे केस असा प्रवास करीत ते खाली विहिरीच्या पाण्यात सरपटणाऱ्या सापाच्या अंगावर पडले. या अनपेक्षित अभिषेकाने तो साप बावचळून क्रोधित झाला आणि तोंडातून 'हिस्स हिस्स' असा आवाज काढू लागला. त्या आवाजाने कल्लेशी जास्तच घाबरला. पण त्याच्या अंगात ओरडण्याचे त्राण उरले नव्हते.

भिंतीच्या कोनाड्यातील पणती मंद पेटत होती. दारात सोगम्मा पाहुण्याची वाट पाहत बसली होती. आपल्या घरी येणाऱ्या पाहुण्याने तिची संमती घेऊन कोनाड्यातील पणतीवर फुंकर मारून ती विझवून मगच घरात प्रवेश करण्याचा नियम तिने घालून दिला होता. पाहुण्याला स्वीकारण्याचे स्वातंत्र्य तिने स्वतःकडे राखून ठेवले होते. पाहुण्याने तिच्या दारात येऊन प्रथम तिच्याशी बोलणी करायची आणि तिच्या परवानगीनेच पणतीवर फुंकर मारायची. पणती विझलेली असेल, तर नवीन येणाऱ्या पाहुण्याने उगाच दार बडवून तिला हाक मारायची नाही. ती बाहेर येऊन परत पणती पेटविण्याची वाट पाहायची असा नियम होता.

बराच वेळ झाला, तरी तिथे कोणी फिरकले नाही. रात्र बरीच झाली होती. आज आपली आठवण कुणालाच झाली नाही म्हणून सोगम्मा मनातून हिरमुसली झाली. आता घरात जाऊन झोपायचा विचार तिने केला. इतक्यात दुरून कुणीतरी येताना दिसला आणि तिच्या चेहऱ्यावरची नाराजी पळून गेली. त्या व्यक्तीच्या चालीवरून तो वीरभद्रप्पाच आहे हे तिने ओळखले. म्हणजे कुडागीच्या सुनंदाला हा कंटाळला की काय, असा विचार तिच्या मनात आला आणि ती छद्मीपणाने हसली. ती व्यक्ती थोडी जवळ येताच त्याच्याबरोबर आणखी एक व्यक्ती येत आहे असे तिला दिसले. आता एकाच वेळी दोघांबरोबर व्यवहार कसा करणार? काही झाले तरी मी एका वेळी एकट्याबरोबरच झोपणार, असा निर्धार तिने केला. ते दोघेही अगदी जवळ आल्यावर तो दुसरा म्हणजे वीरभद्रप्पाचा मुलगा कल्लेशी आहे हे तिने ओळखले. सकाळपासून कल्लेशीबद्दल बरेच काही तिच्या कानावर आले होते. म्हणजे मामला वेगळाच आहे हे तिने ताडले.

"ती पणती विझव." वीरभद्रप्पाने आपल्या मुलाला आज्ञा केली. कल्लेशीने पणतीवर फुंकर मारली. ज्योत जरा हलली पण विझली नाही. "छातीत दम नाही का? जरा जोराने फूक मार" नेहमीप्रमाणे बाप मुलाच्या अंगावर खेकसला. या दमदाटीनंतर कल्लेशीने जोरात फुंकर मारली आणि पणती विझली. तिघेही घरात शिरले. "ईरण्णा, बापाबरोबर संबंध ठेवून पुन्हा त्याच्या मुलाशी संबंध ठेवणं मला

प्रशस्त वाटत नाही. माझ्याकडून हे जमणार नाही.'' सोगम्माने आपली समस्या वीरभद्रप्पासमोर मांडली.

वीरभद्रप्पाने ताबडतोब उत्तर न देता शांतपणे आपल्या झब्ब्याच्या खिशातून दोन विड्याची पाने व सुपारी बाहेर काढली. त्यावर शंभराच्या दोन नोटा ठेवल्या. हा विडा कल्लेशीच्या हातात देऊन त्याला तो सोगम्माला देण्यास सांगितले. तो तिला हात जोडून म्हणाला, ''सोगम्मा, तुझ्यासमोर उभ्या असलेल्या धर्मसंकटाची मला पूर्ण जाणीव आहे. आम्ही दोघंही तुझा उपभोग घेण्यासाठी इथं आलेलो नाही. या माझ्या बायल्या पोरानं सकाळी केलेला पराक्रम तुझ्या कानावर आलाच असेल. त्यामुळं मला अतोनात दुःख झालं आहे. कुणी तरी माझ्या हृदयात लोखंडाची सळी खुपसल्याप्रमाणं मनाला यातना होत आहेत. या पोराला जरा आत घेऊन जा आणि याच्या शरीरामध्ये काही पुरुषत्व आहे का याची तपासणी करून मला सांग. एका वैद्याच्या भूमिकेतून तू त्याच्यावर उपचार करत आहेस, असं समज. तुझ्या पदरी पुण्य पडेल.'' वीरभद्रप्पाच्या आवाजातील कळकळ तिला बरोबर समजली. तिला नकार देणे शक्य झाले नाही. कल्लेशीच्या हातातील विड्याचा तिने स्वीकार केला आणि त्याचा हात धरून त्याला आपल्याबरोबर आत येण्याची विनंती केली. कल्लेशी संकोचाने आढेवेढे घेऊ लागला. ते पाहून वीरभद्रप्पाला राग आला आणि 'चल की रे बोसडीच्या' अशी शिवी हासडून त्याच्या डोक्यावर एक फटका मारला. नाईलाजाने कल्लेशी सोगम्मापाठोपाठ आत गेला. सोगम्माने आतून दरवाजा बंद केला. वीरभद्रप्पा तिकडच्या माजघरातील एका कोपऱ्यात बसला. त्याने एक विडी पेटविली आणि त्याचे झुरके घेत ते दोघे बाहेर येण्याची आतुरतेने वाट पाहू लागला.

पाच मिनिटांत दरवाजा उघडला आणि सोगम्मा चोळी न घालता अंगावर नुसती साडी लपेटून बाहेर आली. वीरभद्रप्पाने डोळ्याच्या खुणेनेच चौकशी केली. ''का कोण जाणे, पण तुझ्या लेकरावर कामण्णा (कामदेव) प्रसन्न नाही. त्याची इंद्रिये शिथिल आहेत'' सोगम्माने निराश मनाने रिपोर्ट दिला. वीरभद्रप्पाने रिपोर्ट ऐकला. विडीचा एक जोरदार दम ओढला आणि विडीचे जळते टोक शेणाने सारवलेल्या जमिनीवर जोराने घासून ती विझवली. उठून उभा राहिला आणि दारात उभ्या असलेल्या सोगम्माला ढकलून आत शिरला. कल्लेशी आपले कपडे पोटाशी धरून नग्न अवस्थेमध्ये बसला होता. सोगम्माचे नग्न शरीर पाहून त्याला शिसारी आली होती आणि भयग्रस्त होऊन तो खाली मान घालून बसला होता. वीरभद्रप्पाला परिस्थितीचा अंदाज आला. काही न बोलता तो कल्लेशीजवळ गेला आणि रागाने त्याला एकापाठोपाठ एक लाथा मारू लागला. पायाला आलेल्या मुंग्या झटकताना जी पायांची हालचाल होते, त्या रीतीने तो कल्लेशीच्या शरीरावर लाथा झाडू

लागला. वेदना सहन न होऊन कल्लेशी जिवाच्या आकांताने 'मारू नका आप्पा' म्हणून तोंडावर हात घेऊन बोंब मारू लागला. आणखी दोन लाथा मारल्या, तर कल्लेशी जिवंत राहणार नाही या भीतीने सोगम्मा लगबगीने आत आली. तिने वीरभद्रप्पाला बाजूला ढकलून कल्लेशीला उठविले आणि मातेने लेकराचे संरक्षण करावे, अशा पद्धतीने त्याला पोटाशी धरले. "ईरण्णा, लेकराला मारू नकोस. माझी शपथ आहे तुला." अशी वीरभद्रप्पाला तिने कळकळीची विनंती केली. वेश्येने घातलेल्या शपथेला भीक घातली, तर तो वीरभद्रप्पा कसला? त्याने आणखी दोन लाथा झाडल्या. सोगम्मा कल्लेशीला संरक्षण देण्यासाठी आडवी आली असताना तिच्या शरीरावर एक लाथ बसली. "ईरण्णा थांब." सोगम्मा गरजली. "हे लेकरू परमेश्वराची निर्मिती आहे. हे मानवाचं कर्तृत्व नव्हे. त्याला लाथा मारून परमेश्वराचा अपमान करू नकोस." सोगम्माने ठणकावून सांगितले. वीरभद्रप्पाची लाथा मारण्याची खुमखुमी ओसरली. "सोगम्मा, माझं नाव वीरभद्रप्पा. माझ्या नावातच एक वीर पुरुष दडलेला आहे. कुडागीची सुनंदा एकच नव्हे. अशा पाच जणी मी ठेवलेल्या बायका आहेत. आळीपाळीने मी त्यांचा उपभोग घेतो. माझ्यासारख्या पुरुषाच्या पदरी असा षंढ मुलगा परमेश्वरानं का घातला?" काहीशा रागाने आणि काहीशा अगतिकतेने वीरभद्रप्पा म्हणाला, "आजपासून हा षंढ माझा मुलगा नव्हे आणि मी त्याचा बाप नव्हे." त्याने दुःखाने आपला निर्धार व्यक्त केला. सोगम्मादेखील काही बोलली नाही.

या मारहाणीत आपल्या खांद्यावरून पडलेला टॉवेल वीरभद्रप्पाने शोधून काढला. तो उचलून एकदा झटकला आणि पुन्हा आपल्या खांद्यावर घेऊन तो तिथून बाहेर पडला. दारापासून जेमतेम चार पावले गेला असेल इतक्यात सोगम्माने, 'ईरण्णा जरा थांब.' म्हणून त्याला परत बोलावले. वीरभद्रप्पाने मागे वळून तिला खुणेनेच 'काय?' म्हणून विचारले. "एक गोष्ट सांगते ईरण्णा, लक्षात ठेव. पाच वाईट चालीच्या बायकांना ठेवून, पदरात घेतलेल्या लग्नाच्या बायकोला विहिरीत ढकलण्याइतकं भीषण पाप तुझ्या या लेकरानं केलेलं नाही. तो निष्पाप आहे. प्रत्येक सोमवारी तू आंघोळ करून ज्या देवाची पूजा करण्यासाठी डोंगरावर जातोस, त्या देवालादेखील बायकांचं नाव घेतले, की शिसारी येते आणि फक्त पुरुष भक्तांनाच तो जवळ करतो याचा अर्थ लक्षात घे." सोगम्मा पोटतिडकीने वीरभद्रप्पाला समजावण्याचा प्रयत्न करीत होती. पण तिकडे दुर्लक्ष करून "थू! हलकट रांडे" अशी तिची हेटाळणी करून तरातरा पावले टाकीत तो निघून गेला.

आत येऊन सोगम्माने चोळी परिधान करून आपली साडी ठीक केली. स्वयंपाकघरात जाऊन एक पेला पाणी आणले. कल्लेशीला उठवून त्याला प्रेमाने पाणी पाजले. तिच्यासमोरच कल्लेशीने आपले कपडे चढविले. चड्डी चढविताना

एका पाय वर केल्यामुळे त्याचा तोल जाऊन तो भिंतीवर आपटणार होता. पण वेळीच सावरून त्याने भिंत घट्ट पकडली. ''सावकाश कपडे घाल. गडबड करू नकोस.'' सोगम्माने त्याला धरून प्रेमाने सांगितले. कल्लेशीने व्यवस्थित कपडे घातले. ''कल्लेशी, तुझं पुढचं आयुष्य फार कठीण आहे. वेश्या आणि षंढ पुरुषांना समाज जवळ करत नाही.'' सोगम्मा त्याला समजावण्याचा प्रयत्न करीत होती. ''मी षंढ नाही'' कल्लेशी स्पष्ट शब्दांत म्हणाला आणि लंगडत लंगडत बाहेर निघाला. सोगम्मा दारात उभी राहून त्याला जाताना पाहत होती. कल्लेशी आपल्या घराच्या दिशेने न जाता उलट्या दिशेने जात आहे असे तिला दिसले. सोगम्माने त्याला हाक मारून दोन मिनिटे थांबण्यास सांगितले. कल्लेशी तिथेच थांबला. सोगम्मा आत गेली आणि वीरभद्रप्पाने दिलेल्या शंभराच्या दोन नोटा घेऊन परत आली. त्या दोन नोटा तिने कल्लेशीच्या हातात ठेवल्या. त्याच्या डोक्यावरून तिने प्रेमाने हात फिरविला आणि त्याला 'कुठेही जा आणि सुखी रहा' असा तोंडभरून आशीर्वाद दिला. कल्लेशी या प्रेमाने भारावून गेला आणि सावकाश पावले टाकत निघून गेला.

सोगम्मा दारात उभी राहून बराच वेळ त्याला जाताना पाहत होती. तो नजरेआड झाल्यावर आत जाऊन तिने काडेपेटी आणली आणि कोनाड्यातील पणती पुन्हा पेटवली.

कबुलीजबाब

मोहनस्वामीचे विमान बेंगळूर विमानतळावरून निघायची नियोजित वेळ सकाळी ठीक साडेनऊची होती. विमानतळ अंदाजे अर्ध्या तासाच्या अंतरावर होता. मोहनस्वामीने जाणूनबुजून कॅब मागवली नव्हती. त्या दिशेला जाणाऱ्या सिटी बस भरपूर असल्यामुळे मिळेल त्या बसने विमानतळ गाठायचे त्याने ठरविले होते. केवळ एक दिवसाचा ट्रेनिंग प्रोग्राम असल्यामुळे, एका लॅपटॉप खेरीज सामान काहीच नव्हते. आपल्या कंपनीला विनाकारण खर्चात टाकणे मोहनस्वामीला पसंत नव्हते. म्हणून कॅबने विमानतळावर जाण्यास त्याने नकार दिला होता. दिल्ली शाखेच्या काही कर्मचाऱ्यांना ट्रेनिंग देण्यासाठी कंपनीने मोहनस्वामीची नियुक्ती केली होती. दिल्लीचे विमान पकडण्यासाठी डोमेस्टिक काउंटरवर चेक इन करावे लागत असल्यामुळे चेक इनसाठी जास्त वेळ खर्ची पडण्याचा संभव नव्हता. तरीही कमीत कमी अर्धा तास अगोदर म्हणजे नऊ वाजता चेक इन काउंटरवर हजर होणे आवश्यक होते. पण साडेसात वाजले, तरी अजून तो घराबाहेर पडला नव्हता.

आंघोळीसाठी बाथरूममध्ये गेलेला त्याचा रूम पार्टनर कार्ती बाहेर पडण्याची चिन्हे दिसेनात. त्याची ही नेहमीची सवय. बाथरूममध्ये गेला, की तासभर तरी तो बाहेर येत नसे. एकसारखा अंगावर शॉवर घेण्याने काय साध्य होते, अशी मोहनस्वामीची नेहमीची तक्रार असे. पण कार्ती त्याला भीक घालत नसे. या कानाने ऐकून दुसऱ्या कानाने सोडून देत असे. ''कार्ती, मला निघायला उशीर होतोय. माझी फ्लाइट चुकेल. लवकर बाहेर ये'' अशी दर दोन मिनिटांनी बाथरूमचे दार बडवून मोहनस्वामी विनंती करीत होता. पण कार्तीने त्याकडे

दुर्लक्ष केले आणि आपली आंघोळ सुरुच ठेवली. बाथरूमचे दार किलकिले असते, तर ते उघडून मोहनस्वामीने त्याला ओढून बाहेर काढले असते. पण दुर्दैवाने ते आतून बंद केलेले होते. त्यामुळे हताश होऊन कार्ती बाहेर येण्याची वाट पाहण्याखेरीज मोहनस्वामीकडे दुसरा पर्याय नव्हता. कार्ती बाहेर येण्याची वाट न पाहता तो तसाच घराबाहेर पडू शकला असता. पण मग घराला कुलूप कोण लावणार? घराची चावी फक्त मोहनस्वामीकडे होती. दुसरी डुप्लिकेट चावी कार्तीकडे दिलेली होती, पण ती त्याने घरातच कुठे तरी ठेवली असली, तरी त्याच्या निष्काळजीपणामुळे ती शोधूनदेखील त्याला मिळाली नसती.

मोहनस्वामी सकाळी लवकर उठून, दिल्लीकडे कूच करण्यासाठी जामानिमा करून तयार होऊन बसला होता. ट्रेनिंगसाठी उपयोगी पडणारे पॉवर पॉइंट प्रेझेंटेशन तयार करून लॅपटापमध्ये बंदिस्त करून ठेवले होते. स्वतःसाठी लागणारे धुतलेले कपडे इस्त्री करून तयार ठेवले होते. दूध आणून ते तापवून ठेवले होते. स्वतःसाठी कॉफी तयार करून ती प्राशन केली होती. कार्तीच्या रात्रीच्या जेवणासाठी सांबार तयार करून तो फ्रिजमध्ये ठेवला होता. त्यानंतर आंघोळ करून तो बाथरूममधून बाहेर आला तेव्हा सकाळचे साडेसहा वाजले होते. कार्ती अजून झोपलेलाच होता. सकाळी उशिरा उठायची त्याची नेहमीची सवय होती. मोहनस्वामीने उठवण्यासाठी मारलेल्या तीन-चार हाका अस्पष्ट कानावर पडल्या, तरी त्याकडे दुर्लक्ष करून साखरझोपेचे सुख अनुभवीत असे. शेवटी मोहनस्वामीने त्याला गदागदा हलवून जागे केल्यावरच तो बिछान्यावर उठून बसत असे. आपल्या अनुपस्थितीमध्ये तो झोपेमधून जागा होईल की नाही, याची मोहनस्वामीला नेहमी धास्ती वाटत असे. कार्तीच्या रूपाने कुंभकर्णाने पुनर्जन्म घेतला असेल का, अशी त्याला नेहमी शंका वाटत असे. जबाबदारी अंगावर घेण्याची त्याला ॲलर्जी होती. सर्व जबाबदारी मोहनस्वामीच्या अंगावर ढकलून तो नामानिराळा होत असे. 'जबाबदारीचा मी एकट्याने ठेका घेतलेला नाही, असे मोहनस्वामी त्याला अधूनमधून जाणीव करून देत असे. पण कार्ती ते हसण्यावारी नेत असे. कार्तीकडे मोहनस्वामीची वटवट थांबविण्याचा जालीम उपाय होता. मोहनस्वामीचे बोलणे असह्य होऊ लागले, की कार्ती त्याला जवळ ओढून आलिंगन देऊन त्याच्या गालावर आपले ओठ टेकवत असे. यावर मोहनस्वामीचा राग शांत होत असे आणि त्याची वटवट बंद होत असे.

आजदेखील तसेच घडले. मोहनस्वामी आपला सूट परिधान करून, गळ्याभोवती टाय बांधून, त्यावर आपला आवडता परफ्यूम शिंपडून, कार्ती आंघोळ आटोपून बाहेर येण्याची आतुरतेने वाट पाहत होता. कार्ती आंघोळ उरकून, ओलेत्याने लाल टर्किश टॉवेल कमरेभोवती गुंडाळून, पीअर्स साबणाचा घमघमाट सर्वत्र पसरवून

बाथरूममधून बाहेर आला तेव्हा सात वाजून चाळीस मिनिटे झाली होती. मोहनस्वामी त्याच्या अंगावर खेकसला, 'काय हे कार्ती? किती उशीर केलास आंघोळीला? फ्लाइटची वेळ दीड तासावर येऊन पोचली आहे आणि मी अजून बाहेरदेखील पडलेलो नाही. फ्लाइट चुकली तर त्याला जबाबदार कोण? तुझ्यासमोर कितीही शंख केला, तरी तुला जबाबदारीची जाणीव कशी येत नाही?'' मोहनस्वामीला अजून बरेच काही बोलायचे होते. इतक्यात कपडे परिधान करण्यासाठी गेलेला कार्ती परत आला आणि त्याने मागून मोहनस्वामीला घट्ट मिठी मारली आणि त्याच्या मानेवर, गालावर, तसेच इतर ठिकाणी आपल्या ओठांचे ठसे उमटविण्यास प्रारंभ केला. आपली प्रतिक्रिया शब्दांत व्यक्त करण्याऐवजी कृतीमध्ये व्यक्त केली. नेहमीप्रमाणे मोहनस्वामी आपला राग विसरला, पण तरीही लटक्या रागाने म्हणाला, ''अरे हे काय केलंस कार्ती? माझा इस्त्री केलेला सूट ओला करून त्याची इस्त्री बिघडवून टाकलीस? पुरे झाले तुझे शृंगारिक चाळे. थांब आता.'' पण त्यामुळे कार्तीला जास्तच चेव आला. त्याने मोहनस्वामीला छळण्यासाठी खेचून भिंतीजवळ नेले आणि त्याचे सर्व शरीर कणिक मळावी तसे मळण्यास प्रारंभ केला. उष्ण पाण्याने नुकतेच स्नान केलेल्या कार्तिकचे गरमागरम ओले शरीर मोहनस्वामीच्या शरीराला भिडताच त्याचा राग, विरोध सर्व काही क्षणांत गळून पडला आणि त्याने स्पर्शसुखाचा आनंद अनुभवण्यात व्यत्यय येऊ दिला नाही.

काही वेळाने कार्तीने आपला विळखा सैल केला. मोहनस्वामीची सुटका केली. कमरेभोवती पुन्हा टॉवेल गुंडाळला आणि कॉटवर भिंतीला पाठ टेकवून पाय पसरून सकाळचे ताजे वर्तमानपत्र उघडून वाचण्यास प्रारंभ केला. त्याचे डोळे वर्तमानपत्रातील बातम्यांवर असले, तरी त्याचे दोन्ही कान मोहनस्वामीची पुढची खरडपट्टी ऐकण्यासाठी उत्सुक होते. मोहनस्वामीने आपल्या मनगटावरील घड्याळ पाहिले आणि त्याचा पारा पुन्हा चढला. आठ वाजले होते. कडक इस्त्रीचा सूट ओला होऊन चुरगळला होता. इस्त्री केलेले दुसरे कपडे तयार नव्हते आणि पुन्हा इस्त्री करण्याइतपत वेळ नव्हता. आपली अशी अगतिक अवस्था केलेल्या कार्तीचा त्याला पुन्हा राग आला. ''काय हे कार्ती? जरा वेळकाळाचं भान ठेव. अशी अवेळी लगट केलीस तर माझं कसं होईल?'' असे म्हणून पुन्हा मूळपदावर आला. कार्तीने नेहमीप्रमाणे त्याकडे दुर्लक्ष केले आणि वर्तमानपत्रातील बातम्यांवर आपले लक्ष केंद्रित केले. ते पाहून मोहनस्वामी जास्तच खवळला. रागाने कार्तीजवळ जाऊन त्याच्या हातातून पेपर ओढून घेतला आणि म्हणाला, ''बोल कार्ती. उत्तर दिल्याशिवाय मी तुला सोडणार नाही.'' आपल्या चेहऱ्यावरचे हास्य कायम ठेवून कार्ती म्हणाला, ''अरे मोहन, तुझी तयारी झाल्यावर सरळ बाहेर पडायचं सोडून माझी आंघोळ पूर्ण होण्याची वाट कशाला पाहत बसलास? तसं केलं असतंस तर ही पाळी आलीच नसती.''

“हो का? मग दाराला कुलूप कोण लावणार? की चोरांच्या हवाली घर सोडून निर्धास्तपणे जायचं?”

“उगाच कशाला चोरीचं भय बाळगतोस? आहे काय या घरात चोरी करून घेऊन जाण्यासारखं? सोने-चांदी-पैसा अडका आहे? काहीच नाही. आहेत ते तुझे आणि माझे अंगावर घालण्याचे कपडे आणि भांडीकुंडी. ती कुठला शहाणा चोरून घेऊन जाईल? चोरीचं फक्त निमित्त. एकमेकांच्या खोड्या काढल्याशिवाय तुझा पाय घरातून बाहेर पडत नाही हेच खरं? दुसरं काय?” कार्ती खट्याळपणे हसला. मोहनस्वामीने रागाने जवळची उशी उचलली आणि कार्तीवर त्याचे रपारप प्रहार करण्यास सुरुवात केली आणि ‘ईडियट’ म्हणून एक जोरदार शिवी बहाल केली. उशीचे प्रहार हसत हसत झेलताना कार्ती म्हणाला, “आता लवकर निघ. नाहीतर फ्लाइट चुकेल. निदान आता तरी माझ्याकडून उशीर होत नाहीये ना?”

“नाही कार्ती. तुझ्यामुळंच उशीर होतोय. आता सांग, मी कपडे कुठले घालू?” मोहनस्वामी अजूनही रागातच होता.

“माझे कपडे कालच परटाकडून आणले आहेत. ते घालून जा.” कार्तीने पर्याय सुचवला.

“अरे, तुझे कपडे मला कसे फिट बसतील? मला सैल होतील ना ते.” मोहनस्वामीने पुन्हा शंका काढली.

“अरे, एक दिवस सैल कपडे घातलेस, तर काही बिघडणार नाही. मुकाट्यानं ते घालून जा.”

कार्तीने सुचविलेला उपाय अमलात आणण्याखेरीज मोहनस्वामीकडे दुसरा पर्याय नव्हता. कपडे बदलण्यासाठी मोहनस्वामी दुसऱ्या खोलीत निघून गेला.

दुसऱ्या खोलीत जाताना माजघरातून निघतेवेळी मोहनस्वामीची नजर बाहेरच्या दरवाजाकडे गेली आणि त्याने आपल्या कपाळावर हात बडवून घेतला. दरवाजा सताड उघडा होता. ‘ओ माय गॉड!’ अशी त्याने किंकाळी मारली आणि तो दरवाजाकडे धावला. मनातून तो घाबरला होता. त्यामुळे त्याचे शरीर थरथरत होते. दरवाजा आतून बंद करून त्याने तिथेच बसकण मारली. त्याची किंकाळी ऐकून कार्तीदेखील धावत बाहेर आला आणि “काय झालं?” म्हणून काळजीयुक्त स्वरात चौकशी केली. धापा टाकत मोहनस्वामीने दरवाजा उघडा राहिल्याचे सांगितले. कार्तीला त्यात घाबरण्यासारखे काहीच वाटले नाही. “अरे मोहन, चुकून दरवाजा उघडा राहिला असेल. घाबरू नकोस. काही विपरीत घडलं नाही आणि घडणार नाही.” असे म्हणून त्याने मोहनस्वामीचे समाधान केले. पण मोहनस्वामीची भीती वेगळीच होती. तो म्हणाला,

“कार्ती, माझी भीती चोरीबद्दल नाही. दरवाजा उघडा असताना कोणी तरी

आत शिरून आपले चाळे पाहिले असेल, तर त्याला काय वाटेल आणि आपली काय अवस्था होईल याचा विचार कर.''

''कुणी पाहिलं तर पाहून निघून जाईल. ती गंभीर बाब नाही. विनाकारण काळजी करू नकोस.''

''कार्ती, तुला कोणत्याच बाबीमध्ये गांभीर्य वाटत नाही. ही नक्कीच गंभीर बाब आहे. आपले चाळे पाहून त्याने घरमालकाकडं चुगली केली, तर घरमालक आपल्याला घराबाहेर काढील याची कल्पना आहे का तुला?''

मोहनस्वामीचे बोलणे ऐकून कार्तीला हसू येत होते. मोहनस्वामीची फिरकी घेण्याची त्याला लहर आली. हसू दाबून तो म्हणाला, ''अरे हो, हे माझ्या लक्षातच आलं नव्हतं. आता मात्र माझी छाती भीतीनं धडधडू लागली. इतक्यावर हे थांबणार नाही. घरमालक पोलिसात तक्रार करील. पोलिस आपल्याला पकडून नेतील आणि तुरुंगात रवानगी करतील.'' यावर मोहनस्वामी जास्तच घाबरला. त्याला काय करावे हे सुचेना. कार्तीने त्याचे समाधान करण्यासाठी त्याला पुन्हा जवळ ओढले. त्याच्या छातीवरून हात फिरविला. त्याच्या गालावर आपले ओठ टेकवले आणि म्हणाला, ''निदान या क्षणाला तरी हे चाळे कुणी पाहिले नाहीत हे तुला पटतं का? मोहन, आता तरी वेडेपणा सोड आणि काळजी करणं सोडून दे. कधी ना कधी ही गोष्ट जगापुढं उघड करावीच लागेल. ती आपसूक समजली तर कुठं बिघडलं? थोडं धीरानं वागायला शिक.'' पण हे धीराचे बोल मोहनस्वामीच्या पचनी पडले नाहीत. तो म्हणाला, ''नो कार्ती. मला हे पटत नाही. मी जिवंत असेपर्यंत या गोष्टीचा बभ्रा होता कामा नये. दोघांतच ही गोष्ट सीमित राहायला हवी. या घराच्या चार भिंतिपलीकडं ही गोष्ट जाणार नाही याची काळजी घ्यायला हवी. या गोष्टीचा बोभाटा झाला, तर लोक गप्प बसणार नाहीत. आपल्याला स्वस्थपणे जगू देणार नाहीत. चारचौघांत मान वर करून वावरणं कठीण होईल. याची आपण जाणीव ठेवायला हवी.'' असे म्हणून भविष्याचे विदारक दृश्य मोहनस्वामीने कार्तीसमोर मांडले. पण कार्तीला या विषयाची चर्चा लांबविण्याची इच्छा नव्हती. तो मोहनस्वामीला धीर देण्यासाठी म्हणाला, ''ठीक आहे. पुढं काय होणार याची चिंता आताच कशाला? तुझ्या फ्लाइटची चिंता करण्याची ही वेळ आहे. आधीच तुला निघायला उशीर झाला आहे. चल, आटप लवकर. पटापट कपडे करून तयार हो. माझ्या बाइकवरून मी तुला विमानतळावर सोडतो.'' मोहनस्वामी विषण्ण मनाने उठला. कपडे बदलण्यासाठी खोलीत जाताना म्हणाला, ''निघायला बराच उशीर झाला आहे. बहुतेक माझी फ्लाइट चुकणार असं दिसतं.'' कार्ती पुन्हा मोहनस्वामीला धीर देण्यासाठी म्हणाला, ''ठीक आहे मोहन. काळजी करू नकोस. ही फ्लाइट चुकली, तर दुसरी मिळेल. प्रत्येक फ्लाइटमध्ये दोन-तीन सीट रिकाम्या असतात.

त्याचा तुला फायदा मिळेल.''

मोहनस्वामी कपडे बदलून येईपर्यंत कार्तीने विमानतळावर फोन करून फ्लाइटची चौकशी केली. फ्लाइट एक तास उशिराने सुटणार असल्याची माहिती मिळाली. विमानाच्या इंजिनामध्ये किरकोळ तांत्रिक बिघाड दिसून आल्यामुळे त्याची दुरुस्ती सुरू आहे. दुरुस्तीला एक तासाहून जास्त वेळ लागल्यास प्रवाशांची दुसऱ्या फ्लाइटमध्ये सोय करण्यात येईल, असेदेखील समजले. आपल्यामुळे मोहनस्वामीला निघायला उशीर झाला, तरी त्याची गैरसोय होणार नसल्यामुळे कार्तीला आनंद झाला. आनंदाने त्याने आपली बर्म्युडा चढविली आणि त्यावर टी शर्ट परिधान करून मोहनस्वामी तयार होण्याची वाट पाहू लागला.

कार्तीचे थोडे सैलसर कपडे घालून मोहनस्वामी जरा लाजतच बाहेर आला आणि कार्तीसमोर उभा राहून त्याला म्हणाला, ''कार्ती, या कपड्यांत मी ठीक दिसतो ना?'' कार्तीने आपला अंगठा आणि तर्जनी एकत्र जुळवून सुपर्ब असा शेरा दिला. या पेहरावात तू एकदम स्मार्ट दिसतोस असे म्हणून कार्ती त्याच्या जवळ सरकू लागला. मोहनस्वामीने ते पाहिले आणि पुढील संकटाची त्याला जाणीव झाली. पटकन् तो दूर सरकला आणि म्हणाला, ''कार्ती, प्लीज! आता नको. आधीच उशीर झालाय. आता जास्त उशीर व्हायला नको.'' मोहनस्वामीची चपळाई पाहून कार्तीला हसू आले. ''काय मोहन? कसला विचार करतोस? मला काय दुसरा उद्योग नाही? तुझ्या टायची गाठ नीट बसलेली नाही. ती ठीक बसवतो. ये जवळ.'' कार्तीने शंकानिरसन केले. तोच मोहनस्वामीजवळ सरकला आणि त्याने टाय पूर्ण सोडवून पुन्हा नीट गाठ बसविण्यासाठी मोहनस्वामीला मदत केली आणि त्यावर टाय पिन बसविली. ''नाऊ यू आर लुकिंग व्हेरी स्मार्ट मोहन.'' असे म्हणून कार्तीने मोहनस्वामीच्या कपाळाचे चुंबन घेतले. ''विश यू हॅपी जर्नी. तुझी फ्लाइट एक तास उशिराने सुटणार आहे. काळजी करू नको. आरामात विमानतळावर पोचू शकशील,'' असे म्हणून कार्तीने मोहनस्वामीला आनंदाची बातमी दिली. मोहनस्वामीला आनंद झाला. ''रिअली?'' बातमी खरी असल्याची खात्री करून घेण्यासाठी त्याने प्रतिप्रश्न केला. कार्तीने आपली मान हलवून बातमी खरी असल्याचा निर्वाळा दिला. कार्तीने आपल्यासाठी फोन करून ही खूषखबर मिळविल्याबद्दल मोहनस्वामीला त्याच्याबद्दल अभिमान वाटला. ''तसे असेल तर मला बाईकवर लिफ्ट देण्याची जरूर नाही. मी बसने जाईन. तुला ऑफिसला जाण्यासाठी विनाकारण उशीर व्हायला नको.'' असे म्हणून मोहनस्वामीने आपली लॅपटापची बॅग उचलली आणि घराबाहेर पडला. जिन्याच्या जेमतेम चार पायऱ्या उतरल्यावर मोहनस्वामीला एक गोष्ट आठवली. मागे वळून तो म्हणाला, ''कार्ती, रात्रीच्या जेवणासाठी तुला सांबार तयार करून फ्रिजमध्ये ठेवला आहे. ऑफिसमधून परत आल्यावर फक्त कुकरवर

भात शिजवून घे. दह्याचे पॅकेटदेखील फ्रिजमध्ये ठेवले आहे. मेसवर जेवू नकोस. तिथं भात शिजविताना त्यात खाण्याचा सोडा वापरतात. त्यामुळे तुला ॲसिडिटीचा त्रास होईल. मला परत यायला कदाचित उशीर होईल. माझी वाट पाहू नकोस. मला परतीच्या फ्लाइटमध्ये जेवण मिळेल.'' अशा सूचना देऊन तो जिन्याच्या पायऱ्या झरझर उतरून बस स्टॉपच्या दिशेने जलद पावले टाकत निघाला.

बराच वेळ वाट पाहूनदेखील अजून विमानतळाकडे जाणाऱ्या बसचा पत्ता नव्हता. विमानतळाच्या रस्त्यावरून जाणाऱ्या काही गाड्या येऊन गेल्या. पण टर्मिनलकडे जाणारी एकही बस अजून आली नव्हती. एक-दोन एच. ए. एल. कंपनीकडे जाणाऱ्या गाड्या आल्या होत्या. पण तिथून टर्मिनलकडे बरेच अंतर पायी जावे लागते आणि त्यामुळे बराच वेळ वाया जातो म्हणून त्या बसमध्ये तो चढला नाही. आणखी दहा मिनिटे बसची वाट पाहायची आणि तरीही बस मिळाली नाही, तर रिक्षा पकडायची असा निर्धार त्याने केला आणि तिकडच्या बाकावर बसला. सहज त्याची नजर बाजूला असलेल्या दुचाकी गॅरेजकडे गेली. तिथे त्याला जे दृश्य दिसले, त्यावरून त्याची नजर हटेना.

पीळदार शरीराचा एक तगडा तरुण मेकॅनिक खाली बसून एक स्कूटर दुरुस्त करत होता. मोहनस्वामीकडे त्याची पाठ होती. आखूड बाह्यांचा टी शर्ट घातल्यामुळे त्याच्या दंडाचे कमावलेले स्नायू आकर्षक दिसत होते. उजव्या दंडावर एक ताईत करकचून बांधलेला होता. उजव्या हाताने स्पॅनर वापरून स्कूटरचा नट आवळत असताना तो ताईत जास्तच घट्ट होत होता. त्यामुळे त्या दंडाचे स्नायू जास्त आकर्षक दिसत होते. त्याच्या मनगटात एक तांब्याचे कंकणसदृश कडे होते. हाताच्या हालचालीमुळे ते कडेदेखील हलत होते आणि त्यावर सूर्यप्रकाश पडल्यावर ते चमकत होते. त्याची जीन्स पॅण्ट जरा ढगळ असल्यामुळे ती किंचित खाली सरकलेली होती आणि त्यामुळे त्याच्या पार्श्वभागाकडे जाणारी पाठीची नळी, तसेच पार्श्वभागाचा वरचा हिस्सा स्पष्ट दिसत होता. त्याचा टी शर्ट आखूड असल्यामुळे तो वर सरकला, की पार्श्वभागाचे स्पष्ट दर्शन होई. या सर्वांवर कडी म्हणजे त्याने अंडरवेअर घातलेले नाही, याची स्पष्ट जाणीव होत होती. मोहनस्वामीला हे दृश्य पाहतच राहावे असे वाटत होते. कितीही प्रयत्न केला, तरी त्याची तिथून नजर हटायला तयार नव्हती. दृश्य पाहताना त्याच्या तोंडाला वरचेवर लाळ सुटत होती आणि ती तो गिळून टाकत होता. आपली पॅण्ट खाली घसरत आहे याचे त्या मेकॅनिकला अजिबात भान नव्हते. त्याने आपल्या कामावर पूर्ण लक्ष केंद्रित केले होते आणि त्यात तो गढून गेला होता. त्याच्या नग्न दिसणाऱ्या अवयवांवरून आपला हात फिरवावा, अशी जबरदस्त इच्छा मोहनस्वामीला होत होती. त्याचे शरीर गरम होऊ लागले आणि त्यावर घर्मबिंदू चमकू लागले.

आपण त्या मेकॅनिकचे शरीर आशाळभूतपणे पाहत आहोत हे आजूबाजूच्या लोकांना समजले, तर आपली काय अवस्था होईल, अशी शंका त्याला मधूनच चाटून गेली. त्या वेळी महत्प्रयासाने त्याने आपली नजर वळवून आसपासच्या लोकांवर फिरविली. ते सर्वजण बस येण्याच्या दिशेकडे नजर लावून बसले होते आणि आपल्याच विश्वात मग्न होते. लहान मुलांची नजर फडताळात ठेवलेल्या साखरेच्या डब्याकडेच असते, त्याप्रमाणे मोहनस्वामीची नजर त्या मेकॅनिकच्या अर्धनग्न देहाकडे होती. आपण इतर युवकांच्या देहाकडे एकटक पाहत बसलो, तर कार्तीला ते आवडणार नाही आणि तो आपल्यावर नाराज होईल अशी त्याला पूर्वी भीती वाटत होती. एखादे वेळेस कार्तीची नजर एका सुंदर मुलीवर पडली, तर ते मोहनस्वामीला आवडत नसे. काही प्रसंगी मोहनस्वामी रात्री किचनमध्ये स्वयंपाक करण्यात गढलेला असताना कार्ती आपल्या नजरेस पडलेल्या सुंदर मुलीच्या उन्नत अवयवांचे वर्णन करीत असे आणि रात्री बिछान्यावर पडल्यावर तेच दृश्य पुन्हा कथन करीत असे त्या वेळी मोहनस्वामीच्या चेहऱ्यावर नाराजी स्पष्ट दिसे आणि तो कार्तीला तसे स्पष्ट सांगत असे. पण कार्तीला असलेल्या मुलींच्या सौंदर्याबद्दलच्या वेडामुळेच मोहनस्वामीला त्याचे आकर्षण वाटत होते आणि हे सत्य एकट्या मोहनस्वामीपुरतेच मर्यादित होते.

अचानक त्या तरुण मेकॅनिकने मागे वळून पाहिले त्याची अन् मोहनस्वामीची नजरानजर झाली. मोहनस्वामीचा आशाळभूतपणा त्या मेकॅनिकच्या लक्षात यायला उशीर लागला नाही. त्याने ताबडतोब आपली पॅण्ट वर ओढून घेतली. मोहनस्वामीने देखील आपली नजर दुसरीकडे वळवली. आपली चोरी पकडली गेली आहे, याची त्याला जाणीव झाली आणि शरमेने त्याची छाती धडधडू लागली.

'ए गांडू...' अशी कर्कश आवाजात मारलेली हाक त्या बाजूने ऐकू आली. बसची वाट पहाणाऱ्या सर्वांची नजर त्या दिशेकडे वळली, पण मोहनस्वामीला पुन्हा तिकडे पाहण्याची हिंमत झाली नाही. आपण त्या गावचे नाही असे नाटक करीत तो दुसरीकडे पाहू लागला. तो मेकॅनिक हट्टाला पेटला होता. मोहनस्वामीला धारेवर धरल्याशिवाय तो गप्प बसणार नव्हता. "ए गांडू, सुटाबुटातल्या हिजड्या, साल्या..." असे म्हणून त्याने पुन्हा त्याच कर्कश आवाजात हाक मारली. तिथे जमलेल्या सर्वांनी आता आपल्या नजरा मोहनस्वामीकडे वळविल्या. आता आपली सुटका नाही याची मोहनस्वामीला खात्री पटली आणि नाईलाजाने त्याने मान वळवून मेकॅनिकच्या दिशेने पाहिले. "माझ्या अंगावर का ओरडतो आहेस? मी काय केलं तुला?" असा त्याला भेदरलेल्या स्वरात उलट प्रश्न केला. हातात स्पॅनर धरूनच तो मेकॅनिक चार पावले पुढे सरकला आणि आपल्या जिभेवर कोणताही लगाम न लावता मोहनस्वामीवर तोंडसुख घेऊ लागला. "माझी गांड

बघतोस काय रे गांडू? साल्या! ये. आत ये. तुझी व्यवस्थित गांड मारतो ये. झकास इंजिन ऑईल घालून मसाज करतो ये साल्या! सुवर की औलाद. तुझा घसा व्यवस्थित खरवडून निघेपर्यंत माझा लांबलचक पाइप कोंबतो तुझ्या घशात साल्या, मादरचोद.'' लाजलज्जा, संकोच सर्व गुंडाळून ठेवून आणि हातातला स्पॅनर शस्त्राप्रमाणे परजून तो मोहनस्वामीला धारेवर धरत होता.

मोहनस्वामीच्या जिवाचे पाणी पाणी झाले. झालेल्या अपमानामुळे त्याचे शरीर थरथरू लागले. तिथे जमलेल्या सर्वांना झाल्या प्रकाराची कल्पना आली आणि ते मोहनस्वामीकडे एक अपराधी या नजरेने पाहू लागले. दोघेजण त्याच्याकडे पाहून फिदीफिदी हसू लागले. इतक्यात एक बस येऊन तिथे थांबली आणि प्रवासी त्यात चढू लागले. बसचा नंबर किंवा गंतव्य स्थान याची काही चौकशी न करता मोहनस्वामीदेखील त्या बसमध्ये चढला. योगायोगाने ती बस विमानतळावर जाणारी होती आणि तुरळक प्रवासी असल्यामुळे बसायला व्यवस्थित जागा मिळाली. खिडकीजवळची सीट पकडून त्याने खिडकीच्या काचेवर आपले डोके टेकविले. झालेला अपमान सहन करण्याचे बळ ना त्याच्या शरीरात होते, ना मनात. डोळ्यांतून अश्रूंची धार लागली होती आणि ती खिडकीच्या काचेवरून ओघळत होती. बस लगेच निघाली. त्या मेकॅनिकचे तिखट धारदार शब्द अजून त्याच्या कानावर घंटेप्रमाणे आदळत होते. काय ते महाभयंकर शब्द? 'ए गांडू, हिजड्या, साल्या, तुझी गांड मारतो ये, सुवर की औलाद, मादरचोद...' त्या मेकॅनिकने घातलेला तो गोंधळ, बस स्टॉपवरच्या लोकांच्या त्या कुत्सित नजरा, त्यांचे फिदीफिदी हास्य, या सर्वांनी त्याला घेरून त्याची शिकार केली होती.

''तिकीट घ्या, लवकर तिकीट घ्या. आताच कोण चढलं आहे? प्लीज तिकीट घ्या.'' कंडक्टरचा पुकारा सुरू झाला. कंडक्टरने मोहनस्वामीकडे पाहिले. खिडकीवर डोके टेकवून अश्रू गाळत असलेला दुःखी चेहरा त्याला दिसला. अशा माणसाला तिकिटासाठी लकडा लावणे त्याला प्रशस्त वाटेना. तो दुःखातून सावरला, की मग त्याला तिकीट देऊ, असा विचार करून कंडक्टर इतर प्रवाशांकडे वळला.

दिल्लीचे विमान दीड तास उशिराने सुटणार असल्याची घोषणा झाली आणि तसे फलक डिपार्चर लाउंजमध्ये लागले. मोहनस्वामी लाउंजमध्ये बसलेला असतानाच कार्तीचा फोन आला. मोबाइलवरून केलेल्या, तसेच आलेल्या कॉलसाठी बरेच पैसे मोजावे लागत असल्यामुळे मोहनस्वामीने तो कॉल डिस्कनेक्ट केला आणि तिथेच असलेल्या फोन बूथवर जाऊन कार्तीच्या ऑफिसच्या लॅण्डलाइनवर फोन केला. फोन बूथचा उपयोग करण्याचा दुसरा महत्त्वाचा उद्देश म्हणजे आपले संभाषण

आसपासच्या प्रवाशांच्या कानावर पडून त्यांनी आपल्याबद्दल गैरसमज करून घेऊ नये, हा होता. बूथचे दार व्यवस्थित बंद करून घेऊन मगच त्याने कार्तीबरोबर संभाषण सुरू केले. कार्तीला अशी कोणतीच खबरदारी घ्यावीशी वाटत नव्हती. ऑफिसमधून सर्वांसमक्ष फोनवर त्याने मोहनस्वामीला 'आय लव्ह यू' असे अनेक वेळा म्हटलेले होते. आपल्याला असे धैर्य या जन्मी तरी मिळणे शक्य नाही. अशी कबुली मोहनस्वामीनेदेखील अनेक प्रसंगी दिलेली होती.

मोहनस्वामीने 'हॅलो' म्हणताच कार्तीला कळून चुकले, की काही तरी गंभीर घटना घडून गेलेली आहे.

"काय झालं रे मोहन? एनीथिंग सीरिअस?" कार्तीने प्रेमाने चौकशी केली. कार्तीच्या काळजीयुक्त स्वरांनी मोहनस्वामीचे दुःख पुन्हा उफाळून वर आले. त्या छोट्याशा बूथच्या दाराबाहेर मोहनस्वामीचा एक सुस्कारादेखील कुणाला ऐकू गेला नसता. तरीही मोहनस्वामीने आपल्या रडण्यावर नियंत्रण ठेवण्याचे ठरविले; शिवाय बोलताना हळू, दबक्या आवाजात बोलायचे ठरविले. कार्तीला याची जाणीव झाली आणि तो मोहनस्वामीचे बोलणे कान टवकारून ऐकू लागला. मध्येच काही शब्द नीट ऐकू आले नाहीत तरी काही क्षण तो तसाच गप्प राहिला. पण मोहनस्वामीला आवाज चढविण्याची विनंती त्याने केली नाही. कार्तीला काय घडले असेल त्याची कल्पना आली. कारण असे घडण्याची ही काही पहिलीच वेळ नव्हती.

"तुझा अपमान झाला का मोहन?" कार्तीने प्रेमाने विचारपूस केली.

"हो" मोहनस्वामी आपल्या नाकातून गळत असलेले पाणी रुमालाने पुसत म्हणाला.

पलीकडून कार्तीने एक लांब सुस्कारा सोडला.

"सर्वांसमक्ष तू हे भलतं धाडस कशाला केलंस? तुझी ही असली वर्तणूक कुणाच्या पचनी पडत नाही रे." कार्ती कळवळ्याने म्हणाला.

"मी तरी काय करू कार्ती? प्रक्षोभक दृश्य समोर असले, तर कधी कधी माझे माझ्यावर नियंत्रण राहत नाही. अशा प्रसंगी माझ्या मनात कली संचारतो आणि मग माझा मीच राहत नाही." मोहनस्वामीच्या स्वरांमध्ये अगतिकपणा दिसून येत होता.

बराच वेळ तिथे शांतता होती. कुणीच काही बोलले नाही. फक्त दोघांचे श्वास एकमेकांना ऐकू येत होते. शेवटी कार्तीने मौन सोडले.

"जाऊदे. त्याकडे दुर्लक्ष कर. जस्ट इग्नोअर इट. हे दुःख उगाळत बसलास तर तुलाच त्रास होईल आणि त्याचा तुझ्या तब्येतीवर परिणाम होईल. त्या मेकॅनिकवर काहीच परिणाम होणार नाही. डू यू गेट मी प्रॉपरली?"

मोहनस्वामीने फक्त मानेचा इशारा करून समजल्याचे सांगितले. पण त्याने मान हलविलेली कार्तीला कशी दिसणार?

"मोहन तू गप्प का आहेस? माझं म्हणणं समजलं का तुला?" खात्री करून घेतल्याशिवाय कार्तीला चैन पडेना.

"हो रे. समजलं" मोहनस्वामीच्या स्वरात अजून दुःख जाणवत होते.

"आता सर्व दुःख विसरून विमानात बस... चीअर अप... तुझ्यावर आकाश कोसळून पडणार नाही... आता जरा छानसं हस पाहू!"

मोहनस्वामी कष्टाने हसला.

कार्तीला मोहनस्वामीच्या हसण्यामधील दुःख जाणवले. पण त्याला दुःखातून बाहेर काढण्यासाठी त्याने पुन्हा विचारले, "काय रे, हसलास ना?"

"हो रे. काय पुरावा देऊ तुला सांग." मोहनस्वामी थोड्या उत्साहित स्वरात म्हणाला आणि त्या स्वराने कार्तीचे समाधान झाले. थोडे विषयांतर करावे या उद्देशाने कार्ती म्हणाला,

"आता मी काय म्हणतो त्यावर फारसा विचार करू नकोस. आज ऑफिसमध्ये एका तांत्रिक विषयावरचा लेख वाचला. यापुढे आपण फोनवरून बोलताना आपले बोलणे आणि वागणे व्हिडिओवर रेकार्ड करता येईल म्हणे. अगदी टी.व्ही.वर देखील पाहता येईल म्हणे."

"बुलशिट. धिस इज इम्पॉसिबल. मोबाइल फोनचा टी.व्ही. म्हणून कसा वापर करता येईल? त्यासाठी मोबाइल फोनचं स्वरूप बदलावं लागेल आणि टी.व्ही.ची मशिनरी त्यात कोंबण्यासाठी त्याचा आकार मोठा करावा लागेल आणि मग तो डोक्यावर ठेवून फिरावं लागेल." मोहनस्वामीने ते नवीन तंत्रज्ञान धुडकावून दिले. पण कार्तीला त्यात काही तरी तथ्य असेल असे वाटले. तो म्हणाला,

"कोण जाणे? हल्ली बरेच नवीन शोध लागत आहेत. हा शोध प्रत्यक्षात उतरला, तर आपल्याला फोनवरून सेक्सदेखील करता येईल," असे म्हणून कार्ती जोराने हसला. या विनोदाने मोहनस्वामीला देखील हसू आले. तो कार्तीच्या पुढे एक पाऊल टाकून म्हणाला,

"कार्ती, तसं झालं तर आपल्याला व्हर्च्युअल कंडोम वापरता येईल नाही का?" असे म्हणून मोहनस्वामीदेखील जोराने हसला.

"बरोबर बोललास. नाहीतर आपल्या अवयवांवर ई-व्हायरस हल्ला करतील."

या संभाषणाने दोघांच्याही मनावरचे ओझे हलके झाले आणि दोन्ही मने प्रफुल्लित झाली. दिल्लीचे विमान उड्डाणासाठी सज्ज असल्याची घोषणा झाली. फोनचा रिसिव्हर ठेवून मोहनस्वामी बोर्डिंग गेटच्या दिशेने निघाला.

विमानात जास्त गर्दी नव्हती. बऱ्याच सीट रिकाम्या होत्या. विमानाला बराच उशीर झाल्यामुळे अनेक प्रवाशांनी आपली तिकिटे रद्द करून वेगळ्या विमानाने निघून जाणे पसंत केले, असे कुणीतरी बोलताना मोहनस्वामीच्या कानावर आले.

"खासगी विमानसेवा सुरू झाल्यावर प्रवाशांना सुखाचे दिवस येतील असं वाटत होतं. आता पाच वर्षं झाली खासगी विमानं सुरू होऊन. तरी सुधारणा शून्य. यांचा कारभार म्हणजे अंधेरनगरी. नाही म्हणायला एक सुधारणा झाली आहे. नवीन कोवळ्या तरुण मुलींची हवाईसुंदरी म्हणून भरती झाली आहे. ही एक गोष्ट सोडली, तर इतर बाबतींत ये रे माझ्या मागल्या!" आणखी एका प्रवाशाने आपल्या असंतोषाला वाचा फोडली. मोहनस्वामीच्या ट्रेनिंगची वेळ दुपारची असल्याने त्याला कसलीच गडबड नव्हती. दुपारचे जेवण झाल्यावर बरेचसे विद्यार्थी क्लासमध्ये पेंगत बसतात, या कारणामुळे दुपारची वेळ मोहनस्वामीला पसंत नव्हती. म्हणून त्याने सकाळची वेळ सुचविली होती. पण सकाळची वेळ प्रोजेक्ट डिलिव्हरीसाठी राखून ठेवलेली असल्यामुळे कंपनीच्या एच. आर. प्रमुखाने मोहनस्वामीच्या सूचनेला नकार दिला होता.

मोहनस्वामी बसलेल्या रांगेमध्ये एक प्रवासी अलीकडच्या सीटवर बसला होता. मोहनस्वामीला खिडकीजवळ बसून आकाशातून खालची जमीन पाहायला भीती वाटत होती. म्हणून मोहनस्वामी उठून त्याच्या डावीकडच्या रांगेत जाऊन बसला. त्या प्रवाशाने फिकट लाल रंगाचा शर्ट घातला होता. त्याचा चेहरा चिंतेने ग्रासलेला दिसत होता. साधारण पन्नाशीचा दिसत होता. धड तरुण नव्हे, धड म्हातारा नव्हे असा दिसत होता. सहप्रवाशांना 'हॅलो' असे म्हणून परस्परपरिचय करून घेण्याचा प्रघात मोहनस्वामीने घालून घेतला होता. त्यानुसार त्याने 'हॅलो' म्हणून त्या प्रवाशाचे लक्ष वेधून घेण्याचा प्रयत्न केला. पण तो आपल्याच चिंतेमध्ये व्यग्र असल्यामुळे त्याने साधे वळूनदेखील पाहिले नाही. मोहनस्वामीला ते समजले आणि त्याने पुन्हा त्याचे लक्ष वेधून घेण्याचा प्रयत्न केला नाही. आपला सीट बेल्ट बांधून घेऊन बॅगेमधून एक कन्नड पुस्तक काढून वाचत बसला.

विमानाच्या पायलटने स्पीकर सुरू करून उशीर झाल्याबद्दल दिलगिरी व्यक्त केली आणि सुरक्षेची व्यवस्था आणि नियमांचे निवेदन केले. मोहनस्वामीला विमानप्रवास काही नवीन नव्हता. सर्व नियम त्याला माहीत होते. तरीही पायलटचे निवेदन तो नीट लक्ष देऊन ऐकत होता. त्याने सीट बेल्ट आधीच बांधला होता. तरीही पायलटचे निवेदन ऐकल्यावर त्याने सीट बेल्ट थोडा सैल करून परत घट्ट आवळून बांधला. आजूबाजूच्या प्रवाशांवर नजर फिरवून त्यांनी सीट बेल्ट बांधला आहे का, तेदेखील पाहिले. आपल्या शेजारच्या रांगेतील प्रवाशाने सीट बेल्ट बांधलेला नाही हे त्याच्या लक्षात आले. आपल्या चिंताग्रस्त अवस्थेमधून तो अजून बाहेर पडलेला नव्हता. त्याला हाक मारून सीट बेल्ट बांधण्याची विनंती करावी, असे त्याला वाटले. पण तो लांब असल्यामुळे ऐकू जाणार नाही म्हणून तो गप्प बसला.

इतक्यात एक तरुण, शेलाट्या बांध्याची हवाईसुंदरी मोहनस्वामीच्या सीटच्या बाजूने तरातरा पावले टाकीत चालली होती. शेजारच्या रांगेतील प्रवाशाने सीट बेल्ट बांधलेला नाही हे त्या हवाईसुंदरीच्या निदर्शनास आणावे, असे त्याला वाटले. तिचे लक्ष वेधून घेण्यासाठी त्याने तिच्या कंबरेला स्पर्श केला व 'हॅलो' म्हटले. मोहनस्वामीने स्पर्श केलेला तिला आवडला नाही आणि ती त्याच्यावर भडकली. मागे फिरून ती म्हणाली, "असा स्पर्श करणं तुम्हाला शोभतं का? हाऊ कॅन यू टच मी? तुम्हाला काही हवं असेल तर फक्त मला बोलवून सांगायचं. स्पर्श करायचा नाही. समजलं?" तिचा भडकलेला आवाज ऐकून आजूबाजूचे प्रवासी मोहनस्वामीकडे पाहू लागले. अनपेक्षितपणे आपल्यावर झालेल्या आरोपामुळे मोहनस्वामी गोंधळून गेला. तो हवाईसुंदरीला म्हणाला, "माफ करा. मी कोणत्याही वाईट उद्देशानं तुम्हाला स्पर्श केलेला नाही. त्या तिकडं बसलेल्या इसमानं सीट बेल्ट लावलेला नाही हे तुम्हाला दाखविण्यासाठी..." हवाई सुंदरी त्याचे स्पष्टीकरण ऐकून घेण्याच्या मन:स्थितीमध्ये नव्हती. "इथून तिथून सगळे पुरुष सारखेच. स्पर्श करण्यासाठी यांना निमित्तच हवं असतं. जस्ट सम एक्स्क्यूज!" असे म्हणून ती तरातरा निघून गेली. मागील रांगेत मधल्या सीटवर बसलेल्या सरदारजीने मोहनस्वामीला डोळा मारला. "मजा कर बेटा, कुछ नही होगा." असे म्हणून सरदरजीने त्याला उत्तेजन दिले. त्याच्या बाजूला बसलेल्या प्रवाशाने 'एंजाय' असे म्हणून आपला अंगठा उंचावून दाखवला. या सर्व घटनेवर हसावे की रडावे हे मोहनस्वामीला कळेना. या सर्व अपरिचित प्रवाशांमध्ये एक वाया गेलेला तरुण अशी आपली प्रतिमा करून देणाऱ्या बिनडोक हवाईसुंदरीचे आभार मानावे, की रागाने तिला चार शब्द सुनवावेत, याबद्दल त्याचा गोंधळ झाला होता. वास्तविक ती हवाईसुंदरी पूर्ण नग्न अवस्थेमध्ये त्याच्यासमोर येऊन उभी राहिली असती, तरी तिला पाहतानाच त्याला किळस वाटली असती; स्पर्श करणे दूरच राहिले. अशा मोहनस्वामीवर तिने स्पर्श केल्याचा आरोप करून बदनाम करावे? काय हा विरोधाभास? इतक्यात त्याच्या बाजूच्या रांगेमधल्या व्यक्तीने मोहनस्वामीचे लक्ष वेधून घेऊन आपण सीट बेल्ट बांधलेला आहे हे दाखवून दिले आणि आपले अंगठे उंचावून मोहनस्वामीचे आभार मानले. ते पाहून मोहनस्वामीची कळी खुलली. विमानाच्या पायलटने इंजिन सुरू केले आणि विमान रन वेच्या दिशेने धावू लागले. मोहनस्वामीने पुन्हा आपले कन्नड पुस्तक उघडून वाचण्यास प्रारंभ केला.

विमानाने आकाशात भरारी घेऊन स्थिरस्थावर झाल्यावर पक्ष्याप्रमाणे हलके होऊन दिल्लीच्या दिशेने प्रयाण सुरू केले आणि पायलटने सीट बेल्ट सैल करण्याची परवानगी दिली. मोहनस्वामी उठून शौचालयाकडे निघाला. शौच आटोपून हात धुण्यासाठी तो वॉश बेसिनसमोर उभा राहिला आणि आरशात त्याला कार्ती

उभा असलेला दिसला. 'अरेच्चा!' असा उद्गार त्याच्या तोंडून निघाला. पुढच्याच क्षणी त्याच्या लक्षात आले, की आरशातील प्रतिमा त्याची स्वतःची आहे, पण त्याने परिधान केलेले कपडे कार्तीचे आहेत. त्याचे त्यालाच हसू आले. थोडे सैल झालेले कपडे त्याने पुन्हा ठीक केले आणि बाहेर आला. आणि अचानक एक विचित्र घटना घडली.

मोहनस्वामी बाहेर पडताच ती तरुण हवाईसुंदरी ड्रिंक्सची ट्रॉली घेऊन पाठमोरी येत होती. तिची पाठ मोहनस्वामीकडे होती. ट्रॉली ओढत आणताना तिचा पार्श्वभाग मोहनस्वामीच्या कंबरेला जोराने धडकला. तिने मागे वळून पाहिले आणि 'ओह आय ॲम सॉरी' म्हणून मोहनस्वामीची क्षमा मागितली. तिच्यावर सूड उगवण्याची संधी आयती चालून आली होती ती मोहनस्वामीने वाया घालवली नाही. तो तिच्यावर खेकसून म्हणाला, "हाऊ कॅन यू टच मी लाइक दॅट? इट इरिटेट्स मी" तिचा चेहरा पडला. "आय ॲम सो सॉरी सर" म्हणून तिने पुन्हा दिलगिरी व्यक्त केली. मोहनस्वामीला हसू आले. महत्प्रयासाने त्याने हसू दाबून धरले आणि रागीट चेहऱ्याने तो म्हणाला, "जस्ट सम एक्स्क्यूज!" तिला धारेवर धरल्याचे त्याला समाधान झाले आणि त्याचे मन हलकेफुलके झाले. आनंदाने तो आपल्या सीटकडे निघाला. त्याच्या बाजूच्या रांगेत बसलेल्या त्या फिक्या लाल रंगाचा शर्ट घातलेल्या प्रवाशाने आता मोहनस्वामीच्या शेजारची खिडकीजवळची सीट पकडली होती. मोहनस्वामीचे कन्नड पुस्तक उघडून तो चाळत होता. मोहनस्वामी आपल्या सीटजवळ येताच पुस्तक बंद करून उठून पुन्हा आपल्या सीटजवळ निघाला. पण मोहनस्वामीने त्याला थांबविले आणि आपल्या बाजूला बसविले. "कन्नड पुस्तकं मला वाचायला खूप आवडतात. पूर्वी खूप वाचत होतो. या बँकेच्या कामात फार बिझी असल्यामुळं वाचायला वेळच मिळत नाही. कन्नड पुस्तक हातात धरून बरीच वर्षं झाली. या दिल्लीच्या विमानात कन्नड पुस्तक वाचणारा इसम क्वचितच दिसतो. तुमचं कन्नड पुस्तक पाहून फार आनंद झाला म्हणून उघडून वाचावंसं वाटलं," त्या इसमाने विस्ताराने स्पष्टीकरण दिले. मोहनस्वामीने आपली ओळख करून देऊन त्याच्याशी हस्तांदोलन केले. त्या इसमानेदेखील आपली ओळख करून दिली, "मी रमेश. रमेश जमदग्नी. डाईश बँकेत नोकरीला आहे." मोहनस्वामी म्हणाला,

"विमानात बसल्यावर लगेच मी माझी ओळख करून देण्याचा प्रयत्न केला. पण तुम्ही चिंताग्रस्त असल्याचं तुमच्या चेहऱ्यावर दिसत होतं. म्हणून मी पुन्हा प्रयत्न केला नाही." ते ऐकल्यावर पडलेल्या चेहऱ्याने रमेश म्हणाला, "तुमचं बरोबर आहे मोहन. डिपार्चर लाउंजमध्ये एका व्यक्तीची अनपेक्षित भेट झाली आणि तेव्हापासून मी उदास झालो आहे." रमेशने आपल्या चिंतेचे कारण विशद केले.

"ओह सॉरी रमेश!" मोहनस्वामीने जास्त खोलात न शिरता तो विषय तिथेच संपवला. "कोण भेटलं ते विचारणार नाहीस का मोहन?" रमेशने आपले गुपित उघड करण्याची इच्छा व्यक्त केली. मोहनस्वामीच्या मनात गोंधळ निर्माण झाला. तो म्हणाला, "तुम्हाला सांगावं असं वाटत असेल तर खुशाल सांगा. मी ऐकायला तयार आहे." एक-दोन मिनिटे दोघेही खिडकीतून ढगांची हालचाल पाहत बसले. प्रखर उन्हामुळे ढग चमकत होते आणि सावकाश भ्रमण करीत होते. मोहनच्या चेहऱ्याकडे न पाहताच रमेश बोलू लागला,

तिचं नाव स्मिता. म्हैसूरच्या कॉलेजमध्ये एम.कॉम. शिकत असताना ती माझी वर्गमैत्रीण होती. आमचं एकमेकांवर खूप प्रेम होतं. पूर्ण दोन वर्षं एकमेकांशी बोलल्याखेरीज आमचा एक दिवसदेखील जायचा नाही. एकाच वर्गात शिकत असलो आणि एकमेकांशी बोलत असलो, तरी आम्ही रोज एकमेकांना प्रेमपत्र लिहीत होतो. तिने लिहिलेली शंभर प्रेमपत्रं माझ्या संग्रही आहेत. माझ्या पत्नीच्या नजरेला ती पडू नयेत म्हणून बँकेच्या लॉकरमध्ये ठेवली आहेत. पंचवीस वर्षांनंतर ती आज अचानक मला विमानतळावर भेटली आणि मी आश्चर्यानं थक्क झालो. ती भेटेल अशी मी कधी अपेक्षादेखील केली नव्हती."

"तुमचं एकमेकांवर इतकं प्रेम होतं, तर तुम्ही विवाह का केला नाहीत?" मोहनस्वामीला आपली उत्सुकता स्वस्थ बसू देईना.

"नाही मोहन. मला धीर झाला नाही. त्या काळात मी फार भित्रा होतो. आमचं ब्राह्मण कुटुंब. त्यात मध्व ब्राह्मण. यू नो, ब्राह्मणांमध्ये मध्व नावाची पोटजात आहे."

"हो. मला माहीत आहे. पुढं बोला." मोहनस्वामी म्हणाला.

"आई-वडिलांचं फार कडक सोवळं ओवळं. सर्व चालीरीती कर्मठपणे पाळणारे. माझी स्मिता कोडवर जातीची. पक्की मांसाहारी. डुकराचं मांस चवीनं खाणारी. माझे आई-वडील तिचा सून म्हणून कदापि स्वीकार करणार नाहीत याची मला खात्री होती. त्यामुळे आमचं प्रेमप्रकरण त्यांच्या कानावर घालायला माझा धीर झाला नाही. आपण घरातून पळून जाऊन लग्न करावं अशी तिची इच्छा होती. पण मला तो धीरदेखील झाला नाही. त्या वेळेस माझं शिक्षण नुकतंच पूर्ण झालं होतं. आणि नोकरी-धंदा काहीच नव्हता. अशा परिस्थितीत घरातून पळून जाण्याचा मला कसा धीर होईल, सांग मोहन? आमच्या प्रेमप्रकरणाची सांगता विवाहात कधीच होणार नाही हे मला कळून चुकलं होतं. मनावर दगड ठेवून मी तिला माझ्या आयुष्यातून दूर सारलं. तिला प्रेमपत्र लिहिणं बंद केलं आणि भेट घेणंदेखील थांबविलं. तोपर्यंत आम्ही अनेक ठिकाणी हिंडलो-फिरलो, प्रेमाच्या गुजगोष्टी केल्या. अनेक सिनेमे एकत्र बसून पाहिले. पावसाळ्यात आम्ही अनेक वेळा शिवसमुद्रावर जाऊन तेथील

धबधब्याचे रौद्ररूप पाहत, एकमेकांच्या हातात हात घेऊन, एकमेकांना बिलगून बसत असू. तिथून उठूच नये असं आम्हाला वाटत असे. असा हा दाट प्रेमसंबंध एकदम तुटला तेव्हा माझ्या मनाची काय अवस्था झाली त्याचं वर्णन करणं कठीण आहे. ती रडली, माझ्याबरोबर भांडली, असं करू नको म्हणून आर्जवं केली. तिच्या या अवतारामुळे मीदेखील विरघळलो होतो. तिचा अव्हेर करताना माझ्या मनाला खूप यातना झाल्या. पण माझा नाईलाज होता. अखेर कंटाळून तिनं माझा नाद सोडला आणि दुसऱ्या पुरुषाबरोबर लग्न करून मोकळी झाली. त्यानंतर ती कुठं गेली हे काही समजलं नाही. मीदेखील माझ्या आई-वडिलांनी पसंत केलेल्या मुलीशी माझ्या मनाविरुद्ध असूनदेखील लग्न केलं. आम्ही दोघंही एकमेकांना सांभाळून घेऊन संसार करत आहोत.''

''आज ती भेटल्यावर काय म्हणाली?''

''छे! काहीच बोलली नाही. पंचवीस वर्षांनंतरदेखील तिचा माझ्यावरचा राग कमी झाला नाही. ठीक आहे. त्याबद्दल मला काही वाईट वाटलं नाही. सर्वांसमक्ष तिनं मला दोन थोबाडीत दिल्या असत्या, तरी मला वाईट वाटलं नसतं. पण मला दुःख वाटलं ते तिनं माझ्याकडं सपशेल दुर्लक्ष केल्यामुळं 'तू कोण? मी तुला अजिबात ओळखत नाही,' असं तुटकपणे बोलून ती निघून गेली.

''इतक्या वर्षांनंतर तुमच्या चेहऱ्यामध्ये आणि शरीराच्या ठेवणीमध्ये बराच बदल झालेला असेल आणि त्यामुळं तिनं खरोखर तुम्हाला ओळखलं नसेल.''

''इतके दाट प्रेम असताना ओळखू येणार नाही हे कसं शक्य आहे? बाह्यरूपात बदल झालेला असला, तरी अंतर्मनात कसा बदल होईल? निदान त्यावरून तिनं ओळखायला हरकत नव्हती.''

''सॉरी! तुमच्या मनाला फार यातना झाल्या असतील. मी समजू शकतो. ''

''तसं नव्हे मोहन. मला अपराधी वाटतं आहे. ए काइंड ऑफ गिल्ट. हा अपराधीपणा मरेपर्यंत माझी पाठ सोडणार नाही. मी तिला फसविलं आहे ही सल माझ्या मनात कायम घर करून राहील. या टोचणीमधून बाहेर पडणं मला शक्य होणार नाही. मी तिचा विश्वासघात करणारा नीच माणूस आहे. ही भावना माझं उर्वरित आयुष्य पोखरून काढणार आहे. हे दुःख मी कितीजणांकडं व्यक्त करू शकेन?''

''तुम्ही विश्वासघात हा शब्द वापरलात म्हणून विचारतो, गैरसमज करून घेऊ नका. तुम्हा उभयतांमध्ये शारीरिक संबंध होता?'' या प्रश्नावर रमेश दचकला, पण निर्धाराने म्हणाला,

''नो नो नो. त्या प्रकारचा संबंध अजिबात नव्हता. आम्हा दोघांची घराणी प्रतिष्ठित आणि अब्रूला जपणारी होती. आम्ही कसलंही पाप केलेलं नाही.''

"ओह सॉरी!" असे म्हणून मोहनस्वामीने खेद व्यक्त केला. पण त्याचबरोबर रमेशच्या पाप-पुण्याच्या कल्पनेबद्दल त्याला हसू आले.

इतक्यात हवाईसुंदरी शीतपेयांची ट्रॉली ढकलत आली. रमेशने बीअरचा ग्लास भरून घेतला. मोहनस्वामीने ऑरेंज ज्यूस घेतला. मोहनस्वामी मद्यप्राशन करीत नाही, याचे रमेशला आश्चर्य वाटले. मला त्याची सवय नाही असे मोहनस्वामीने लाजतच सांगितले. "हरकत नाही. तुम्ही फार सज्जन दिसता" अशी रमेशने हसतच प्रतिक्रिया दिली.

त्यानंतर बीअरचे घोट घेता घेता आपल्या जुन्या प्रेमप्रकरणाच्या सोनेरी आठवणींमध्ये गढून गेला. खिडकीवर डोके टेकून गतवैभवाच्या स्मृतींना उजाळा देत बसला. मोहनस्वामीने पुन्हा आपले कन्नड पुस्तक उघडले आणि तो त्यात रमून गेला.

सुमारे पाच मिनिटांनी रमेश भानावर आला आणि त्याने मोहनस्वामीबरोबर पुन्हा संभाषण सुरू केले.

"मोहन, तुम्ही कुणा मुलीवर प्रेम केलं आहे काय?आय मीन, तुमचा अजून विवाह झालेला नाही असं वाटतं." या प्रश्नावर मोहनस्वामी दचकला. त्याला घशात काही तरी अडकले आहे असे वाटले. एक मिनिट रमेशच्या नजरेला नजर भिडवून म्हणाला,

"होय. मीदेखील प्रेम करतो."

"त्या भाग्यवान मुलीचं नाव समजेल का?"

"का...र्ति...का..." मोहनस्वामीने एकेक अक्षर उच्चारून नाव सांगितले. एकदम खोटे नाव सांगायला जमले नाही.

"स्वीट नेम!" रमेशने नाव आवडल्याची कबुली दिली. मोहनस्वामी अधून मधून कार्तीची चेष्टा करण्यासाठी त्याच्या नावाची चिरफाड करून तुझ्या नावामधली कार अजून तुझ्याकडे नाही. फक्त 'तिका' आहे (कन्नडमध्ये तिका म्हणजे पार्श्वभाग) असे म्हणून त्याच्या नावाबद्दल नापसंती दर्शवीत होता. त्याविरुद्ध रमेशला ते नाव आवडले आणि त्यासाठी मोहनस्वामी त्याला 'थँक्स' म्हणाला.

"बरेच दिवस झाले असतील तुमच्या प्रेमप्रकरणाला?" रमेशने आपुलकीने चौकशी केली.

"हो. चार-पाच वर्षं झाली."

"तुम्हा दोघांची भेट कुठं झाली?"

"अशीच एका रेल्वे प्रवासात भेट झाली. आम्हा दोघांना एकाच बर्थवर आर.ए.सी. रिझर्व्हेशन मिळालं होतं. त्या एकाच बर्थवर आम्हाला रात्र काढावी लागली. त्या परिचयाचं रूपांतर आमच्या प्रेमात झालं." कार्तीसोबत घालवलेल्या

त्या रात्रीची आठवण झाली, की अजूनही मोहनस्वामीला अंगावरून मोरपीस फिरविल्यासारखं वाटते. कार्तीने किती सहजपणे मोहनस्वामीचा स्वीकार केला होता.

"ओह! हाऊ रोमँटिक... एकमेकांच्या आई-वडिलांना कळवलंत का?" रमेशची उत्सुकता वाढली.

"हो. तीन महिन्यांतच आम्ही एकमेकांच्या आई-वडिलांचा परिचय करून घेतला."

परिचय झाल्यानंतर तीन महिन्यांतच कार्ती आपल्या बाइकवरून मोहनस्वामीला घेऊन आपल्या गावी गेला होता आणि आपल्या आई-वडिलांची ओळख करून दिली होती. त्यांच्या घरी एकाच बेडरूममध्ये झोपण्यास मोहनस्वामीने आढेवेढे घेतले होते. कार्तीच्या आई-वडिलांना भलती शंका येईल, ही भीती त्याला होती. पण कार्तीच्या आई-वडिलांनी परवानगी दिल्यावर दोघेही कसला आवाज न करता एका खोलीत झोपले. त्याचा नम्र, विनयशील स्वभाव त्याच्या आई-वडिलांना फार आवडला होता. अजूनदेखील कार्तीचे वडील मोहनस्वामीबरोबर फोनवर संभाषण करतात आणि त्याची ख्यालीखुशाली विचारतात.

"म्हणजे तुमच्या प्रेमसंबंधाला आई-वडिलांची संमती आहे वाटतं."

"नक्कीच. तिच्या आई-वडिलांना मला पाहिलं की आनंद होतो."

"लकी. तसं असेल तर तुम्ही बरेच हिंडत-फिरत असाल?"

"हो. खूप हिंडतो आम्ही दोघं. तिला बाइकवरून लाँग ड्राइव्हला जाणं फार आवडतं. वीक एंड आला, की कुठं तरी जाऊन येऊ असा हट्ट करते. म्हैसूर, बेलूर-हळेबीड, ऊटी अशा प्रेक्षणीय स्थळांना भेट देतो. दोन दिवस तिथंच मुक्काम करतो आणि परत येतो." कार्तीला वीक एंडला बेंगळूरला घरी राहायचं जीवावर येत असे. बेंगळूरच्या बाहेर जाऊन तिथं मुक्काम करून परत येण्याचा त्याचा हट्ट असे.

"तुम्ही दोघंही एकाच हॉटेलच्या रूममध्ये राहता?" आवंढा गिळून रमेशने प्रश्न केला. मोहनस्वामीला त्याचा मानसिक गोंधळ पाहून मजा वाटली.

"हो. दोन प्रेमी वेगवेगळ्या हॉटेलमध्ये कसे राहू शकतील?" असे म्हणून मोहनस्वामी मनातल्या मनात हसला. प्रत्यक्षात कार्तीला वेगळे हॉटेलच नव्हे, तर एकाच हॉटेलमध्ये वेगळी रूम घेऊन राहणेसुद्धा पसंत पडले नसते.

"याचा अर्थ तुम्हा दोघांमध्ये शारीरिक संबंध... माफ करा. असं विचारतो म्हणून गैरसमज करून घेऊ नका." रमेशने दबक्या आवाजात घाबरत घाबरत प्रश्न केला. मोहनस्वामी पुन्हा मनातल्या मनात हसला. आता कपोलकपित कथा रचून सांगायची त्याला ऊर्मी आली. खोटी कथा रचून रमेशला गोंधळात घेण्याची मजा

अनुभवावी, असे त्याला वाटले. तो म्हणाला,

"येस... माझ्यापेक्षा तिलाच यात जास्त इंटरेस्ट आहे. आठवड्यातून कमीत कमी दोन वेळा शारीरिक संबंध आल्याशिवाय तिचं समाधान होत नाही. प्रत्यक्षात आठवड्यातून नव्हे तर दिवसातून दोनदा संबंध ठेवण्यात कार्तीला आनंद मिळतो. याबाबतीत ती चँपियन आहे असं म्हटलं तरी ते योग्य ठरेल."

"ओह! वयानं मी तुमच्यापेक्षा मोठा आहे. वडील या नात्यानं मी तुम्हाला एक सल्ला देऊ इच्छितो. कृपा करून त्याचा विपरीत परिणाम होऊ नये याची खबरदारी घ्या. जीवनात कोणत्या वळणावर कोणते संकट उभं ठाकेल याचा काही नेम नसतो." रमेश अत्यंत संकोचाने बोलत होता आणि तसे बोलताना त्याची तारांबळ उडत होती.

"मीदेखील तेच म्हणतो. पण ती ऐकतच नाही. कंडोम वापरायचा नाही असा ती हट्ट करते. कंडोमने मिळावं तितकं सुख मिळत नाही असा ती युक्तिवाद करते." कार्तीचा खरोखर कंडोम वापरण्यास विरोध आहे. आजपर्यंत त्या दोघांनी कंडोम खरेदी केलेला नाही.

"ती स्वतः काळजी घेते का?"

ती म्हणते, "तिला काही होणार नाही. ती मलादेखील जास्त विचार करून डोक्याला त्रास करून घेऊ नकोस, असा सल्ला देते. म्हणे अशा विचाराने निर्भेळ सुख मिळणार नाही." प्रत्यक्षात कार्तीला कसली भीती असणार? कार्ती गरोदर होऊन वाढलेले पोट पुढे काढून सावकाश चालत आहे असे चित्र डोळ्यांसमोर येऊन मोहनस्वामी मनातल्या मनात हसू लागला.

"तरी देखील थोडं जबाबदारीनं घ्या."

"थँक्स."

"ती तुमच्या घराजवळच राहते का?"

"नो नो. ती माझ्याच घरात माझ्याबरोबरच राहते. लिव्हिंग टूगेदर!"

"माय गॉड! यावर कुणी आक्षेप घेत नाही?"

"अजिबात नाही. इन फॅक्ट आम्ही दोघं एकत्र राहतो याचा तिच्या आई-वडिलांना आनंदच वाटतो. त्यांचा एकच सल्ला आहे आणि तो म्हणजे न भांडता गुण्यागोविंदानं एकत्र रहा."

"घरमालकांचादेखील काही आक्षेप नाही?"

"ओह, आम्हा दोघांना एकत्र पाहिलं तर त्यांनादेखील आनंद वाटतो. त्यांच्या घरी काही गोडधोड असलं तर ते आम्हालादेखील आणून देतात."

"बेंगळूर इतकं पुढारलेलं आहे याची मला अजिबात कल्पना नाही. कधी कधी वर्तमानपत्रात याबद्दल छापून येतं, पण विश्वास बसत नव्हता. आता प्रत्यक्ष

तुमच्या तोंडून हे ऐकायला मिळालं. बरं वाटलं.

"रमेश, यांत तुम्हाला काही वावगं वाटतं का?"

"नो नो. ॲब्सोल्यूटली नो प्राब्लेम. आय कॅन अंडरस्टँड. तरीही माझा तुम्हाला सल्ला आहे, की तुम्ही दोघं लवकरात लवकर लग्न करून मोकळं व्हा. यापुढं लग्नाशिवाय राहणं योग्य नव्हे."

"ओह, आम्ही लग्नाचा कधी विचार केलाच नाही." या उत्तरावर रमेश अचंबित झाला. काय बोलावे ते सुचेना.

"आर यू सीरिअस?"

"येस. जास्तीत जास्त सुख मिळविणं हेच आम्हा दोघांचं ध्येय आहे. संसार, मुलंबाळं यांबद्दल आम्ही विचार करणं सोडून दिलं आहे."

"नो नो. यू आर नॉट करेक्ट. संसारातदेखील सुख मिळतं. त्या सुखापासून तुम्ही वंचित राहू नका."

"ठीक आहे. आम्ही विचार करू. तुमची इच्छा प्रत्यक्षात उतरते का ते पाहू."

"नक्कीच. हवं तर मी स्वतः येऊन तुमचं लग्न लावून देईन. तुम्ही मला एक फोन केला तरी पुरे. मी हजर होईन." रमेश आवेशपूर्ण आवाजात म्हणाला.

"मेनी थँक्स. आमचा विचार पक्का झाला, की तुम्हाला नक्की कळवेन."

रमेशला हे सर्व संभाषण पचविणे कठीण झाले. तो विचारात गढून गेला. हल्लीची मुले बरीच फॉरवर्ड झाली आहेत असे दिसते. माझे आणि स्मिताचे प्रेमप्रकरण बरेच दिवस चालले होते, तरी तिला एक साधे चुंबन देण्याचा धीर गोळा करायला मला एक वर्ष लागले. आजच्या मुलांचे धैर्य अफलातून आहे. त्यांची जीवनशैली वेगळीच आहे असे दिसते.

मोहनस्वामी आपल्या कन्नड पुस्तकात पुन्हा गढून गेला. त्याचे मन खुषीने प्रफुल्लित झाले होते. एका अपरिचित व्यक्तीसमोर नकली रुपेरी कल्पनांची माळ उलगडून आयुष्यातील स्वप्नांची देवघेव करण्यात एका वेगळ्या सुखाची अनुभूती मिळाली होती. दिल्लीला निघालेला रमेश कुठला कोण आणि मी स्वतः कुठला कोण? या चार तासांच्या विमानप्रवासात ज्या काल्पनिक सुखाचा अनुभव मिळाला, तो अवर्णनीय आहे.

हवाईसुंदरीने भोजनाची ट्रॉली आणली. दोघांनीही भोजन केले. रमेश पुन्हा मोहनस्वामीच्या प्रेमप्रकरणाकडे वळला. "मोहन, तुमच्या मोबाइलमध्ये कार्तिकाचे बरेच फोटो असतील. त्यातील एखादा मला पाहायला मिळेल का? इतक्या धीराची मुलगी कशी दिसते ते पाहायची मला उत्सुकता आहे. तुमच्या वॉलेटमध्ये एखादा फोटो असेल. तो दाखविलात तरी चालेल." आता मात्र मोहनस्वामीची पंचाईत झाली. खोटेपणाची शिक्षा स्वीकारण्याची वेळ आली असे त्याला वाटले. तरीही

या संकटाला धैर्याने तोंड देण्याचा त्याने निर्धार केला. तो म्हणाला, "वॉलेटमध्ये किंवा मोबाइलमध्येदेखील तिचा फोटो नाही." प्रत्यक्षात कार्तीचे दोन फोटो त्याच्या वॉलेटमध्ये नेहमी असतात. "तिला असे वॉलेटमध्ये फोटो ठेवलेले तिला आवडत नाही. ती म्हणते आपण एकमेकांचे फोटो हृदयात ठेवायचे. वॉलेटमध्ये नव्हे. तेव्हापासून मी तिचा फोटो कायम माझ्या हृदयात स्थानापन्न करून ठेवलेला आहे."

"अरेरे..." रमेशच्या आवाजात निराशा दिसून आली. तो निराश झाल्यामुळे मोहनस्वामीला वाईट वाटले. यावर काही तरी उपाय करायचा त्याने ठरविले. धैर्य एकवटून तो म्हणाला, "हां, एक काम करता येईल. तिचा एक फोटो माझ्या लॅपटॉपमध्ये आहे. तो तुम्ही पाहू शकता." लॅपटॉपमध्ये बरेचसे फोटो संग्रहित केलेले आहेत याबद्दल त्याची खात्री होती. त्यात एखाद्या सुंदर मुलीचा फोटो शोधून रमेशला दाखविता येईल, असे त्याला वाटले.

"सुपर्ब. प्लीज दाखवा." रमेशची फोटो पाहण्याची उत्सुकता वाढली.

"नक्कीच दाखवीन. मला फक्त पाच मिनिटं द्या. मी लॅपटॉपमधील संग्रहातून शोधून काढून दाखवितो." असे म्हणून वरच्या कपाटामधून लॅपटॉपची बॅग खाली उतरवली. त्यातील लॅपटॉप काढून थोडा दूर जाऊन बसला. सर्व इमेज फाइल उघडून पाहण्यास सुरुवात केली. त्याचे आणि कार्तीचे अनेक फोटो त्यात होते. डिजिटल कॅमेरा घेतल्यानंतर जिथे जिथे ते दोघे गेले होते तिथे तिथे या दोघांचे फोटो काढून ते लॅपटॉपमध्ये संग्रहित केले होते. त्यात काही गाजलेल्या सिनेमांतील नायकांचे फोटोदेखील होते. धडकनमधील नायक अक्षयकुमार, कहो ना प्यार है मधील हृतिक रोशन, हम दिल दे चुके सनममधील सलमान खान, स्पर्शमधील नवोदित नायक सुदीप या सर्वांचे फोटो मिळाले. पण मुलीचा फोटो मिळता मिळेना. आता मात्र मोहनस्वामीचा धीर खचू लागला. तरीदेखील विचलित न होता आपला शोध त्याने सुरूच ठेवला. बऱ्याच दिवसांपूर्वी तो कार्तीबरोबर कुमारपर्वतावर ट्रेकिंगसाठी गेल्याचे त्याला आठवले. तिथे काही फोटो काढले होते आणि त्यात दोन मुलींचे फोटो पाहिलेले देखील त्याला आठवले. कार्तीला ट्रेकिंगचे वेड होते. पण मोहनस्वामीला त्यात जास्त रुची नव्हती. कुमारपर्वतावर ट्रेकिंग करून आल्यावर दोघांचेही पाय अतोनात दुखत होते. त्यावरचा इलाज म्हणून कार्तीने पायांना मसाज करून घेतला होता. त्या ट्रेकिंगच्या ग्रुपमध्ये दोन मुलीदेखील होत्या. त्यांची नावे मोहनस्वामी विसरून गेला होता. त्या दोघांपैकी एक मुलगी मोहनस्वामीपेक्षा बरीच उंच होती आणि दुसरी त्याच्या बरोबरीने होती. तिला तात्पुरती कार्तिका म्हणायचे आणि तिचा फोटो रमेशला दाखवायचा असे त्याने ठरविले. तिचा फोटो उघडून तो रमेशजवळ गेला. गंमत म्हणजे तिथे क्लिक केलेल्या सर्व फोटोंमध्ये

कार्ती हमखास होता. रमेशला ती मुलगी आवडली. 'तुमची निवड चांगली आहे' असा त्याने अभिप्राय दिला. आपले दोन्ही हात छातीवर ठेवून त्या मुलीचे वक्षस्थळ भरगच्च असल्याचे त्याने दर्शविले. ट्रेकिंगमध्ये ती मुलगी बराच वेळ आपल्या संगतीत असूनदेखील मोहनस्वामीचे तिकडे लक्ष गेले नव्हते. आता फोटो पाहून रमेशचा अभिप्राय त्याला पटला. ट्रेकिंगमध्ये आपले तिकडे कसे लक्ष गेले नाही याचे त्याला आश्चर्य वाटले. तिचा एक बॉयफ्रेंड तिच्यासोबत आलेला त्याला आठवला. सहा फूट उंचीचा तगडा जवान दिसायला आकर्षक होता. त्याचे नाक इतके लांब होते, की मोहनस्वामीला ते चिमटीत धरून ओढावे असे वाटले. 'येऊन जाऊन त्याचे नाकच तुला कसे दिसले आणि त्यात कौतुक करण्यासारखे काय आहे' असे म्हणून कार्तिक मोहनस्वामीवर खेकसला होता हेदेखील मोहनस्वामीला आठवले.

आपले संभाषण आटोपते घेण्यासाठी रमेशने 'तुमचे रुटिन तसेच चालू ठेवा, पण लवकरात लवकर लग्न करून त्यावर शिक्कामोर्तब करा' असा अखेरचा सल्ला दिला आणि खिडकीवर डोके ठेवून तो निद्रेच्या आहारी गेला. मोहनस्वामी पुन्हा आपल्या पुस्तकात रमला. पण जेमतेम दहा मिनिटांत त्यालादेखील झोपेने घेरले. दुपारच्या जेवणाचा हा परिणाम होता.

एका विचित्र, कर्कश आवाजाने मोहनस्वामीला जाग आली. त्या आवाजामुळे सर्वांनी आपले कान झाकून घेतले होते. विमानाच्या इंजिनमधून तो कर्कश आवाज येत होता. हवाईसुंदरी लगबगीने काकपिटमध्ये जाताना दिसली. 'काय झाले हो?' असे म्हणून एकाने चौकशी केली. पण त्याला उत्तर न देता हवाईसुंदरी तशीच निघून गेली. तिच्या पाठोपाठ आणखी एक प्रवासी निघाला. अचानक विमान उजवीकडे झुकले. हवाईसुंदरीच्या मागून जाणारा प्रवासी तोल जाऊन खाली पडला. वरची सामानाची कपाटे आपोआप उघडली आणि त्यातील काही सामान सीटवर बसलेल्या प्रवाशांच्या डोक्यावर आदळले. सर्व प्रवासी घाबरून किंचाळू लागले. इंजिनाचा कर्कश आवाज जास्त वाढला. प्रवाशांच्या किंचाळ्यांमुळे रमेशला जाग आली आणि डोळे चोळत त्याने 'काय झाले?' म्हणून चौकशी केली. मोहनस्वामीने 'आपल्याला काही माहीत नाही' असे सांगितले.

एक लहान मूल किंचाळून रडू लागले. पाठोपाठ त्याची आईदेखील किंचाळून रडू लागली. कॉकपिटमधून हवाईसुंदरी रडतच बाहेर आलेली पाहून सर्व प्रवाशांच्या हाता-पायांतील शक्ती गळून पडली. एकाने हवाईसुंदरीला तिच्या दंडाला धरून थांबविले आणि ''काय झालं ते लवकर सांग'' असे ओरडून विचारले. इंजिनमध्ये प्रॉब्लेम झाला आहे इतकेच संदिग्ध बोलून ती रडत रडत किचनमध्ये पळाली. तिचे ऐकून सर्व प्रवासी घाबरले आणि जिवाच्या आकांताने किंचाळू लागले. सर्व विमान

किंचाळ्यांनी भरून गेले. एकजण कसले तरी स्तोत्र चढ्या आवाजात म्हणू लागला. दोघा प्रवाशांना बसल्या जागीच भडभडून उलटी झाली आणि सर्व विमान त्या दुर्गंधीने भरून गेले.

रमेशदेखील जिवाच्या आकांताने किंचाळू लागला. ''देवा, या संकटातून वाचव रे बाबा'' म्हणून धावा करू लागला. विमान आता डावीकडे झुकले. विमानालादेखील आपला तोल सांभाळणे कठीण होऊ लागले. इंजिनाचा आवाज जास्तच कर्कश होऊ लागला. मोहनस्वामीने खिडकीतून खाली पाहिले. दिल्लीच्या इमारती दिसू लागल्या. म्हणजे विमान दिल्ली महानगरावरून विमानतळाच्या दिशेने चालले होते. विमान खाली उतरतेवेळी त्याचा एक पंख खालच्या इमारतीला धडकून गेल्याची जाणीव झाली आणि मोहनस्वामीच्या देखील हाता-पायांमधील शक्ती गळाली. घाबरून तो मनातल्या मनात ''झाले, कार्ती, सर्व काही संपले. जीवनातून एक्झिट घेण्याची वेळ जवळ आली'' असे म्हणू लागला. पोटात काही विचित्र क्रिया होत आहे असे वाटू लागले. ''भगवंता, या संकटातून वाचव रे बाबा'' असा धावा करू लागला. वरून आणि काही सामानाच्या बॅगा खाली पडल्या. एकजण ''आग लागली, आग लागली'' असे ओरडू लागला. दोघेजण खिडकीच्या काचा फोडण्याचा प्रयत्न करू लागले. त्यांना अन्य काही जणांनी रोखण्याचा प्रयत्न केला. तरीही काचा फोडण्याचा प्रयत्न त्यांनी थांबविला नाही. मोहनस्वामीने आपले कान व डोळे घट्ट झाकून घेतले. लहानपणी वडिलांकडून शिकलेला मंत्र जपण्यास त्याने सुरुवात केली.

विमान जमिनीवर उतरताना धाडकन् आपटल्याचा आवाज झाला आणि आपल्या पाठीची सर्व हाडे मोडली असावीत असे वाटण्याइतपत मोहनस्वामीला असह्य वेदना होऊ लागल्या. त्या वेदनांनी तो कळवळू लागला. शेजारी रमेश मूर्च्छा येऊन पडलेला दिसला. सर्व विमान प्राणांतक वेदनांनी विव्हळणाऱ्या आणि भयग्रस्त झालेल्या प्रवाशांच्या आक्रोशाने भरून गेले. विमान रन वे सोडून भलतीकडे भरकटत चालले होते. भरधाव वेगाने पळणाऱ्या विमानाने एका झाडाला धडक दिली. कानठळ्या बसविणारा आवाज झाला आणि विमानाने पेट घेतला. चहूबाजूंनी आगीच्या ज्वाळा दिसू लागल्या.

या अपघातात जिवंत राहिलेले प्रवासी मोजकेच होते. पुढच्या भागात बसलेले सर्वजण आगीमध्ये होरपळून मृत्युमुखी पडले. विमानात प्रवासी जास्त नसल्यामुळे मृतांचा आकडा तसा कमीच वाटत होता. तरीही विमानाचा पायलट, सहायक पायलट, हवाईसुंदरींचा सर्व संच, पुढे बसलेले चाळीस प्रवासी हे सर्वजण मृत्यूच्या सापळ्यात अडकले. जिवंत राहिलेल्यांमध्ये बरेचसे भाजून जखमी झालेले होते, तर काहींची हाडे मोडली होती. मागच्या बाजूला बसलेले सर्व प्रवासी आश्चर्यकारकरीत्या

किरकोळ जखमा होऊन मृत्यूच्या दाढेतून निसटले होते. मोहनस्वामी आणि रमेश यांचे नशीब बलवत्तर होते. मोहनस्वामीच्या केसांचा एक पट्टा आगीची झळ लागून जळून गेले होते. रमेश बेशुद्ध होऊन पडला होता. त्याला मृत्युमुखी पडलेल्या प्रवाशांच्या बाजूला झोपविले होते. थोड्या वेळाने अँब्युलन्स येऊन त्यांना रुग्णालयात घेऊन जाणार होती. मोहनस्वामीला ज्या स्ट्रेचरवर घातले होते त्याच्या बाजूलाच एक प्रेत झोपवले होते आणि चार जण येऊन ते स्ट्रेचर उचलून घेऊन गेले.

मोहनस्वामी तीन तास रुग्णालयामध्ये होता. डॉक्टरांनी त्याच्या शरीराच्या बऱ्याच चाचण्या घेतल्या. त्यांनी विचारलेल्या प्रश्नांना उत्तरे देण्याचे त्राण त्याच्या अंगी नव्हते. डॉक्टर जे करतील ते तो मुकाट्याने करून घेत होता. ते काय करतात ते समजत नव्हते आणि विचारण्याची शक्ती नव्हती. कार्तीला फोन करून सांगण्याचेदेखील त्राण त्याच्या अंगी नव्हते. काही पत्रकार येऊन त्याला भेटून प्रश्न विचारू लागले. पण तो काही बोलण्याच्या मन:स्थितीमध्ये नव्हता. त्यांच्या प्रश्नांना कंटाळून तो रागाने त्यांच्या अंगावर खेकसला.

संध्याकाळी त्याची रुग्णालयामधून सुटका झाली. बाहेर त्याच्या सहयोगी मित्रांनी त्याच्यासाठी कार तयार ठेवली होती आणि ते त्याची रुग्णालयातून बाहेर येण्याची वाट पाहत होते. कार्तीला या अपघाताची बातमी समजल्यावर घाबरून त्याने मोहनस्वामीच्या दिल्ली ऑफिसला फोन केला होता. ऑफिसच्या अधिकाऱ्यांनी मोहनस्वामी सुरक्षित असल्याची बातमी दिली होती. कार्तीला मोहनस्वामीशी बोलायचे होते. पण रुग्णालयात फोन घेऊन जाणे शक्य नसल्याचे त्यांनी कळविले. कार्तीने आपण दिल्लीला येत असल्याचे कळविले. मोहनस्वामीचा लॅपटॉप कुठे पडला हे कुणालाच माहीत नव्हते आणि मोहनस्वामीला त्याची चौकशी करावीशी वाटली नाही. त्याला रडावेसे वाटत होते. पण रडण्याची ताकत त्याच्या अंगी नव्हती.

रुग्णालयातून बाहेर पडून कंपनीच्या कारमध्ये बसताना थोड्या अंतरावर रमेश दुसऱ्या कारमध्ये बसताना त्याच्या नजरेस पडला. दूर क्षितिजावर सूर्य मावळतीला चालला होता आणि त्याची लाली सर्वत्र पसरली होती. 'मी दोन मिनिटांत येतो' असे आपल्या सहयोग्यांना सांगून मोहनस्वामी रमेशच्या कारजवळ सावकाश पावले टाकत निघाला. मोहनस्वामी येत आहे असे पाहून रमेशला आनंद झाला आणि त्याच्या डोळ्यांतून आनंदाश्रू वाहू लागले. "मोहन जिवंत आहे. परमात्म्याने आम्हा दोघांचेही रक्षण केले," असे भावोत्कट उद्गार त्याच्या तोंडून निघाले. काही क्षण दोघेही काही न बोलता एकमेकांच्या सुरक्षित असण्याचा आनंद अनुभवीत होते.

रमेशचा निरोप घेण्याआधी मोहनस्वामी म्हणाला, ‘‘दोन मिनिटं तुमच्याशी बोलायचं आहे.’’ मोहनस्वामी त्याच्याशी कन्नडमधूनच बोलू लागला. ‘‘विमानात मी तुम्हाला जी प्रेमकथा सांगितली ती खरी नाही. कार्तिका नावाची कोणी मुलगी नाही. ते एका तरुणाचे नाव आहे. तो माझा रूम पार्टनर आहे. मी स्वतः ‘गे’ आहे. आम्ही दोघे एकत्र राहतो आणि हाच आमचा संसार आहे. मला आयुष्यात कधीही स्त्रियांचं आकर्षण वाटलं नाही. विनाकारण काल्पनिक कथा रचून तुमच्याशी खोटं बोलल्याबद्दल मला क्षमा करा. बहुतेक खोटं बोलल्याबद्दलच मला देवानं ही शिक्षा दिली असेल असं वाटतं.’’

मोहनस्वामीने कळकळीने आपले मन रमेशसमोर मोकळे केले. रमेश आश्चर्याने थक्क झाला. मोहनस्वामीचे सांत्वन कसे करावे हे त्याला समजेना. काही सेकंदांतच त्याला परिस्थितीची पूर्ण जाणीव झाली. मोहनस्वामीच्या पाठीवरून हात फिरवून तो म्हणाला, ‘‘इट्स ऑल राइट. क्षमा करण्याजोगा तुम्ही काही अपराध केलाच नाही!’’

जिव्हारी लागलेल्या शब्दांची भुतावळ

मोहनस्वामीचे वडील सुबराय यांची तब्येत बरेच दिवस बिघडलेली होती. मोहनस्वामी रोज घरी फोन करून त्यांच्या तब्येतीची चौकशी करत असे. त्या वेळी त्याची आई सुभद्राताईच्या बोलण्यात निराशेचेच सूर असत. मोहनस्वामीने त्यांच्या निधनाची बातमी स्वीकारण्याची मानसिक तयारी करून ठेवली होती. आईचा फोन आल्यावर तिच्याकडून वडील निवर्तल्याची बातमी मिळेल अशी भीती मनात बाळगूनच तो फोन उचलत असे. असा प्रसंग टाळण्यासाठी तो स्वतःच आईला दिवसातून दोनदा फोन करत असे. अवांतर गप्पा मारून झाल्यावर शेवटी वडिलांच्या तब्येतीची चौकशी करत असे. 'तू काही काळजी करू नकोस. सर्व काही ठीक होईल' अशी आईची लटकी समजूत घालून तो फोन बंद करत असे. आपण आईची खोटी समजूत घालतो आहोत, याची मोहनस्वामीला चांगलीच जाणीव होती.

मोहनस्वामी भयग्रस्त अवस्थेमध्ये असतानाच अचानक मध्यरात्री ठीक बारा वाजता आईचा फोन आला. "मोहन, तुझ्या बाबांची वाचा बंद पडली आहे. छातीमध्ये कफ दाटला आहे. काही तरी महत्त्वाची गोष्ट सांगायची त्यांची धडपड चालली आहे. पण शब्द अस्पष्ट असल्यामुळे नीट समजत नाही. त्यांच्या डोळ्यांमधून एकसारखे घळघळा अश्रू बाहेर पडत आहेत. लवकरच ते आमचा निरोप घेतील असं वाटतं. तू लगेच निघून ये." आईच्या आवाजावरून ती घाबरलेली आहे आणि कोणत्याही क्षणी ती रडू लागेल, असे वाटत होते. मोहनस्वामीने जास्त काही न बोलता "ठीक आहे आई. मी लगेच निघतो" इतकेच सांगून फोन बंद केला.

योगायोगाने त्याच वेळी म्हणजे आईचा फोन येण्याआधी मोहनस्वामी एका भयंकर फसवेगिरीच्या जाळ्यात अडकला होता. बऱ्याच दिवसांपासून मोहनस्वामी डेरिक नावाच्या एका आकर्षक तरुणाशी चॅट करत होता. त्याच रात्री दोघांनी मोहनस्वामीच्या घरी भेटण्याचे ठरविले होते. ठीक ठरलेल्या वेळेला डेरिक हजर झाला. आपल्या पहिल्यावहिल्या मित्रासोबत घालविलेल्या अनेक वर्षांच्या सहवासानंतर त्या दोघांमध्ये कटुता निर्माण झाली, दोघेही वेगळे झाले. त्यानंतर मोहनस्वामी अनेक वर्षे एकाकी राहिला. यापुढे कुणाच्याही मैत्रीची अपेक्षा ठेवणार नाही अशी त्याने मनोमन प्रतिज्ञा केली. पण तीदेखील लगेच बारगळली. कुणीही आकर्षक तरुण भेटला, की त्याच्याशी एक-दोन दिवस भटकायचे, गप्पा मारायच्या, दोघेही एकमेकांना आवडले तर मैत्री पुढे चालू ठेवायची, काही दिवस एकमेकांच्या सहवासात घालवायचे, फिसकटल्यावर दोघांनीही वेगळे व्हायचे आणि पुन्हा नव्या मैत्रीचा शोध घेण्याची तयारी करायची, अशा पद्धतीने मोहनस्वामीच्या जीवनाची वाटचाल सुरू होती.

काही प्रसंगी एखाद्या मित्राबरोबर राहून भरपूर सुख प्राप्त करून घेतल्यानंतर यापुढचे जीवन याच्या सहवासातच घालवायचे. हाच माझा खरा सोबती अशी मनोमन खात्री होते. पण काही दिवसांतच हा खरा वाटणारा सोबती काही तरी सबब पुढे करून भेट टाळतो किंवा आपल्या बायको-मुलांच्या संगतीत आपल्या नजरेस पडतो किंवा फेसबुकवर कुणा अन्य मित्राबरोबरचा त्या मित्राचा फोटो पाहिला, की आपण एकाकी होतो तेच बरे होते, असे वाटू लागते. त्यामुळे एखाद्या रात्री अचानक सुख प्राप्त झालेल्या देहाकडून पुन्हा तसेच सुख मिळेल, अशी मनात आशा धरून बसलो, तरी ते मिळेलच याची शाश्वती नाही याची जाणीव मोहनस्वामीला होती. कोणत्याही क्षणी आपल्या पदरात निराशा पडली, तरी ती कसलीही तक्रार न करता स्वीकारण्याची त्याने आपली मानसिक तयारी ठेवली होती. आपले जीवन हे असेच आहे. कुणाबद्दलही जास्त अपेक्षा ठेवायची नाही. प्रमाणाबाहेर अपेक्षा ठेवल्यास आपसूक दुःखांना आणि यातनांना आमंत्रण मिळते. पण छोट्या-मोठ्या अपेक्षा नाही ठेवल्या तर ते जीवन कसले? जीवनात हे असे चालायचेच.

आयुष्याचा पस्तीस वर्षांचा उंबरठा ओलांडून मोहनस्वामीने मध्यमवयीन अवस्थेमध्ये प्रवेश केला होता. या वयात तरुण मुलांशी मैत्री करण्यास तो धजावत नव्हता. त्याची मानसिक स्थिती विचित्र वळणावर होती. मस्तकावर तुरळक पांढरे केस मधूनच चमकत होते. शरीरावर काही ठिकाणी सुरकुत्या दिसत होत्या. बिछान्यावर अर्धा तास हालचाल केली, तरी दमल्यासारखे वाटत होते. या काही खुणा सुरेल संगीतामध्ये बेसूर स्वर निघाल्याप्रमाणे वाटत होत्या आणि त्यामुळे ओशाळवाणे वाटत होते. तरीही आपण शारीरिक सुखापासून वंचित राहू शकणार नाही, असे

मनोमन वाटत होते. त्याच्या कॉलेजच्या सर्व मित्रांनी विवाह करून आपापल्या बायको-मुलांसह सुखाने संसार थाटला होता. काही मित्रांनी आपल्या मुलांची मुंज करण्याचा घाट घातला होता, तर काहींनी आपल्या नवीन घराच्या गृहप्रवेशाच्या निमंत्रण पत्रिका छापण्याची ऑर्डर दिली होती. सर्वजण आपल्या भावी जीवनाच्या सुरक्षेसाठी अविरत झटत होते. त्यांचा सुखी संसार पाहून मोहनस्वामीला एका बाजूने आपल्या एकाकीपणाचे दुःख वाटत होते, तर दुसऱ्या बाजूने त्यांच्याप्रमाणे आपल्या जीवनात कसलीही धडपड किंवा दबाव नाही, त्यांच्यासारख्या आपल्या अवास्तव गरजा नाहीत, याबद्दल बरे वाटत होते. त्या सर्वांना आपल्या बँकेतील ठेवीसाठी नॉमिनेशन देण्यात कुठलीही अडचण नव्हती, कारण नॉमिनेशनसाठी त्यांना पत्नी किंवा मुलांची नावे सहज उपलब्ध होती. पण मोहनस्वामीच्या बाबतीत अशी कुठलीच सोय हाताशी नव्हती. मृत्यूच्या उंबरठ्यावर असलेल्या आई-वडिलांचे नाव नॉमिनेशनसाठी देणे हास्यास्पद ठरले असते. यासंबंधी एकदा एक मजेदार घटना घडली. नॉमिनेशनसाठी आपल्याला जवळचे असे कुणीच नसल्यामुळे निराशेपोटी त्याने साक्षात कुबेराकडून कर्ज घेतलेल्या भगवंताचे म्हणजे तिरुपतीच्या वेंकटरमणाचे नाव दिले. आपल्या मृत्यूनंतर बँकेचा व्यवस्थापक आपल्या ठेवीची रक्कम वेंकटरमण मंदिराच्या हुंडीमध्ये अर्पण करतो आहे, असे दृश्य त्याच्या मनःचक्षूसमोर उभे राहिले आणि त्याला हसू आले. बँकेच्या कारकुनाने त्याच्या नॉमिनेशनचा अर्ज वाचला तेव्हा तोदेखील पोट धरून हसू लागला. बँकेचे इतर कर्मचारीदेखील तो अर्ज पाहून हसू लागले. त्या सर्वांबरोबर मोहनस्वामीदेखील हसला, पण ते हसणे वरपांगी होते. त्या हसण्यामागे त्याच्या मनातील दुःख स्पष्ट जाणवत होते. ते दुःख सहन न होऊन मोहनस्वामी तिथून लगेच बाहेर पडला. आपल्या दारुण भविष्याची जाणीव होऊन त्याचे हृदय पिळवटून निघाले. आपण असाध्य रोगाने पछाडलेले आहोत आणि मृत्यूच्या प्रतीक्षेत शेवटच्या घटका मोजत आहोत, आपली काळजी घेणारे कोणीही नाही, या काळजीने त्याच्या शरीराला कंप सुटत असे. त्यामुळे मोहनस्वामी आपल्या आरोग्याच्या बाबतीत नेहमी सतर्क असे. नियमित नामवंत हॉस्पिटलमध्ये जाऊन तो एक्झिक्युटिव्ह हेल्थ चेक अप करवून घेत असे. अशा चेक अपसाठी हॉस्पिटलकडून पैशांची लूट होत असे. त्या बदल्यात छापील कागदावरचे रिपोर्ट त्याच्या हातात ठेवताना डॉक्टर म्हणत, 'ठीक आहे. अजून तरी तुमची तब्येत ठणठणीत आहे.' या शब्दांनी त्याला चांगला दिलासा मिळे.

कधी कधी मोहनस्वामीच्या मनात सामान्यतः पोरकट, पण त्याच्या दृष्टीने योग्य विचार घोळत असे. तारुण्याच्या उंबरठ्यावर असताना त्याच्या मित्रमंडळींनी त्याच्यासाठी एक सुंदर राजबिंडा मुलगा शोधून त्याच्याशी आपला विवाह लावून

दिला आहे, सर्वांसमक्ष आपण त्याचा हात धरून सप्तपदी विधी केला आहे, त्याच रात्री त्याच्याशी आपण पहिली रात्र साजरी केली आहे आणि त्याच्या संगतीत आपल्या जीवनाचा पेला सुखाने काठोकाठ भरलेला आहे. मुळात वंशवृद्धीसाठी विवाह करण्याचा नियम कुणी घालून दिला? आपला मुलगा किंवा वारस आपल्याच रक्तामांसाचा असावा, हा स्वार्थी नियम कुणी घालून दिला? आयुष्यात आपल्यासोबत जुळवून घेणारा कुणीतरी सोबती असावा आणि सहजीवन सुखासमाधानात घालविण्यासाठी एक-दोन छोटे जीव (मुले) असावेत, इतकीच जीवनाची साधी व्याख्या? या साध्या सरळसोट जीवनाचा आपल्याला (मोहनस्वामीला) हवा तसा अर्थ समाजाने स्वीकारला असता, तर आपल्या कामेच्छेची तीव्रता थोडी तरी कमी झाली असती. आपली कामेच्छा हवी तशी उपभोगण्याचे स्वातंत्र्य मिळाले असते, तर त्यासाठी आपण इतके हपापलेले नसतो.

मोहनस्वामीने नुकतीच पंचविशी गाठलेल्या डेरिकशी मैत्री करण्याची ठरवली. ती कायम टिकणारी नव्हे याची त्याला पूर्ण जाणीव होती. पण तरीही त्याच्याकडून आपल्याला दीर्घ काळ शारीरिक सुख मिळावे असे मोहनस्वामीला मनातून वाटत होते. आज मिळणारा त्याच्या कोवळ्या देहाचा स्पर्श उद्यादेखील मिळावा असे मनात वाटत असताना, तो नक्की मिळेल का याची धाकधूकदेखील त्याच्या मनात होती. चरबीचा मागमूसदेखील नसलेल्या त्याच्या सडसडीत देहाचा कानाकोपरा हाताळताना, हे सुख आणखी काही काळापुरतेच असेल की काय ही शंका मनात घर करून राहिली होती. त्याच्या श्वासामधून तारुण्याचा दर्प ओसंडून वाहत होता. मोहनस्वामी त्यात न्हाऊन निघत होता. पण त्याच वेळी मोहनस्वामीच्या मनाचा एक कोपरा शंकाग्रस्त होता. परमोच्च सुखाच्या क्षणी सर्व शरीर पुलकित होत असताना, या शंकाग्रस्त स्थितीमुळे आपण त्याला हवे तसे सुख देत आहोत की नाही, ही शंकादेखील त्याला भेडसावत होती.

आपला देह एका अपरिचित देहाला समर्पित करताना मोहनस्वामीला शारीरिक सुखाबरोबरच लज्जा, भय आणि पापभावना या मानसिक व्याधींनीदेखील पछाडले होते. काही प्रसंगी या अपरिचित देहामुळेच शारीरिक सुखाचा परमोच्च क्षण गाठणे शक्य होत असे. अपरिचित देहामुळे कामवासना ज्या प्रमाणात उद्दीपित होते त्या प्रमाणात ती परिचित देहामुळे होत नाही. तसे पाहिले, तर डेरिक आणि मोहनस्वामी या दोघांमध्ये जे घडले ते काय होते? कॉम्प्युटरच्या त्या काल्पनिक पडद्यावर उमटवलेली काही अक्षरे, की मोबाइलवरून प्रक्षेपित झालेले काही संवाद, की आंतरजालाच्या माध्यमातून एकमेकांना पाठवण्यात आलेले फोटो? बस इतकेच! आंतरजालातून झालेल्या अल्प परिचयातून त्याला घरी बोलावून कसलेही आढेवेढे न घेता एकमेकांसमोर नग्न अवस्थेत येण्याची ही कसली पद्धत? 'कामातुराणाम्

न भयम् न लज्जा' म्हणतात तेच खरे. भय आणि लज्जा दोन्ही गुंडाळून ठेवल्या, तरच खरी कामवासनेतून तृप्ती मिळते हे सत्य बऱ्याच अनुभवानंतर मोहनस्वामीला समजले होते. अब्रूची भीती मनात ठेवून शरीरात उद्भवणाऱ्या कामवासनेला तृप्त करण्याचा प्रयत्न करणे म्हणजे निव्वळ क्रूरपणा होय. तो मनुष्याच्या अंगी विकृती निर्माण करतो. लोकलज्जेस्तव शारीरिक सुखापासून वंचित राहिल्यास मनुष्य मानसिक विकृतीला बळी पडतो आणि हे लक्षण बरे नव्हे.

डेरिक जास्त काही बोलत नव्हता. ख्रिश्चन असल्यामुळे मोहनस्वामी त्याच्याशी इंग्लिशमध्ये बोलू लागला. पण तिथेच डेरिक अडखळू लागला. त्याने पाठविलेले मेसेज इंग्लिशमधून असले, तरी त्याच्या भाषेचा दर्जा म्हणावा तितका चांगला नव्हता. ख्रिश्चन असल्यामुळे तो इंग्लिशमधून बोलत असावा हा आपला अंदाज किती पोरकटपणाचा होता असे वाटून मोहनस्वामीला स्वतःचीच लाज वाटली. कन्नडमधून संभाषण सुरू केल्यावर डेरिक सुखावला. कन्नडमधून तो व्यवस्थित बोलू लागला. पहिल्याच भेटीत त्याचे गाव, जात, कामकाज याबद्दल चौकशी करणे असमंजसपणाचे ठरले असते, एकमेकांच्या शरीरसुखाचा आस्वाद घेण्यासाठी या सामान्य बाबींची माहिती करून घेण्याची जरूरदेखील नाही. दोघांची अनुमती असेल, तर या बाबींचा उलगडा पुढच्या भेटीमध्ये आपसूक होतो हे मोहनस्वामीला माहीत होते. त्यामुळे दोघांनीही मनात कोणताही किंतु न ठेवता आपले देह एकमेकांच्या स्वाधीन केले. अंगावरचे कपडे उतरवताना "जानवे काढून ठेवू का?" म्हणून मोहनस्वामीने सहज विचारले. "नको. त्याची मला काही अडचण वाटत नाही" असे म्हणून डेरिकने हसून मोहनस्वामीचे समाधान केले. त्याची कोरलेली मिशी, कोवळ्या ओठांवरचे हास्य यांची मोहनस्वामीला भुरळ पडली आणि त्याने डेरिकचा चेहरा आपल्याजवळ ओढून घेतला.

देहाची कामवासना तृप्त झाली तेव्हा जवळ जवळ मध्यरात्र झाली होती. अशा वेळी कितीही उशीर झाला, तरी तशाच अवस्थेत झोपी जाणे मोहनस्वामीला मंजूर नव्हते. आंघोळ करून, अंगावर स्वच्छ कपडे चढवून मगच तो झोपी जात असे. शक्य असेल तर जोडीदाराला सोबत घेऊन एकत्र शॉवर बाथ घेणे त्याला पसंत होते. पण या खेपेस डेरिकने एकत्र स्नान करण्यास नकार दिला. त्याचे डोळे झोपेने भरून आलेले मोहनस्वामीला दिसले. त्यामुळे डेरिकला आग्रह न करता मोहनस्वामी एकटाच स्नानासाठी बाथरूमच्या दिशेने निघाला. डेरिक येण्यापूर्वीच मोहनस्वामीने गीझर सुरू करून ठेवला होता. त्यामुळे स्नानाला जाईपर्यंत पाणी व्यवस्थित गरम झाले होते. गरम पाण्याच्या शॉवरमुळे शरीर आणि मनदेखील हलके व प्रफुल्लित होते. डेरिकसोबत केलेल्या प्रेमलीलांमुळे मन प्रसन्न झाले होते. त्यामुळे एका कन्नड चित्रपटातील गीत मनातल्या मनात गुणगुणतच त्याने शॉवर सुरू केला आणि त्या

गाण्याच्या नादात नेहमीपेक्षा जास्त वेळ त्याने शॉवर अंगावर घेतला. स्नान झाल्यावर शरीर खरखरीत टर्किश टावेलने पुसून तो बाहेर आला.

स्नान आटोपून मोहनस्वामी परत बेडरूममध्ये येऊन पाहतो तर काय आश्चर्य? बिछान्यावर डेरिक दिसत नव्हता. मोहनस्वामीने त्याला दोन-तीन हाका मारल्या. तो दुसऱ्या बाथरूममध्ये गेला असेल असे समजून तिथे पाहिले, तर ती बाथरूम रिकामीच होती. बाहेरचा दरवाजा उघडून पाहिला तर सर्वत्र अंधाराचे साम्राज्य होते. दूर पार्क केलेली डेरिकची दुचाकी दिसत नव्हती. मोहनस्वामीला एकापाठोपाठ एक आश्चर्याचे धक्के बसत होते. तो घालून आलेले बूटदेखील कुठे दिसत नव्हते. मोहनस्वामी भयभीत झाला. आपल्या मित्रांना फोन करून त्यांना या संकटाची वार्ता द्यावी म्हणून मोबाइल शोधू लागला, पण तोदेखील हाती लागला नाही. मोबाइल शोधण्यासाठी आपल्या लॅण्डलाइनवरून त्याच मोबाइलचा नंबर फिरविला. 'हा फोन स्विच ऑफ आहे' असा संदेश मिळाला. डेरिकचा फोन नंबर आठवण्याचा प्रयत्न केला, पण चार-पाच अंकांव्यतिरिक्त बाकीचे अंक आठवेनात. पुढे काय करावे ते सुचेना. निराश होऊन तिथेच सोफ्यावर त्याने बसकण मारली. समोरच्या टी पॉयवर ठेवलेला लॅपटॉप दिसेना. त्याच्या चार्जरसकट तो गायब झाला होता. त्याच्या बाजूलाच असलेला आय पॉडदेखील गायब झाला होता. कसली तरी शंका येऊन तो आपल्या बेडरूममध्ये गेला. आपल्या वॉर्डरोबचा दरवाजा उघडून ड्रॉवर ओढून पहिला. ड्रॉवरमध्ये दहा-बारा कंडोम दिसले, पण तिथेच ठेवलेली अंदाजे तीस हजारांची रोख रक्कम आणि क्रेडिट कार्ड दिसेना. रात्री डेरिकच्या उपस्थितीत त्यातील दोन कंडोम काढून एक डेरिकला दिले आणि दुसरे स्वतः वापरलेले त्याला स्पष्ट आठवले.

कंबरेभोवती गुंडाळलेला टॉवेल सोडून त्याने तो रागाने जमिनीवर फेकला आणि 'चोर साला, सर्व काही लुटून गेला?' असे मनातच पुटपुटला. निराश मनाने तो बिछान्यावर आडवा झाला. बाजूची दुसरी उशी घेऊन ती दुमडून त्याने आपला चेहरा झाकून घेण्याचा प्रयत्न केला. पण त्या उशीला डेरिकच्या श्वासाचा दर्प अजूनही येत होता त्याला अस्वस्थ वाटू लागले. उशी बिछान्यावर तीन-चार वेळा बडवून त्याने दर्प घालविण्याचा प्रयत्न केला. ''मूर्ख कुठला? ईडियट'' म्हणून तो जोराने किंचाळला. पुढे काय करावे ते सुचेना. आपली झालेली फसगत कुणाला तरी सांगून आपल्या मनावरचे ओझे थोडे कमी करावे असे त्याला वाटले. त्यासाठी आपल्या मित्रांची नावे तो आठवू लागला. पोलिस स्टेशनमध्ये तक्रार करावी असे वाटले. पण पोलिसांनी गुन्हा घडण्याआधी काय घडले ते सविस्तर सांगा, अशी विचारणा केली तर त्यांना काय सांगणार कपाळ? शिवाय हे पोलिस गुन्ह्याचा तपास करण्याच्या निमित्ताने आपलीच छळणूक करतील या भीतीने त्याने तो बेत

रद्द केला. आपल्या मित्रांना ही घटना कळवली तर त्यांच्याकडून कोरड्या, तोंडी सहानूभूतीखेरीज काडीचीदेखील मदत होणार नाही. उलट दुसऱ्या दिवशी आपल्या बायका-पोरांना ही गंमत सांगून फिदीफिदी हसण्यास मागे-पुढे पाहणार नाहीत असे वाटून त्याने गप्प बसणे पसंत केले. आपणाला कुणाचीही मदत मिळणार नाही या विचाराने तो खिन्न झाला. त्याच अवस्थेमध्ये त्याने डोळे मिटले.

ठीक त्याच वेळेला लॅण्डलाइनची कर्कश रिंग वाजू लागली. मोहनस्वामी पटकन् बिछान्यावरून उठला आणि डेरिकने फोन केला असेल असे वाटून रिसीव्हर उचलून 'हॅलो डेरिक' असे म्हणाला. पलीकडून "अरे मी बोलते, तुझी आई. केव्हापासून तुझ्या मोबाइलवर फोन करते आहे, पण तो स्विच ऑफ आहे. म्हणून या लॅण्डलाइनवर फोन केला" असा त्याच्या आईचा आवाज ऐकू आला. हा डेरिकचा फोन नव्हे असे समजल्यावर मोहनस्वामी निराश झाला. पण आईला तसे न दाखवता "बोल आई. इतक्या रात्री उशिरा का फोन केलास?" असे विचारून आईबरोबर संभाषण करू लागला. "मोहन, तुझ्या बाबांची वाचा बंद पडली आहे. छातीमध्ये कफ दाटला आहे..." पलीकडून आईने बाबांच्या तब्येतीची बातमी दिली.

गावी जाण्यासाठी मोहनस्वामी बसमध्ये चढून बसला. त्याच्या मनात बराच गोंधळ चालला होता. हरवलेल्या क्रेडिट कार्डची तक्रार करण्यासाठी तो दिवसभर खटपट करत होता. हेल्पलाइनचा फोन कुणीही उचलत नव्हते. बऱ्याच वेळाने फोन उचलणाऱ्या मुलीने क्रेडिट कार्डचा नंबर विचारला. क्रेडिट कार्डची सर्व माहिती लॅपटॉपमध्ये सुरक्षित होती. पण लॅपटॉपदेखील हरवलेला आहे हे त्या मुलीला सांगायची त्याला लाज वाटली. एका अडगळीतल्या कार्डबोर्डच्या डब्यामध्ये जुनी बिले आणि पावत्या ठेवलेल्या होत्या. त्या डब्यामध्ये बरीच शोधाशोध करून त्याला अखेर क्रेडिट कार्डचा नंबर मिळाला. पुन्हा हेल्पलाइनचा नंबर फिरविण्याचा उपद्व्याप करून त्याने तो नंबर कळवला. नशिबाने त्या कार्डवर अजूनपर्यंत कोणतीही खरेदी झाली नव्हती. लॅपटॉप मात्र त्याच्या मालकीचा नव्हता. मोहनस्वामी नोकरी करत असलेल्या कंपनीने तो त्याला दिला होता. कंपनीच्या नियमानुसार लॅपटॉपच्या सुरक्षिततेची जबाबदारी मोहनस्वामीची होती. त्यामुळे नवीन लॅपटॉपचा खर्च मोहनस्वामीलाच उचलावा लागला. मोहनस्वामीची आर्थिक स्थिती तशी बरी होती. त्यामुळे नवीन लॅपटॉप खरेदी करण्यात कोणतीच अडचण नव्हती. पण लॅपटॉपमध्ये सुरक्षित ठेवलेले सर्व एक महिन्याचे कामाचे अहवाल लॅपटॉपबरोबरच हरवले होते आणि ते सर्व काम पुन्हा सुरुवातीपासून करून अहवाल द्यावे लागणार होते. मागील महिन्यात ते अहवाल तयार करण्यात त्याचा बराच वेळ आणि श्रम वाया गेले होते. आता पुन्हा ते काम सुरुवातीपासून करण्याचे त्याच्या जिवावर

आले होते आणि त्याबद्दल त्याच्या मनात राग उफाळून आला होता. त्या दिवशी ऑफिसमध्ये आपला लॅपटॉप हरवल्याची बातमी सर्वांना समजली होती आणि तो कसा हरवला याची चौकशी प्रत्येकजण करत होता. त्यांना खरे कारण सांगणे शक्य नव्हते. खोटी कारणे सांगून प्रत्येकाचे समाधान करेपर्यंत तो मेटाकुटीला आला होता. सर्वांनी विचारलेले प्रश्न, त्यांचे वेगवेगळे सल्ले या सर्वांचा त्याला वैताग आला होता. सर्वांना एकच कारण सांगितले, की वेगवेगळी हेदेखील त्याला आठवेना त्यामुळे आपल्या प्रामाणिकपणावर डाग पडेल की काय या भीतीने तो अस्वस्थ झाला. या संकटांचे एकच मूळ आणि ते म्हणजे काल रात्री मिळविलेले काही घटकांचे सुख. त्या सुखाची त्याला जबरदस्त किंमत मोजावी लागली होती. यापुढे कुणाही अपरिचिताला घरी प्रवेश द्यायचा नाही, असा त्याने निर्धार केला. एखाद्या हॉटेलमध्येच एकत्र भेटणे श्रेयस्कर. त्यासाठी थोडा पैसा खर्च झाला, तरी हरकत नाही असा विचार त्याने केला. पण लगेच यातला धोका त्याच्या लक्षात आला. हल्ली काही हॉटेलमध्ये सी.सी.टी.व्ही. कॅमेरे बसवले होते आणि अशा कॅमेऱ्यामध्ये काही आक्षेपार्ह घटना दिसल्यास त्यांनी ब्लॅकमेल करण्यास सुरुवात केली होती. मोहनस्वामीला काही सुचेनासे झाले. वैतागून 'थुत तुझ्या जिंदगीवर' असे तो स्वतःशीच पुटपुटला.

आज दिवसभर तो वैतागलेलाच होता. त्याची आई प्रत्येक तासाला फोन करून वडिलांच्या तब्येतीची ताजी बातमी सांगत होती. "का कोण जाणे, पण त्यांची आता शाश्वती वाटत नाही. त्यांच्या डोळ्यांतून सतत अश्रू टपकत आहेत. तुझं लग्न झालं नाही याची खंत त्यांच्या मनामध्ये घर करून राहिली आहे असं वाटतं..." बोलताना तिचा आवाजदेखील रडवेला होता आणि त्यामुळे त्यालादेखील वाईट वाटत होते. वडिलांच्या अत्यवस्थ तब्येतीपेक्षा स्वतःच्या हरवलेल्या वस्तूंमुळे आपल्याला वैताग आला आहे, याची जाणीव होऊन त्याला स्वतःचीच लाज वाटू लागली. एका क्षणी वडिलांची लवकर सुटका झाली तर बरे होईल, असा विचार मनात आला. दुसऱ्याच क्षणी असा विचार मनात आल्याबद्दल त्याला स्वतःचीच लाज वाटली आणि त्याने स्वतःच्या थोबाडीत मारून घेऊन परमेश्वराकडे क्षमायाचना केली.

हल्ली आपले आणि वडिलांचे संबंध फारसे जवळचे राहिलेले नाहीत हे मोहनस्वामीच्या लक्षात आले होते. लहानपणी तसे नव्हते. वडिलांवर त्याचे अपार प्रेम होते. वडील ऑफिसमधून परत येण्याची तो उत्सुकतेने वाट पाहत असे. सहसा तो वडिलांची पाठ सोडत नसे. रविवारच्या बाजारात सुबराय आपल्या लाडक्या मोहनला खांद्यावर घेऊन फेरफटका मारून येत. वडिलांच्या खांद्यावर चढून त्यांच्या मानेला आपल्या दोन्ही पायांचा विळखा घालून, दोन्ही पाय त्यांच्या

छातीवर सोडून आणि दोन्ही हातांनी त्यांचे मस्तक घट्ट धरून बाजारातून निघाला, की बाजारातील सर्वांपेक्षा आपण उच्च स्थानावर आहोत याच्या अभिमानाने त्याला इतका आनंद होई, की त्या आनंदापुढे सर्व तुच्छ वाटत असे. दिवाळीच्या दिवसांत वडिलांसोबत बाजारात जाऊन फटाके खरेदी करून आणले, की नरक चतुर्दशीला पहाटे त्या फटाक्यांच्या वातीला उदबत्ती लावताना त्याच्या बाजूला वडीलच उभे असायला हवेत असा त्याचा हट्ट असे. वडील हजामतीला निघाले, की त्यांच्या सोबत तोदेखील जात असे. दोघेही आजूबाजूच्या खुर्च्यांवर बसले, की समोरच्या आरशांमध्ये दोघांच्या चेहऱ्यांची अनेक प्रतिबिंबे पाहून त्याचे मन हरखून जात असे. आरशात वडिलांचा चेहरा दिसला, की मोहनस्वामी एक डोळा मिचकावत असे. त्याच्या प्रत्युत्तरादाखल वडीलदेखील एक डोळा मिचकावत. पण समोर आरशामध्ये अनेक डोळे मिचकत आहेत असे दृश्य दिसले, की मोहनस्वामी टाळ्या वाजवून आपला आनंद व्यक्त करत असे.

बारावीची परीक्षा उत्तीर्ण झाल्यावर एंट्रन्स परीक्षेमध्ये मोहनस्वामीने उत्तुंग यश मिळविले तेव्हा मोहनस्वामीला परमानंद झाला. पण वडिलांच्या चेहऱ्यावर म्हणावा तसा आनंद दिसला नाही. गावातील सर्व परिचितांनी मोहनस्वामीचे अभिनंदन केले. शिवाय तोंडभरून कौतुकदेखील केले. मोहनस्वामीच्या खुशीमध्ये सर्व गाव सहभागी झाले. बेंगळूरच्या एका नामांकित इंजिनीअरिंग कॉलेजमध्ये त्याला प्रवेश मिळाला. पण सुबराय मात्र का कोण जाणे, आनंदी दिसले नाहीत. मुलाने मिळविलेल्या यशाने वास्तविक त्यांचा चेहरा उजळायला हवा. पण तसे दिसले नाही. एकदा त्यांनी मोहनस्वामीला परसदारी बोलावून घेतले आणि डोळ्याला डोळा न भिडविता त्याच्याशी बोलू लागले, ''मला तुझ्या इंजिनीअरिंगच्या शिक्षणाचा खर्च झेपणार नाही. माझा पगार तसा मोजकाच आहे. तुझ्या बहिणीचं लग्न अजून व्हायचं आहे. सर्व परिस्थिती तुला माहीत आहेच.'' आपल्या वडिलांची स्पष्टोक्ती ऐकून मोहनस्वामीचे हृदय पिळवटून निघाले. वडिलांचा हात हातात घेऊन त्याने ''बाबा, तुम्ही काही काळजी करू नका. माझ्या शिक्षणाचा खर्च मी स्वतः करीन. कसंही करून मी बेंगळूरला जाईन, मिळेल ते काम करून पैसे मिळवीन आणि माझ्या राहण्याचा, जेवणाचा आणि शिक्षणाचा खर्च भागवीन. तुम्ही निश्‍चिंत असा'' असे म्हणून त्यांना धीर दिला. वडिलांना शब्द दिल्यानुसार मोहनस्वामीने कधीही वडिलांसमोर पैशांसाठी हात पसरला नाही. बेंगळूरला जाऊन लगेच त्याने सकाळी घरोघरी वर्तमानपत्र पोचविण्याचे काम सुरू केले. संध्याकाळी एका हॉटेलात वेटरची नोकरी केली आणि त्या उत्पन्नातून स्वतःचा उदरनिर्वाह करू लागला. स्वतःच्या वर्गमित्रांच्या घरी वर्तमानपत्र देताना त्याला लाज वाटत नव्हती, पण कसेतरीच वाटत होते. हॉटेलमध्ये वेटरचे काम करताना त्याच्या कॉलेजमधील मुली आल्या, की त्यांना

खाद्यपदार्थ आणि कॉफी पुरवितानादेखील असेच व्हायचे. पण त्याने हे आपले व्रत आहे असे समजून काम केले. ते कष्टाचे दिवस आता आठवले, की मोहनस्वामीच्या शरीरावर काटा उभा राहत असे. तरीही बारावीनंतर घराबाहेर पडल्यावर आपण वडिलांकडे एका पैशाचीदेखील मागणी केली नाही याचा मोहनस्वामीला रास्त अभिमान वाटत होता. कॉलेजची फी भागविण्यासाठी बँकेकडून घेतलेले कर्ज नोकरी मिळताच तीन वर्षांत फेडून टाकले. ही गोष्ट त्याला अभिमानाने तोंड वर करून फिरण्यास पुरेशी होती. सध्याची त्याची आर्थिक परिस्थिती उत्तम होती. पैशांची रेलचेल होती. पैशांसाठी वणवण भटकण्याचे दिवस संपले होते.

पण रजा घेऊन गावी गेल्यावर वडील आपल्यापासून एक हात लांबच असल्यासारखे वाटत होते. पूर्वीप्रमाणे दिलखुलास गप्पा म्हणा किंवा डोळ्याला डोळे भिडवून बोलणे म्हणा किंवा एकत्र कुठे फिरायला जाणे म्हणा किंवा घरी आलेल्या पाहुण्यासमोर आपल्या मुलाचे तोंडभरून कौतुक करून त्याची अभिमानाने ओळख करून देणे म्हणा, यांपैकी काही घडत नव्हते. पण आईच्या प्रेमात आणि वात्सल्यात काही फरक पडला नाही. तिचा स्वभावच मुळी भरभरून प्रेम करण्याचा. कधी कधी तिच्या प्रेमाने अजीर्ण होत असे. आपला मुलगा आता बाळ राहिलेला नाही, तो मोठा झाला आहे, हे सत्य ती स्वीकारायला तयार नव्हती. तिचे प्रेम आणि वात्सल्य म्हणजे बेंगळूरला असताना हवेहवेसे वाटणारे आणि गावी गेल्यावर अस्वलाने केलेल्या गुदगुल्यांप्रमाणे भरभरून मिळत असे. इंजिनीअरिंगचे शिक्षण संपवून उत्तम नोकरी मिळाल्यावर तिने 'लवकर लग्न करून मोकळा हो' असा लकडा लावला होता आणि लग्नाला नकार दिल्यावर मुसमुसून रडली होती. पण थोड्याच वेळात तिने स्वतःचे समाधान करून घेतले आणि नेहमीच्या कामात रमून गेली. आपल्या मुलाचे लवकर लग्न व्हावे म्हणून तिने अनेक पूजापाठ, व्रतवैकल्ये, नवस इ. करून देवांना वेठीस धरले होते. कुणीतरी सल्ला दिला म्हणून तिने अकरा आठवडे श्रीनिवास कल्याणाचे व्रत केले. या व्रतामध्ये तिरुपतीचे दैवत श्रीनिवास (×वेंकटरमण) व त्याची पत्नी पद्मावती यांचा विवाहसोहळा थाटाने साजरा करतात. पण मुलगाच लग्नासाठी तयार नसेल तर अकराच काय, अकराशे वेळा श्रीनिवास कल्याण व्रत केले, तरी काय उपयोग? त्या बिचाऱ्या श्रीनिवासाला प्रत्येक वेळी विवाहवेदीवर चढण्याची लाज कशी वाटत नाही ते केवळ तो श्रीनिवासच जाणे. आईने मात्र शेवटी हार पत्करून देवालाच माझ्या मुलाच्या लग्नाची काळजी नाही, तिथे मी विनाकारण धडपडून काय उपयोग, असा विचार करून स्वतःचे समाधान करून घेतले.

इंजिनीअरिंगचे शिक्षण संपवून मोहनस्वामीला बेंगळूरला लठ्ठ पगाराची नोकरी मिळाली. नोकरीत स्थिरस्थावर झाल्यावर एकदा तो गावी गेला तेव्हा वडिलांना

त्याने काही पैसे देऊ केले. वडिलांनी घाबरून हात मागे घेतला आणि या पैशांची मला काही जरुरी नाही. हवे तर तुझ्या आईच्या हवाली कर असे म्हणून ते पैसे घेण्यास नकार दिला. आईने मात्र अभिमानाने आणि प्रेमाने त्या पैशांचा स्वीकार केला. गावातील आपल्या सर्व मैत्रिणींना तिने मुलाने दिलेली रक्कम अभिमानाने सांगितली. पुढे त्या पैशांमधून घरासाठी आवश्यक वस्तू खरेदी करून 'माझ्या मोहनने दिली' असे सर्वांना सांगत सुटली. आईच्या आयुष्यात ही सुखाची बाब होती.

मोहनस्वामीवर आईचे अतोनात प्रेम होते. पण ती मुलाला पूर्ण ओळखू शकली नाही, ही बाब तिच्या बुद्धीच्या आवाक्याबाहेरची होती. त्याचे वडील सुबराय मात्र काही अंशी त्याला ओळखू शकले. दि हिंदू नावाचे दैनिक ते रोज संपूर्ण वाचत असत. त्यामधून त्यांना 'गे', 'होमो' या शब्दांचा परिचय झाला होता. या विषयावर त्यांनी आपल्या सहकाऱ्यांसह थोड्या संकोचाने चर्चा केली होती. मुलाने स्वतःच्या तोंडून आपली परिस्थिती स्पष्ट सांगितली नसली, तरी तो याच प्रकारातला (गे) असणार असा अंदाज त्यांना काही प्रसंगांवरून आला होता. लहानपणापासून त्याला बायकांच्या कामाची आवड होती हे त्यांच्या सुक्ष्म नजरेने टिपले होते. संक्रांतीच्या दिवशी मोहनस्वामी अंगणात मान मोडून नक्षीदार रांगोळी काढताना त्यांनी अस्वस्थ मनाने पाहिले होते. दोन्ही हातांवर तो हौसेने मेंदी रंगवून घेत असे. गौरीपूजेदिवशी मुलींच्या आधी तो गाण्यासाठी पुढाकार घेत असे. पण मुलाची ही बाल्यावस्थेतील सहज प्रवृत्ती असेल, मोठेपणी त्याची आवड बदललेली असेल असे वाटून त्यांनी तिकडे दुर्लक्ष केले होते. पण मोहनस्वामी पदवीपूर्व महाविद्यालयात शिकत असताना त्याने बहिणीच्या बांगड्या हातात चढवल्या तेव्हा सुबराय आश्चर्याने थक्क झाले आणि आपल्या चिरंजिवाच्या बाबतीत निसर्गाने काही तरी चूक केली आहे, हे त्यांच्या लक्षात आले.

'गे' म्हणजे दूर कलकत्त्यातले किंवा मुंबईतले विकृत चाळे करणारे बिघडलेले तरुण अशी त्यांची समजूत होती. पण हे महानगरातले लोण आता आपल्या गावात पोचले आहे आणि आपल्या घराचे दार बडवून आत प्रवेश करण्याच्या तयारीत आहे, हे सत्य स्वीकारताना त्यांना फार कष्ट पडले. या बाबतीत मुलाशी स्पष्ट बोलण्याची त्यांना हिंमत झाली नाही. मुळातच त्यांचा मितभाषी स्वभाव. जास्त काही न बोलता त्यांनी मुलाच्या वर्तणुकीकडे बारीक लक्ष देण्याचे ठरविले. मित्रांसोबत या विषयावर खुली चर्चा करण्यास ते धजावत नसत. पण कुणाच्या तरी तोंडून 'गे' किंवा 'होमो' किंवा 'समलिंगी संबंध' हे शब्द बाहेर पडले, तर ते कान टवकारून आणि मन एकाग्र करून सर्व काही ऐकत. त्यांचा सहकारी एकदा 'आई-वडिलांकडून मुलांचे नीट संगोपन झालं नाही, तर मुलं अशी बिघडतात

आणि त्यांच्या अंगी अशी विकृती निर्माण होते. बीज पेरून मुलं जन्माला घातली, की जबाबदारी संपत नाही. त्यांची नीट वाढ होते की नाही याकडे बारीक लक्ष द्यावं लागतं.' असे विचित्र बरळला. हे ऐकून सुबराय गोंधळात पडले. आपण मुलाच्या संगोपनात कुठे कमी पडलो की काय, आपल्या मुलाच्या या स्थितीला आपणच जबाबदार आहोत की काय, अशा शंका त्यांच्या मनात पिंगा घालू लागल्या आणि ते अस्वस्थ झाले.

मोहनस्वामी हायस्कूलमध्ये शिकत असताना त्याची एक विचित्र सवय त्यांच्या नजरेस पडली आणि ते कमालीचे अस्वस्थ झाले. त्यांच्या परसदारी एक विहीर होती. त्यांच्या आजोबांनी खोदलेल्या त्या विहिरीवर त्यांचे प्रेम होते. रोज त्या विहिरीवर स्नान करण्याचा त्यांचा प्रघात होता. एका तांब्याच्या घागरीने विहिरीचे पाणी ओढून अशा चार घागरी अंगावर ओतून घेतल्याशिवाय त्यांना समाधान मिळत नसे. कडाक्याच्या थंडीतदेखील त्यांनी या विहिरीवरचे स्नान करणे सोडले नाही. नेहमी नेसत असलेल्या चट्ट्यापट्ट्याच्या चड्डीवरून ते स्नान करत. स्नान झाल्यावर टॉवेलने अंग स्वच्छ पुसून, नंतर तो टॉवेल घट्ट पिळून तो कंबरेभोवती घेऊन डाव्या हाताने तो धरून चड्डीची नाडी सोडून चड्डी उतरवून मग तो टावेल कंबरेला घट्ट आवळून बांधत असत. त्यानंतर चड्डी विहिरीवरच्या कट्ट्यावर साबणाने धुऊन ती तिथेच टांगलेल्या दोरीवर वाळत घालून मगच ते देवघरात प्रवेश करत.

सुबराय स्नान करण्यासाठी विहिरीकडे निघाले, की बालवयाचा मोहनस्वामी लगबगीने माडी चढून वर जात असे. सुरुवातीला बरेच दिवस मोहनस्वामीची ही सवय त्यांच्या लक्षात आली नाही. पण एकदा माडी चढताना त्यांनी मोहनस्वामीला पाहिले आणि त्यांनी हटकून त्याला विचारले, "असा का गडबडीने माडी चढतोस? सावकाश चढून जा. पायरी चुकून धडपडलास तर पाय मोडून घेशील." पुढचे काही दिवस अशीच गडबडीने त्याला माडी चढताना वडिलांनी पाहिले आणि त्यांना कसलीशी शंका आली. "नेहमी तू या वेळीच का माडी चढून जातोस?" म्हणून त्यांनी एकदा मोहनस्वामीला खडसून विचारले. पण समाधानकारक उत्तर मिळाले नाही. त्यानंतर त्यांनी मोहनस्वामीच्या हालचालीवर नीट लक्ष ठेवायचे ठरवले. दुसऱ्या दिवशी विहिरीवर गेल्यावर त्यांना माडीवरच्या खिडकीतून दोन लहान डोळे आपल्या देहावर रोखलेले दिसले. आपण कपडे बदलत असताना आपला अर्धनग्न देह पाहण्यासाठी मोहनस्वामी गडबडीने माडी चढून जातो आहे, हे सत्य दृष्टीस पडल्यावर त्यांना असह्य दुःख झाले. देवघरात पूजा करताना 'भगवंता, हे कसले घोर संकट आमच्यासमोर उभे केलेस, म्हणून देवाकडे दीनपणे आपली कैफियत मांडली. दुसऱ्या दिवशीपासून स्नानाला जाताना मोहनस्वामीला माडी चढताना

पाहिले, की त्याच्या अंगावर खेकसून ते म्हणत "ए, माडी चढून कुठं निघालास? उतर खाली आणि अभ्यासाला बस." या प्रयत्नाने मोहनस्वामीची ती घाणेरडी सवय बंद पडली खरी. पण अशा जबरदस्तीने सवयीवर पायबंद घातला, तरी मूळ स्वभाव थोडाच बदलणार?

आपल्या वाचनात आलेल्या 'गे' जनांच्या स्वभावानुसार मोहनस्वामीचा स्वभाव दिसतो हे सत्य स्वीकारण्यास सुबराय तयार नव्हते. तो अजून बालवयाचा आहे. मोठेपणी त्याचा स्वभाव बदलण्याची शक्यता आहे, असा विचार करून त्यांनी स्वतःचे समाधान करून घेतले. पण त्याची देहबोली, आवाजातील चढ-उतार, त्याची नजर, त्याच्या आवडत्या आणि नावडत्या वस्तू हे सर्व पाहिले, तर त्यांच्या समजुतीला तडा जाईल असे वाटत होते. त्यानंतर एका रात्री घडलेल्या त्या घृणास्पद घटनेने त्यांच्या आशा धुळीला मिळविल्या आणि मुलाच्या खऱ्या स्वभावाचे दर्शन त्यांना झाले.

ते राहत असलेले घर छोटेसे होते. प्रत्येकाला स्वतंत्र बेडरूम नव्हती. सर्वांना माजघरात झोपण्याशिवाय पर्याय नव्हता. माजघरात दोन-तीन गाद्या घालून, भिंतीला लागून घातलेल्या गादीवर त्यांची पत्नी सुभद्राताई झोपत असे. बाजूला स्वतः सुबराय, त्यांच्या बाजूला मुलगा मोहनस्वामी आणि त्याच्या बाजूला मुलगी जानकी; असे कुटुंबातील चौघेही सदस्य एका ओळीत झोपलेले असत. मुले शेजारी झोपत असल्यामुळे आई-वडिलांना एकांत क्वचितच मिळत असे. मुले गाढ झोपी गेल्यावरच दोघे एकत्र येत. पण मुलांना गाढ झोप लागेपर्यंत या दोघांना जागे राहणे कठीण वाटत होते. शिवाय या वयात त्यांना एकत्र येण्याची फारशी उत्कंठादेखील नव्हती. त्यामुळे मुले झोपी जाण्याआधीच हे दोघेही झोपेच्या अधीन झालेले असत. मध्यरात्री कुणा एकट्याला जाग आली तर त्याने किंवा तिने दुसऱ्याला जागे करून मगच दोघे एकांत साधत असत. मुले मोठी झाल्यापासून या पद्धतीचा अवलंब त्यांनी सुरू केला होता.

एकदा मध्यरात्री कुणीतरी आपल्या शरीराचा छोटा नाजूक भाग हातात धरून कुरवाळत आहे असे वाटून सुबराय यांना जाग आली. आपल्या पत्नीने कुरवाळले आहे असे वाटून ते उद्दीपित झाले आणि डावीकडे वळून त्यांनी तिला मिठी मारली. या मिठीमुळे गाढ झोपलेली त्यांची पत्नी जागी झाली आणि वैतागाने ती पतीवर खेकसली, "अहो! काय करता हे? या उकाड्यानं माझा जीव आधीच हैराण झालाय आणि तुम्हाला मिठी मारायची सुचतेय? चला वळा त्या बाजूला आणि मुकाट्याने झोपा. आता या भलत्या वेळी काही नको." असे म्हणून कूस बदलून ती पुन्हा झोपी गेली. "अगं असं काय करतेस? तूच मला जागं करून आता नको म्हणतेस?" सुबराय आपल्या पत्नीची समजूत घालण्यासाठी म्हणाले. पण हे

तिला ऐकू गेले नाही, कारण कूस बदलल्यावर तिला लगेच गाढ झोप लागली होती. सुबरायदेखील आपली कूस बदलून झोपी गेले आणि झालेली घटना विसरून गेले. पण पुढील काही दिवसांत या घटनेची दोनदा पुनरावृत्ती झाली तेव्हा त्यांना वेगळीच शंका आली. शेजारी झोपलेल्या मोहनस्वामीकडे त्यांनी वळून पाहिले. कसलाही आवाज न करता झोपलेल्या मोहनस्वामीकडे पाहून त्यांची खात्री झाली, की हे काम मोहनस्वामीचेच आहे. मोहनस्वामीला झोपेत घोरण्याची सवय होती. पण आता घोरण्याचा आवाज येत नव्हता. त्यांनी त्याला हलवून जागे करण्याचा प्रयत्न केला. पण त्याने डोळे उघडले नाहीत. झोपी गेलेल्याला जागे करणे सोपे आहे. पण झोपेचे सोंग घेतलेल्याला जागे करणे शक्य नाही. आपल्या मुलाने केलेले हे हिडीस कृत्य त्यांच्या पचनी पडले नाही. त्यांची झोप पार उडून गेली. ते गादीवरच आपले डोके हातात गच्च धरून बराच वेळ पडले होते. डोळ्यांतून अश्रूंची धार लागून त्यांची उशी भिजून चिंब झाली होती.

पण दुसऱ्या दिवशी ही घटना त्यांनी आपल्या पत्नीला जशीच्या तशी स्पष्ट सांगणे टाळले. हे अप्रिय सत्य नीट समजण्याइतपत तिचे सामान्य ज्ञान कच्चे होते, याची त्यांना चांगली जाणीव होती. रात्री झोपण्याच्या व्यवस्थेमध्ये बदल करण्याचे त्यांनी पत्नीला सुचविले. "मुले आता मोठी झाली आहेत. त्यांची झोपण्याची व्यवस्था वेगळी करायला हवी." असे म्हणून त्यांनी मुलांची गादी पलीकडच्या कोपऱ्यात हलवली. पण त्यांच्या पत्नीला ही कल्पना पसंत पडली नाही. "अहो, ती अजून लहानच आहेत. दूर झोपली तर मध्यरात्री घाबरून उठतील." असे म्हणून तिने आपला विरोध नोंदवला. सुबराय तिच्या अंगावर खेकसत म्हणाले, "मी सांगतो ते मुकाट्यानं ऐक. आपली अक्कल पाजळू नकोस." कधीही वरच्या पट्टीत न बोलणारा आपला नवरा आज आवाज चढवून आपल्यावर खेकसतो आहे हे पाहून त्या माऊलीने ओळखले, की आज स्वारीचे काही तरी बिनसले आहे. काही उत्तर न देता तिने गप्प राहणे पसंत केले. तेव्हापासून मुले दूर कोपऱ्यात झोपू लागली. कुणीही न सांगता मोहनस्वामीला याचा अर्थ बरोबर समजला. त्यानंतर वडिलांच्या बाबतीत तो सतर्क राहू लागला. कालांतराने तरुण मुलांकडे तो आकर्षित होऊ लागला आणि वय झालेल्या वडिलांशी सलगी करणे त्याला आवडेनासे झाले.

मुलाच्या स्वभावाचे व्यवस्थित आकलन झाल्यावर वडिलांनी मोहनस्वामीला शिव्या देणे, ओरडून बोलणे, मारणे हे सर्व बंद केले. त्यासाठी देखील एक अप्रिय घटना कारणीभूत ठरली. सुबराय हायस्कूलमध्ये शिकत असताना घडलेली ही घटना. त्यांचा एक बालमित्र तिप्पेस्वामी याने विहिरीत उडी मारून आत्महत्या केली होती. त्याचे विहिरीत तरंगत असलेले प्रेत पाहून सुबराय अतोनात दुःखी झाले

होते. ती आठवण झाली, की अजूनही त्यांच्या हाता-पायांना कंप सुटतो. गावात जत्रा भरली होती. जत्रेच्या तिसऱ्या दिवशीच तिप्पेस्वामीने आत्महत्या केलेली बातमी सर्वत्र पसरली. त्याचे प्रेत पाहण्यासाठी सर्व गाव लोटले होते आणि सर्वांनी विहिरीभोवती कोंडाळे केले होते. दहावीच्या वर्गात शिकणाऱ्या त्या मुलाचे प्रेत पाहून सर्वजण हळहळ व्यक्त करीत होते. एक तरुण मुलगा प्रेत बाहेर काढण्यासाठी विहिरीत उतरला होता आणि ते पाहताना तिप्पेस्वामीचे वडील विहिरीच्या कठ्ठ्यावर बसून दुःखावेगात बुडाले होते. आत्महत्येचे कारण कुणालाही माहीत नव्हते आणि ते काय असेल याचे तर्क-वितर्क सर्वजण करत होते. दुसऱ्या दिवशी हायस्कूलमध्ये तिप्पेस्वामीला श्रद्धांजली देण्यासाठी सर्वांना उभे राहण्याची विनंती करून एक मिनिटाचे मौन पाळण्याची सूचना करण्यात आली. त्या वेळी दुःख उफाळून येऊन सुबराय ओक्साबोक्सी रडले होते. आपल्या परममित्राच्या आत्महत्येचे कारण काय असेल, याचा त्यांना अंदाज होता. दोन दिवसांपूर्वी जत्रेमध्ये असे काय घडले होते, की ज्यामुळे तिप्पेस्वामीला आत्महत्या करावी लागली?

जत्रेसाठी आसपासच्या गावांतून बरेच लोक जमले होते. त्यामुळे जत्रेमध्ये खचाखच गर्दी झाली होती. एकाच वेळी दोन रथांची मिरवणूक निघाल्यामुळे इतकी गर्दी झाली होती. नजर जाईल तिथे गर्दीशिवाय दुसरे काही दिसत नव्हते. सुबराय आणि तिप्पेस्वामीसह त्यांचे इतर मित्र या सर्वांनी जत्रेमध्ये धमाल करण्याचा संकल्प केला होता. त्यांच्या संकल्पातील धमाल करण्याचा महत्त्वाचा भाग म्हणजे जत्रेला जमलेल्या मुलींचे चेहरे पाहणे, त्यांच्या शरीराला चोरटा स्पर्श करून तो कुरवाळणे. बाकी जत्रेमध्ये खाणे-पिणे ही त्यांच्या दृष्टीने दुय्यम बाब. तिप्पेस्वामीने देखील यात उत्साहाने भाग घेतला होता. पण मुलींची छेडछाड करण्यात तिप्पेस्वामीचा उत्साह जरा कमीच आहे हे सुबराय जाणून होते. मुलींच्या विषयात उत्साहाने गप्पा मारणे असो किंवा गळ टाकून त्यांना वश करण्याची धडपड असो; याबाबतीत तिप्पेस्वामीचा उत्साह शून्य होता. सर्वजण मुलींबाबत चर्चा करू लागले, की ग्रुपमधून बाहेर पडण्याची पाळी येऊ नये म्हणून तिप्पेस्वामी त्यात नाममात्र भाग घेत असे आणि मुलींबद्दल काही तरी बोलत असे. पण त्याचे हे बोलणे मनापासून नक्कीच नव्हते. तो सुबराय यांच्याशी नको इतकी लगट करत असे. त्यांच्या अंगाशी झटत असे. लघवी करताना त्यांच्याकडे आशाळभूतपणे पाहत असे. हे बारकावे सुबराय यांच्या नजरेतून सुटले नव्हते. पण त्या बालवयात हे सर्व अनैसर्गिक, वावगे किंवा चुकीचे असेल असे त्यांना वाटले नाही.

जत्रेच्या गजबजाटात एक छोटीशी अप्रिय घटना घडली होती. सर्वजण मुलींचे चेहरे पाहण्यात आणि त्यांना स्पर्श करण्याच्या प्रयत्नात गर्क होते. अचानक गावातील एका प्रतिष्ठित इसमाचा तरुण मुलगा रुद्रगौडा याने रागाने लाल होऊन

तिप्पेस्वामीच्या शर्टाची कॉलर धरून त्याला खेचले आणि त्याच्या श्रीमुखात दोन भक्कम प्रहार केले. त्याला काहीही विरोध न करता तिप्पेस्वामी 'चूक झाली, चूक झाली, क्षमा करा' अशी दीनवाणी याचना करू लागला. अशा याचनेला भीक न घालता रुद्रगौडाने त्याच्या गालांवर आणखी एक जोराचा प्रहार केला आणि त्याला जमिनीवर लोळविले. सुबरायसह त्याचे सर्व मित्र तिथे गोळा झाले आणि 'काय झाले?' म्हणून चौकशी करू लागले. पण त्या दोघांनीही काही उत्तर दिले नाही. तिप्पेस्वामी रडत रडत घरी गेला.

तिप्पेस्वामीने आपली चूक झाल्याचे कबूल केले असले, तरी ती कसली चूक किंवा आगळीक होती हे त्याने किंवा रुद्रगौडाने सर्वांसमक्ष स्पष्ट केले नाही. याचे मुख्य कारण म्हणजे तिप्पेस्वामीच्या आणि रुद्रगौडाच्या दोन कुटुंबांमधील हाडवैर. जत्रेच्या दुसऱ्या दिवशी सकाळी रुद्रगौडा तिप्पेस्वामीच्या घरी गेला होता आणि अंगणात उभा राहून तावातावाने ओरडत होता. ते ऐकून आसपासचे सर्व लोक जमले. "तू स्वतःला बाप म्हणवतोस आणि या कसल्या मुलाला जन्म दिलास रे मामा? काल जत्रेमध्ये तुझ्या या मुलानं माझं लिंग धरून ओढलं. हा पुरुष आहे की कसलं सोंग? त्याला साडी नेसव आणि जोगतीण बनवून टाक." असे म्हणून तो जमिनीवर पचकन् थुंकला. घडलेली घटना सर्वांना समजेल इतपत जोराने ओरडून त्याने सांगितली. जमलेले सर्वजण फिदीफिदी हसू लागले. तिप्पेस्वामीच्या वडिलांना हा अपमान बराच झोंबला. त्यांनी तिप्पेस्वामीला बखोट्याला धरून बाहेर आणले आणि सर्वांसमक्ष विचारले, 'हा म्हणतो ते खरं की खोटं स्पष्ट सांग." तिप्पेस्वामी अतिशय घाबरला होता. त्याने रडत रडत कबुली दिली आणि क्षमायाचना केली, "बाबा, चूक झाली, चूक झाली, पुन्हा असं करणार नाही." सर्वांसमक्ष त्याच्या वडिलांची अब्रू गेली होती. त्यांचा चेहरा रागाने लाल झाला होता. जन्मजन्मांतरीचा द्वेष आता पराकोटीला गेला होता. बाजूलाच असलेला चिंचेचा फोक त्यांनी उचलला आणि त्याचे रपारप वार मुलावर केले. तिप्पेस्वामीच्या शरीरावर छडीच्या माराचे मोठे वळ उठले होते. ते पाहूनदेखील त्यांचा राग शांत झाला नाही. शेवटी एका वडीलधाऱ्या इसमाने मध्ये पडून तिप्पेस्वामीची सुटका केली. तिथे जमलेल्या लोकांमध्ये तिप्पेस्वामीचे जानी दोस्त सुबरायदेखील होते. अत्यंत दीनवाण्या चेहऱ्याने तिप्पेस्वामीने सुबरायसमोर हात जोडून याचना केली, 'कसंही करून मला यातून वाचव रे सुबू.' तिप्पेस्वामीचा तो चेहरा आठवला, की अजूनदेखील त्यांच्या हाता-पायांना कंप सुटतो.

दुसऱ्या दिवशी सकाळी गावातल्या मोठ्या विहिरीत तिप्पेस्वामीचे प्रेत तरंगताना दिसले. पोटात पाणी शिरून प्रेत चांगलेच फुगले होते. प्रेताच्या शरीरावर छडीचे वळ अजूनदेखील स्पष्ट दिसत होते. आत्महत्येमागे तिप्पेस्वामीचीच चूक आहे असे

गृहीत धरून बापाने रागाने मारले म्हणून काय या पोराने अशी टोकाची भूमिका घ्यायची, असे तिथे जमलेले लोक एकमेकांत कुजबुजत होते. रुद्रगौडादेखील प्रेताचे दर्शन घेण्यासाठी हजर झाला होता. आता मुलगा चुकीच्या वळणावर गेला, त्याचे पाऊल घसरले, तर आपण वडील माणसांनी सांभाळून घ्यायला नको का? त्याच्या आगळिकीकडे काना डोळा करून कसे भागेल? असे म्हणून सर्वांसमक्ष त्याने आपल्या कृत्याचे समर्थन करण्याचा प्रयत्न केला.

आपला मुलगा मोहनस्वामी त्याच मार्गाने वाटचाल करीत असेल की काय, अशी शंका सुबराय यांच्या मनात डोकावली होती. बालवयात तिप्पेस्वामीची वर्तणूक त्यांना नीट समजली नव्हती. पण आता मोहनस्वामीच्या वर्तणुकीवरून सर्व काही स्पष्ट समजले होते. मोहनस्वामीच्या डोळ्यांत डोळा घालून पाहिल्यावर त्यात त्यांना तिप्पेस्वामीची झाक दिसत होती आणि ती तशी दिसली, की त्यांच्या छातीचा ठोका चुकत असे. याच कारणामुळे त्यांनी मोहनस्वामीशी चढ्या आवाजात बोलणे किंवा त्याला धाक दाखवणे, मारबडव करणे बंद केले होते. तरीही मनाच्या एका कोपऱ्यात मोहनस्वामीची वर्तणूक त्यांचा मानसिक छळ करीत होती. याआधी ते मोहनस्वामीशी खेळत-बागडत असत. त्याला हसवत असत, त्याला उचलून घेऊन त्याच्याशी दंगामस्ती करत असत. पण यापुढे तसे चालू ठेवणे त्यांना प्रशस्त वाटत नव्हते. त्याच्याकडे पाहिले, की ही आपल्या पुरुषत्वाची हार आहे असे त्यांना वाटत होते. त्यांना आपल्या मनातील दुःख कुणाकडे तरी उघड करण्याची इच्छा होती. पण नक्की कुणाकडे हे समजत नव्हते. बराच विचार करून अखेर त्यांनी आपल्या पत्नीला एकटेच गाठले. तिच्यासमोर हा विषय मांडला. तिला 'गे' किंवा 'होमो' हे शब्द समजणार नाहीत याची खात्री होती. म्हणून शक्यतो तांत्रिक शब्द न वापरता, अप्रत्यक्ष रीतीने या विषयाला वाचा फोडावी या उद्देशाने ते म्हणाले,

"का कोण जाणे, पण मोहनस्वामीची योग्य वाढ होत नाही असं दिसतं." त्यांना नक्की काय म्हणायचे आहे ते त्यांच्या पत्नीला समजलेच नाही.

"त्याला काय धाड भरलीय? व्यवस्थित खाऊन पिऊन चांगला ताड माड वाढलाय. दिसायला देखणा आहे. त्याच्याकडे पाहत रहावे असं वाटतं. पण मेली माझीच दृष्ट लागेल त्याला." तिच्या बोलण्यात तिचे वात्सल्य जाणवत होते. विषय भलतीकडे चाललाय असे दिसताच सुबराय आवंढा गिळून थेट म्हणाले,

"तसं नव्हे गं. त्याच्यात अजून पौरुषत्व आलेलं नाही असं मला म्हणायचं आहे. तो अजून विवाहयोग्य झालेला नाही, अशी शंका माझ्या मनात आहे." यावर सुभद्राताईंना राग आला. त्या म्हणाल्या,

"तुमचं डोकं ठिकाणावर आहे का? तुम्ही काय बोलताय हे समजतं का?

आपल्या पोटी जन्माला आलेल्या मुलाबद्दल कुणी असं अभद्र बोलतात का?'' पतीचे बोलणे ऐकून त्यांना वाईट वाटले आणि त्यांच्या डोळ्यांतून अश्रू टपकू लागले. कशाला म्हणून हा विषय हिच्यासमोर काढला असे सुबराय यांना वाटले.

''प्रत्येक वेळी रडूनच विषय संपवण्याची तुझी वाईट सवय आहे. मला काय म्हणायचं आहे ते नीट लक्षात घे. मला जे वाटलं ते मी स्पष्ट केलं. तुला विश्वास ठेवायचा असेल तर ठेव, नाहीतर सोडून दे. त्यासाठी रडण्याची काय जरूर आहे?'' असे म्हणून ते परसदारी निघून गेले. मनसोक्त रडून झाल्यावर सुभद्राताईने आपले डोळे पुसले आणि मनाशी निर्धार करून हलक्या पावलांनी परसदारी येऊन नवऱ्यासमोर उभ्या राहिल्या आणि ''नेहमी मनापासून आणि निष्ठेने मी भगवंताची पूजा करत आलेली आहे. देव माझ्या विश्वासाला कधीही तडा जाऊ देणार नाही. तो सदैव माझ्या पाठीशी असेल, याची मला खात्री आहे.'' असे खंबीर स्वरात म्हणून उलट पावली घरात शिरल्या.

सुभद्राताई नवऱ्याशी खंबीरपणे बोलल्या असल्या, तरी मनातून त्या कासावीस झाल्या होत्या. आपल्या पोटात नऊ महिने वाढवून नंतर रक्तामांसासह बाहेर आलेल्या आपल्या मुलाच्या बाबतीत काहीही वाईट-साईट ऐकण्यास त्या तयार नव्हत्या. प्रेमाच्या आणि वात्सल्याच्या महापुरात लहानाचा मोठा झालेल्या आपल्या मुलाचे असे काही वाईट होणारच नाही, यावर त्यांचा ठाम विश्वास होता. तरीही कुठे तरी काही तरी चुकते आहे असे आतून वाटत होते आणि त्यामुळे त्या कासावीस होत होत्या. अगदी परवाच्या दिवशी विहिरीवरून घागर भरून घेऊन ती खांद्यावर धरून किंवा हातावर तोलून न आणता स्त्रियांप्रमणे काखेत धरून आणताना त्यांनी मोहनस्वामीला पाहिले होते. ते पाहून नको नको त्या शंका मनात येऊन त्या अवस्थ झाल्या होत्या. याआधी देखील खांद्यावरून घागर घेऊन येण्याची अनेक वेळा सूचना करूनदेखील त्याने आपल्या सवयीमध्ये बदल केला नाही. आपल्या समवयस्क मित्रांसह मैदानी खेळ खेळण्याची आवड त्याला कधीही निर्माण झाली नाही. याउलट सुभद्राताई हौसेने शिकत असलेले प्लॅस्टिक वायरपासून पिशवी विणण्याचे कसब मोहनस्वामीने फक्त एक-दोनदा पाहून आत्मसात केले आणि पिशवी तयार करूनदेखील दिली. इंजिनीअरिंगच्या दुसऱ्या सेमिस्टरमध्ये शिकत असताना मोहनस्वामीचे एक विचित्र स्वभाववैशिष्ट्य त्यांच्या नजरेस पडल्यावर त्या कमालीच्या अस्वस्थ झाल्या होत्या. डाव्या हातात कुंकू आणि तूप एकत्र कालवून उजव्या हाताने आरशात पाहून त्याचा लेप ओठांवर लावताना त्यांनी मोहनस्वामीला पाहिले. आपला मुलगा मुलींप्रमाणे शृंगार करतो आहे, याचा विस्मय तर वाटलाच, शिवाय त्यांच्या छातीचा एक ठोका चुकला. मोहनस्वामीने लग्न न करण्याचा निश्चय केला त्यावरून गावातील महिला अधूनमधून त्याच्या

पौरुषत्वाबद्दल शंका घेत असल्याचे त्यांच्या कानावर आले होते.

मोहनस्वामीला बेंगळूर येथे चांगली नोकरी मिळाल्यावर दोन वर्षांनी तो गावी आला होता. गावी पोचला तेव्हा संध्याकाळ झाली होती. रात्री पोटभर जेवून तो गाढ झोपला होता. बेंगळूरच्या हॉटेलमधील बेचव पदार्थ सेवन करून कंटाळलेला आपला मुलगा इथे आल्यावर पानात वाढलेले सर्व जिन्नस चवीने भक्षण करून शांत घोरत पडलेला पाहून सुभद्राताईच्या आनंदाला सीमा राहिली नाही. मध्यरात्री सर्वजण झोपलेले असताना सुभद्राताई हलक्या पावलांनी आपल्या मुलाच्या कॉटच्या कोपऱ्यावर येऊन बसल्या. त्यांनी मुलाची जी परीक्षा घ्यायची ठरवली होती, त्याची त्यांनाच लाज वाटत होती. पण सत्य शोधण्याचा हट्ट त्यांचाच होता. काही झाले तरी मोहन माझा मुलगा. त्याला नऊ महिने पोटात वाढवणारी मीच. कितीही मोठा झाला, तरी अजून तो माझा लाडका बाळच आहे. तो जन्माला आल्यावर मी स्वतः त्याचे कुल्ले धुतलेले आहेत. त्याचे सर्व कपडे उतरवून पूर्ण नग्न अवस्थेमध्ये न्हाणीघरात त्याला स्नान घालणारी मीच. तो तापाने फणफणलेला असताना मीच त्याची चड्डी बदललेली आहे. मला कसली लाज आणि कसला संकोच? 'भगवंता, मी काही चुकीचे करत असेल तर मला क्षमा कर. यामागे माझा कोणताही वाईट उद्देश नाही.' अशी देवाची मनोभावे प्रार्थना करून त्यांनी मोहनस्वामीच्या अंगावरची चादर हळूच बाजूला केली, त्याची लुंगी सरकवली आणि लाजेने चूर होऊन त्याचे शिश्न हातात धरून पाहिले. त्यांना ते लांब वाढलेले आणि ताठर झालेले पाहून अत्यानंद झाला. सर्व शंकांचे समाधान झाले आणि त्यांची अस्वस्थता पळून गेली.

पण त्या स्पर्शाने मोहनस्वामीला जाग आली. आपल्या नाजूक भागाला कुणी तरी स्पर्श केलेला त्याला समजला. त्याने डोळे उघडून पाहिले, तर समोर कॉटच्या कोपऱ्यावर बसलेली आई दिसली. तो किंचित भयग्रस्त झाला आणि शरमिंदादेखील झाला. "हे काय आई?" असे अतिशय दुःखी स्वरात म्हणून तो उठून उभा राहिला आणि सुटलेली लुंगी पुन्हा बांधली. मुलाला आपले कृत्य समजले म्हणून सुभद्राताईदेखील गोंधळल्या. पण लगेच स्वतःला सावरून म्हणाल्या, "आईचं मन तुला कधीच समजणार नाही. तुझ्यात पौरुषत्व आहे की नाही याबद्दल संपूर्ण गावात चर्चा सुरू आहे. सत्य काय आहे हे न सांगता तू देखील गप्पच आहेस. अशा परिस्थितीत मी तरी काय करू?" त्यांच्या डोळ्यांना अश्रूंची धार लागली. मोहनस्वामीला परिस्थितीचा पूर्ण उलगडा झाला. पण यावर कशी प्रतिक्रिया द्यावी हे न समजून तो गप्प राहिला. सुभद्राताईंनी आपला शोक आवरला. स्वतःला सावरून त्या म्हणाल्या, "आपला देव महान आहे. त्यानं माझ्या पोटी जन्माला घातलेला मुलगा पुरुष आहे याची आता मला खात्री झाली आहे. आता मी कुणाला घाबरणार नाही. गावात कुणी काही बडबडलं तरी मला त्याची पर्वा नाही." मोहनस्वामीच्या

मस्तकावरून त्यांनी हात फिरवला. त्याच्या कपाळावर वात्सल्याने भरलेल्या चुंबनाचा शिक्का मारला आणि 'आता तू निवांत झोप माझ्या राजा' असे म्हणून त्या देवघरात गेल्या. देवासमोर तुपात भिजवलेली फुलवात पेटवून, 'देवा तू आमच्या पाठीशी सदैव आहेस याची खात्री आहे' असे देवाचे आभार मानून, त्याला भक्तिभावाने हात जोडून नमस्कार केला आणि माघारी वळून त्या पतीच्या शेजारी जाऊन बिछान्यावर आडव्या झाल्या. सुबराय यांना जागे करून त्यांनी 'माझा मुलगा खरोखर पुरुष आहे असे मी खात्रीने सांगू शकते. तुम्ही निश्चिंत असा' असे आनंदाने त्यांना सांगितले.

आईने जो खटाटोप केला, तो पचविणे मोहनस्वामीला कठीण झाले. बराच वेळ तो बिछान्यात तळमळत पडला होता. त्या वेळी त्याचे शिश्न ताठर झाले होते, त्याचे कारण म्हणजे त्याच्या स्वप्नात आलेला एका सुंदर तरुणाचा नग्न देह. पण हे सत्य आईला स्पष्ट सांगितले, तर त्याचा खरा अर्थ तिला कधीच समजला नसता असे वाटून त्याच्या शरीराला किंचित कंप सुटला. आपल्या अगतिक परिस्थितीवर उसासा सोडण्याव्यतिरिक्त तो काही करू शकत नव्हता. त्याची झोप उडाली. दुसऱ्या दिवशी आई-वडिलांच्या समोर वावरणे त्याला कठीण जाईल असे वाटून भल्या पहाटे आपली बॅग भरून तो बेंगळूरला परत निघून गेला. त्यानंतर पुन्हा गावी जाण्याची उत्सुकता त्याला वाटली नाही.

मोहनस्वामी पदवीपूर्व महाविद्यालयात शिकत असताना सुबराय आपल्या एका मित्राच्या मुलाच्या विवाहाची बोलणी करण्यासाठी बळ्ळारीला गेले होते. त्यांच्या मित्राने त्यांना जबरदस्तीने बोलावून आपल्यासोबत नेले होते. सुबराय स्पष्ट काही बोलणारा इसम नाही याची जाणीव असूनदेखील, 'तू माझ्या शेजारी बसलास, की मला बोलायला धीर येतो. म्हणून तू माझ्याबरोबर आलास तर बरं होईल' अशी विनंती करून त्यांच्या मित्राने सुबराय यांना सोबत नेले होते. ठीक दुपारी दोन वाजता बोलणी सुरू झाली. वरदक्षिणेचा मुद्दा निघाल्यावर बरीच घासाघीस होऊन अखेर पन्नास हजारांवर दोन्हीकडची मंडळी कबूल झाली. दोन किलो चांदीचे जिन्नस, चाळीस तोळ्यांचे सोन्याचे दागिने, मुलासाठी एक बजाज स्कूटर आणि एक भारी किमतीचे मनगटी घड्याळ देण्याचे वधुपक्षाने कबूल केले. पुरोहितांना बोलावून त्यांच्या मध्यस्थीने रीतसर याद्या करून दोन्ही व्याह्यांनी आणि त्यांच्या साक्षीदारांनी त्यावर सह्या केल्या. वरपक्षाचे साक्षीदार म्हणून सुबराय यांना सही करण्याची विनंती त्यांच्या मित्राने केली. सही करतेवेळी सुबराय यांना आपल्या मुलाच्या भवितव्याचा विचार मनात येऊन हात थरथरू लागला. आपल्या मुलाच्या नशिबात विवाहयोग नसल्यामुळे वरपक्षाचा मानसन्मान आपल्याला कधीच मिळणार नाही, असा विचार मनात येऊन ते दुःखी झाले. 'आपल्या आयुष्याच्या पुढील वाटचालीसाठी

मोहनस्वामीकडून कसलीच मदत मिळणार नाही. त्याच्याकरवी आपल्या वंशाचा उद्धार होणेदेखील शक्य नाही आणि त्यामुळे आपल्या मृत्यूनंतर आपल्याला स्वर्गात प्रवेश मिळणार नाही. अशा षंढ मुलाला आपण जन्म दिल्यामुळे जन्मभर समाजाकडून अवहेलना सहन करत बसावे लागणार. सर्वांसमोर ताठ मानेने वावरण्याऐवजी मान खाली घालून सर्व आयुष्य जगावे लागणार' अशा विचारांनी त्यांच्या मनात थैमान घातले. काही केल्या हे विचार त्यांचा पिच्छा सोडत नव्हते. बोलणी करून गावी परत येईपर्यंत या विचारांचा पगडा त्यांच्या मनावर होता. गावी परतल्यावर मोहनस्वामीच्या बाबतीत त्यांचा स्वभाव पूर्ण बदलला. यापुढे मोहनस्वामीबरोबर प्रेमाने वागणे त्यांना जमणार नव्हते. त्याच्यासाठी काही पैसे खर्च केले, तर ते पैसे पाण्यात बुडाल्यासारखेच, असे त्यांना वाटले. मुलाच्या डोळ्याला डोळा भिडवून बोलणे त्यांनी बंद केले. त्याची एकंदर वर्तणूक आणि त्याने व्यक्त केलेल्या इच्छा-आकांक्षा यांची त्यांना किरकिर वाटू लागली. सुभद्राताई मुलाबद्दल प्रेमाने आणि अभिमानाने बोलू लागल्या, की सुबराय यांच्या अंगाचा तिळपापड होत असे. लहानपणी तिप्पेस्वामी प्रकरणात त्यांना तिप्पेस्वामीबद्दल अनुकंपा आणि सहानुभूती वाटत होती. पण आता मुलाच्या बाबतीत आलेल्या अनुभवानंतर तो आपला भोळसटपणा होता, असे त्यांना वाटू लागले.

त्यानंतर काही महिन्यांतच मोहनस्वामीच्या एंट्रन्स परीक्षेचा निकाल जाहीर झाला. मोहनस्वामी उत्तम मार्क मिळवून उत्तीर्ण झाला होता आणि बेंगळूरच्या सरकारी इंजिनीयरिंग कॉलेजमध्ये त्याला प्रवेश मिळाला होता. गावातील सर्वजण मोहनस्वामीचे अभिनंदन करत होते. पण सुबराय मात्र चिंताग्रस्त झाले होते. मुलाच्या इंजिनीअरिंगच्या शिक्षणासाठी फक्त फीच्या स्वरूपात कमीत कमी चाळीस पन्नास हजारांच्या खर्चाचा अंदाज त्यांनी केला होता. त्याशिवाय त्याच्या हॉस्टेलमध्ये राहण्याचा, बोर्डिंगमध्ये खाण्या-जेवणाचा, गावी येऊन परत जाण्याचा प्रवासखर्च वेगळाच. पुढे कधी तरी तो विवाह करण्याची शक्यता अजिबात नव्हती. त्यामुळे वरदक्षिणेवर पाणी सोडावे लागणार. त्याच्या हातून वंशविस्तार किंवा पितरांचा उद्धार होणे शक्य नव्हते. अशा परिस्थितीत त्याच्या शिक्षणासाठी असा पाण्यासारखा पैसा खर्च करणे मूर्खपणाचे ठरेल. त्याऐवजी हाच पैसा मुलीच्या लग्नासाठी खर्च केला, तर निदान तिचे तरी कल्याण होईल, असे त्यांना वाटले.

मुलाच्या इंजिनीअरिंगच्या शिक्षणाबद्दल त्यांचा निर्णय पक्का होता. आपल्या हातून हा खर्च झेपणार नाही, असे स्पष्ट सांगून त्यांनी आपले अंग काढून घेतले. मोहनस्वामीने इंजिनीअरिंगचा हट्ट सोडून द्यावा आणि गावातच डिग्री कॉलेजमध्ये शिकून मिळेल ती नोकरी करावी असे त्यांनी अप्रत्यक्ष रीतीने सुचवून पाहिले. पण मोहनस्वामीच्या अंगी इतके धैर्य कसे आणि कुठून आले कोण जाणे. मोहनस्वामीने

आपला इंजिनीअरिंग शिकण्याचा हट्ट सोडला नाही. नवऱ्याच्या विचारांमागची पार्श्वभूमी सुभद्राताईंना समजली नाही. मोहनस्वामीला नाउमेद करू नये यासाठी त्यांनी नवऱ्याची मनधरणी केली. "मुलाच्या शिक्षणासाठी तुमच्याकडे पैसे नसतील तर कुठून तरी कर्ज काढता येतं का ते पहा. आपल्याला आहे तो हा एकटाच मुलगा. हवं तर माझ्या अंगावरचे दागिने काढून देते. ते विकून पैसा उभा करा" अशी त्यांनी कळकळीची विनंती केली. पण नवऱ्याच्या मनावर त्याचा काहीच परिणाम झाला नाही. ते आपल्या निर्णयावर ठाम होते. मुलगादेखील आपला हट्ट सोडायला तयार नाही हे पाहून "तुझी मर्जी. काय हवं ते कर" असे म्हणून सर्व जबाबदारी मुलाच्या खांद्यावर टाकून त्यांनी स्वतःचे हात झटकले.

मोहनस्वामी बेंगळूरला जाण्यासाठी सज्ज झाला. आर्थिक मदतीशिवाय किती दिवस तो तिथे तग धरून राहू शकेल? आज ना उद्या त्याला परत यावेच लागेल, असे सुबराय यांना वाटत होते. आपला विचार कुणालाही कळू न देता ते मोहनस्वामी परत येण्याची वाट पाहत होते. पण मोहनस्वामीने पैशांसाठी वडिलांसमोर कधीही हात पसरला नाही. मुलगा कुठून आणि कशी कमाई करत असेल. सर्व खर्च कसा भागवत असेल. त्याने कुठून कर्ज वगैरे काढले असेल का, काढले असेल तर त्याची परतफेड तो कुठून आणि कशी करत असेल? हे सर्व प्रश्न सुबराय यांना सतावत होते. पण याबद्दल थेट मोहनस्वामीकडे चौकशी करण्याचा धीर त्यांना झाला नाही. मोहनस्वामीचे शिक्षण अजिबात खंड पडू न देता व्यवस्थित सुरू होते. वडिलांचा मुलासमोर उभे राहण्याचा धीर खचत चालला होता. सुटीमध्ये मोहनस्वामी घरी आला, की सुबराय त्याचे तोंड चुकवून कुठेतरी निघून जात. मोहनस्वामीला नोकरी मिळाल्यावर त्याने प्रत्येक महिन्याला घरी पैसे पाठवून देण्यास सुरुवात केली. पण त्या पैशांना हात लावण्याचा धीर सुबराय यांना झाला नाही. बहिणीच्या लग्नाची सर्व जबाबदारी स्वतः मोहनस्वामीने उचलली आणि सर्व खर्च त्यानेच केला. हे सर्व पाहून सुबराय यांना आपण जमिनीत खोल खचलो आहोत, असे वाटले. मोहनस्वामीबद्दल आपण केलेला निर्धार धुळीला मिळाला याचे दुःख त्यांना एकसारखे छळत होते.

सर्वांशी प्रेमाने आणि आदराने वागणाऱ्या आपल्या मुलाबाबत आपण किती अन्यायाची भूमिका घेतली, याचे त्यांना फार दुःख होत होते. केवळ त्याच्या लैंगिक स्थितीचा विचार करून आपण त्याला बिनकामाचा असे ठरवून मोकळे झालो. त्याचे लग्न होणार नाही आणि त्यामुळे आपणाला वधुपित्याकडून वरदक्षिणा मिळणार नाही हा आपला क्षुल्लक आणि स्वार्थी विचार आपल्याला इतका मनस्ताप देईल याची पुसटशी कल्पनादेखील त्या वेळी आली नाही, याबद्दल त्यांना दुःख होत होते आणि पश्चात्तापदेखील होत होता. आपल्या वरदक्षिणेच्या अपेक्षेच्या

कित्येक पटीने आपला मुलगा स्वकष्टाची कमाई करतो आहे. कित्येक परदेश वाऱ्या करून त्याने जगाचा अनुभव घेतलेला आहे. एका परदेशवारीमध्ये त्याने आपल्याला देखील बरोबर घेऊन जाण्याची तयारी दाखवली होती; पण त्याच्या सोबत जाण्याचा धीर झाला नाही. आपल्या घरची परिस्थिती एकदम पालटून गेली आहे. एक लहानशी कोथिंबिरीची जुडी खरेदी करण्यासाठी आपल्यासमोर हात पसरणारी सुभद्रा, आता आपल्याला न विचारता परस्पर तिला पसंत पडलेले दागिने खरेदी करते आहे. मुलाच्या मिळकतीवर आपल्याऐवजी ती हक्क बजावू लागली आहे. आपल्या रक्तवाहिन्यांमध्ये अडथळा निर्माण झाल्यावर, कुणाचेही न ऐकता त्याने आपल्याला बेंगळूरला घेऊन जाऊन नामांकित हॉस्पिटलमध्ये महागडी शस्त्रक्रिया करवून, आपली प्रेमाने देखभाल करून, पूर्ण बरा झाल्यावर स्वतः परत गावी आणून सोडले होते. सुभद्राच्या गुडघेदुखीवरदेखील त्याने बेंगळूरला उत्तम डॉक्टरकडून उपचार करवून घेतले आणि तिला आता व्यवस्थित हिंडता-फिरता येऊ लागले आहे. एक मुलगा यापेक्षा काय जास्त करू शकेल? त्याने लग्न करून घेणे हा काही एकच मातृपितृ ऋण फेडण्याचा उपाय आहे? त्यांच्या मित्राच्या मुलाने बळ्ळारीच्या मुलीशी पन्नास हजार वरदक्षिणा घेऊन लग्न केल्यावर त्यांच्या संसारात काय दिवे लागले ते त्यांना चांगलेच माहीत होते. त्याने आई-वडिलांना घराबाहेर हाकलून दिले आहे. निदान बायकोला तरी सुखात ठेवावे. पण ते देखील नाही. दोन मुलांना जन्माला घालणे ही त्याची संसारातील एकमेव उपलब्धी. त्यात कौतुक करण्यासारखे काय?

कसेही करून आपल्या मुलासमोर आपण त्याच्यावर केलेल्या अन्यायाची कबुली द्यावी आणि हात जोडून त्याची क्षमा मागावी अशी त्यांच्या मनाची तळमळ होत होती. पण त्यांना धीर होत नव्हता. तो गावी आला, की त्याच्यासमोर गुडघे टेकून हात जोडून बोलावे असे ते मनाशी ठरवत. पण तसे केल्यास बरे दिसणार नाही, असे वाटून ते माघार घेत. अशी वर्षांमागून वर्षे गेली, पण मुलाची क्षमा मागण्याचा दिवस उजाडला नाही. आता मृत्यू अगदी जवळ येऊन ठेपला आहे. आता उशीर करून उपयोग नाही. पण आता वाचा बंद पडली आहे. लिहून दाखवावे, तर हात थरथरू लागले आहेत. कोणत्याही क्षणी आपला श्वास बंद पडण्याची शक्यता आहे. लवकरात लवकर आपला मुलगा इथे हजर झाला, तर निदान मला त्याच्यासमोर हात जोडता येतील. 'मोहना, माझ्या लाडक्या मोहना, माझ्या हातून फार मोठी चूक झाली आहे रे. मोठा असूनदेखील लहान पोरासारखा मी वागलो रे. बापाच्या कर्तव्याला मी मुकलो रे. बापाने करू नये ती चूक मी केली आहे रे. मला क्षमा कर रे माझ्या राजा, मला क्षमा कर. आता उशीर करू नकोस, लवकर ये. तुझी क्षमा मागायची आहे. लवकर ये.'

सुतक संपल्यावर तेराव्या दिवशीचे गोडाचे जेवण झाले आणि संध्याकाळी मोहनस्वामी गोपाळभटाला भेटण्यासाठी त्यांच्या घरी गेला. "गोपाळभट एक गरीब ब्राह्मण आहेत. गरिबीने त्रस्त झाले आहेत. त्यांना तुझ्याशी काही बोलायचं आहे म्हणे. त्यांच्याकडं जाऊन ये" म्हणून सुभद्राताईंनी मुलाला सांगितले. गोपाळभटाने मोहनस्वामीच्या आईचा वशिला लावून त्याला बोलावून घेतले होते. सुभद्राताईंनी रीतिरिवाजानुसार आपल्या कपाळावरचे कुंकू पुसून, हातातील बांगड्या आणि गळ्यातील मंगळसूत्र उतरवून त्या एका अंधाऱ्या खोलीच्या कोपऱ्यात बसल्या होत्या. मोहनस्वामीला त्या गरिबीने त्रस्त असलेल्या गोपाळभटाची दया आली होती. वडिलांच्या श्राद्धविधीचे पौरोहित्य गोपाळभटांनी यथासांग शास्त्रोक्त केले होते. गोपाळभटांच्या पत्नीने सोवळ्याने श्राद्धाचे भोजन तयार करण्याची जबाबदारी उचलली होती. गावात अशी सोय उपलब्ध नसल्यामुळे हंपी तीर्थक्षेत्री तुंगभद्रा नदीच्या किनाऱ्यावर श्राद्धविधी करण्याचे ठरले. आर्थिक कुचंबणा अजिबात नसल्यामुळे मोहनस्वामीने गोपाळभट सांगेल तो विधी करण्याचे कबूल केले होते. पाच दिवस आधी हंपीला येऊन त्याने तिथे मुक्काम केला होता.

श्राद्धकर्म वगैरे विधी करण्याचा मोहनस्वामीचा हा पहिलाच प्रसंग. नशीब किंवा दैव यावर त्याचा फारसा विश्वास नव्हता. या प्रसंगी सर्व भाऊबंद व नातेवाईक यांचे लक्ष मोहनस्वामीवर केंद्रित झाल्यामुळे विरोधाची भाषा न वापरता, गोपाळभट जे सांगेल ते त्याने निमूटपणे करून पार पाडले. विधी करताना कोणताच अडथळा आला नाही. पण कावळ्याला पिंड ठेवला तेव्हा मात्र किरकिरी वाटेल इतपत अडचणी आल्या. हर तऱ्हेचे प्रयत्न करूनदेखील कावळा पिंडाजवळ फिरकायला तयार नव्हता. प्रत्येकाने सुबराय यांच्या आत्म्याला काही ना काही वचन देऊन कावळ्याला वश करण्याचा प्रयत्न केला. पण त्याने कावळ्याचे अजिबात समाधान झाले नाही. अखेर सुभद्राताईंनी पुढे येऊन एक उपाय सुचवला. "ह्यांचा संसार तसा सुखासमाधानाचा होता. कसलीही अपेक्षा नव्हती. फक्त एकाच गोष्टीत त्यांचा जीव अडकला होता आणि ती म्हणजे मुलाचं लग्न. कधी एकदा मुलाचं लग्न पाहतो असं त्यांना झालं होतं. मुलाचं लग्न झाल्यावर माझे डोळे मिटले, तरी चालेल असं ते एकदा म्हणाले होते. पण ती इच्छा फलद्रूप होण्याआधीच हे जग त्यांना सोडावं लागलं. बस. ही एकच त्यांची शेवटची इच्छा होती. आणि बहुतेक त्यासाठीच ते आता जेवायला तयार नाहीत." त्यांच्या डोळ्यातून अश्रू वाहू लागले आणि पुढे त्यांना काही बोलता येईना. "मोहन्या, कशाला सर्वांना राग येईल असं वागतोस? हो पुढं आणि बाबांच्या आत्म्याला लवकरच लग्न करून घेण्याचं वचन देऊन ये. मग पहा. लगेच पिंडाला कावळा शिवेल." असे म्हणून मोहनस्वामीची मोठी बहीण

जानकी हिने आपल्या दोन वर्षांच्या मुलाची समजूत घालता घालता आपल्या भावाला आज्ञा केली. मोहनस्वामीने सर्वांचे बोलणे ऐकले, पण तो जागचा हलला नाही. "मला माहीत आहे, तो कबूल होणार नाही. हे जिवंत असताना, नातवाचं तोंड पाहायची इच्छा आहे म्हणून याच्यासमोर दाताच्या कण्या केल्या. पण हा मोहन, लग्नच करणार नाही म्हणून हट्ट धरून बसला. हे स्वर्गात पोचल्यावरदेखील हा बहाद्दर आपला हट्ट सोडायला तयार नाही. हट्टी आहे. एक नंबरचा हट्टी." असे म्हणून सुभद्राताई वरच्या पट्टीत रडू लागल्या. "चल रे मोहन, नाही म्हणू नकोस" असे म्हणून तिथे जमलेल्या काही वयस्कर प्रतिष्ठित लोकांनी सुभद्राताईंच्या विनंतीला दुजोरा दिला. आता मात्र मोहनस्वामीच्या रागाचा पारा चढू लागला. वातावरण तापत आहे याची जाणीव गोपाळभटांना झाली आणि त्यांनी या समस्येवर एक तोडगा सुचवला. ते मोहनस्वामीजवळ जाऊन म्हणाले, "मोहनराव, मी सांगतो तसं करा. पिंडाजवळ जाऊन उभं राहा आणि हात जोडून तुम्हाला जे योग्य वाटेल ते मनातल्या मनात म्हणा. तुम्ही जे म्हणाल ते सर्वांनी ऐकायची जरूर नाही." मोहनस्वामी अजूनदेखील रागातच होता. पण त्याला हा तोडगा मान्य झाला. रागारागाने तो उठला आणि पिंड ठेवलेल्या खांबासमोर जाऊन उभा राहिला.

वडिलांच्या आत्म्याला कसले वचन द्यायचे हे मोहनस्वामीला समजेना. मृत्यूपूर्वी त्यांची कसली इच्छा होती कोण जाणे? मृत्युशय्येवर असताना मोहनस्वामीचा हात हातात घेऊन ते नुसते रडत होते. त्यांच्या डोळ्यांतून अश्रूंची धार लागली होती. ते कशासाठी रडत होते, त्यांना काय सांगायचे होते, काहीच समजले नाही. ते रडण्याइतपत आपल्या हातून त्यांचा अपमान किंवा आणखी काही चूक घडलेली त्याला आठवेना. आपण लग्न करणार नाही हे मात्र त्यांना स्पष्ट सांगितले होते. बाकी कोणत्याच बाबतीत आपण त्यांची निराशा केलेली नाही. मुलाचे कर्तव्य आपण चोख बजावले आहे याची त्याला खात्री होती. त्यांना काही तरी बोलायचे होते, पण वाचा बंद पडल्यामुळे काहीच बोलू शकत नव्हते. मोहनस्वामीने अंदाजाने काही विषय त्यांच्यासमोर मांडले आणि "यावर तुम्हाला काही बोलायचं आहे का?" अशी विचारणा केली. पण सुबराय यांनी एकदाही होकारार्थी मान हलवली नाही. 'जे बोलायचे आहे ते लिहून दाखवा' म्हणून मोहनस्वामीने त्यांच्यासमोर कागद आणि पेन धरले. पण हात थरथरल्यामुळे पेन हातातून गळून पडले. हाता-पायांत ताकत नसताना ते काय लिहून दाखवणार कपाळ? त्यांनी बोलण्याचा प्रयत्न केला. पण गुरगुर आवाजाखेरीज त्यांच्या तोंडून एक शब्ददेखील बाहेर पडत नव्हता. त्यांना काय बोलायचे आहे याचा मोहनस्वामीला अजिबात अंदाज येत नव्हता. मोहनस्वामीचे दोन्ही हात

आपल्या हातात धरून ते एकसारखे रडत होते आणि ते का रडताहेत हे मोहनस्वामीला किंवा सुभद्राताईंनादेखील समजत नव्हते. त्यांच्या रडण्याचा आधी होऊन गेलेल्या काही घटनांशी काही तरी संबंध असेल. पण आता मेल्यावर या गोष्टींची किरकिर करून काय साध्य होणार आहे? याचा उलगडा मोहनस्वामीला होईना. मोहनस्वामीला तिथून उठून लांब पळून जावेसे वाटत होते. तिथे जमलेल्या सर्वांसमोर आपल्या उद्धटपणाचे प्रदर्शन नको, असा विचार करून तो खांबासमोर हात जोडून उभा राहिला. 'बाबा, तुमच्यासमोर कसली समस्या आहे याची मला अजिबात कल्पना नाही. त्यामुळे तुम्हाला कसले वचन द्यावे हेच कळत नाही. तुमची इच्छा असेल तर समोर ठेवलेल्या भोजनाचा स्वीकार करा. नसेल तर सोडून द्या. केवळ तुम्ही भोजन घ्यावे म्हणून मी अजिबात लग्न करणार नाही. एका मुलीचे आयुष्य बरबाद करण्याची माझी इच्छा नाही. जे माझ्या हातून जमणार नाही त्याची अपेक्षा करू नका. तो तुम्हाला हक्क नाही.' असे मनात म्हणताना काहीसे स्पष्ट आणि तिखट वाटणारे शब्द त्याने वापरले. तो तिथून माघारी वळणार इतक्यात कुठून तरी एक कावळा उडत आला त्याने तो पिंड चोचीत धरला आणि भुर्रकन उडून आकाशात दिसेनासा झाला. ते पाहून तिथे जमलेल्या सर्वांनी 'हो....' असे म्हणून जल्लोष केला. "चमत्कार केलात की मोहनराव" आनंदाने गोपाळभट म्हणाले. "मी म्हणाले ना? ही एकच त्यांची शेवटची इच्छा होती हे मला नक्की माहीत होते" असे म्हणून सुभद्राताईंनी देखील डोळ्यांतून अश्रूंच्या धारा सोडत समाधान व्यक्त केले. "तसं असेल तर आता मोहनस्वामीसाठी वधुसंशोधन सुरू करायला हरकत नाही." असे म्हणून तिथे जमलेल्यांपैकी एकाने हवेत बाण सोडला आणि तिथे हास्याचे कारंजे फुलले.

त्यानंतर ब्राह्मणभोजन झाले. ब्राह्मणांच्या उष्ट्या पत्रावळी श्राद्धकर्म विधी करणाऱ्या ज्येष्ठ पुत्राने उचलण्याची पूर्वापार पद्धत आहे. ज्येष्ठ पुत्र विवाहित असेल, तर त्याची पत्नी पत्रावळी उचलण्यास मदत करू शकते. तिथे जमलेल्या सर्वांची नजर मोहनस्वामीवर खिळलेली होती. त्यांच्यासमोर उष्ट्या पत्रावळी उचलताना मोहनस्वामीला कसेतरीच वाटत होते. लहानपणी अशा कामाची त्याला सवय होती. उष्ट्या पत्रावळी उचलून शेणाने जमीन सारवण्याचे काम देखील त्याने केले होते. पण मोठेपणी नोकरीत रुजू झाल्यानंतर असले काम त्याने कधीच केले नव्हते. आधीच भयानक उकाडा, उन्हाची झळ, सवय नसताना नेसलेले धोतर आणि त्यावरून घातलेले उपरणे सांभाळण्यासाठी करावी लागणारी कसरत आणि या सर्वांवर ताण म्हणजे उष्टी-खरकटी काढण्याचे हलक्या दर्जाचे काम करण्याची वाईट प्रथा. "तुझं लग्न झालं असतं तर ही पाळी तुझ्यावर आली नसती" असा

कुणीतरी टोमणा मारला. "खरं आहे. बरोबर बोललात" असे म्हणून दोघा-तिघांनी त्याला अनुमोदन दिले. मोहनस्वामी रागाने आतल्या आत धुमसत होता. हे सर्व इथेच सोडून बेंगळूरला पळून जावे असे त्याला वाटले. आपली अगतिक अवस्था सहन न होऊन त्याच्या डोळ्यांतून अश्रूंचे दोन थेंब गळून जमीन सारवण्याच्या शेणात मिसळले. गोपाळभटांना त्याची अगतिक अवस्था समजली. "मोहनराव, आता ही पद्धत जुनी झाली. तुम्ही एखाद्या महिलेची मदत घेण्यास हरकत नाही." असे म्हणून पुन्हा एकदा ते मोहनस्वामीच्या मदतीला धावले. लगेच जानकी उठून भावाच्या मदतीला धावली आणि त्याच्या हातातील उष्ट्या पत्रावळी काढून आपल्या हातात घेतल्या.

या दोन्ही घटनांमध्ये गोपाळभटांनी आपल्या जन्मजात परोपकारी स्वभावामुळे मोहनस्वामीच्या मदतीसाठी पुढाकार घेतला. त्यामुळे मोहनस्वामीच्या मनात त्यांच्याबद्दल आदराची भावना निर्माण झाली. त्यांनी आपल्याला भेटीचे आमंत्रण दिले आहे असे समजताच, त्यांच्या आमंत्रणाचा हेतू समजून घेण्याच्या खटपटीत न पडता, त्यांच्या घरी जाण्यासाठी निघाला. गोपाळभटांचे घर श्री. विरुपाक्ष मंदिराच्या मागील बाजूस काही गल्लीबोळ पार केल्यावर सापडेल, अशी माहिती त्याला मिळाली होती. पूर्वी त्यांनी रथ गल्लीमध्ये असलेल्या दगडी खांबांच्या धर्मशाळेच्या एका खोलीमध्ये आपले घर थाटले होते. पण कालांतराने सरकारने तिथल्या घरासाठी दिलेली आपली परवानगी मागे घेतली. त्यांना ते घर सोडावे लागले आणि सध्या राहत असलेले छोटे मातीच्या भिंतीचे घर बांधावे लागले.

अगदी गावाबाहेर तुंगभद्रा नदीच्या किनारी आपले मातीच्या भिंतींचे घर गोपाळभटांनी उभारले होते. त्याच्या आसपास एकही घर नव्हते. पण मोठे मोठे उंच खडक मात्र भरपूर होते. त्यातील एका खडकाने गोपाळभटांच्या घराच्या मागील भिंतीचे स्थान घेतले होते. त्याच्या बाजूच्या खडकावर कुणीतरी मारुतीरायाचे चित्र कोरले होते. कुणीतरी त्या चित्राची पूजा करून त्याला शेंदूर लावला होता. त्या खडकाच्या वरच्या टोकावर बसून एक कावळा काव काव करत होता.

घरासमोर अंगणात गोपाळभट पंख्याने अंगावर वारा घेत आजचे ताजे वर्तमानपत्र वाचत बसले होते. अंगणाला लागूनच एक छोटा गोठा होता आणि त्यात दोन गाई चारा खात उभ्या होत्या. घरासमोर एक मोठी सुंदर रांगोळी घातलेली होती. घराभोवती अनेक प्रकारची फुलझाडे लावलेली दिसत होती. संध्याकाळची वेळ असल्यामुळे दुपारच्या मानाने उन्हाची झळ कमी झाली होती आणि हवामान प्रसन्न वाटत होते. सूर्य मावळतीकडे झुकल्यामुळे उजेड हळूहळू कमी होत चालला होता.

मोहनस्वामीला पाहताच गोपाळभटाने त्याचे "या, या." म्हणून प्रेमाने आणि

आदराने स्वागत केले. घराच्या सोप्यावर एक चटई अंथरून दोघेही त्यावर बसले. गोपाळभटाने "अगं" म्हणून आपल्या पत्नीला हाक मारली. आतून काही उत्तर आले नाही म्हणून पुन्हा "अगं" अशी हाक मारली. या खेपेस त्यांच्या मुलीने बाहेर डोकावून आई राममंदिरात भजनासाठी गेली आहे, असा निरोप दिला. आत जाण्यापूर्वी तिने मोहनस्वामीवर एक धावती नजर टाकली. मोहनस्वामीने देखील तिचा सुंदर चेहरा नजरेखालून घातला. "ठीक आहे. आता पाहुण्यांसाठी तूच एक कप कॉफी करून आणून दे गं पोरी" असे म्हणून गोपाळभटाने आपल्या मुलीला विनंती केली. सुंदर चेहरा नजरेआड झाला. "आमचे घर अगदी गावाबाहेर आहे. तुम्हाला शोधायला त्रास झाला नाही ना?" गोपाळभटाने आस्थेने चौकशी केली. "छे छे. गावात सर्वांना तुमचे नाव माहीत आहे आणि घरदेखील माहीत आहे. एके ठिकाणी चौकशी केल्यानंतर लगेच त्याने दाखवले," मोहनस्वामी म्हणाला, "पूर्वी रथ गल्लीमध्ये आमचं घर होतं तेव्हा बरं होतं. काय करणार? सरकारनं तिथून आम्हाला हलविलं. आमच्या वडिलांच्या वेळेपासून आम्ही तिथं राहत होतो. आता तिथं राहायचं नाही, म्हणून सरकारनं हुकूम काढला. आता कुणाबरोबर भांडत बसणार? सत्तेवर असलेल्या सरकारशी वाकडं वागून कुणाचं भलं झालं आहे?" गोपाळभटाने आपली परिस्थिती कथन केली.

इतक्यात कॉफी आली. सुती लुगडे नेसलेल्या साधारण तिशीच्या आसपास वय असलेल्या मुलीने गरम कॉफीचा पेला आपल्या पदराने धरून मोहनस्वामीसमोर आणून ठेवला आणि ती निघून गेली. कॉफी छान झाली होती. गोठ्यात दोन गाई पाळलेल्या असल्यामुळे घरात दुधाची रेलचेल होती आणि त्यामुळे कॉफी बहुतेक ताज्या निरशा दुधाची बनविली असावी, असा मोहनस्वामीने तर्क केला. कॉफीचे दोन घोट घेतल्यानंतर "आपल्याला माझ्याशी काही तरी बोलायचं आहे असं आई म्हणत होती" असे म्हणून मोहनस्वामीने मुख्य विषयाला हात घातला. गोपाळभटाने आवंढा गिळला. "आता कॉफी घेऊन आलेली ती माझी मुलगी. तिचं नाव अंजली. बत्तीस वर्षांची आहे. फार हुषार मुलगी आहे. बाहेरची रांगोळी तिनंच घातलेली आहे. घराभोवती असलेली फुलझाडे तिनंच लावून वाढवलेली आहेत. उत्तम सुगरण आहे. चार वर्षांपूर्वी तिचा नवरा स्वर्गवासी झाला. या खाणींच्या भानगडीमध्ये त्यानं लाच खाल्ली म्हणे. पोलिस आपल्याला पकडून तुरुंगवास घडवतील या भीतीनं हंपी एक्स्प्रेसखाली उडी घेऊन त्यानं आत्महत्या केली." गोपाळभटाने आपल्या मुलीची सविस्तर माहिती मोहनस्वामीला पुरवली. मोहनस्वामी कॉफीचे घुटके घेत हे सर्व ऐकत होता. पण हे सांगण्याचे प्रयोजन काय, हे त्याला समजेना. गोपाळभटाने आपले बोलणे सुरूच ठेवले. "नवरा स्वर्गवासी झाल्यावर तिच्या सासरच्या मंडळींनी तिला आपल्या घरी ठेवून घेण्यास नकार दिला आणि तिला

माहेरी पाठवून दिलं. मोहनराव, तिच्या लग्नापायी मी कर्जबाजारी झालो आहे. अजून बरंच कर्ज फेडायचं राहिलं आहे. तशात ही इकडं येऊन राहिली आहे. कर्जाचे हप्ते फेडताना माझी पुरेवाट होते.'' बोलता बोलता गोपाळभटाच्या डोळ्यांत पाणी आले आणि ते त्यांनी नेसलेल्या पंच्याने पुसले. मोहनस्वामी एक मिनिट स्वस्थ बसला. नंतर ''सावकाश, शांत व्हा. शांत व्हा'' असे म्हणून गोपाळभटाचे सांत्वन करण्याचा प्रयत्न केला आणि ''यात माझ्याकडून कसली मदत हवी आहे ते सांगा'' असे म्हणून मूळ विषय लवकर संपवण्याचा प्रयत्न केला. बहुतेक गोपाळभटाला आपल्याकडून मोठ्या रकमेची मदत हवी असेल असा मोहनस्वामीने तर्क केला. ''मोहनराव, तुम्ही शिकलेले आणि प्रतिष्ठित आहात. तुम्हाला सर्व काही बरोबर समजतं. कसंही करून माझ्या मुलीला आधार द्या आणि तिचा उद्धार करा.'' दोन्ही हात जोडून गोपाळभटाने आपले मन मोकळे केले. मोहनस्वामीला मूळ विषय कुठे तरी भरकटत चालला आहे असे वाटले. ''गोपाळभट, तुम्हाला नक्की काय म्हणायचं आहे? जरा स्पष्ट सांगा.'' मोहनस्वामी विषय लवकर संपवण्याच्या गडबडीत होता. ''हे पहा मोहनराव, तुम्ही तिच्याशी लग्न करून तिला पदरात घ्यावं अशी माझी इच्छा आहे. तसं झालं तर तुम्हाला एक चांगला जोडीदार मिळेल आणि माझा भार थोडा हलका होईल.'' इतका वेळ गुळमुळीत बोलत असलेल्या गोपाळभटाने आता आपला उद्देश स्पष्ट केला. मोहनस्वामी एक मिनिट काही बोलला नाही. त्यानंतर, ''गोपाळभट, तुमचा काही तरी गैरसमज झालेला दिसतो. मला लग्न करण्याची अजिबात इच्छा नाही. तशी असती तर आज माझ्या लग्नाला बरीच वर्षं झाली असती. वयाची चाळिशी होईपर्यंत मी वाट कशाला पाहिली असती?'' एकेक शब्द काळजीपूर्वक वापरून मोहनस्वामीने आपली भूमिका स्पष्ट केली. यापूर्वी अनेक वेळा त्याने अशा प्रश्नांना तोंड दिले होते. त्यामुळे आता गोपाळभटाने हाच प्रश्न विचारल्यावर त्याला वाईट वाटले नाही, की गोपाळभटाचा राग आला नाही.

''तसं नव्हे मोहनराव, मी तुमच्यापेक्षा वयानं मोठा आहे. तेव्हा वडीलकीच्या नात्यानं मी तुम्हाला एक सल्ला देऊ इच्छितो. गैरसमज करून घेऊ नका. वय वाढत जाईल तसं मनुष्याला आधाराची गरज भासते. आई-वडिलांचा आधार आणखी किती वर्षं मिळणार? मनुष्यानं एकटं कधीच राहू नये. चाळिशीच्या वयात पुरुषांवर कधीही गंडांतर येऊ शकतं. या वयातच कुणाची तरी सोबत हवी असते. स्वयंपाक करणारी, हवं नको ते पाहणारी, आपल्या आरोग्याची काळजी घेणारी कुणी जोडीदार मिळाली, तर तुमचं भलं होईल असं मला वाटतं.'' गोपाळभटाने मोहनस्वामीवर जवळपास दबाव आणला. मोहनस्वामीला ते आवडले नाही. त्याला ही नसती ब्याद वाटू लागली.

"तुम्हाला कसं समजावून सांगू गोपाळभट? इच्छा नसलेल्या इसमावर तुम्ही सक्ती का करता आहात?'' मोहनस्वामी काहीशा रागातच बोलला. तिथून निघून जावे म्हणून तो उठून उभा राहिला. गोपाळभटदेखील उठून उभे राहिले. पण त्यांनी मोहनस्वामीची पाठ सोडली नाही. जरा चाचरत, दबक्या आवाजात म्हणाले, "हे पहा मोहनराव, तुम्हाला शय्यासोबतीची जरूर वाटत नसेल, तर ठीक आहे. त्या बाबतीत मी जबरदस्ती करणार नाही आणि माझ्या मुलीलादेखील जबरदस्ती करू देणार नाही. तिला मी आधीच कल्पना देऊन ठेवली, तर ती तुमच्याकडून कसलीच अपेक्षा बाळगणार नाही. पण घरी स्वयंपाक करणारी, धुणीभांडी करणारी, तुमच्या तब्येतीची काळजी घेणारी, थोडक्यात सांगायचं म्हणजे तुमची योग्य जोडीदार म्हणून एका स्त्रीची जरूर तुम्हाला असेलच ना? तिलादेखील तुमचा आधार वाटेल. तिला सोबत घेऊन तुम्ही समाजात वावरलात तर तुम्हालादेखील सामाजिक प्रतिष्ठा आणि मानसन्मान मिळेल. तुमच्या लग्न न करण्याच्या हट्टामुळं आधीच सर्वजण तुमच्यावर नाराज आहेत. कशाला सर्वांची नाराजी ओढवून घेता?''

मोहनस्वामीला काय बोलावे ते सुचेना. असला पेच आपल्यासमोर येईल असे त्याला कधीच वाटले नव्हते. आधीच या भटाने आपली लैंगिक समस्या ओळखली आहे याचा त्याला धक्का बसला होता, शिवाय त्याने आपल्यावर आणलेल्या दबावाने त्याच्या मनात रागाचा पारा चढत होता. भटाच्या या दबावामागे आपल्या आईचा हात तर नसेल ना, अशी शंका त्याच्या मनात चमकून गेली. तरीही मनावर संयमाचा दगड ठेवून तो म्हणाला, "हे पहा गोपाळभट, स्वयंपाक आणि घरकाम करण्यासाठी बेंगळूरला मोलकरणी भरपूर मिळतील. त्यासाठी लग्नाच्या बायकोची जरूर नाही. दुसरं म्हणजे शय्यासोबत न करण्याचा तोंडी किंवा लेखी करार करून लग्न करणं मला प्रशस्त वाटत नाही. समाजासमोर लग्नाचं नाटक करून मी स्वतःला आणि समाजालादेखील फसवू शकणार नाही.''

"तसं असेल तर तुमची मर्जी. मला जे सांगायचं होतं ते मी सांगितलं. याउपर मी काही सांगू इच्छित नाही. माझं बोलणं उद्धट वाटलं असेल तर क्षमा करा.'' गोपाळभट पुन्हा दोन्ही हात जोडून म्हणाले आणि मोहनस्वामीला निरोप दिला. मोहनस्वामीला तिथून कधी बाहेर पडतो असे झाले होते. गोपाळभटाकडून निरोप मिळाल्याबरोबर तो लगबगीने निघाला. ते दोघेही गेटपर्यंत पोचले तेव्हा दूर गल्लीच्या कोपऱ्यावरच्या दिव्याच्या उजेडात गोपाळभटांची पत्नी आणि तिच्यासोबत एक तरुण घराच्या दिशेने येताना दिसले. गोपाळभटांची पत्नी श्राद्धाचा स्वयंपाक सोवळ्याने करून सर्वांना वाढत असलेली मोहनस्वामीने पाहिले होते. त्यामुळे मोहनस्वामीने तिला लगेच ओळखले. पण तिच्यासोबत असलेल्या तरुणाच्या

देहाची ठेवण ओळखीची वाटत असली, तरी तो नक्की कोण आहे हे समजेना. पण तो जवळ आल्यावर मोहनस्वामीला आश्चर्याचा धक्काच बसला. 'अरे! हा तर डेरिक!' मोहनस्वामी मनातच म्हणाला. तो डेरिक असल्याची मोहनस्वामीला खात्री पटली. त्याची कोरलेली मिशी, पिकलेल्या फळाप्रमाणे दिसणारी त्वचा, श्वासाचा तो उग्र दर्प, या सगळ्या ओळखीच्या खुणांवरून तो डेरिक आहे यात संशय नाही. त्यानेदेखील मोहनस्वामीला ओळखले असेल. कारण मोहनस्वामीला पाहताच तो अस्वस्थ वाटू लागला. त्याच्या मनाची तडफड त्याच्या चेहऱ्यावर स्पष्ट दिसत होती. त्याने पांढरे शुभ्र धोतर आणि फिकट निळ्या रंगाची लुंगी नेसली होती. कपाळावर विभूतीचे पट्टे आणि दोन्ही भुवयांच्या मधोमध कुंकवाचा टिळा लावलेला डेरिक मोहनस्वामीसमोर नव्या अवतारात उभा होता.

"हा माझा मुलगा रमेश. इंजिनीअरिंगच्या तिसऱ्या सेमिस्टरमध्ये शिक्षण अर्धवट सोडून बसला आहे. नोकरीसाठी खटपट करतो आहे, पण अजूनपर्यंत त्याला यश मिळालं नाही. आपण एका चांगल्या कंपनीत उच्च पदावर अधिकारी आहात असं समजलं. आमच्या रमेशसाठी कुठं जमण्यासारखं असेल, तर जरा प्रयत्न करून पहावा, अशी विनंती करतो." मुलाचा परिचय करून देताना गोपाळभटाने दीनवाण्या स्वरात मोहनस्वामीला विनंती केली.

अचानक डेरिक समोर उभा येऊन ठाकल्यावर मोहनस्वामीला काय बोलावे ते सुचेना. तरीही लगेच स्वतःला सावरून "आपण बेंगळूरला काय करता?" असा वरवर साधा वाटणारा पण डेरिक ऊर्फ रमेशला खोचक वाटणारा प्रश्न विचारला. रमेश काही बोलला नाही. "बोल की रे मुडद्या! बेंगळूरचे मोठे प्रतिष्ठित अधिकारी तुला काही विचारत आहेत. आयुष्यात तुला त्यांची चांगली मदत होऊ शकेल. इकडं तिकडं भटकत बसण्याऐवजी अंगावर जबाबदारी घेऊन काही तरी करून दाखव. शुंभासारखा ओठ मिटून बसलास तर कुणीही तुझी मदत करणार नाही." गोपाळभट रमेशवर गरजले. आता काही तरी बोलल्याशिवाय गत्यंतर नाही हे ओळखून रमेश खाली मान घालून म्हणाला, "तशी सटरफटर दोन-तीन कामं मी केली आहेत. पण मनासारखी नोकरी मिळत नाही." त्याच्या उत्तरावरून मोहनस्वामीला थोडा अंदाज आला. "एक काम कर. माझ्या घरी काही दिवस येऊन-जाऊन फेऱ्या मारत रहा. तिथं तुला माझ्याशी मोकळेपणानं बोलता येईल आणि तुझ्याबद्दल योग्य आणि पूर्ण माहिती मला मिळेल. त्यावरून काही तरी मार्ग काढता येईल. संध्याकाळी आलास तर मी घरात मोकळा असतो." मोहनस्वामीने रमेश ऊर्फ डेरिकला आदेश दिला. मोहनस्वामीचे बोलणे ऐकून गोपाळभटाला एक आशेचा किरण दिसू लागला. "मोहनराव, तुम्ही इतकी मदत केलीत, तरी मी धन्य झालो असं समजेन. माझ्या मुलीचा हात तुमच्या हातात देणं नशिबात दिसत नाही.

त्याऐवजी माझ्या मुलाला मदत केलीत, तर आयुष्यात काही तरी मिळविल्यासारखं मला वाटेल.'' गोपाळभटाने पुन्हा दीनवाण्या स्वरात याचना केली. त्यानंतर मुलाकडे वळून, ''रमेश, त्यांना वरचेवर भेटत जा. आळस करू नकोस'' असे बजावून सांगितले. रमेशने फक्त मान डोलावली.

बिछान्यातला ढेकूण

माझा बालपणीचा मित्र शंकरगौडा याची तीव्रतेने आठवण येते आहे. आमच्या गावापासून दोन किलोमीटर दूर असलेल्या खेड्यातून तो रोज चालत शाळेला येत असे. त्या खेड्यातील पाटलांचा तो सगळ्यांत लहान मुलगा. भरपूर शेतजमीन, मुबलक पैसा आणि प्रतिष्ठित अधिकारपद असलेल्या घराण्यात तो जन्मला होता. जवळपास सहा फूट उंचीची शरीरयष्टी, गहूवर्ण आणि आडदांड बांधा असलेले त्याचे शरीर कुणालाही हेवा वाटावा असेच होते. या शरीरसंपदेच्या जोरावर तो गावातील तरुण मुलींच्या स्वप्नातील राजा बनला असता. पण दुर्दैवाने त्याच्या शरीरात एक वैगुण्य परमेश्वराने निर्माण केले होते. आणि ते म्हणजे त्याच्या बोलण्याची ढब, आवाज, हावभाव आणि आवडीनिवडी सर्व काही बायकी ढंगाचे होते. वर्गातील सर्व विद्यार्थी आणि शिक्षकदेखील त्याच्या बायकी ढंगाची टर उडवून फिदीफिदी हसत असत. शिक्षक उभे राहतात त्या स्टेजवर उभे राहून सर्वजण त्याच्या आवाजाची आणि बोलण्याची नक्कल करत असत. आणि अशा नकलांना सर्वजण हसून प्रतिसाद देत असत. नक्कल सादर करताना त्याचा बायकी ढंग अगदी तंतोतंत उचलला जाई. त्याची पुस्तके आणि वह्या मुलींच्या बाकावर मधोमध ठेवून ती शोधताना त्याची होणारी तारांबळ पाहून सर्वांची हसून मुरकुंडी वळत असे. एकदा जीवशास्त्राच्या प्राध्यापकांनी क्रोमोझोम्सबद्दल शिकविताना क्रोमोझोम्सच्या अनपेक्षित लहरी स्वभावामुळे अदलाबदल होऊन धड मुलगा नाही आणि धड मुलगी नाही अशा बालकाची निर्मिती होऊ शकते, असे स्पष्टीकरण देताना त्यांनी शंकरगौडावर सूचक नजर टाकली आणि वर्गातील तमाम मुलामुलींनी हसून

वर्ग डोक्यावर घेतला.

कुणीही आपली टर उडविली तरी शंकरगौडा ती खिलाडू वृत्तीने स्वीकारत असे. सर्वांबरोबर तो स्वतःदेखील हसत असे. त्याच्या बायकी आवाजाचे एक उत्तम उदाहरण म्हणजे शाळेच्या वार्षिक स्नेहसंमेलनात शंकरगौडाने एक कन्नड फिल्मी गीत सादर केले होते. पी. सुशीला यांच्या आवाजातील ते गाणे तंतोतंत त्याच आवाजात शंकरगौडाने गायिले होते. त्याच्या नोटबुकमधील शेवटची पाने पाहिली, तर त्यावर वेगवेगळ्या डिझाइनच्या सुंदर रांगोळ्या पाहायला मिळत. कपड्यांच्या दुकानाबाहेर टांगत ठेवलेल्या सुंदर साड्यांकडे तो एकटक पाहत असे आणि किती सुंदर साड्या आहेत अशी आपली प्रतिक्रिया तो व्यक्त करीत असे. कबड्डी, व्हॉलिबॉल अशा पुरुषी खेळांकडे तो ढुंकूनदेखील पाहत नसे, पण मुलींबरोबर टेनीकाईट खेळण्यात तो रंगून जात असे. तो राहत असलेल्या खेड्यातील वेश्या तरुणांना आकर्षित करण्यासाठी गात असलेले 'आज रातच्या मुक्कामाला हितच या' अशा अर्थाचे कन्नड गाणे त्यांच्याच आवाजात लचकत, मुरडत शंकरगौडा सादर करीत असे आणि त्यावर शाळेतील मुलेच नव्हे, तर मुलीदेखील पोट धरून हसत असत. त्या गाण्याला आम्ही 'वन्स मोअर' देत असू आणि आमच्यासाठी शंकरगौडा ते गाणे पुन्हा गात असे. पुन्हा हास्याची फैरी झडत असे.

शाळेतील क्लासरूममध्ये तो माझ्याशेजारी बसत असे. शिक्षणात तो यथातथा होता. अनेक वेळा तो आपल्या शंका मला विचारीत असे. मी नोट्स घेतलेल्या वह्या तो घरी घेऊन जात असे आणि त्यांचा अभ्यास करून दुसऱ्या दिवशी परत आणून देत असे. मी केलेला गृहपाठ तो आपल्या वहीमध्ये उतरवून घेत असे. त्याबद्दल तो मला त्याच्या शेतामध्ये पिकलेल्या चिंचा, बोरे, आवळे, पेरू इ. रानमेवा आणून देत असे. अधून मधून सुंदर रंगविलेल्या रांगोळीची चित्रे काढून ती मला भेट म्हणून देत असे. स्वभावाने तो निर्मळ, निष्कपटी आणि प्रेमळ होता. त्यामुळे त्याच्याशी स्नेहसंबंध ठेवण्यात मला काही गैर वाटले नाही. एक-दोन वेळा तो माझ्या घरी आला होता आणि मी देखील त्याच्या घरी जाऊन पाहुणचार घेऊन आलो होतो.

अत्यंत मानाने आपले जीवन जगत असलेल्या कुटुंबात त्याचे वेगळेपण उठून दिसत होते. त्याचे आई-वडील आणि दोन वडीलभाऊ या सर्वांनी त्याचे बायकी गुण बदलवण्याचा आटोकाट प्रयत्न केला. पण व्यर्थ. निसर्गाने दिलेला बायकी ढंग असा थोडाच बदलता येईल? एकदा सतत तीन दिवस तो शाळेमध्ये गैरहजर राहिला. त्याच्या खेड्यातून येणाऱ्या इतर विद्यार्थ्यांनी तो आजारी असल्याचे सांगितले. चौथ्या दिवशी तो शाळेत आला तेव्हा त्याचा चेहरा मलूल दिसत होता. शाळा सुटल्यावर मी त्याच्या तब्येतीची चौकशी केली. तो मला शाळेच्या मागच्या

बाजूला भिंतीपलीकडे घेऊन गेला आणि त्याने आपले शर्ट पॅण्ट उतरवून आपल्या सर्वांगावरचे काळेनिळे पडलेले वळ दाखविले. ते पाहून माझ्या काळजात चर्र झाले. त्याने आपला बायकी ढंग सोडून द्यावा म्हणून त्याचे वडील आणि दोन भाऊ या तिघांनी त्याला एका खोलीत कोंडून लाकडी रुळाने त्याच्या अंगावर निर्दयी वृत्तीने सपासप वार केले होते. त्यांच्या या अमानवी कृत्याचा घराबाहेर बोभाटा होऊ नये म्हणून तो आजारी असल्याची अफवा सर्वत्र पसरविली. डॉक्टरकडे न जाता त्याच्या आईने त्याच्या जखमांवर खोबरेल तेल, झाडपाल्याचा लेप इ. घरगुती उपचार केले आणि वेदना शमविण्याचा प्रयत्न केला.

या घटनेनंतर काही दिवस तो निरुत्साही दिसत होता. कुणाशीही जास्त बोलत नव्हता. शाळा सुटल्यावर इकडे तिकडे वेळ न घालवता सरळ घरी निघून जात असे. त्याच सुमारास शाळेचे वार्षिक स्नेहसंमेलन दोन आठवड्यांनी भरविण्याचा घाट घातला गेला. आमच्या शिक्षकांनी स्नेहसंमेलनात 'द्रौपदी वस्त्रहरण' हे नाटक सादर करण्याचा बेत आखला. नाटकामधील पात्रांची जुळवाजुळव करताना द्रौपदीची भूमिका साकारण्यासाठी एकही मुलगी तयार नव्हती. नाटक असले म्हणून काय झाले? आपल्या शरीरावरील साडी सर्व प्रेक्षकांसमोर उतरविण्यास कोण तयार होईल? यावर सर्व विद्यार्थ्यांनी शंकरगौडाचा पर्याय सुचविला. शिक्षकांनी तो उचलून धरला आणि त्यांनी शंकरगौडाचे मन वळविण्याचा प्रयत्न केला. पण शंकरगौडाने त्याला ठाम नकार दिला. आपल्या वडिलांना ते आवडणार नाही आणि त्यांचा विरोध धुडकावून देण्याचा आपल्याजवळ धीर नाही ही सबब त्याने डोळ्यांत पाणी आणून पुढे केली. अखेरीस शिक्षकांनी शंकरगौडाचा नाद सोडून दिला आणि अन्य एका उत्साही विद्यार्थ्याच्या गळ्यात ती भूमिका पडली. स्नेहसंमेलनाच्या दिवशी ग्रीन रूममध्ये विविध पात्रांचा मेक अप चाललेला असताना अनेक विद्यार्थी तिथे घुसून द्रौपदीची रेशमी साडी, तिचा पदर व पोत यांवरून हात फिरवून स्पर्शसुख अनुभवू लागले आणि तिचे दागदागिने पाहून या नाटकात आपल्या वर्गातील एखाद्या मुलीने द्रौपदीची भूमिका साकारली असती, तर या पेहरावात ती कशी दिसली असती याची कल्पनाचित्रे रंगवू लागले.

त्या शाळेमधून पदवीपूर्व परीक्षा उत्तीर्ण होऊन मी परगावी निघून गेलो आणि तिथे इंजिनीअरिंग कॉलेजमध्ये प्रवेश मिळविला. तिथे अनेक वर्गमित्रांशी माझी गट्टी जमली आणि शाळेतील दोस्तांची आठवण हळूहळू पुसट होत चालली. शंकरगौडा पदवीपूर्व परीक्षेमध्ये नापास झाला. पुन्हा प्रयत्न करून त्यात काठोकाठ मार्क मिळवून पास झाला आणि गावातीलच एका कॉलेजमध्ये त्याने कला विभागात प्रवेश घेतला. परगावी गेल्यावर मी क्वचितच गावी जात असे आणि गेलोच तर एक-दोन दिवसांत परत येत असे. मी गावी आल्याची बातमी कशी कोण जाणे,

पण शंकरगौडाच्या कानावर अचूक पडत असे आणि तो मला भेटण्यासाठी घरी येत असे. या काळात का कोण जाणे, पण त्याची संगत मला नकोशी झाली होती. तो भेटायला आला, तरी काही थातुरमातुर गप्पा मारून मी त्याला कटवत असे. त्याने आणून दिलेल्या चिंचा, आवळे यांच्यावरची माझी आसक्ती कमी झाली होती आणि मी ते शेजाऱ्यांच्या मुलांना वाटून देत असे. एकदा मी कॉलेजला परत निघण्याच्या गडबडीत असताना शंकरगौडा बस स्टॅण्डवर आला आणि त्याने माझ्या हातात भेटवस्तू म्हणून एक बॉक्स ठेवला. बस गावाबाहेर आल्यावर मी तो बॉक्स उघडून पाहिला, तर त्यात भारी किमतीचा स्नो, पावडर, शाम्पू, परफ्यूमची बाटली हे जिन्नस माझ्या नजरेस पडले. सोबतच्या चिठीमध्ये, 'माझा परममित्र सुंदर आणि राजबिंडा दिसावा हीच माझी अपेक्षा' असा मजकूर होता. बसमधील आजूबाजूच्या प्रवाशांच्या नजरेला या वस्तू पडू नयेत म्हणून मी त्या वस्तू परत बॉक्समध्ये ठेवून तो बंद केला आणि गंडी नरसिंहस्वामी मंदिराच्या डोंगरावर बस चढू लागताच तो बॉक्स मी खिडकीमधून जंगलातील झुडपांमध्ये फेकून दिला आणि मगच मी समाधानाचा एक सुस्कारा सोडला.

इंजिनीअरिंगच्या शेवटच्या सेमिस्टरची परीक्षा मी चांगल्या मार्कांनी उत्तीर्ण झाल्यावर मला बेंगळूरमध्ये एका सॉफ्टवेअर कंपनीमध्ये नोकरी मिळाली. मी तिथे माझे बस्तान जमविले. शहरी जीवनशैलीसोबत जुळवून घेताना मी थोडा साहित्याचा अभ्यास सुरू केला आणि या साहित्याच्या प्रभावामुळे शंकरगौडाबद्दलचा तिटकारा कमी होऊन मला त्याची सहानुभूती वाटू लागली. गावी गेल्यावर तो मला भेटायला आल्यावर त्याला न कटवता, मी त्याच्याबरोबर मनसोक्त गप्पा मारू लागलो. कॉलेजमध्ये त्याच्या हातून काही प्रगती झाली नसल्यामुळे त्याला ते अर्धवट सोडावे लागले. आई-वडिलांकडून वरचेवर अपमान होत असल्यामुळे तो घरी न राहता घराबाहेर गल्लोगल्ली भटकून कसाबसा वेळ काढत आहे आणि मिळेल ते पोटात ढकलून कष्टाने आपल्या जीवनाची गाडी ढकलत आहे असे समजल्यावर मला खूप वाईट वाटले आणि माझे डोळे ओलावले. एकदा गप्पांच्या ओघात मी सहज त्याच्या वडिलांची चौकशी केल्यावर तो हसत म्हणाला, "आता तो माझ्या नादाला लागत नाही. एकदा शिव्यांची लाखोली वाहत तो माझ्याशी भांडू लागला आणि मी बाजूला असलेला रूळ उचलून त्याच्या डोक्यात असा जोरानं हाणला, की तो बेशुद्ध पडला. नंतर पंधरा दिवस हॉस्पिटलमध्ये उपचार घेत होता. तेव्हापासून तो माझ्या सावलीकडंदेखील फिरकत नाही. हलकट साला!"

त्यानंतर तो पुन्हा भेटल्यावर मी त्याला असे भटके जीवन जगण्याऐवजी एखादी नोकरी करून स्वकष्टाने जगण्याचा सल्ला दिला. "मला कोण नोकरी देणार?" असे म्हणून तो फिस्सकन् हसला. श्रीमंत घराण्यात जन्माला आल्यामुळे

खाण्यापिण्याला काही कमी नव्हते. तरीदेखील आपण नोकरी करून काही तरी कमवावे असे वाटून तो नोकरीच्या शोधात निघाला. गावातील एका कंपनीने त्याला इंटरव्ह्यूसाठी बोलविले. इंटरव्ह्यू घेण्यासाठी तिघे पुरुष होते. त्यांनी तुला उत्तम रीतीने काय करता येते, असा प्रश्न विचारला. शंकरगौडाने, 'मला उत्तम गाता आणि नाचता येते' असे प्रामाणिक उत्तर दिले. त्यावर 'तसे असेल तर एक गाणे गाऊन त्या तालावर नाच करून दाखव' असा त्याला आदेश मिळाला. त्या इंटरव्ह्यू रूममध्येच शंकरगौडाने तमाशातील एक लावणी गाऊन त्या तालावर नाचून दाखविले. ते पाहून त्या तिघांना हसू आवरेना. तिघेही पोट धरून हसले म्हणे. गाणे संपल्यानंतर त्या तिघांनीही टाळ्या वाजवून 'वंडरफुल' असा अभिप्राय देऊन शंकरगौडाचे अभिनंदन केले. त्यांनी शंकरगौडाला नोकरी देण्याचे आश्वासन दिले आणि नोकरीचा हुकूम पोस्टाने येईल, असे सूचित केले. पण ते तोंडी आश्वासन हवेतच विरले. प्रत्यक्ष पोस्टाने कोणताच हुकूम मिळाला नाही. त्यानंतर त्याची नोकरी करण्याची हौसदेखील हवेतच विरली.

एकदा त्याने गावाबाहेर असलेल्या मारुतीच्या देवळात जाऊन येण्याचा आग्रह धरला आणि आम्ही दोघेही तिथे निघालो. वाटेतच आमचा आणखी एक वर्गमित्र कुम्मी म्हणजे कुमारस्वामी याचे तयार कपड्यांचे दुकान दिसले. त्याची बऱ्याच वर्षांत भेट झालेली नसल्यामुळे, त्याला भेटून थोड्या गप्पा मारून पुढे जाऊ, असे मी शंकरगौडाला सुचविले. त्याने होकार दिला. दुकानासमोर उभा राहून शंकरगौडाने त्याला, 'अरे कुम्मी' अशी हाक मारली. कुम्मी गिऱ्हाईकांना कपडे दाखवत होता. शंकरगौडाची हाक त्याच्या कानावर पडली. कुणी भिकारी असेल म्हणून त्याने हातानेच 'पुढे जा' अशा अर्थाची खूण केली. शंकरगौडाला वाईट वाटले. पण माझ्यासाठी कुम्मीला पुन्हा हाक मारण्यासाठी म्हणाला, 'अरे भल्या माणसा, माझ्याबरोबर नाही बोललास तरी चालेल. पण इथं माझ्याबरोबर कोण आलं आहे ते तरी पहा.'' कुम्मीने मान वर करून पाहिले आणि मला पाहून त्याला अत्यानंद झाला. आपल्या नोकराला गिऱ्हाईकांकडे लक्ष देण्यास सांगून, बाहेर येऊन माझा हात धरून तो मला आत घेऊन गेला. माझ्यापाठोपाठ शंकरगौडादेखील आत शिरला. आम्ही तिघेही कुम्मीच्या केबिनमध्ये गेलो. कुम्मीच्या शेजारच्या खुर्चीमध्ये मी बसलो. कुम्मीने माझा हात हातात घेऊन माझी आणि माझ्या आई-वडिलांची चौकशी केली. सुमारे पंधरा मिनिटे आम्ही दोघेही बोलत होतो. पण त्या अवधीत कुम्मीने शंकरगौडाबरोबर बोलणे दूर राहिले, पण त्याच्याकडे नजर वळवूनदेखील पाहिले नाही. उन्हाळा असल्यामुळे कुम्मीने माझ्यासाठी, चहा-कॉफीऐवजी चिल्ड थम्स अप मागवून ती बाटली माझ्यासमोर ठेवली. तुझ्यासाठी काय? अशा अर्थाने मी कुम्मीकडे पाहिले. तो म्हणाला, ''मी असलं हलकं ड्रिंक घेत नाही. संध्याकाळी

आलास तर आपण दोघंही नशा चढेपर्यंत व्हिस्कीचे घोट घेऊ.'' मी फक्त हसलो. कुम्मीच्या नोकराकरवी मी दोन रिकामे ग्लास मागविले. त्या बाटलीतील पेय दोन ग्लासांमध्ये विभागून घातले आणि एक ग्लास शंकरगौडाकडे दिला. आम्ही कुम्मीचा कपड्यांचा व्यापार, हल्ली लोकप्रिय होत असलेले तेलुगू चित्रपट, आम्ही शिकलेल्या शाळेची झालेली दुरवस्था इ. विषयांवर आवडीने गप्पा मारल्या. अखेरीस कुम्मीचा निरोप घेऊन आम्ही निघणार इतक्यात शंकरगौडाने हलक्या आवाजात, ''काय कुम्मण्णा? चंद्रव्वा कशी आहे? तिची तब्येत बरी आहे ना?'' अशी स्मितहास्य करून चौकशी केली. कुम्मीने संतापाने एक इरसाल शिवी हासडली आणि त्याला एक ठोसा मारण्यासाठी हात उगारला. शंकरगौडाने या हल्ल्याची अपेक्षा केलीच होती. कुम्मीने हात वर करताच तो चपळाईने तिथून निसटला आणि हसत हसत बाहेर पडला. आश्चर्याने ''कोण रे ही चंद्रव्वा?'' म्हणून मी कुम्मीकडे चौकशी केली. अजूनही रागात असलेला कुम्मी म्हणाला, ''त्या डुकराच्या नादी लागू नकोस. त्याच्या जिभेला हाड नाही. वाटेल ते बरळत असतो तो हरामखोर.'' ''ठीक आहे. पुन्हा भेटू'' असे म्हणून मी कुम्मीशी हस्तांदोलन केले आणि बाहेर पडलो. पुढच्या नाक्यावर पोचलेल्या शंकरगौडाला मी गाठले. मी काही बोलण्याआधी त्यानेच हसत हसत गौप्यस्फोट केला. चंद्रव्वा म्हणजे कुम्मीची ठेवलेली बायको. गेली दोन वर्षे त्यांचा संबंध आहे. दुर्गादेवीच्या मंदिरामागे तिचे घर आहे. या बहाद्दराने हल्लीच तिला एक सोन्याचा नेकलेस भेट म्हणून दिला आहे.

आम्ही दोघेही मारुती मंदिराजवळ पोचलो. मंदिरात कोणीही नव्हते. सर्वत्र सामसूम होती. बाहेर कडक उन्हाळा असला, तरी मंदिरात गारवा होता. मंदिराच्या गोपुरावर पसरलेल्या चाफ्याच्या फुलझाडावर एक पक्षी आरामात बसलेला दिसत होता. चाफ्याच्या फुलांचा सुगंध मंदिराच्या परिसरात दरवळत होता. आम्ही दोघांनीही मारुतीरायाचे दर्शन घेतले. साष्टांग नमस्कार घातला. बाजूला पेटत असलेल्या नंदादीपावरून हात फिरवून त्याचे तेज आमच्या डोळ्यांत उतरण्यासाठी डोळ्यांवरून हात फिरविला. नंदादीपाच्या खाली शेंदुराची डबी होती. त्यातला चिमूटभर शेंदूर घेऊन शंकरगौडाने आपल्या कपाळावर लावून घेतला आणि चिमटीतला उरलेला शेंदूर त्याने माझ्या कपाळावर चढविला. तिथे असलेल्या एका सिमेंटच्या बाकावर आम्ही दोघेही बसलो. काही वेळ त्या परिसरातील शांततेचा अनुभव आम्ही घेतला. त्यानंतर मला शंकरगौडाची फिरकी घेण्याची लहर आली. मी त्याला चेष्टेने म्हणालो, ''शंकरा, तू लवकरच लग्न करून मोकळा हो.'' माझे बोलणे ऐकून तो जोराने हसू लागला. काही वेळाने हसता हसता त्याचे डोळे पाण्याने डबडबले. रडवेल्या स्वरात तो म्हणाला, ''निदान तू तरी माझी चेष्टा करू

नको रे. मनाला फार दुःख होते बघ.'' मी त्याची क्षमा मागितली. काही न बोलता आम्ही मंदिराबाहेर पडलो आणि आपापल्या घरी निघालो.

त्याच रात्री जेवण झाल्यावर मी बाहेर अंगणात खुर्ची टाकून गार वाऱ्याचा आनंद घेत बसलेलो असताना कुम्मी समोर येऊन उभा राहिला. ''मला तुझ्याशी थोडं बोलायचं आहे'' असे म्हणून तो मला सोबत घेऊन निघाला. आम्ही दोघेही पुढच्या नाक्यावर पोचलो आणि त्याने संभाषणास सुरुवात केली. तो म्हणाला, ''हे पहा, तू आता बेंगळूरचा कायम निवासी झाला आहेस. इथं गावात काय चाललं आहे याची तुला अजिबात माहिती नाही. काही गोष्टी मी तुझ्या भल्यासाठी सांगतो आहे त्या मुकाट्याने ऐकून घे. यापुढं तू शंकरगौडाची संगत सोडून दिलीस तर बरं होईल. त्याच्यासोबत गावात भटकू नकोस. ते बरं दिसत नाही.'' त्याचे बोलणे फारसे मनावर न घेता मी म्हणालो, ''कुम्मी, तो आपला वर्गमित्र आहे. एकाच वर्गात आणि एकाच बाकावर बसून आम्ही शिकलो आहोत. इतक्या वर्षांचा स्नेहसंबंध तडकाफडकी कसा तोडून टाकता येईल?'' कुम्मीला ते आवडले नाही. किंचित रागाने तो म्हणाला, ''शाळेत मास्तरांना शंका विचारल्याप्रमाणे मला प्रश्न विचारू नकोस. माझं बोलणं नीट ऐकून घे. तू हुषार आणि समजूतदार आहेस. शाळेत तुझी बरोबरी तुझ्याआधी कोणी केली नाही आणि पुढंदेखील कुणी करणं शक्य नाही. गावात सर्वांना तुझा अभिमान वाटतो. कुणालाही हेवा वाटावा असं यश तू मिळविलं आहेस. राज्याच्या राजधानीमध्ये तुला लठ्ठ पगाराची नोकरी आहे. तुझा वर्गमित्र म्हणून नव्हे, तर तुझा वडीलभाऊ तुला मोलाचा सल्ला देतो आहे असं समजून मी काय म्हणतो ते नीट ऐकून घे. या गावात तुझ्याबद्दल कुणी वाईट बोललेलं मला खपणार नाही. म्हणून त्या हरामखोराचा सहवास सोडून दिलास तर त्यात तुझंच हित आहे हे नीट लक्षात घे.'' अशी मला सक्त ताकीद देऊन तो निघून गेला. आश्चर्याने मी त्याच्याकडे पाहत तिथेच उभा राहिलो. तो दिसेनासा झाल्यावर मी घरी परत निघालो.

वरील प्रसंगानंतर जवळ जवळ पाच वर्षांनी मी परत गावी आलो. माझे आई-वडील बेंगळूरला येऊन माझ्याबरोबर राहत होते आणि तेव्हापासून गावाची ओढ जरा कमी झाली होती. आमच्या एका दूरच्या नातेवाइकांच्या घरी विवाहसमारंभ होता. त्याचे आमंत्रण आम्हाला पोचले होते. आई-वडिलांचे वय झाल्यामुळे त्यांना लांबचा प्रवास झेपण्यासारखा नव्हता. त्यामुळे त्यांनी मला जाऊन येण्याची विनंती केली होती. मी गावी येण्याचे हे मुख्य कारण होते. बेंगळूरहून निघतानाच लग्न आटोपल्यावर शंकरगौडाला भेटून त्याच्याशी गप्पागोष्टी करण्याचा बेत मी मनोमन ठरवला होता.

पण हा बेत सिद्धीस नेणे माझ्या नशिबात नव्हते. लग्नसमारंभात काही

जणांशी गप्पागोष्टी करताना मी गावातील घडामोडींबाबत विचारले असता मला एक धक्कादायक बातमी समजली. सुमारे एक वर्षापूर्वी शंकरगौडाने गळफास लावून आत्महत्या केली होती म्हणे. आत्महत्येचे कारण समजू शकले नाही. मला खूप वाईट वाटले. लग्नमंडपात आणखी दोघांकडे मी याबाबत चौकशी केली. त्यांनी बातमी खरी असल्याचा दुजोरा दिला; पण त्यांना देखील कारण माहीत नव्हते. स्वतःच्या बापालादेखील रुळाने मारण्यास मागे पुढे न पहाणाऱ्या या निर्भीड आणि धीट माणसाला आत्महत्या करण्याची पाळी का यावी हा प्रश्न एकसारखा माझा मेंदू पोखरत होता. अखेरीस मी स्वतः त्याच्या घरी जाऊन याचा छडा लावण्याचे ठरविले. संध्याकाळी 'फिरायला जातो' असे सांगून मी बाहेर पडलो आणि थेट शंकरगौडाच्या घरचा रस्ता धरला. पूर्वी दोन-तीन वेळा त्याच्या घरी जाऊन आल्यामुळे कुठेही चौकशी न करता मला त्याचे घर सापडले. त्याच्या घरी मी पोचलो तेव्हा सूर्यास्त होऊन अंधार पडू लागला होता. माजघरात त्याची आई मेथीची जुडी निवडत बसली होती. बाजूलाच अंथरलेल्या सतरंजीवर त्याचे वडील आडवे होऊन विडीचे झुरके घेत होते. अंधार असल्यामुळे त्याच्या आईने मला ओळखले नाही. 'आपण कोण? कुणाला भेटायचे आहे?' अशी तिने चौकशी केली. हे ऐकून आडवे झालेले त्याचे वडील उठून बसले. मी तिथेच असलेल्या एका खुर्चीवर बसून माझा परिचय करून दिला आणि म्हणालो, "मी शंकरगौडाचा वर्गमित्र. आम्ही दोघंही एकत्र शिकलेले आहोत. सध्या मी बेंगळूरला असतो. इथं एका लग्नसमारंभासाठी येण्याची संधी मिळाली. शंकरगौडाला देवाज्ञा झालेली समजली. फार वाईट वाटलं. त्यासाठी तुमच्याशी भेटून बोलावं या उद्देशानं मी आलो आहे." इतके बोलून झाल्यावर शंकरगौडाच्या आईने मला ओळखले. मृत मुलाची आठवण येऊन तिच्या डोळ्यांत पाणी आले. तिने पदराने आपले डोळे पुसले. मी पुढे विनयपूर्वक शब्दांत म्हणालो, "मला क्षमा करा. तुम्हाला दुःख होणे साहजिक आहे. तुमच्याइतकंच दुःख मलादेखील झालं आहे. तुमच्या मनाला झालेल्या जखमेवरची खपली काढून ती जखम पुन्हा ओली करण्याची माझी इच्छा नाही. पण तब्येतीने ठणठणीत असलेल्या तुमच्या मुलाला आत्महत्या करण्याची पाळी का आली, हे मला समजून घ्यावं असं वाटलं म्हणून मी आलो." माझे बोलणे ऐकून त्या मातेच्या डोळ्यांत पुन्हा पाणी आले. डोळ्याला पदर लावून ती आतल्या बाजूला निघून गेली. मी विडी ओढत असलेल्या बापाकडे माझी नजर वळविली. त्याने एक जोराचा झुरका घेऊन धूर सोडला आणि उरलेले विडीचे थोटूक जमिनीवर घासून विझविले. तो म्हणाला,

"यमाच्या दारात गेलेला मुलगा तिथं कसा आणि का गेला हे आम्ही जिवंत माणसं कसं सांगू शकणार? तो जीवनाला कंटाळला आणि आम्हाला सोडून गेला.

बहुतेक त्याच्या मागे आम्ही जिवंत राहून यातना सहन कराव्यात अशी त्याची इच्छा असावी.''

"तसं नव्हे, पण तो भोगत असलेल्या यातना आणि दुःख याची तुम्हाला नक्कीच माहिती असेल ना?''

"नाही. अजिबात नाही.'' असे म्हणताना त्यांचा आवाज जरा चढलेला होता. हा चढलेला आवाज ऐकून आत असलेले शंकरगौडाचे दोघे भाऊ आपापल्या बायकांसह बाहेर आले. एका भावाचे लहान मूलदेखील बाहेर आले आणि आपल्या आईच्या पदरामागे लपून माझ्याकडे भयभीत नजरेने पाहू लागले. थोरला भाऊ चढ्या आवाजात म्हणाला,

"हे सर्व समजून घेणारे तुम्ही कोण? त्याचा नवरा की दादला? तुमचा या प्रकरणाशी काय संबंध? इथं आमचे कष्ट, आमच्या यातना, आमच्या समस्या यात आम्ही पार बुडून गेलो आहोत. त्यात तुम्ही अकस्मात अस्वलाप्रमाणे येऊन आम्हाला छळू लागलात. या उपर तुम्हाला तो का आणि कसा मेला हे समजून घेण्याचा हट्ट असेल, तर तुम्हीदेखील त्याच्याप्रमाणे गळफास लावून घ्या. तो वरती भेटला, की तुम्हीच त्याला विचारा, म्हणजे चांगले सविस्तर समजेल. आता निघा इथून. लगेच बाहेर पडा. चला.'' त्याच्या आवाजात संताप आणि चीड पुरेपूर भरलेली दिसली. थरथरत्या हाताने त्याने मला दरवाजा दाखवला. धाकटा भाऊ त्याच्याजवळ येऊन त्याचे समाधान करण्याचा प्रयत्न करू लागला. काही न बोलता मी तिथून बाहेर पडलो. थोडे अंतर चालत जाऊन मी मागे नजर टाकली. ती माऊली बाहेर येऊन उभी होती आणि मला जाताना पाहत होती. तिच्या मनात माझ्याशी काही तरी बोलायचे आहे, असे मला वाटले. मी मागे फिरून पुन्हा तिच्याकडे निघालो. मला मागे फिरलेले पाहून ती घाबरून आत पळाली. ती पुन्हा बाहेर येईल या आशेने मी तिची वाट पाहत तिथेच उभा राहिलो. बराच वेळ वाट पाहूनदेखील ती परत आली नाही. निराश होऊन मी परत निघालो.

वाटेत मला कुम्मीचे घर दिसले. त्याला भेटण्यासाठी मी आत गेलो. मध्यंतरी त्याचे लग्न झाले होते आणि त्याचा मुलगा आता दोन वर्षांचा झाला होता. कुम्मीने आपल्या पत्नीचा माझ्याशी परिचय करून दिला. तिचे माहेर हगरीबोम्मनहळ्ळी (बळ्ळारी जिल्ह्यातील तालुक्याचे शहर). बीकॉम पर्यंत ती शिकलेली होती आणि कुम्मीच्या दुकानात महत्त्वाची कामे करून कुम्मीला मदत करत होती. त्याचा दोन वर्षांचा मुलगा आपल्या खेळण्यासह बाहेर येऊन माझ्याकडे पाहू लागला. मुलगा गोंडस आणि बाळसेदार होता. कुम्मीने त्याच्या खोडकरपणाचे वर्णन करून त्याचे कौतुक केले. काही वेळ त्याचे कुटुंब आणि संसार यावर चर्चा करून झाल्यावर मी माझ्या मुख्य प्रश्नाला हात घातला. "शंकरगौडाला आत्महत्या करावीशी का

वाटली?'' मी कुम्मीला थेट प्रश्न विचारला. पण त्याने ताबडतोब उत्तर दिले नाही. दोन मिनिटांनंतर त्याने मुलाला आत आईकडे पिटाळले. ''तुझा इथं किती दिवस मुक्काम आहे? बेंगळूरला परत कधी जाणार आहेस?'' कुम्मीने मला विचारले. मी त्याला 'उद्या जाणार आहे' म्हणून सांगितले. 'तसे असेल तर हा विषय आता कशाला उकरून काढतोस? एक दिवस शांत आणि आरामात रहा आणि उद्या समाधानाने बेंगळूरला परत जा.' शंकरगौडाचा विषय कुम्मीला आवडला नाही असे त्याच्या चेहऱ्यावरून दिसत होते. पण माझे कुतूहल मला स्वस्थ बसू देत नव्हते. काय करावे हे मला सुचेना. थोडा वेळ आम्ही काही न बोलता एकमेकांचे चेहरे पाहत होतो. ''ठीक आहे. चल थोडी बाहेरची मोकळी हवा घेऊ.'' असे म्हणून कुम्मी उठला. अंगावर शर्ट-पॅण्ट चढविली आणि आत पत्नीला निरोप देऊन आला.

आम्ही दोघेही गावाबाहेरच्या धाब्यावर येऊन पोचलो. गावातील बहुतांशी मंडळी तिथे मद्यप्राशनासाठी जमतात. ''अरे मी असलं काही पीत नाही.'' मी कुम्मीला स्पष्ट सांगितले. ''तू त्यातला नाहीस हे मला चांगलंच माहीत आहे. तुला काही नको असेल तर ठीक आहे. पण मला प्यायचं आहे. त्याशिवाय तुझ्या फालतू प्रश्नाचं उत्तर देण्यासाठी मला शक्ती कुठून मिळणार?'' कुम्मीने इथे येण्याचा आपला उद्देश स्पष्ट केला. आम्ही दोघांनी एक रिकामे टेबल पकडले आणि समोरासमोर खुर्च्या टाकून बसलो. कुम्मीने माझ्यासाठी एक सॉफ्ट ड्रिंक तसेच स्वतःसाठी व्हिस्कीचा मोठा पेग आणि चकणा मागविला. दोघांनीही 'चीअर्स' असे म्हणून एकेक घोट घेऊन संभाषणाला सुरुवात केली. एखाद्या गहन आध्यात्मिक विषयावर बोलण्याच्या आविर्भावात तो म्हणाला, ''हे पहा मित्रा, आपलं गाव आता पूर्वीचं राहिलेलं नाही. तुझ्यात काही बदल झालेला दिसत नाही. तू लहानपणी जसा होतास तसाच आजदेखील दिसतोस. तू एकदम सज्जन मनुष्य आहेस. स्वभावाने सरळ आहेस. आम्हाला लागलेल्या वाईट सवयी तुझ्यापासून फार दूर आहेत. तुला कुणाच्या स्वभावातील छक्केपंजे अजून समजत नाहीत. पण गावातील सर्वजण तुझ्याप्रमाणे सरळमार्गी नाहीत.'' मूळ विषयाला बगल देऊन तो काही तरी बरळतो आहे असे मला वाटले. काही वेळ मी त्याचे बेताल वक्तव्य सहन केले. पण हे सर्व माझ्या सहनशक्तीची सीमा ओलांडत आहे असे वाटताच मी त्याचा ग्लास ओढून माझ्या हातात घेतला आणि मूळ विषयावर परत येऊन ''शंकरगौडाने गळफास लावून आत्महत्या का केली ते सांग'' असा त्याला थेट प्रश्न विचारला. त्याला नुकतीच नशा चढण्याला सुरुवात झाली होती. तो म्हणाला, ''ती आत्महत्या नव्हती. त्याचा खून झाला.'' हे ऐकून मी तीन ताड उडालो. हा मला दुसरा धक्का होता. ''कुणी केला त्याचा खून?'' पुन्हा विषयांतर होऊ नव्हे म्हणून मी परत थेट

प्रश्न केला.

"त्याचे वडील आणि दोन भाऊ या तिघांनी मिळून त्याचा खून केला आणि मग खून उघडकीस येऊ नये म्हणून त्याला फासावर चढवलं." असे म्हणून माझ्या हातून त्याने आपला ग्लास ओढून घेतला आणि त्यातील व्हिस्की घटाघटा पिऊन एका दमात संपवली. रिकामा ग्लास त्याने पुन्हा भरून घेतला. त्याच्याकडून खरी हकिगत समजल्यावर मला फार वाईट वाटले. दुःखाने माझे डोळे भरून आले. मी कुम्मीला पुन्हा विचारले,

"स्वतःच्या पोटच्या पोराचा आणि सख्ख्या भावाचा खून करताना त्यांना काहीच वाटलं नाही?" असे विचारताना माझ्या डोळ्यांतून अश्रू टपकू नयेत म्हणून मी आटोकाट प्रयत्न केला. कुम्मीने आणखी दोन घोट घेतले. डाव्या हाताने तोंड पुसून उजव्या हाताने प्लेटमधले दोन खारे शेंगदाणे तोंडात टाकले आणि ते खाताना म्हणाला,

"तुला ढेकूण आठवतात? आमच्या बिछान्यात घुसून, आमचे रक्तशोषण करून, रात्रभर आमची झोप उडवणारे ढेकूण आठवतात? तो हलकट साला शंकरगौडा त्या ढेकणाचा अस्सल नमुना होता. आपल्याच घरात जन्माला आलेला प्राणी म्हणून दंश करणाऱ्या ढेकणाला कोणी प्रेमाने गोंजारत नाही. तो दिसताच ताबडतोब चिमटीत पकडून त्याला चिरडून टाकतातच ना? शंकरगौडाच्या वडिलांनी आणि भावांनी अगदी तेच केले. एक दिवस तो झोपलेला असताना हे तिघेही त्याच्याजवळ दबक्या पावलांनी आले आणि अजिबात आवाज न करता त्याच्या नाकावर उशी दाबून धरली ती त्याचा श्वास कोंडून त्याने प्राण सोडल्यानंतरच बाजूला केली. त्यानंतर त्याने पांघरलेली चादर घेऊन त्याचा फास करून, त्याचे दुसरे टोक कडेपाटाला लावलेल्या हूकमध्ये अडकवले. तिघांनीही त्याला उचलून त्याची मान त्या फासामध्ये अडकवून ठेवली. नंतर ते तिघेही झोपले आणि सकाळी उठून रडण्याचे नाटक करू लागले. हीच त्याच्या आत्महत्येची सत्यकथा. हे सर्व ऐकूनदेखील माझी उत्सुकता शमली नव्हती.

"हे सर्व तुला कुणी सांगितलं?" मी कुम्मीला विचारले.

"अरे, ही घटना गावात सर्वतोमुखी आहे. आपले पाप उघडकीस येऊ नये म्हणून या तिघा नराधमांनी अतोनात प्रयत्न केले. त्याचा गौप्यस्फोट होऊ नये म्हणून ते स्वतः तोंडावर बोट ठेवून गप्प राहिले. पण ती निष्पाप माऊली, म्हणजे शंकरगौडाची आई कशी आणि किती दिवस गप्प बसू शकणार? घराबाहेर जो भेटेल त्याला ही घटना रडवेल्या स्वरात सांगून आपले दुःख हलकं करण्याचा प्रयत्न करीत होती. ऐकणारा इसम तिचं सांत्वन करून निघून जाई. पण त्याच्या पोटात ही गोष्ट थोडीच टिकून रहाणार? तोदेखील पुढं जो भेटेल त्याला सांगून

मोकळा होई. ही बातमी गावभर पसरायला वेळ लागला नाही.''

हे सर्व ऐकून माझा मेंदू बधिर झाला होता. माझे अजून पूर्ण शंकानिरसन झाले नव्हते. मी कुम्मीला पुन्हा प्रश्न केला, ''तो आपल्या परीने आपले जीवन जगत होता. आई-वडिलांना किंवा भावंडांना त्याचा काही त्रास नव्हता असं मला वाटतं. असं असताना त्याचा खून करण्याची पाळी या तिघांवर का आली? छे! काय हा खुनशीपणा?''

''अरे अरे अरे! इतका घायकुतीला येऊ नकोस. माझी कथा अजून पूर्ण झालेली नाही. या घटनेची पार्श्वभूमी अजून सांगायची राहिली आहे. त्याचा विनाकारण खून करायला त्याचे वडील आणि भाऊ वेडे अजिबात नव्हते.''

''असेल. पण खून करण्याइतपत त्याचा काय गुन्हा होता?''

''सांगतो. जरा दमानं घे. शंकरगौडा एकदा रातोरात पळून मुंबईला गेला. तिथं तो सहा महिने राहिला होता. त्या मुक्कामात त्याने आपलं लिंगपरिवर्तन करून घेतलं आणि पूर्ण स्त्रीरूपात साडी नेसून गावी परतला.''

मी अवाक् झालो. हा मला तिसरा धक्का होता. काय बोलावे ते सुचेना. कुम्मीने पुढची घटना सांगण्यास प्रारंभ केला.

''त्या दिवशी गुढीपाडवा होता. बसवण्णा मंदिराचा रथोत्सव होता. गावातील धनगर मंडळी अंग मोडून उत्साहाने ढोल बडवत होती. मंदिराचा मानाचा ध्वजस्तंभ उचलून लोक नाचत होते. इतक्यात तिथं स्त्रीरूपातील शंकरगौडा अवतरला आणि त्या वाद्यांच्या तालावर चक्क नाचायला लागला. दिसायला थेट सिनेमातील हिराईनप्रमाणे वाटत होता. कोण ही सुंदरी आणि अचानक या गावात कशी आली, असा सर्वांना प्रश्न पडला. गावातील तरुण मंडळींना ती आपल्या स्वप्नातली सुंदरी वाटू लागली. हा शंकरगौडा असेल अशी कुणाला शंकादेखील आली नाही. रथोत्सवाला मी आणि माझी बायको दोघंही आलो होतो. रथ मंदिराजवळ पोचल्यावर आम्ही उभयता मंदिरात जाऊन देवदर्शन घेतले आणि बाहेर मिरच्यांचा बाजार भरला होता तिथं मिरच्या खरेदी करण्यासाठी गेलो. एका ठिकाणी दराबद्दल घासाघीस करताना हा बहाद्दर माझ्या बाजूला उभा राहून, ''कुम्मण्णा, काय म्हणते चंद्रव्वा?'' असे म्हणून फिस्सकन हसून तिथून पसार झाला. तेव्हा माझ्या डोक्यात प्रकाश पडला, की ही कोणी सुंदरी नसून, शंकरगौडा आहे. माझं नुकतंच लग्न झालं होतं. माझ्या बायकोच्या डोक्यात शंकेचा किडा वळवळला. 'ही चंद्रव्वा कोण?' असं विचारून तिनं मला भंडावून सोडलं. तिची समजूत घालताना माझी पुरती वाट लागली.''

''या प्रसंगानंतर लगेच दुसऱ्या दिवशी याचं नाटक सुरू झालं. सरळ माझ्या दुकानात आला आणि पाच पॅण्टी आणि पाच ब्रेसिअर हवेत म्हणून मागणी केली.

मी रागानं एक शिवी हासडून त्याला बाहेर हाकलण्याचा प्रयत्न केला. तो माझ्या रागाला थोडीच भीक घालणार? सगळी लाजलज्जा गुंडाळून त्यानं मला विचारलं, मी एक गिऱ्हाईक म्हणून तुझ्या दुकानात आलो आहे. मला जे हवं ते मी खरेदी करणार. त्यात तुझं काय नुकसान होणार आहे? का मला हाकलतोस? हट्टाला पेटून त्यानं हवी ती खरेदी केली आणि निघून गेला. त्याच्या माझ्याबरोबरच्या संभाषणामुळे दुकानातील सर्वांना समजलं, की हा स्त्रीवेषातील पुरुष आहे. नंतर ही बातमी गावभर पसरायला वेळ लागला नाही. तो शंकरगौडा आहे हेदेखील सर्वांना समजलं. सर्वजण त्याच्या घरी चौकशी करून खात्री करून घेऊ लागले. आपला मुलगा साडी नेसून घरी परत आला आहे हे समजल्यावर घरातील सर्वांना गावात तोंड दाखवण्याची लाज वाटू लागली. भरीस भर म्हणून गावातील लोकांच्या चांभारचौकशा. त्यांनी आपल्या मुलाला घरातून हाकलून देण्याचा प्रयत्नदेखील करून पाहिला. पण शंकरगौडानं घर सोडण्यास साफ नकार दिला. मी तुमचं अपत्य असल्यामुळं या घरावर माझा हक्क आहे आणि तो हक्क सोडून द्यायला मी अजिबात तयार नाही. हे घर सोडून कुठंही जाणार नाही अशा स्पष्ट आणि ठाम शब्दांत त्यानं आपला निर्णय सांगितला. त्याच्या भावांनी या घरावर फक्त मुलांचा अधिकार आहे, मुलीचा नाही असा युक्तिवाद केला. त्याच्या मुंबईच्या मुक्कामात त्याचे कुणी कान भरले आणि त्याला इतकं धैर्य कुणी मिळवून दिलं ते माहीत नाही. पण कुणाच्याही युक्तिवादाला तो बळी पडला नाही. घरातच ठाण मांडून बसला. जेवणखाण घरात, शौच, स्नान घरात आणि झोपदेखील घरातच.''

''त्याचं नाटक इथंच संपलं नाही. गावातील तरुणांना आकर्षित करून, त्यांना आपल्या जाळ्यात ओढण्यास त्यानं सुरुवात केली आणि कालांतरानं त्यांना आपल्या नादी लावण्यात तो यशस्वी झाला. तो स्त्रीरूपात इतका सुंदर आणि मादक दिसायचा, की गावातील इतर तरुणींना त्याचा हेवा वाटू लागला. त्याची कंबर, मांडी, पार्श्वभाग, वक्षस्थळ; सर्व काही तरुणींना लाजवेल इतके आकर्षक होते. अशा परिस्थितीत तरुण मंडळी त्याच्या नादी लागली नाही तरच नवल. एकापाठोपाठ एक तरुण त्याच्या जाळ्यात अडकून फसू लागले. काही दिवसांनी त्याचा हा एक धंदा बनला आणि त्यात त्याचा जम बसायला उशीर लागला नाही. या कामात चंद्रव्वानं त्याला मदत केली. त्याच्या धंद्यातील दलाल म्हणून तिनं काम केलं. घराघरांतील बायका त्याला शाप देऊ लागल्या. त्याचे वडील, भाऊ आणि इतर मंडळींना ताठ मानेनं घराबाहेर पडणं मुष्किल होऊ लागलं. भरीस भर म्हणून कधीही हार न पत्करणाऱ्या त्याच्या वडिलांचा त्या वर्षी ग्राम पंचायतीच्या निवडणुकीमध्ये सपशेल पराभव झाला.''

''मानाने आणि प्रतिष्ठेने जगत असलेले त्यांचे घराणे. मागच्या कोणत्याच

पिढीमध्ये अशी अपमानास्पद परिस्थिती उद्भवली नसेल. वरचेवर होत असलेला अपमान आणि अवहेलना ते कशी आणि किती दिवस सहन करू शकणार होते? सहनशक्तीची मर्यादा ओलांडल्यावर एका रात्री हे तिघंही उठले आणि त्यांनी शंकरगौडाचा खून करण्याचं धाडसी पाऊल उचललं. शंकरगौडाच्या मृत्यूनंतर त्याच्या घरात आणि गावातदेखील शांतता आणि समाधान पसरलं आहे.''

कुम्मीला आता इतकी नशा चढली होती, की कुठलाही नाजूक आणि अडचणीचा प्रश्न समोर आला, तरी त्याला समर्पक उत्तर देण्याची हिंमत त्याच्या मनात तयार झाली होती. मी पुन्हा माझी शंका उपस्थित केली.

''शंकरगौडा आपल्या वडिलार्जित घरावरचा हक्क सोडायला तयार नव्हता. त्याबद्दल त्याची किंमत मोजून, ती रक्कम त्याच्या हातात टिकवून त्याला घराबाहेर काढता आलं असतं. तो बिचारा आपलं वेगळं बिऱ्हाड करून सुखानं राहिला असता. तसं केलं असतं तर त्यांच्या घराण्याच्या प्रतिष्ठेला बाधा आली नसती आणि शंकरगौडाचा जीवदेखील सुरक्षित राहिला असता. त्याचा खून करणं हा काही शेवटचा उपाय नव्हता आणि त्याची जरूरदेखील नव्हती असं मला वाटतं.''

''तू म्हणतोस ते खरं आहे. पण शंकरगौडा पैशांसाठी हपापलेला नव्हता. त्यानं आपली माया करून ठेवली होती. त्यानं बँकेत खातं उघडताना साडी नेसलेला फोटो दिला होता आणि नॉमिनेशन त्याच्या आईच्या नावानं होतं. त्याचा मृत्यू झाल्यावर बँकेच्या खात्यात दीड लाख रुपये शिल्लक होते. अर्थात ते सर्व त्याच्या आईला मिळाले. हे सांगण्याचा उद्देश म्हणजे, इस्टेटीमधल्या पैशांची त्याला काहीच जरुरी नव्हती. पण घरावरचा कायदेशीर हक्क त्याला सोडायचा नव्हता आणि ते घर सोडून इतरत्र जायला तो तयार नव्हता. त्याच्या या हट्टापायी त्याला आपला जीव गमवावा लागला. त्याचे वडील आणि भाऊ त्याच्या वर्तणुकीमुळे आणि त्याच्या घरात ठिय्या मांडून बसण्याच्या हट्टामुळं इतके हैराण झाले होते, की त्याचा खून करण्याशिवाय त्यांच्यापुढं दुसरा पर्याय नव्हता.'' हे सर्व ऐकून माझं डोकं गरगरू लागलं. पोटातील आतडी पिळवटू लागली. दुःखानं डोळ्यांतून दोन अश्रू टपकले. रुमालानं मी ते पुसून टाकले. ते पाहून कुम्मी म्हणाला, ''मित्रा, शंकरगौडाच्या मृत्यूबद्दल इतकं मनाला लावून घेऊ नकोस. गावातील अनेक पुरुषांशी त्याचा शारीरिक संबंध होता. आज ना उद्या त्याला एड्स झालाच असता आणि त्यानंतर एक-दोन वर्षांतच बेवारशी कुत्र्याप्रमाणे त्याचा मृत्यू झाला असता. तोच मृत्यू त्याच्या घरच्या मंडळींनी दोन वर्षं आधी घडवून आणला इतकंच. आणि तसं करून त्यांनी शंकरगौडावर उपकारच केले असं मला वाटतं.

''बस झालं. पुढं मला काही ऐकण्याची इच्छा राहिली नाही.'' कुम्मीच्या पेल्यामधील व्हिस्की संपली होती. मी त्याला उठविले. वेटरने बिल आणून दिले

आणि ते मी स्वतः चुकते करून आम्ही दोघेही परत निघालो. वाटेत कुम्मी स्त्रीवेषातील शंकरगौडाच्या सौंदर्याची तारीफ करू लागला.

"तू काही म्हण मित्रा, हात स्वच्छ धुऊनच त्याला स्पर्श करावा इतकं त्याचं आरसपानी सौंदर्य होतं. त्यानं नेसलेली साडी, त्यावर मॅचिंग ब्लाउज, कपाळावर टिकली, गळ्यात मोहनमाळ, हातात बिलवर, शिवाय काचेच्या बांगड्या, चेहऱ्यावर फासलेला स्नो, पावडर, अंगावर शिंपडलेला परफ्यूम, इतका साजशृंगार करून तो नजरेच्या टप्प्यात आला, की त्याच्यावर रोखलेली नजर हटवावी असं वाटत नव्हतं."

मी कुम्मीला त्याच्या घरापर्यंत सोबत केली. घरी पोचल्यावर त्याने "गुड नाईट" म्हणून माझा हात घट्ट पकडून हस्तांदोलन केले. निरोप घेण्याआधी मी त्याला विचारले, "कुम्मी, मी काही विचारलं तर प्रामाणिकपणानं खरं उत्तर देशील?"

"विचार दोस्ता, खुशाल विचार. मी शपथ घेऊन सांगतो, की मी सत्य तेच बोलेन, सत्य सोडून इतर काही बोलणार नाही." कोर्टात साक्ष देतेवेळी शपथ घेतल्याप्रमाणे तो हसत हसत बोलला.

"तू शंकरगौडाचा शारीरिक अनुभव घेतला आहेस?" मी दबक्या आवाजात त्याला विचारले. माझा प्रश्न ऐकताच त्याची नशा खाडकन् उतरली. त्याच्या चेहऱ्यावरचे हास्य मावळले. त्याने माझा हात सोडला. माझ्या प्रश्नाचे उत्तर न देता तो आपल्या घराच्या दारापर्यंत गेला. त्याला पाहत मी तिथेच उभा राहिलो. त्याला काय वाटले कोण जाणे. पण तो परत फिरला. पापाची कबुली दिल्याप्रमाणे अपराधी स्वरात तो म्हणाला,

"शेजारी झोपलेल्या स्त्रीला स्पर्श न करण्याइतका मी नामर्द नाही. मी एक जातिवंत पुरुष आहे आणि गावातील इतर पुरुष जे करतात तेच मीदेखील केलं." असे म्हणून तो मागे फिरून तडक आपल्या घरात शिरला आणि त्याने धाडकन् दरवाजा बंद केला.

गळ्यात पडलेले दान

ती राक्षसी गगनचुंबी इमारत पाहून मोहनस्वामीला गरगरू लागले. जमीन दुभंगून त्यातून एक चौकोनी डोंगर बाहेर आला आहे असे त्याला वाटले. आठ मजली सदनिकांच्या संकुलाच्या उभारणीचे काम चालू होते. शेकडो कामगार त्या संकुलाला मूर्त स्वरूप देण्यासाठी झटत होते. एक सुपरवायजर त्यांच्यावर देखरेख करत होता. कित्येक मशिन धडधडत होत्या आणि त्यांच्या आवाजाने सर्व परिसर गजबजून गेला होता. त्या इमारतीपेक्षाही उंच आणि महाभयंकर राक्षसाप्रमाणे दिसणारी यारी अवजड सामान सहजपणे उचलून हव्या त्या ठिकाणी अलगद नेऊन ठेवत होती. ही राक्षसी यंत्रणा कुठून कशी आली आणि याची वाहतूक कशी केली याचे मोहनस्वामीला आश्चर्य वाटले. सिमेंटची पोती, वाळू, विटा, लोखंडी सळ्या इतस्ततः विखुरल्या होत्या. सर्वत्र धुळीचे साम्राज्य पसरले होते. या सर्व गजबजाटात एक छोटी पाउलवाट संकुलाच्या कार्यालयाकडे जात होती. बाजूलाच असलेल्या एका झाडावर कार्यालयाचा रस्ता अशी लाकडाच्या फळीवर रंगविलेली पाटी लटकत होती. कशी कोण जाणे, पण या धुळीच्या साम्राज्यात ही पाटी मात्र स्वच्छ दिसत होती.

मोहनस्वामीला 'झक मारली आणि इथे आलो' असे वाटले. एक तासापूर्वी इकडे येईन, असे त्याला स्वप्नातदेखील वाटले नव्हते. उद्या संध्याकाळच्या विमानाने चार वर्षांच्या कालावधीसाठी त्याला परदेशी जायचे होते. त्या धामधुमीत स्वतःसाठी नवीन सदनिका घेण्याचा विचारदेखील त्याच्या मनाला शिवला नसता. त्या दिवशी दुपारी तो सहज त्याच्या गुरूराज नावाच्या जिवलग मित्राला भेटण्यासाठी त्याच्या घरी

गेला होता. त्याला भेटण्याचा मुख्य उद्देश म्हणजे पुढील चार वर्षे त्याची भेट होणार नसल्यामुळे त्याच्याशी मनसोक्त गप्पा मारणे आणि दुय्यम उद्देश म्हणजे त्याच्या पत्नीने बनविलेले काही रुचकर पदार्थ खायला मिळाले तर त्याचा आस्वाद घेणे. बरेच दिवस घरचे जेवण न मिळाल्याने त्याची जीभ विटली होती. गुरुराजच्या घरी काही तरी चांगले खायला मिळेल याचा त्याला भरवसा होता. तिथे मोहनस्वामीला काही मागण्याची आवश्यकता नव्हती. त्याने घरात पाऊल टाकताच गुरुराज आपल्या पत्नीला किंवा आईला काही तरी खायला देण्याची विनंती करत असे. त्यानंतर जेवणाची वेळ झाली, की 'जेवून जा' म्हणून आग्रह करीत असे. 'दोन तासांपूर्वी खाणे झाले आहे. परत जेवणाचा आग्रह कशाला?' असे म्हणून मोहनस्वामीने आढेवेढे घेतले, की गुरुराज 'त्याला दोन तास झाले. आता तुला भूक लागली असेल. चल जेवू' असा अधिकारवाणीने आग्रह करत असे. गुरुराजने अशी अधिकारवाणी वापरली, की मोहनस्वामीला त्या मित्रप्रेमाने गलबलून येई आणि त्याच्यापुढची पायरी म्हणजे डोळ्यांतून अश्रुधारा टपकणे. ते टाळण्यासाठी मोहनस्वामी मुकाट्याने जेवायला बसत असे. दोघांची दाट मैत्री झाल्यावर मोहनस्वामी प्रथमच गुरुराजच्या घरी गेलेला असताना काही तरी खायला मिळेल याची आशाळभूतपणे वाट पाहत होता. पण अशी वाट पाहणे आपल्याला शोभत नाही असा विचार मनात येऊन त्याने काही खाण्यास नम्रपणे नकार दिला. तिथून बाहेर पडून जवळच्याच एका टपरीवर जाऊन त्याने आपली क्षुधा शमविली. पण त्यानंतर आपण गुरुराजच्या मैत्रीचा अपमान केला आहे असे वाटून त्याला पश्चात्ताप झाला. यापुढे आपण असा खोटा संकोच कदापि करायचा नाही, असे त्याने मनाशी ठरविले. त्यानंतर प्रत्येक वेळी तो कसलीही भीड न बाळगता गुरुराजचा पाहुणचार मोकळेपणाने स्वीकारून, ताटात काहीही शिल्लक न ठेवता सर्व काही चवीने खात असे आणि जरूर पडल्यास पुन्हा मागून खात असे.

गुरुराजला मोहनस्वामीबद्दल पूर्ण सहानुभूती होती. त्याचे अनेक वर्षांपासूनचे सडाफटिंग जीवन आणि त्यामुळे खचत चाललेली त्याची मानसिक स्थिती गुरुराजने जवळून पाहिली होती. त्यामुळे गुरुराज मनापासून त्याला जेवणाखाण्याचा आग्रह करीत होता. कॉलेजमध्ये शिकत असताना त्यांची गट्टी जमली होती, ती आजतागायत पंधरा वर्षे टिकून होती. या पंधरा वर्षांत एकदाही त्याच्या देहाचे आकर्षण आपल्याला वाटले नाही याचा मोहनस्वामीला आनंद वाटत होता. कित्येक प्रसंगी दोघेही एकाच बिछान्यावर एकत्र झोपलेले असले, तरी त्याच्या देहाला स्पर्श करण्याची आपल्याला इच्छा झाली नाही याबद्दल मोहनस्वामी देवाचे आभार मानत असे. एका छोट्या चुकीमुळे अनेक वर्षांची घनिष्ट मैत्री एका क्षणात तुटून मातीमोल होण्याचे अनेक प्रसंग मोहनस्वामीने अनुभवले होते. अशा चुकांची कटु आठवण

त्याच्या मनात बरेच दिवस घर करून राहत असे. तुटलेली मैत्री पुन्हा जुळविण्याचे अनेक प्रयत्न त्याने करून पाहिले. पण त्यात तो अपयशी ठरला. एक दिवस असा येईल, की त्या दिवशी या सर्वांशी असलेली माझी मैत्री तुटून मित्राविना एकाकी जीवन जगण्याची पाळी माझ्यावर येईल की काय अशी भीती त्याला वाटत असे. आयुष्यात मित्र नसतील तर त्या जीवनाला काय अर्थ आहे? 'हे कृष्णा, माझी आणि गुरुराजची मैत्री अशीच जीवनाच्या अंतापर्यंत टिकून राहो आणि माझी वाईट नजर त्याच्या देहावर कदापि पडू देऊ नकोस' अशी तो देवाची मनापासून प्रार्थना करत असे.

त्या दिवशी दुपारी गुरुराजच्या घरी हल्लीच मुंज झालेले काही छोटे बालक जमले होते. कासोट्याचा पांढरा शुभ्र पंचा नेसून, पाठीवरून रंगीत रेशमी उपरणे घेऊन, कपाळावर गंधाचा उभा टिळा लावून, शरीरावर इतरत्र शंखचक्रांच्या मुद्रा उमटवून घरात ये-जा करत होते. गुरुराजच्या आईने त्यांच्या येण्याचे कारण सविस्तर सांगितले. 'आज सुब्रमण्य षष्ठी. पाच बटूंना यज्ञोपवित व खांद्यावरचा टॉवेल दान करण्यासाठी त्यांना आमंत्रित केलं आहे. माझ्या कुंडलीत सर्पदोष आहे. कित्येक वर्षांपूर्वी माझ्या आजोबांनी घर बांधायला घेतलं होतं. घराचा पाया खणतेवेळी जमिनीत सापाच्या वारुळातून नाग-नागिणीची जोडी बाहेर पडली आणि आजोबांनी त्यांना ठेचून मारलं म्हणे. त्याचं पाप माझ्या माथ्यावर चढलं. आणि माझ्या कुंडलीत सर्पदोष निर्माण झाला म्हणे. त्यामुळे बरीच वर्षं माझं लग्न जमलं नाही. एका ज्योतिषानं मला सुब्रमण्य षष्ठीचं व्रत करण्याचा सल्ला दिला. ते व्रत सुरू केल्यानंतर लगेच माझा विवाहयोग जुळून आला आणि त्यानंतर लवकरच माझं लग्न होऊन कालांतराने मुलंदेखील झाली. तेव्हापासून मी या व्रतात खंड पडू दिला नाही.''

गुरुराजच्या पत्नीने मोहनस्वामीला दोसे करून खाऊ घातले. गुरुराजने पत्नीला आता चार वर्षं हा आपल्याला तोंड दाखवणार नाही. ह्याला दोन दोसे जास्त घाल, असे फर्मान सोडले. गुरुराजचा छोटा मुलगा अनिकेत मोहनकाकांच्या मांडीवर चढून बसला आणि त्यांचा चष्मा डोळ्यांवरून ओढू लागला. आपले नाजूक हात त्याने काकांच्या खिशात घातले आणि त्यातून पेन, मोबाइल, काही चिठ्या बाहेर काढून इतस्ततः फेकून दिल्या. त्याचे हात मोहनस्वामीच्या गालांवरून फिरू लागले आणि मोहनस्वामी या स्पर्शात स्वर्गसुख अनुभवू लागला. ''अनि बेटा, अंकलना असा त्रास देऊ नको. ये इकडं माझ्याजवळ'' अशा गुरुराजच्या विनंतीला अजिबात भीक न घालता त्याने आपला मोहनकाकांबरोबरचा खेळ सुरूच ठेवला. मधूनच आपला आनंद व्यक्त करण्यासाठी तो टाळ्या वाजवून हसू लागला. आता त्याची नजर मोहनस्वामी खात असलेल्या दोश्यांवर पडली आणि ते आपल्याला

खायला मिळावे म्हणून हट्ट करू लागला. मोहनस्वामीने त्याच्या अनेक खोड्या आनंदाने सहन केल्या, तरी दोश्याचा एक तुकडा त्याला भरवावा असे वाटले नाही. "आईच्या परवानगीशिवाय मुलांनी काही खाऊ नये. शहाणा ना तू? जा आईला विचारून ये" असे म्हणून त्याने अनिकेतला आपल्या आईकडे पिटाळले.

अचानक गुरुराजला कसलीशी आठवण झाली आणि तो म्हणाला, "हे पहा मोहन, तुला भारतात परतायला चार-पाच वर्षं तरी लागतील. जाता जाता तू एक फ्लॅट खरेदी करून जावं असं मला वाटतं. फ्लॅट खरेदीसाठी तुझ्याकडं भरपूर पैसा जमला आहे. थोडे कमी पडले, तर बँकेकडून कर्ज घेता येईल. कर्जफेडीसाठी तुझ्या पगारातून वेळेवर वसुली होत राहील. भारतात परत आल्यावर तुला एक हक्काचं स्वतःचं घर राहायला मिळेल." हे ऐकून मोहनस्वामी अचंबित झाला. त्याला काय बोलावे ते समजेना. स्वतःसाठी घर खरेदी करण्याचा विचार त्याच्या मनाला कधीही शिवला नाही. त्याच्या मित्रमंडळींपैकी अनेक जणांनी आपापली घरे बांधून किंवा खरेदी करून धूमधडाक्यात गृहप्रवेश करून सर्वांना मिष्टान्नाचे चमचमीत जेवण दिले होते. या प्रत्येक समारंभाला मोहनस्वामी अगत्याने हजर राहून, यजमानांना एका उत्तम भेटवस्तूचा अहेर करून, पोटभर जेवण करून परतला होता. गुरुराजनेदेखील तो सध्या राहत असलेले घर बांधताना किती संकटांना सामोरे जावे लागले, किती अडचणींचा सामना करावा लागला, पैशांची जुळवाजुळव करताना आपली कशी तारांबळ उडाली याचे रसभरीत वर्णन मोहनस्वामीशी गप्पा मारताना अनेक वेळा केले होते. यातील अनेक कामे पूर्ण करण्यासाठी मोहनस्वामीने स्वतः पुढाकार घेऊन त्याला मदत केली होती. घर बांधणाऱ्या कंत्राटदाराला कागदपत्रे पुरविण्याचे काम असो, किंवा कायदेशीर बाबींची पूर्तता करण्यासाठी वकिलाची भेट घेण्याचे काम असो किंवा घरासाठी लागणारे फर्निचर व इतर शोभिवंत वस्तूंची खरेदी असो; प्रत्येक वेळी गुरुराजने आपल्या मदतीसाठी मोहनस्वामीला पाचारण केले होते आणि मोहनस्वामी आनंदाने त्याच्या सोबत गेला होता. तरीही आपणदेखील स्वतःसाठी एखादे घर बांधावे किंवा खरेदी करावे असे मोहनस्वामीला अजिबात वाटले नाही. स्वतःसाठी घर खरेदी करणे हे आपले काम नव्हे, असे त्याचे मत होते. आई-वडील जिवंत असेपर्यंतच या विषयावर अधूनमधून चर्चा होत असे. पण ते निवर्तल्यावर मोहनस्वामीला या बाबतीत कुणी आपले मत सांगितले नाही, की आपला सल्ला दिला नाही.

"गुरू, मी घर घेऊन काय करू? मी आपला सडाफटिंग माणूस. तुझ्यासारख्या कुटुंबाची आणि संसाराची जबाबदारी असणाऱ्या इसमाला घराची जशी आवश्यकता आहे, तशी मला नाही." असे म्हणून मोहनस्वामी हसला. हा विषय हसण्यावारी नेण्याचाच त्याचा बेत होता. पण गुरुराज हट्टाला पेटला होता. तो म्हणाला,

"संसारी असो किंवा ब्रह्मचारी. प्रत्येकाला स्वतःचं घर हवंच. या दरिद्री महानगरात भाड्याच्या घरात राहणे हा निव्वळ मूर्खपणा असे माझे मत आहे. कमीत कमी एक बेडरूमचे घर असले तरी पुरे. तुझ्यासाठी बंगला जरुरी नाही. पण एखादा फ्लॅट असावा असं मला वाटतं. फ्लॅटमध्ये राहणं सुरक्षित वाटतं. मेंटेनन्सची कटकट नाही. इथून जवळच चार किलोमीटर अंतरावर एका संकुलाचं बांधकाम सुरू आहे. बांधकाम उत्तम दर्जाचं आहे असं ऐकलं आहे. आमच्या ऑफिसमधील बऱ्याच जणांनी तिथं फ्लॅट घेतला आहे. तू आज रिकामाच आहेस. तिकडं जाऊन बांधकामावर एक नजर टाक. मॉडेल फ्लॅट पाहा आणि पसंत पडला तर लगेच बुक करून टाक आणि उद्या निश्चिंत मनानं विदेशप्रवासाला निघ. बांधकाम पूर्ण झाल्यावर नोंदणीसाठी तुला सवड काढून यावं लागेल. किंवा मला मुखत्यार पत्र दिलंस तर ते कामदेखील मी करेन." गुरुराज निग्रहाने म्हणाला. यावर काय प्रतिक्रिया द्यावी हे मोहनस्वामीला कळेना. तो निरुत्तर झाला. आपण आपले घर खरेदी करतो आहोत या विचाराने त्याच्या शरीरात विचित्र कंपने जाणवू लागली. मित्राने प्रोत्साहन दिल्यामुळे त्याला हुरूप आला. आपले स्वतःचे घर असले, तर आपण घरमालकाच्या किरकिरीमधून मुक्त होऊ हा गुरुराजचा विचार त्याला पटला. तरीही आजपर्यंत कोणत्याही घरमालकाने कधीही त्याला किरकिर केली नव्हती हेदेखील खरे. तो सकाळी ऑफिसला गेला, की एकदम संध्याकाळी घरी परतत असे. जरूर पडल्यास त्याच्या गैरहजेरीमध्ये घराचा वापर करण्यास घरमालकाला पूर्ण स्वातंत्र्य होते आणि त्यासाठी घराची डुप्लिकेट चावी त्याने घरमालकाच्या स्वाधीन केली होती. घर स्वच्छ आणि नीटनेटके ठेवण्याची जबाबदारी मोहनस्वामीने उत्तम प्रकारे पार पाडली होती. पाण्याचा गैरवापर मोहनस्वामीकडून कधीच झाला नव्हता. मोहनस्वामीकडून शेजाऱ्यांना किंवा इतर भाडेकरूंना कधीच त्रास झाला नव्हता. घरभाडे देण्यासाठी मोहनस्वामीने कधीही खळखळ किंवा टाळाटाळ केली नाही. महिन्याच्या एक तारखेला ते वेळेवर चुकते होत असे. कराराप्रमाणे प्रत्येक वर्षी दहा टक्के भाडेवाढदेखील मोहनस्वामी आनंदाने करून देत असे. अशा परिस्थितीत घरमालकाला किरकिर करण्याची संधीच मिळत नसे. पण असे असले, तरी स्वतःचे हक्काचे घर असलेले कधीही चांगले हा विचार मोहनस्वामीला पटला होता.

त्यांची ही चर्चा चालली असताना आतून गुरुराजची आई आली आणि म्हणाली, "मोहन, आमंत्रण नसूनदेखील माझ्या गरजेच्या वेळी तू वेळेवर हजर झालास याचा मला आनंद झाला आहे. माझ्या व्रतासाठी मी पाच बटूंना आमंत्रण दिलं होतं. पण फक्त चौघं हजर आहेत. तू बटू नसलास तरी ब्रह्मचारी मुंजा आहेस. त्यामुळे पाचवा मुंजा म्हणून तू माझ्याकडून यज्ञोपवित व टॉवेलची दक्षिणा स्वीकार

कर.'' मोहनस्वामीला हा प्रस्ताव जरा विचित्र वाटला. तो म्हणाला, ''काकू, माझं लग्न झालं नसलं तरी माझे वय बत्तीस वर्षांचं आहे. मी कसला ब्रह्मचारी?'' असे म्हणून मोहनस्वामी हसला. ''तू ब्रह्मचारी नाहीस तर कोण आहेस? अजून लग्न व्हायचं आहे याचा अर्थ तू ब्रह्मचारीच आहेस. विनाकारण माझ्या व्रतामध्ये विघ्न आणू नकोस. चल, बस पाटावर आणि माझ्या विडादक्षिणेचा स्वीकार कर.'' असे गुरुराजची आईदेखील किंचित अधिकारवाणीने म्हणाली. मोहनस्वामीने गुरुराजकडे एक नजर टाकली. ''अरे बघत काय बसलास? चल. बस पाटावर. आईचं व्रत पूर्ण करण्यासाठी मदत केलीस तर थोडं पुण्य पदरी पडेल.'' गुरुराजनेदेखील आपल्या आईला अनुमोदन दिले. मोहनस्वामीचा नाईलाज झाला आणि मुकाट्याने तो पाटावर जाऊन बसला.

चार छोट्या बटू बालकांच्या शेजारी बसून मोहनस्वामीने षष्ठीची विडादक्षिणा घेतली. त्या छोट्या बालकांना आपल्या शेजारी बसलेल्या वडिलांच्या वयाच्या काकांना पाहून मनातल्या मनात हसू येत होते. मोहनस्वामीला ते जाणवले आणि त्यालादेखील हसू आले. त्या बटूंनी विडादक्षिणा स्वीकारून गुरुराजच्या आईला वाकून नमस्कार केला. 'चांगला अभ्यास करून पहिल्या नंबराने पास व्हा' असा तिने तोंडभरून आशीर्वाद दिला. मोहनस्वामीने देखील तिला वाकून नमस्कार केला. 'लवकरच तुझा विवाह होऊंदे' असा त्याला आशीर्वाद मिळाला. मोहनस्वामीने तो आशीर्वाद खिलाडूवृत्तीने स्वीकारला. पूर्वी लग्नाचा विषय निघाला, की मोहनस्वामीला राग येत असे. पण कालांतराने त्याला त्याची सवय लागली. हल्ली त्याला राग येत नाही. उलट त्याबद्दलची चर्चा ऐकत राहावी असे त्याला वाटू लागले आहे. काकूंच्या आशीर्वादाने चमत्कार होऊन माझ्या शरीरात योग्य बदल होऊन खरोखर आपले लग्न झाले, तर आयुष्यात किती बहार येईल, असे त्याला वाटले. पण हा विचार क्षणभरच टिकला. हा आशीर्वाद फलद्रूप होणे किती कठीण आहे याची त्याला कल्पना आली आणि एक विचित्र हास्य त्याच्या चेहऱ्यावर उमटले. ''काकू तुमच्या आशीर्वादानं मला एक सुंदर पत्नी मिळाली, तर तुमच्या सर्व इच्छा पूर्ण करीन. तुम्ही काय मागाल ते देईन'' मोहनस्वामी हसत म्हणाला. गुरुराजची आईदेखील हसली आणि ''तू फक्त हो म्हण. एकापेक्षा एक सुंदर मुली आणून त्यांची एक रांगच तुझ्यासमोर उभी करीन.'' असे म्हणून ती आत गेली. ''काय नवरदेवा? मुली पाहायच्या का?'' गुरुराजनेदेखील त्याची फिरकी घेतली. ''गप्प बस रे. उगाच मला चिडवू नकोस.'' जुना राग आळवून मोहनस्वामी वास्तवात परत आला.

मोहनस्वामी निरोप घेऊन घरी निघाला, तेव्हा गुरुराजने त्याला पुन्हा फ्लॅट खरेदी करण्याबाबत आठवण करून दिली आणि घरी पोचण्यापूर्वी तिकडे जाऊन

येण्याची सूचना केली. फ्लॅट घेतल्याशिवाय हा प्राणी स्वस्थ बसणार नाही याची मोहनस्वामीला खात्री पटली आणि त्या बाबतीत डळमळीत असणारा त्याचा बेत फ्लॅट खरेदी करण्याच्या बाजूने वळून तिथे पक्का झाला. मॉडेल फ्लॅट पसंत पडल्यास ताबडतोब बूक करण्याचा त्याने निर्धार केला. त्याने गुरुराजला आपल्यासोबत येण्याची विनंती केली. गुरुराजने आपण पत्नीच्या काही कामासाठी तिच्यासोबत बाहेर जाणार असल्याचे निमित्त सांगून दिलगिरी व्यक्त केली आणि त्याला एकट्यानेच जाऊन फ्लॅट पसंत करण्याची विनंती केली. निरंतर पाणीपुरवठा, वीजपुरवठा, लिफ्ट आणि जनरेटर या सोई उपलब्ध आहेत याची खात्री करून घेण्याचा सल्ला त्याने दिला. रात्री घरी परतल्यावर आणखी काही टिप्स देण्याचे कबूल केले आणि तो लगबगीने घरात शिरून मोहनस्वामीच्या तावडीतून निसटला. त्याच्या अशा निसटण्याचे मोहनस्वामीला आश्चर्य वाटले नाही आणि वाईटदेखील वाटले नाही.

यापूर्वी म्हणजे सात-आठ वर्षांपूर्वी तो मित्राला सोबत घेतल्याशिवाय बाहेर पडत नसे. अगदी किरकोळ कामासाठी देखील मित्राची सोबत त्याला जरुरीची वाटत असे. दुकानात जाऊन साधा रुमाल खरेदीचे काम असो किंवा सिनेमा पाहायला जाणे असो किंवा दर्शनीवर (स्वसहाय उपाहार गृह) जाऊन वन बाय टू चहा घेणे असो, सोबतीला मित्र हवाच. मित्रांसोबत गप्पा मारताना, हसता-खिदळताना, इतकेच नव्हे, तर त्यांच्याशी वाद घालताना त्याला आसपासच्या जगाचा विसर पडे. पण हळूहळू त्याच्या मित्रपरिवारामध्ये घट होऊ लागली. बरेचसे मित्र विवाहबंधनात अडकून त्याच्यापासून दूर गेले. आपापल्या संसारात रमले आणि त्याच्या संपर्कात येईनासे झाले. अधून मधून त्यांना फोन केला, तर अवांतर गप्पा मारून, 'थोडा बिझी आहे, नंतर बोलू' असे म्हणून फोन बंद होत असे. एक-दोन वर्षांत त्यांना मुलेबाळे झाली आणि त्यांचे लाड करण्यात ते इतके बिझी झाले, की त्यांचे फोनवर भेटणेदेखील मुश्कील होऊ लागले.

अखेरीस त्याला एकटे राहण्याशिवाय गत्यंतर उरले नाही आणि त्याची त्याने सवय लावून घेतली. सुरुवातीस काही दिवस कुठेही न जाता एकटा घरात बसून राहत असे. पण किती दिवस असा एकलकोंडा राहणे शक्य होते? आता आपल्याला एकट्यानेच सर्व व्यवहार करण्यावाचून उपाय नाही याची त्याला जाणीव झाली. त्यानंतर खरेदीसाठी तो एकटाच बाजारात जाऊ लागला, सिनेमाला एकटाच जाऊ लागला आणि सहलीसाठी देखील एकटाच जाऊ लागला. सुरुवातीला या परिस्थितीशी जुळवून घेणे कठीण झाले. आइस्क्रीम पार्लरवर जाऊन गडबड आइस्क्रीमचा एक मोठा पेला घेऊन एकटाच बसला असताना त्याला काही तरी विपरीत वाटले आणि आइस्क्रीमची चव बिघडून गेली. त्याने आजूबाजूला नजर टाकली तर प्रत्येकासोबत कुणी ना कुणी होते. एकटे कुणीच नव्हते. ते सर्वजण

आपल्याकडे विचित्र नजरेने पाहत आहेत असे त्याला वाटले. पण कालांतराने या परिस्थितीशी जुळवून घेण्याची त्याने सवय लावून घेतली. घराबाहेर पडणे असो किंवा घरी परतणे असो, बिछान्यावर झोपणे असो किंवा त्यावरून उठणे असो, कोणत्याच बाबतीत वेळेचे बंधन नव्हते. त्याबद्दल आक्षेप घेणारे किंवा उलटसुलट सल्ला देणारे कुणीच नव्हते. एकटेपणाशी जुळवून घेताना त्याला काही दिवस गोंधळून गेल्याप्रमाणे वाटत होते. पण लवकरच त्याला एकटेपणाची सवय लागली. तरीही एक प्रसंग असा आला, की त्याला आपल्या एकटेपणाचे फार दुःख झाले.

त्या दिवशी ऑफिसमध्ये कामात व्यग्र असताना एकाएकी मोहनस्वामीच्या पोटात भयंकर दुखू लागले. यापूर्वी असे कधीच झाले नव्हते. पोटातील अवयव कुणीतरी जोरात पिळून काढत आहे अशा वेदना होऊ लागल्या. उठून चालणे देखील मुश्कील झाले. ऑफिसचे सर्व सहकारी त्याच्याभोवती जमा झाले. पण अर्ध्या तासातच वेदनांपासून आराम मिळाला आणि त्याला बरे वाटू लागले. पण या वेदनांचा मोहनस्वामीने धसका घेतला आणि दुसऱ्या दिवशी त्याने हॉस्पिटल गाठले. हॉस्पिटलमधले वातावरण मोहनस्वामीला आवडले. तेथील डॉक्टर, नर्स इ. मंडळी किती आस्थेने रुग्णाची विचारपूस करतात. त्यांचे सर्व लक्ष रुग्णाभोवती केंद्रित झालेले असते. इंजेक्शन दिल्यावर 'खूप दुखते का?' म्हणून आपलेपणाने विचारतात. डॉक्टरदेखील आपल्या दुखण्याबद्दलच्या तक्रारी शांतपणे ऐकून घेतात. हॉस्पिटल हे काही न आवडण्यासारखे ठिकाण नव्हे, असे मोहनस्वामीचे मत होते. त्यामुळे हॉस्पिटलला भेट देताना त्याला एकटेपणा जाणवला नाही.

या खेपेस तपासणी करणाऱ्या डॉक्टरने एंडोस्कोपी करवून घेण्याचा सल्ला दिला. दुसऱ्या दिवशी नेहमीप्रमाणे तो एकटा धैर्याने एंडोस्कोपीसाठी हॉस्पिटलमध्ये दाखल झाला. हॉस्पिटलच्या सूचनेप्रमाणे रात्री अजिबात न जेवता पोट रिकामे ठेवून आला होता. एंडोस्कोपीचा अर्थ काय, ती कशी करतात याबद्दल त्याला काहीच माहिती नव्हती. नेहमीप्रमाणे रक्तदाब, रक्तशर्करा किंवा रक्ततपासणी यासारखीच ती एंडोस्कोपी असेल अशी त्याची समजूत होती. पण ही एंडोस्कोपी वाटते तितकी सोपी नाही हे ती सुरू झाल्यावरच समजले. त्याला एका टेबलावर झोपवून, त्याचे हात-पाय बांधून, त्याच्या तोंडावाटे पोटात एक रबरी नळी सोडली होती आणि नळीच्या दुसऱ्या टोकाला एक कॅमेरा जोडला होता. तो कॅमेरा पोटातील जिन्नस व त्यांची हालचाल टिपून शेजारी असलेल्या छोट्या मॉनिटरवर दर्शवीत होता. सुरुवातीला नर्स ती रबरी नळी मोहनस्वामीच्या घशातून खाली पोटात ढकलण्याचा प्रयत्न करीत होती. रबरी नळी घशातून खाली सरकतेवेळी मोहनस्वामीला प्रचंड वेदना होऊ लागल्या आपला श्वास अडकला आहे असे वाटून श्वास जोराने आत

ओढून घेण्याच्या प्रयत्नात डोळ्याच्या बुबुळांची विचित्र हालचाल होऊ लागली. जिवाच्या आकांताने मोहनस्वामी ओरडू लागला. ती रबरी नळी काढून फेकून द्यावी, असे त्याला वाटू लागले. पण हात-पाय बांधलेले असल्यामुळे तो काहीच करू शकत नव्हता. अगतिकतेने तो हात-पाय हलवून ते बंधनातून सोडवून घेण्याचा प्रयत्न करू लागला. त्याची तडफड पाहून नर्स ती नळी तात्पुरती बाहेर काढत होती. पोट रिकामे असूनदेखील मोहनस्वामीला उलटी होईल असे वाटू लागले. ''तुम्ही रिलॅक्स व्हा. तुम्ही आरामाने प्रतिसाद दिला तरच ही परीक्षा सुलभ होईल.'' अशी नर्स वरचेवर विनवणी करत होती. मोहनस्वामीने समाधानाने आणि आरामाने प्रतिसाद देण्याचा प्रयत्न केला, तरी ती रबरी नळी आत शिरू लागताच त्याला प्राणांतिक वेदना होऊन इथेच आपला जीव जाईल असे त्याला वाटत होंते. अर्ध्या तासाच्या या खटपटीनंतर ही परीक्षा आटोपली. नर्सने रबरी नळी बाहेर काढली. त्याचे हात-पाय बंधनातून मुक्त केले आणि म्हणाली, ''थोडा वेळ इथंच विश्रांती घ्या. तुमच्यासोबत कुणी आलेलं दिसत नाही. एकटेच का आलात?'' तो एकटाच आल्याचे दुःख तिच्या चेहऱ्यावर दिसत होते.

बाहेर एका लाकडी बाकावर आडवा होऊन विश्रांती घेताना मोहनस्वामीला रडावेसे वाटू लागले. एखाद्या मित्राला सोबत आणले असते तर बरे झाले असते असे त्याला वाटू लागले. पण मोहनस्वामीच्या सोबतीसाठी पूर्ण एक दिवस रजा मंजूर करून घेणे कुणाला शक्य होईल? आपण एकटाच येण्याशिवाय दुसरा पर्याय नव्हता असे वाटून त्याला अत्यंत दुःख झाले. पण त्यानंतर त्याला समाधान वाटले ते डॉक्टरांच्या रिपोर्टमुळे. डॉक्टर म्हणाले, ''तुम्हाला काहीच झालेले नाही. तुमची तब्येत ठणठणीत आहे. पोटातील वायूचा निचरा न झाल्यामुळे काल तुम्हाला वेदना झाल्या इतकेच.'' डॉक्टरांनी त्याला निरोप दिला. हॉस्पिटलमधून बाहेर पडताना, आपली तब्येत बरी असली तरच आपल्याला समाधान. तब्येत बिघडली, की तो आपला मोठा पराभव ठरेल असे त्याला वाटले. बारीक ताप आला तर आपल्याला पेज करून वाढणारे कुणीच नाही. डॉक्टरांनी दिलेल्या गोळ्या-औषधे वेळेवर घेण्याची आठवण करून देणारे कुणीच नाही. बरे वाटत नसल्यास आपल्याबरोबर दवाखान्यात सोबत येण्यासाठी कुणीच नाही. अशा विचाराने मोहनस्वामीला फार दुःख झाले. यापुढे आपल्या तब्येतीची पूर्ण काळजी आपणच घ्यायला हवी, असे त्याने ठरविले.

आज फ्लॅट खरेदीसाठी जाताना त्याला वरील प्रसंगाची आठवण झाली. हॉस्पिटलमध्ये जाण्याची बाब वेगळीच होती. तिथे आपल्याबरोबर कुणीतरी यायला हवेच होते. पण फ्लॅट खरेदीसाठी कुणी सोबत येण्याची जरूर नाही. 'आपल्याला मॉडेल फ्लॅट पसंत पडल्यास ठीक आहे. लगेच बुक करून टाकू. नाहीतर गेला

उडत. आपल्याला कसली आली आहे घाई?' असे तो मनात म्हणाला.

संकुलाच्या कार्यालयात संबंधित अधिकारी व्यग्र होता. मोहनस्वामीला त्याची पाळी येण्यासाठी पाऊण तास वाट पाहावी लागली. तिथे दोन कुटुंबे त्यांना हव्या असलेल्या फ्लॅटबद्दल नाना प्रकारच्या चौकशा करत होते. एका कुटुंबातील नवरा 'फ्रेंच विंडो हवी' म्हणून हट्ट धरून बसला होता, तर त्याची बायको 'त्यामुळे घरात नको इतका उजेड येईल' या आपल्या मतावर ठाम होती. असेच चालू राहिले, तर त्यांच्यात खडाजंगी सुरू होईल असे वाटत होते. दुसऱ्या कुटुंबामध्ये पती-पत्नीऐवजी त्यांच्या सुनेच्या आई-वडिलांनी प्रश्नांची सरबत्ती सुरू केली होती. बहुतेक फ्लॅट खरेदीसाठी त्यांनी पैसे देऊ केले असतील असे मोहनस्वामीला वाटले. 'टॉयलेट भारतीय पद्धतीचे हवे' असा सुनेच्या सासऱ्यांचा हट्ट होता, तर 'देवघराची व्यवस्था नसेल तर ते घर कसलं?' अशी सासूबाईंची प्रतिक्रिया. फ्लॅटच्या प्रतिचौरस फुटांचा दर घासाघीस करून कमी करून घेण्यासाठी सुनेचे वडील प्रयत्नशील होते. सुनेच्या छोट्या मुलाला या चर्चेमध्ये काही रस नव्हता म्हणून तो बाहेर खेळायला गेला होता. खेळताना त्याच्या पायाला लोखंडी सळी लागून खरचटले म्हणून तो रडू लागला. त्याची आई बाहेर जाऊन त्याच्या पाठीत दोन धपाटे घालून त्याला आत घेऊन आली. पाठीत धपाटे बसल्यावर तो जास्तच रडू लागला. त्याची समजूत घालण्यासाठी ती म्हणाली, "सोन्या, रडू नकोस. नाहीतर हे अंकल मारतील. तू शहाण्यासारखं वागलास तर हे अंकल नवीन घरात तुझ्यासाठी वेगळी खोली बांधून देतील आणि तुझे सर्व कार्टून भिंतीवर चिकटवून देतील. समजलं? तेव्हा शांत राहा आणि शहाण्यासारखं वाग." असे म्हणून ती पुन्हा आई-वडिलांच्या चर्चेमध्ये भाग घेण्यासाठी त्यांच्याजवळ गेली.

त्या दोन कुटुंबांचे शेकडो प्रश्न, नाना चौकशा, त्यांनी सुचविलेले अनेक बदल, त्यांच्या आवडीनिवडी या सर्व कटकटीमधून फुरसत मिळायला त्या कार्यालयाच्या अधिकाऱ्याला चक्क पाऊण तास लागला. त्याच्या चेहऱ्यावर थकवा जाणवत होता. तरीही एक झकास स्माइल देऊन त्याने आपला मोर्चा मोहनस्वामीकडे वळविला आणि 'माझं नाव राजेश' अशी आपली ओळख देऊन, "सॉरी, तुम्हाला बराच वेळ वाट पाहावी लागली." म्हणून दिलगिरी व्यक्त केली. "तुम्हाला कशा प्रकारचं घर हवं आहे? तुमच्या घराबद्दलच्या गरजा काय स्वरूपाच्या आहेत?" असे म्हणून तो पुन्हा आपल्या विक्रेत्याच्या भूमिकेत शिरला. या प्रश्नावर मोहनस्वामी अडखळू लागला. अशा प्रश्नाचे उत्तर देण्याची पूर्वतयारी त्याने अजिबात केली नव्हती. तो घर खरेदी करण्याच्या इराद्याने आलेला असला, तरी घर नक्की कसे असावे याचा त्याने विचारच केला नव्हता. थोडा वेळ विचार करून तो म्हणाला, "एक छोटं घर असलं तरी चालेल. आमच्याकडे वन बेड रूम फ्लॅट

नाही. कमीत कमी दोन बेड रूमचा मिळेल.'' विक्रेत्याने स्पष्ट केले. आपले विक्रीकौशल्य पणाला लावून तो म्हणाला, ''तुम्ही फ्लॅट खरेदी करण्याचा निर्णय घेतलेलाच आहे, तर तुम्ही तीन बेड रूमचा प्रशस्त फ्लॅट आताच घेऊन ठेवावा, असं मला वाटतं. आज तुमच्या गरजा कमी आहेत. पण पुढं तुमचं लग्न झालं, मुलंबाळं झाली, संसाराचा पसारा वाढला, की असलेली जागा कमी वाटू लागते आणि त्या वेळी तुम्हाला मोठा फ्लॅट मिळण्याची मारामार होईल. मिळाला तरी त्याची किंमत भरमसाट वाढलेली असेल आणि ती तुम्हाला परवडण्याची शक्यता नाही.'' त्याने तर्काने केलेल्या भविष्याच्या तरतुदीबद्दल मोहनस्वामीला हसू आले. तो म्हणाला, ''इतका मोठा फ्लॅट मला आता नको आणि पुढेदेखील जरूर पडणार नाही. तुमच्याकडे असलेल्यापैकी सर्वांत लहान फ्लॅट मला दाखवा.'' ''तुम्हाला वास्तुशास्त्रानुसार फ्लॅट हवा आहे का?'' ''नाही. वास्तुशास्त्रावर माझा विश्वास नाही. फ्लॅट लहान, पण आटोपशीर असावा इतकीच माफक अपेक्षा आहे.'' मोहनस्वामीने पुन्हा आपल्या गरजेच्या सीमा निश्चित केल्या. ''हुश्श! वास्तुशास्त्राबद्दल आग्रही नसलेला एक तरी माणूस आज मला भेटला. वास्तुशास्त्राबद्दल काही अटी नसतील तर मी हवा तितका मोठा राजमहाल बांधून देईन. पण त्या अटीमध्ये बसण्याइतपत छोटा संडास बांधून देणेदेखील महाकठीण आहे.'' त्याने आपली वास्तुशास्त्राबद्दलची चीड व्यक्त केली आणि फ्लॅट दाखविण्यासाठी मोहनस्वामीला सोबत घेऊन निघाला. संकुलाचे बांधकाम पूर्ण झाले नसले, तरी इच्छुकांना दाखविण्यासाठी मॉडेल फ्लॅट तयार होता आणि त्यात फर्निचरसह इतर गृहोपयोगी वस्तूंची नीटनेटकी रचना करून ठेवलेली होती.

फ्लॅटचा दरवाजा उघडताच जमिनीवर अंथरलेला एक मोठा नक्षीदार गालिचा नजरेत भरला. तो पाहून मोहनस्वामीने आत पाय टाकण्यासाठी पुढे केलेला पाय मागे घेतला आणि आत जावे की नको या संभ्रमात तो तिथेच उभा राहिला. संकुलाच्या अधिकाऱ्याने ते ओळखले आणि ''या. आत या. पायातील बूट न काढता आलात तरी चालेल. अजिबात संकोचू नका'' असे म्हणून त्याने मोहनस्वामीचा हात धरून आत घेतले. कोपऱ्यात एक मोठा एलसीडी टीव्ही दिसत होता. त्याच्या भोवताली टीव्ही पाहणाऱ्यांना बसण्यासाठी प्रशस्त सोफासेट बसवले होते. सोफ्याला लागून एक डायनिंग टेबल आणि त्याच्या चारही बाजूंनी सहा डायनिंग खुर्च्या होत्या. आतल्या बाजूला ऐसपैस स्वयंपाकघर त्याच्या बाजूला स्वयंपाकाचे सामान ठेवण्यासाठी स्टोअर रूम होती. वॉशिंग मशिन आणि फ्रिजसाठी वेगळी जागा उपलब्ध होती. भांडी, डबे वगैरे ठेवण्यासाठी वेगवेगळ्या उंचीचे शेल्फ होते. झोपण्यासाठी दोन खोल्या होत्या. त्यातील एक मास्टर बेड रूम आणि त्याला एक ॲटॅच बाथरूम. बाथरूममध्ये एक लांब आकाराचा पांढरा शुभ्र बाथ टब आणि

टॉयलेट. मागच्या बाजूला एक कॉमन टॉयलेट. बेडरूममध्ये एक पाच फुट उंच वॉर्डरोब आणि त्याच्या बाजूला एक उभे ड्रेसिंग टेबल. वरच्या बाजूला अडगळीच्या वस्तू ठेवण्यासाठी एक माळा. मागील बाजूस एक विशाल बाल्कनी असे फ्लॅटचे स्वरूप होते.

मोहनस्वामीला काही बोलण्याची किंवा शंका विचारण्याची जरूर पडली नाही. मास्टर बेडरूमला अॅटॅच बाथरूम आणि टॉयलेट होते आणि हे सर्व त्याला पुरेसे होते. त्यापलीकडे जास्त सोईसुविधांची काही आवश्यकता नव्हती. त्याचे सर्व कपडे ठेवण्यासाठी एक सूटकेस पुरेशी होती. इतक्या ऐसपैस वॉर्डरोबची जरूर नव्हती. त्याच्यापाशी वॉशिंग मशिन, फ्रिज, मायक्रोओव्हन किंवा गीझर असे काही नव्हते. आणि त्यांपैकी काही खरेदी करण्याची आवश्यकता त्याला कधीच वाटली नाही. केवळ एका ऑटोरिक्षामध्ये आपले सर्व सामान घालून तो इथे येऊ शकला असता आणि ते सर्व खोलीच्या एका कोपऱ्यात ठेवले असते, तरी चालले असते. हातात जेवणाचे ताट घेऊन जमिनीवर टी.व्ही.समोर बसून जेवण्याची त्याची नेहमीची सवय. त्याला या ऐसपैस सोफा सेट, डायनिंग टेबल आणि डायनिंग खुर्च्यांची काहीच जरूर नव्हती.

आता मोहनस्वामी पेचात पडला. या विशाल सुखसोई आणि सुविधांसमोर आपल्या बुटक्या जीवनशैलीची त्याला लाज वाटू लागली. आपल्या विक्रीकौशल्याच्या जोरावर राजेश त्या मॉडेल फ्लॅटची वैशिष्ट्ये एकामागोमाग सांगत सुटला. ''हे पहा, बाल्कनीमधून वाकून पाहताना मुले-बाळे खाली पडू नयेत म्हणून त्याला आम्ही ग्रिल बसविले आहे. मास्टर बेडरूममध्ये तुम्हाला हवी तितकी मोठी कॉट घालून तुम्ही आरामात लोळत पडू शकाल (एक सूचक हास्य). स्वयंपाकघरातून दिवाणखान्यात नजर टाकली, की तिथूनदेखील टी. व्ही. पाहण्याची सोय आहे हे तुमच्या लक्षात येईल. स्वयंपाकघरात व्यग्र असतानादेखील गृहिणींची करमणूक व्हावी या उद्देशाने आम्ही हे खास डिझाइन तयार केले आहे. तुम्हाला वॉर्डरोब जास्त हवे असतील तर त्यासाठी जागा शिल्लक ठेवलेली आहे. तुमच्या घरातील हालचाली आसपासच्या फ्लॅटमधील कुणालाही दिसणार नाहीत याची खबरदारी आम्ही घेतलेली आहे. प्रत्येकाला प्रायव्हसीचा अधिकार आहे याची आम्हाला जाणीव आहे. बाल्कनीमधून समोर पाहिले, तर मुलांचे खेळण्याचे मैदान दिसेल. इथूनच तुमच्या खेळणाऱ्या मुलांवर तुम्हाला लक्ष ठेवता येईल. कार पार्किंगमध्ये प्रत्येक कुटुंबासाठी दोन कार पार्क करण्याइतपत जागेची सोय केलेली आहे.'' राजेशच्या प्रत्येक वाक्यावर मोहनस्वामी गर्भगळीत होत गेला. फ्लॅट विकत घेण्याच्या फंदात न पडता इथून पळ काढावा, असे त्याला वाटू लागले.

राजेशने आपले फ्लॅटचे गुणगान आटोपते घेत ''बोला. याशिवाय तुम्हाला

आणखी काही सुविधा हव्या असतील तर त्यादेखील आम्ही करून देऊ. फ्लोअर टाइल्स, वॉल कलर, किचन मटेरिअल्स, वॉर्डरोबचे प्लायवूड, विंडो याबद्दल काही विशेष सूचना असतील तर संकोच न बाळगता सांगा. आम्ही त्या अमलात आणू'' अशी मोहनस्वामीकडे विचारणा केली. मोहनस्वामीला यातील कशाचीच जरूर नव्हती. ''ठीक आहे. इतकेच बस! आणखी काही नको. आता फक्त मला ॲडव्हान्स म्हणून किती रक्कम द्यावी लागेल हे समजले तर मी लगेच चेक लिहून सही करून देईन.'' मोहनस्वामी व्यवहार पक्का करण्याच्या इराद्याने म्हणाला. आता अचंबित होण्याची पाळी राजेशची होती. तो आश्चर्याने थक्क होऊन म्हणाला, ''अहो, इतकी घाई करण्याची जरूर नाही. तुमची पत्नी, मुलंबाळं, आई-वडील, सासू-सासरे या सर्वांनी अजून घर पाहिलेलं नाही. त्यांना हे सर्व दाखवायला हवं. प्रत्येकाच्या वेगवेगळ्या इच्छा-अपेक्षा असतात. प्रत्येकाची वेगळी मतं असू शकतात. त्यांचा विचारदेखील कळायला हवा. तुम्ही आठ-दहा दिवसांचा अवधी घेतला तरी चालेल. आम्हाला काही अडचण नाही. तुमच्यासाठी एक फ्लॅट राखून ठेवण्यात येईल. घाईगडबडीने निर्णय घेऊन नंतर पश्चात्ताप करण्याची पाळी तुमच्यावर येऊ नये असं वाटतं.'' मोहनस्वामी निग्रहाने म्हणाला, ''त्याची काही आवश्यकता नाही. माझा निर्णय झालेला आहे. त्यात काही बदल होणार नाही. फक्त मला ॲडव्हान्स किती द्यावा लागेल ते स्पष्ट करा.'' मोहनस्वामी आपल्या निर्णयावर ठाम आहे हे समजल्यावर मनात असूनदेखील राजेश काही बोलू शकला नाही. ''तुम्हाला दोन लाख रुपये ॲडव्हान्स म्हणून द्यावे लागतील. बाकीचे अडतीस लाख नोंदणी करतेवेळी दिलेत तरी चालतील. नोंदणीच्या वेळी होणारा खर्च तुम्हाला करावा लागेल.'' नाईलाजाने राजेश म्हणाला. ''ठीक आहे. कुणाच्या नावानं चेक देऊ?'' मोहनस्वामीच्या या प्रश्नावर राजेशने त्याच्या हातातली फाईल उघडून त्यातून एक प्रसिद्धिपत्रक काढून, त्यामध्ये असलेले बिल्डरचे नाव पेनने अधोरेखित करून ते मोहनस्वामीला दाखविले. त्या नावाने चेक देण्याची विनंती केली. मोहनस्वामीने आपल्या ब्रीफकेसमधून चेकबुक काढले आणि झरझर चेक लिहून थरथरत्या हाताने तो चेक राजेशच्या हातात दिला.

अनपेक्षितपणे चेक हातात पडल्यावर कशी प्रतिक्रिया द्यावी, हे राजेशला समजेना. तो पूर्ण गोंधळून गेला. पण त्याने लगेच स्वतःला सावरले. ''तुम्ही घरमालक झाल्याबद्दल कॉंग्रॅच्युलेशन्स! आमच्या खास योजनेनुसार तुम्हाला आकर्षक भेट म्हणून सिंगापूरला जाऊन येण्यासाठी दोन रिटर्न विमानाची तिकिटं मिळतील. तुम्ही आपल्या पत्नीसह तिथं दोन रात्री आणि तीन दिवस मजेत राहून परत येऊ शकाल. या काळात तुमच्या राहण्याची आणि भोजनाची सोयदेखील आम्ही केलेली आहे. या योजनेबद्दल सविस्तर माहिती तिकिटांसह तुम्हाला दोन दिवसांत आमच्याकडून

मिळेल.'' असे म्हणून त्याने मोहनस्वामीशी हस्तांदोलन केले. काहीही प्रतिक्रिया न देता मोहनस्वामी निर्विकार राहिला. राजेशने दोन पानी अर्जाचा एक फॉर्म मोहनस्वामीकडे देऊन तो भरून सही करून देण्याची विनंती केली. मोहनस्वामीने त्या फॉर्मवरून एक नजर फिरवली. फ्लॅटच्या अंतर्गत सजावटीसाठी घरमालकांच्या नानाविध आवडीनिवडी जाणून घेणे आवश्यक होते आणि त्यासाठी तो फॉर्म भरून द्यायचा होता. फ्लोअर टाइल्स कशा प्रकारच्या हव्यात, बाथरूममधील नळ कोणत्या कंपनीचे हवेत, दिवाणखान्याला फ्रेंच विंडो हवी का, भिंतीना रंग कसला हवा, क्रॉस व्हेंटिलेशनची सोय हवी का, टी.व्ही. केबल ठरावीक रूममध्ये हवी की सर्वत्र हवी, स्टडी रूममध्ये इंटरनेटची सोय हवी का, या प्रकारच्या पन्नासहून अधिक प्रश्नांचा समावेश त्या फॉर्ममध्ये होता. त्यातील काही ठरावीक खर्चिक आवडीनिवडींमुळे फ्लॅटच्या किमतीमध्ये वाढ होण्याची शक्यता होती. फॉर्मच्या शेवटी घरमालकाच्या सहीसाठी जागा निर्देशित केलेली होती. फॉर्ममधील प्रश्न वाचून मोहनस्वामी पूर्ण गोंधळून गेला.

या सर्व प्रश्नांची उत्तरे देण्यासाठी मोहनस्वामीकडे धैर्य, इच्छाशक्ती व वेळ या सर्वांचा अभाव होता. काही प्रश्न त्याच्या दृष्टीने निरर्थक होते. इथे आणखी काही वेळ बसलो, तर या गोंधळामुळे आपण मूर्च्छित होऊन पडू अशी भीती त्याला वाटू लागली. निदान या अपरिचित राजेशसमोर आपल्या डोळ्यांमधून अश्रू बाहेर पडू नयेत यासाठी त्याने स्वतःवर नियंत्रण ठेवण्याचा आटोकाट प्रयत्न केला. पण हा प्रयत्न निष्फळ ठरण्याची चिन्हे दिसू लागली. एकाही प्रश्नाचे उत्तर स्पष्ट न देता शेवटी सही करून त्याने तो फॉर्म राजेशकडे दिला आणि हात जोडून म्हणाला, ''माझ्यावर एक उपकार करा. माझी स्वतःची अशी खास आवडनिवड काहीच नाही. अंतर्गत सजावट तुम्हाला योग्य वाटेल अशीच करा. मला ती आवडेल. खर्चाची काळजी करू नका. त्याची भरपाई मी करीन.'' राजेशने फक्त मान डोलवली. ''आणखी कुठं माझी सही हवी असेल तर सांगा. मी लगेच करून देईन.'' मोहनस्वामीने परत निघतेवेळी अखेरचा प्रश्न केला. राजेश म्हणाला, ''ठीक आहे. यानंतर तुम्ही नोंदणीसाठी आलात तरी चालेल. त्या वेळी तुमच्याशी संपर्क करण्यासाठी तुमचा सविस्तर पत्ता आणि फोन नंबर देऊन ठेवा.'' मोहनस्वामीने आपण उद्याच परदेशी जाणार असल्याचे आणि त्यामुळे नोंदणीसाठी आपण उपस्थित राहू शकणार नसल्याचे सूचित केले. तो म्हणाला, ''या बाबतीत माझा विश्वासू मित्र मदत करील. मी त्याच्या नावानं मुखत्यारपत्र देणार आहे. हा घ्या त्याचा पत्ता आणि मोबाइल नंबर. ठीक आहे ना?'' राजेशने मान डोलवून त्याला संमती दिली.

वाघाच्या गुहेमधून पलायन करावे अशा रीतीने मोहनस्वामी तिथून बाहेर पडून

लांब टांगा टाकीत त्या संकुलाच्या गेटमधून पसार झाला. या व्यवहारामध्ये त्याला ज्या यातना झाल्या, त्या एंडोस्कोपीहूनदेखील भयानक होत्या असे त्याला वाटले. अशा वेळी आपल्याबरोबर गुरुराजसारखा आपला जिवलग मित्र असता, तर किती बरे झाले असते, असे त्याला वाटले. आपल्या लठ्ठ पगार मिळणाऱ्या प्रतिष्ठेच्या नोकरीमुळे या फ्लॅट खरेदीच्या फंदात पडावे लागले. नाहीतर घरभाडे देऊन एका छोटेखानी घरात आपण सुखाने राहिलो असतो असे त्याला प्रकर्षाने जाणवू लागले. परदेशातून परत आल्यावर या दोन बेडरूमच्या फ्लॅटमध्ये आपण कसे राहणार याची त्याला आताच चिंता वाटू लागली. काही झाले तरी आपण गृहप्रवेश समारंभ करणार नाही म्हणजे अजिबात करणार नाही, असा त्याने निर्धार केला.

बाल्कनीमध्ये उभा राहून राजेश या विचित्र घरमालकाला तो दिसेनासा होईपर्यंत पाहत होता. चाळीस लाख किमतीचा फ्लॅट केवळ तीस मिनिटांत खरेदी करणारा अवलिया इसम त्याच्या आयुष्यात प्रथमच आला होता.

चतुर्मुख

"तू ब्राह्मण आहेस का?" काळ्या वर्णाच्या, सुदृढ अंगकाठीच्या आणि मुग्ध चेहऱ्याच्या दर्शनकडून अचानक आलेल्या या गुगलीस्वरूप प्रश्नाने मोहनस्वामी क्षणभर गांगरून गेला. पण लगेच स्वतःला सावरून स्मितहास्य करून म्हणाला, "नाही दर्शन. 'गे' जनांना कोणतीच जात नसते. आमच्यासारख्यांना कोणताच धर्म किंवा कोणतीही जात आपल्यात सामावून घेत नाही."

मोहनस्वामीचा पहिलावहिला मित्र कार्तिक. अनेक वर्षे त्याच्या संगतीत सुखाने आयुष्य व्यतीत केल्यावर तो विवाहबंधनात अडकला आणि मोहनस्वामीला सोडून दूर गेला. त्यानंतरची कित्येक वर्षे हा विरह पचविणे मोहनस्वामीला फार कठीण गेले. त्यानंतर मात्र त्याने स्वतःला सावरले. आपण कुणाशीही मैत्री केली तरी ती चिरकाल टिकणार नाही हे त्याला कळून चुकले होते. त्यामुळे नवा मित्र भेटला, की जमेल तितके दिवस त्याच्या सहवासात राहून, तो निघून गेल्यावर नवीन मित्राचा शोध घेण्याचे धोरण त्याने चालू ठेवले. समाजाला त्याच्या सुख-दुःखाशी काहीच देणे-घेणे नव्हते. त्याच्या तरुणपणी 'तू लग्नासाठी तयार झालास तर एकापेक्षा एक सुंदर मुलींची तुझ्यासमोर रांग लावतो' असा फुकटचा सल्ला देणारे अनेकजण भेटले. पण तो 'गे' आहे असे समजल्यावर 'तुझ्यासाठी एक चांगला मुलगा शोधून देईन. त्याच्याशी सुखाने रहा. आयुष्यात सोबतीला कुणीतरी हवाच' असा व्यावहारिक सल्ला देणारा एकही महाभाग पुढे आला नाही. या कलियुगात इतके विशाल मन असणारा माणूस मिळणे अशक्य असे म्हटले, तर ती अतिशयोक्ती म्हणता येणार नाही. समाजाने ज्याला वाळीत

टाकले, तो समाजाची काळजी कशाला करत बसेल? या न्यायाने समाजाची पर्वा न करता स्वतःला पटेल तसेच वागण्याचे धोरण मोहनस्वामीने अमलात आणण्याचे ठरविले. स्वतःचे दुःख, स्वतःच्या मानसिक यातना एकट्याने सहन करण्याची सवय त्याने लावून घेतली.

याचा परिणाम असा झाला, की मोहनस्वामीला जीवनात अनेक मित्र मिळाले. त्याच्या सहवासात राहिले. त्याला भरभरून सुख दिले आणि कालांतराने काही तरी निमित्त होऊन त्याच्यापासून दुरावले. पण मोहनस्वामीच्या मनावर याचा काहीच परिणाम झाला नाही. नवीन मित्र मिळाल्यावर आनंदाने उड्या मारणे आणि तो दूर गेल्यावर त्याच्या विरहाने कुढत बसणे मोहनस्वामीने अजिबात सोडून दिले होते. 'सुखदुःखे समेकृत्वा लाभालाभौ जयाजयौ' या गीतोपदेशानुसार तो स्थितप्रज्ञ बनला होता. जीवनात मिळालेल्या या अनुभवामुळे जगातील विविध व्यक्तिरेखांचा सूक्ष्म अभ्यास करण्याची त्याला सवय लागली. तो स्वतः 'गे' असल्यामुळे त्याच्याशी मैत्रीचा हात पुढे करणारेदेखील 'गे' होते. 'व्यक्ती तितक्या प्रकृती' या म्हणीनुसार त्याच्या सहवासात आलेला प्रत्येक 'गे' इतरांहून किती भिन्न होता याची जाणीवदेखील त्याला पदोपदी होत राहिली. मुळातच 'गे' जनसंख्या मोजकी असल्यामुळे, तो वर्ग वय, धर्म किंवा जाती यात गुरफटून विभागलेला नव्हता आणि त्यामुळे सर्वांना एकमेकांशी मैत्री, सहवास, घरोबा करण्याचे मुक्त स्वातंत्र्य होते. त्यामुळे प्रत्येकामधील अनेकविध भिन्नता दृष्टीस पडून त्या सृष्टीकर्त्याचे आश्चर्य वाटत होते. प्रत्येकाशी नवी मैत्री जुळल्यावर आपण एका नव्या वातावरणात प्रवेश करत आहोत, असे वाटत होते. प्रत्येक अनुभवातून एक नवी शिकवण मिळत होती आणि त्यातून काही रहस्यमय घटनांचा उलगडा होत होता. अशी रहस्यमय घटना समोर आली, की त्याचा छडा लावण्यासाठी मोहनस्वामी हपापलेला असायचा. मोहनस्वामीच्या वयाची पंचेचाळिशी उलटून गेली होती. या वयात शारीरिक गरजांऐवजी मानसिक गरजा जास्त होत्या आणि त्यांचे प्राबल्य उठून दिसत होते. तरीही शारीरिक गरजा पूर्ण झाल्याशिवाय मानसिक गरजांच्या रहस्यमय भव्यतेकडे कुणीही लक्ष देत नाही हे देखील तितकेच खरे, याची मोहनस्वामीला पूर्ण जाणीव होती.

या पार्श्वभूमीवर सहा वर्षांपूर्वी परिचय झालेल्या पंचवीस वर्षांच्या वेलुस्वामी या तरुणाचा मोहनस्वामीला कधीही विसर पडण्यासारखा नव्हता. सर्वप्रथम या तरुणाची ओळख 'ग्राइंडर' नावाच्या 'गे' डेटिंग ॲपवर झाली होती. वेलुस्वामीचा देह जीममध्ये कमावलेला होता. त्याची रुंद छाती, बारीक कंबर आणि पोटावरील वळणदार घड्या या पोझमधील ॲपवरचा फोटो पाहून मोहनस्वामीच्या तोंडाला पाणी सुटले होते. पण दोघांच्या वयामध्ये बरेच अंतर असल्यामुळे वेलुस्वामी आपल्याशी संबंध जोडायला उत्सुक असेल की नाही, अशी मोहनस्वामीला शंका

होती. शिवाय त्याच्या बहरातील यौवनाला अनुकूल प्रतिसाद देणे आपल्याला जमेल की नाही अशी शंकादेखील मोहनस्वामीच्या मनात होती. तरीही त्याला वेलुस्वामीच्या प्रमाणबद्ध तरुण शरीराचे आकर्षण मनातून हद्दपार करणे जमले नाही. एक खडा टाकून पाहायला काय हरकत आहे असा विचार करून त्याने वेलुस्वामीला एक 'हॅलो' असा मेसेज पाठविला. त्यानंतर काही दिवस चॅटिंग, त्यानंतर एका दिवशी कॅफे डेमध्ये कॉफी पान, त्यानंतर एका सुटीच्या दिवशी मल्टिप्लेक्समध्ये सिनेमा पाहणे, त्यानंतर एका रात्री पिझ्झा हटमध्ये साग्रसंगीत डिनर अशा डेटिंगच्या एकेक पायऱ्या पद्धतशीर क्रमाक्रमाने सर करून एक आठवड्याच्या कालावधीमध्ये वेलुस्वामीला पटवून आपल्या घरी घेऊन येण्यात मोहनस्वामी यशस्वी झाला. इतके होऊनदेखील मोहनस्वामीच्या मनात शंकेची पाल चुकचुकत होतीच. या पंचवीस वर्षांच्या तरुणाला आपल्याबद्दल खरोखर आसक्ती असेल का, असे त्याला राहून राहून वाटत होते. केवळ माझ्या वयाचा मान राखून माझा हिरमोड करू नये असे वाटून तो माझ्या घरी आला असेल का, त्याच्या मनात शुद्ध मैत्रीची भावना आहे की आणखी काही, अशा अनेक शंका-कुशंकांनी त्याचा मेंदू पोखरून तो पुरता गोंधळून गेला होता. एका बाजूने त्याच्या कमनीय देहाच्या आकर्षणाच्या लाटा त्याच्या मनावर आक्रमण करीत होत्या, तर दुसऱ्या बाजूने नाना शंकांच्या लाटांमध्ये आपण बुडून जाऊ की काय ही भीती मनाला छळत होती. तरीही आपल्या मनातील आंदोलनांचा परिणाम चेहऱ्यावर अजिबात पडू न देता मोहनस्वामी वेलुस्वामीचे बोलणे शांतपणे ऐकत होता आणि त्याच्याशी दिलखुलास गप्पा मारत होता. रात्री झोपण्याची वेळ झाल्यावर त्याने तू त्या कोपऱ्यात बिछान्यावर झोपणार की माझ्याबरोबर पलंगावरच्या डबल बेडवर झोपणार, असा थेट प्रश्न जरा चाचरत विचारला. मोहनस्वामीच्या मनात चाललेले द्वंद्व वेलुस्वामीच्या लक्षात आले. काही उत्तर न देता त्याने मोहनस्वामीला जवळ ओढून त्याच्या गालावर एका दीर्घ चुंबनाचा शिक्का उमटविला. फटाक्यांच्या ढिगावर अग्नीची ठिणगी पडल्याप्रमाणे झाले आणि मोहनस्वामीचा देह तप्त झाला. एका झटक्यात त्याने आपल्या शरीरावरचे सर्व कपडे उतरविले.

आता यापुढे सर्व काही सुरळीत होईल, असे वाटत असतानाच एक माशी शिंकली आणि घटनेला एक अचानक अनपेक्षित वळण मिळाले. मोहनस्वामीच्या कामातुर तप्त देहावर वेलुस्वामीने एक थंड शिडकावा मारला. तो म्हणाला, "मी एक गोष्ट आधीच स्पष्ट करू इच्छितो." जॉली ड्राइव्हवर आरामात जात असताना मध्येच ट्रॅफिक पोलिसाने गाडी अडवून अडचणीचे प्रश्न विचारावे, त्याप्रमाणे हे वेलुस्वामीचे बोलणे ऐकून मोहनस्वामीचा विरस झाला. तरीही मनावर संयम ठेवून त्याने नजरेनेच वेलुस्वामीला "कसली गोष्ट?" म्हणून विचारले. "मी एच. आय.

व्ही. पॉझिटिव्ह आहे. एक वर्षापूर्वी मला हे समजले. औषधोपचार सुरू आहे. तुम्हाला आधीच समजलेले बरे म्हणून सांगितले. नंतर माझ्यावर ठपका नको म्हणून काळजी घ्यावीशी वाटली.'' वेलुस्वामीने शांतपणे गौप्यस्फोट केला. हे ऐकून मोहनस्वामी दचकला आणि एक पाऊल मागे सरकला. ते पाहून वेलुस्वामीने त्याची समजूत घालण्याचा प्रयत्न केला. तो म्हणाला, ''असे काही न सांगतादेखील मला तुमच्याशी संबंध ठेवता आला असता. पण नंतर तुम्हाला समजले असते तर मी अप्रामाणिक ठरलो असतो आणि तेच मला आवडत नाही.'' मोहनस्वामीला त्या तरुणाचा रोखठोक स्वभाव आवडला. पण त्याच्याशी शारीरिक संबंध ठेवणे योग्य होईल का, ही शंका मनात रेंगाळत होतीच. वेलुस्वामीला ते समजले आणि शंकानिरसन करण्यासाठी तो म्हणाला, ''तुम्ही माझ्यापेक्षा वयाने मोठे आहात. शिकले-सवरलेले आहात. तुम्हाला सर्व काही समजतं. माझ्याकडे कंडोम आहे. ते वापरण्यास हरकत नाही. माझ्या वीर्याचा तुमच्या देहाला स्पर्श होणार नाही याची काळजी मी घेईन. तुम्हाला काहीही अपाय होणार नाही. खात्री असू द्या.'' वेलुस्वामीने आश्वासन दिले. पण मोहनस्वामीवर याचा परिणाम होण्यासाठी थोडा उशीर लागला. वेलुस्वामीचा प्रामाणिक स्वभाव त्याला आवडला होता. शिवाय त्याच्या तरुण कमनीय देहाचे आकर्षण त्याला खुणावत होते. एचआयव्हीबद्दल त्याने बरंच काही वाचले होते. कंडोमची सुरक्षितता त्याला पटली होती. या सर्वांचा परिणाम होऊन मागे घेतलेले पाऊल त्याने धीराने पुढे घेतले. आता कसलीच आडकाठी नव्हती. घड्याळाचे दोन काटे अनेक वेळा एकत्र येतात आणि लगेच त्यांची ताटातूटदेखील होते. पण ते कधीच निराश होत नाहीत आणि न दमता आपले कर्तव्य निष्ठेने पार पाडतात. मोहनस्वामीचे जीवनदेखील अशीच कालक्रमणा करीत होते.

वेलुस्वामी सकाळी लवकर उठला. त्याने मोहनस्वामीच्या निद्रिस्त डोळ्यांचे एक चुंबन घेतले आणि त्याच्या कानात 'आय लव्ह युवर करेज सर' असे पुटपुटला. आपले कपडे अंगावर चढविले. वापरलेले कंडोम कुणाच्या नजरेला पडू नये या उद्देशाने एका कागदात व्यवस्थित गुंडाळून डस्ट बिनमध्ये फेकून दिले आणि तिथून बाहेर पडला. मोहनस्वामी बराच वेळ लोळत पडला होता. उठावेसे वाटत नव्हते. पण पुढच्या रोजच्या कामाला उशीर होईल म्हणून नाईलाजाने उठून बसला. रात्रीच्या घटनेची आठवण झाली आणि मनात एक शंका डोकावली आणि त्यामुळे भयभीत झाला. रात्रीच्या उन्मादाने भारलेल्या वातावरणात काही तरी घडून गेले होते. आता सूर्य वर आला होता आणि त्याचा लख्ख प्रकाश सर्वत्र पसरून वास्तव डोळ्यांसमोर स्पष्ट दिसत होते. त्याने सकाळची स्नानादि आन्हिके आटोपली आणि पूजेला बसल्यावर त्याच्या मनात विचारांचे काहूर माजले. कालच्या घटनेमुळे

मला एचआयव्ही. संसर्ग झाला नसेल ना, या भीतीने ग्रस्त झाला. ऑफिसला जावेसे वाटेना. लॅपटॉप उघडून त्याने एक दिवसाच्या रजेचा अर्ज ई-मेलवरून पाठविला. त्यानंतर ब्रेकफास्ट करून त्याने तडक व्हिक्टोरिया हॉस्पिटल गाठले. हे सरकारी हॉस्पिटल होते, सरकारने तिथे समलिंगी संबंधातून संक्रमित होणाऱ्या रोगांसाठी एक खास चिकित्सा कक्ष स्थापन केला होता. मोहनस्वामीने यापूर्वी देखील अनेक वेळा इथे येऊन हसतमुखाने एच.आय.व्ही. तपासणी करून घेतली होती. आपल्याला कधीच एच.आय.व्ही. संसर्ग होणार नाही असा त्याला कालपर्यंत दृढ आत्मविश्वास होता. पण आजची परिस्थिती वेगळी होती. उन्मादाच्या भरात त्याने जाणून बुजून एच.आय.व्ही.बाधित तरुणाशी संबंध ठेवण्याचा गाढवपणा केल्याबद्दल त्याला पश्चात्ताप झाला होता. कंडोम वापरून कितीही काळजी घेतली, तरी वीर्याचा एक अणु आपल्या शरीराला स्पर्श करून त्यामुळे एच.आय.व्ही. ची लागण झाली, तर माझी काय अवस्था होईल, या चिंतेने तो भयभीत झाला होता. वीर्याच्या एका थेंबात लक्षावधी शुक्राणू असतात म्हणे. अशा परिस्थितीत एका तरुण मुलाचे भरपूर वीर्यस्खलन झाल्यावर त्यातील कोट्यवधी शुक्राणू एका छोट्या रबरी पिशवीत पूर्णपणे बंदिस्त राहण्याच्या शक्यतेवर ठाम विश्वास कसा ठेवावा, अशी त्याची प्रामाणिक शंका होती.

तपासणी करणाऱ्या महिला डॉक्टरने मोहनस्वामीची कालची घटना आणि त्याची शंका व्यवस्थित ऐकून घेतली आणि तिला हसू आले. एच.आय.व्ही.बद्दल तुम्हाला बरीच माहिती असून देखील आणि कंडोम वापरून सुरक्षित संभोग करूनदेखील इतके भयभीत होण्याचे कारणच काय, असा तिने प्रतिप्रश्न केला. मोहनस्वामीला योग्य पुस्तकी ज्ञान होते. पण त्याच्या दृष्टीने पुस्तकी ज्ञानात आणि वास्तवात भरपूर फरक असतो. या आधारावर आपली भीती योग्य असल्याचे त्याने महिला डॉक्टरांना पुन्हा एकदा पटवून देण्याचा प्रयत्न केला. केवळ मोहनस्वामीच्या मानसिक समाधानासाठी तपासणी करवून घेण्याचे डॉक्टरांनी कबूल केले. पण आता लगेच तपासणी केली तरी व्हायरसचे अस्तित्व दिसून येत नाही. त्याच्या अस्तित्वाची जाणीव होण्यासाठी तीन महिन्यांचा कालावधी जायला हवा. तेव्हा तीन महिन्यांनंतर येऊन तपासणी करून घेण्याचा तिने सल्ला दिला. तसे असेल तर 'या तीन महिन्यांत मी काय करू,' अशा काळजीयुक्त स्वरात त्याने प्रश्न केला. महिला डॉक्टरने हसून 'न चुकता कंडोम वापरा' असा सल्ला दिला. ''एच.आय.व्ही. मधुमेहाइतका भयानक रोग नव्हे. संसर्ग झाला, तरी माणूस चाळीस वर्षांपर्यंत आरामात जगू शकतो. हल्ली एच.आय.व्ही. चे एड्समध्ये रूपांतर होऊ न देण्यासाठी नव्या औषधांचा शोध लागला आहे. तुम्ही विनाकारण तणावाखाली राहू नका, रिलॅक्स व्हा.'' असे म्हणून तिने मोहनस्वामीचे समाधान करण्याचा प्रयत्न केला.

पुढचे तीन महिने मोहनस्वामीला नरकात असल्याप्रमाणे वाटत होते. तब्येतीमध्ये थोडासा जरी फरक जाणवला तरी भीतीने त्याचा थरकाप होत असे. मायक्रोस्कोपखाली देखील दृष्टीस न पडणाऱ्या या सूक्ष्म व्हायरसने पंचेचाळीस वर्षांच्या स्मार्ट मोहनस्वामीची झोप उडवून त्याला हैराण करून सोडले होते. 'थूत तुझ्या जिंदगीवर. कुठून दुर्बुद्धी सुचली आणि या तरुण देहावर भाळलो' अशा शेकडो वेळा त्याने स्वतःला मनातून शिव्या दिल्या. या तीन महिन्यांच्या काळात त्याला कुणाशी बोलावे किंवा भेटावे असे वाटले नाही. पण वेलुस्वामी मात्र त्याला वरचेवर मेसेज करून भेटण्याची इच्छा व्यक्त करीत होता. तुमच्यासारखे धैर्यवान मित्र सहजासहजी भेटत नाहीत. तुमच्या सहवासात घालवलेली ती रात्र मला असीम सुख आणि समाधान देऊन गेली. त्या रात्रीच्या आठवणीने माझे शरीर अजून रोमांचित होते. कधी एकदा तुमची पुन्हा भेट होईल, असे झाले आहे. कृपया सकारात्मक विचार करून आपली संमती कळवावी. असा घायकुतीला आलेला मेसेज त्याने वाट्सअॅपवर पाठवला होता. मेसेजच्या अखेरीस खास 'गे' जनांसाठी निर्मिलेला दोन पुरुष हस्तांदोलन करत उभे आहेत असा चित्रसंदेश जोडला होता. पण मोहनस्वामीला पुन्हा एकत्र येण्याची भीती वाटत होती. त्यासाठी अनेक लटक्या सबबी आणि कारणे पुढे करून त्याने वेलुस्वामीला पुन्हा न भेटण्याची व त्यामुळे निराश न होण्याची विनंती केली होती. त्यावर वेलुस्वामीने 'इतर सामान्य माणसांहून तुम्ही वेगळे आहात असे वाटले होते. पण तुम्ही त्यातलेच एक निघालात. एच.आय.व्ही. असो किंवा नसो. शारीरिक सुख सर्वांनाच हवे असते. एच.आय.व्ही.ग्रस्त मनुष्य शरीरसुखाला वंचित राहून आयुष्य जगू शकत नाही. तुमच्यासारख्या आम्हालादेखील शारीरिक गरजा असतात हे तुम्हाला पटते ना?'असा त्याने उलट मेसेज पाठवून सोबत रडवा चेहरा असलेला इमोजी जोडला. पण हा मेसेज वाचूनदेखील मोहनस्वामीला पाझर फुटला नाही. त्यानंतर मात्र वेलुस्वामीकडून मेसेज येणे बंद झाले. मोहनस्वामीला वाटले निराशेमुळे वेलुस्वामींच्या उन्मादाचा झरा आटला असेल.

मोहनस्वामी तीन महिने संपण्याची वाटच पाहत होता. तीन महिने उलटून गेल्यावर पहिल्याच दिवशी त्याने व्हिक्टोरिया हॉस्पिटल गाठले. तपासणी करून घेतली. तपासणीचा रिपोर्ट त्याच्या हातात ठेवत ती महिला डॉक्टर हसून म्हणाली, "रिपोर्ट निगेटिव्ह आहे. तुम्ही विनाकारण घाबरलात." रिपोर्ट मिळताच मोहनस्वामीचा जीव भांड्यात पडला. ब्रह्मांड जिंकल्याचा आनंद त्याला झाला होता. आनंद साजरा करण्यासाठी त्याने जवळचेच 'कूल कॉर्नर' आइस्क्रीम पार्लर गाठले आणि बटर स्कॉचचा मोठा कप मजेने चाखून घेतला. मनातील किंतु नष्ट होताच शरीरसुखाची लालसा उफाळून वर आली. वेलुस्वामीचा देह त्याला पुन्हा खुणावू लागला. वेलुस्वामीचा देह सोडून इतर कोणीही त्याला मिळण्याची शक्यता नव्हती असे

नव्हे. पण वेलुस्वामीच्या देहाने त्याच्या मनावर मोहिनी घातली होती. त्याचा जीममध्ये कमविलेला देह, त्याचे तरुण वय, त्याचा प्रामाणिकपणा या सर्व सद्गुणांनी तो भारावून गेला होता. त्याच्या संगतीत घालविलेल्या रात्रीनंतर दुसरे दिवशी सकाळी त्याने घेतलेले डोळ्यांचे चुंबन, कानात केलेला प्रेमालाप, त्याने सोडलेला मोठा उसासा, सर्व काही त्याला आठवले आणि त्याने त्याचे मन मोहरून निघाले. केवळ रबराची एक छोटी पिशवी सर्व समस्यांना दूर ठेवून सुरक्षित शरीरसुख मिळवून देत असेल, तर त्या आकर्षक व्यक्तिमत्त्वाच्या तरुणाला अव्हेरण्यात काय अर्थ आहे? मनात विनाकारण भीती बाळगून आपण मूर्खपणा केला असे त्याला वाटू लागले. आंतरजालात आपण थोडी शोधाशोध केली असती, तर आज ही पाळी आपल्यावर आली नसती, असे त्याला वाटले.

आता वेलुस्वामीला आमंत्रण दिले, तर त्याची प्रतिक्रिया कशी असेल याबद्दल मोहनस्वामीच्या मनात धाकधूक होती. पण प्रयत्न करायला हवा. सर्व धीर एकवटून त्याने वेलुस्वामीला या आठवड्याच्या अखेरीस पुन्हा एकत्र येण्याची इच्छा आहे, असा एक मेसेज लाल ओठांचा इमोजी जोडून पाठविला. दोन दिवस वाट पाहूनदेखील वेलुस्वामीकडून उत्तर आले नाही. पण तिसऱ्या दिवशी मात्र, 'सध्या प्रकृती अस्वास्थ्यामुळे मी बाहेर पडू शकत नाही. आणखी एक महिना तरी आपली भेट होण्याची शक्यता नाही. त्यानंतर जमले तर पाहू. तरी क्षमा असावी' असे त्याचे उत्तर आले. मोहनस्वामीला आश्चर्य वाटले. त्याने वेलुस्वामीला फोन करून चौकशी केली, "काय झाले वेलू? गोळ्या आणि इतर औषधोपचार वेळेवर घेतोस ना?" 'एच.आय.व्ही.च्या सापळ्यात अडकलो आहे. मला जोराचा खोकला आहे. क्षय झाला असावा असे डॉक्टरांचे अनुमान आहे. एच.आय.व्ही.चा व्हायरस मनुष्याच्या प्रतिकारशक्तीवर हल्ला करतो आणि त्याला निकामी करून टाकतो आणि त्यामुळे रोगांना सहज आमंत्रण मिळते आणि मनुष्य त्याला सहज बळी पडतो. या तीन महिन्यांत माझं वजन दहा किलो कमी झाले आहे.' इति वेलुस्वामी. मोहनस्वामीला फार वाईट वाटले. पण या कारणासाठी वेलू आपल्याला भेटू शकत नाही हे त्याला पटेना. तो म्हणाला, "वेलू, तुला फक्त खोकलाच आहे ना? मग आपण भेटायला काय हरकत आहे?" पण वेलूने स्पष्ट नकार दिला. तो म्हणाला, "सर, एच.आय.व्ही. चे मला तितकेसे भय नाही. त्यासाठी कंडोम वापरला तर योग्य सुरक्षा मिळू शकते. पण क्षय रोगाचा संसर्ग होऊ नये यासाठी कोणतेही कंडोम सध्या बाजारात उपलब्ध नाही. म्हणून सध्या तरी आपण एकमेकांना भेटणे टाळावे असे मला वाटते." इतके बोलून वेलूने फोन बंद केला. मोहनस्वामीला वेलूचे म्हणणे पटले. त्याने पुन्हा वेलूशी संपर्क साधला नाही. त्यानंतर त्याच्या तब्येतीची चौकशी करण्यातदेखील त्याने स्वारस्य दाखविले नाही.

वाराणसीच्या पंडित घराण्यात (भिक्षुकी) जन्मलेला रामधर त्रिवेदी. गंगा नदीमध्ये पोहत लहानाचा मोठा झालेला हा मुलगा. त्याने योगाभ्यासामध्ये विशेष प्रावीण्य मिळविले होते. लहानपणापासून त्याच्या आजोबांनी योगविद्येचे शिक्षण देण्यास प्रारंभ केला होता आणि आजपर्यंत निष्ठेने ही शिकवण अमलात आणण्याचे व्रत चालू ठेवले होते. या योगविद्येने त्याचे शरीर रबराप्रमाणे लवचिक बनले आहे आणि ते कोणत्याही दिशेने आणि कोणत्याही कोनात वळविण्याची क्षमता त्याने आत्मसात करून घेतली होती. गौरवर्णीय उंच शरीरयष्टी, बुद्धीची चमक दाखविणारा तजेलदार चेहरा आणि पाणीदार डोळे लाभलेल्या या तरुणाच्या देहामध्ये अनावश्यक चरबीयुक्त स्नायू शोधूनदेखील मिळणार नाहीत. त्याच्या देहाचे स्नायू जीममध्ये यातना देऊन प्रमाणाबाहेर फुगविलेले नव्हते, तर योगाभ्यासाने प्रमाणबद्ध कमविलेले होते. त्याचे शरीर निलगिरीच्या झाडाप्रमाणे सरळसोट प्रमाणबद्ध वाढलेले होते. वयाने मोहनस्वामीपेक्षा दोन वर्षांनी लहान होता, पण दिसण्यात पंचविशीच्या आतला कोवळा तरुण दिसत होता. हसताना त्याच्या दोन्ही गालांवर खळी पडत असे. मोजकेच बोलणारा, पण बोलला, की मोत्यांची उधळण झाल्याप्रमाणे वाटत असे. बनारस हिंदू विश्वविद्यालयामध्ये त्याने संस्कृत भाषेचे उत्तम शिक्षण घेतले होते. कपाळावर विभूतीचे आडवे पट्टे आणि दोन्ही भुवयांच्या मधोमध कुंकवाचा ठिपका शोभून दिसत असे. बेंगळूरमध्ये साफ्टवेअर कंपनीत काम करणाऱ्या अधिकाऱ्यांच्या घरी जाऊन त्यांना योगविद्येचे शिक्षण देण्याचे काम करून मिळालेल्या पैशातून त्याचा उदरनिर्वाह होत असे. अधूनमधून पौरोहित्याचे कामदेखील करत असे. या दोन्ही कामांतून त्याला उत्तम अर्थार्जन होत होते. पण पैशासाठी तो आसुसलेला नव्हता. लहानपणी आजोबा मला भल्या पहाटे उठवून योगविद्या शिकवत असत आणि त्यानंतर गंगानदीमध्ये पोहून शुचिर्भूत होऊन आल्यावर वडील मला पूजाविधान आणि त्याचे मंत्र शिकवत असत. याच विद्या मोठेपणी माझ्या पोटपूजेच्या कामी येतील असे मला स्वप्नातदेखील वाटले नव्हते. ही सर्व काशीविश्वेश्वराची कृपा. गप्पांच्या ओघात बोलताना त्याचे डोळे पाणावले होते.

देहाने तो सुदृढ पुरुष असला, तरी रामधर त्रिवेदीच्या वागण्या-बोलण्यात बायकी ढंग स्पष्ट दिसत होता. मोहनस्वामीच्या 'गे' जीवनक्रमात सुरुवातीला तो अशा बायकी ढंगाच्या पुरुषांकडे ढुंकूनदेखील पाहत नव्हता. अगदी शंभर टक्के पुरुषच त्याला हवा असे. अनेक वर्षांच्या अनुभवानंतर तो थोडा समजूतदार झाला होता आणि पूर्वीइतका चोखंदळपणा त्याने सोडून दिला होता. हट्टीपणा किंवा चोखंदळपणा हे अहंकारी मनाचे खेळ आहेत असे त्याचे प्रामाणिक मत होते. दोन देहांच्या शारीरिक सुखासाठी गरज आहे ती दोन सुंदर मनांची, काल्पनिक सौंदर्याची नव्हे हे त्याला समजून चुकले होते. रामधर बाह्यवर्तनात थोडा बायकी असला, तरी

शय्यासोबतीच्या बाबतीत तो अस्सल पुरुष होता. मध्यरात्रीपर्यंत अजिबात न दमता शरीरसुख देण्यात तो वाकबगार होता. काही प्रसंगी मोहनस्वामी दमून भागून स्वस्थ पडून राहत असे, पण त्याउलट रामधर नेहमी उत्साहाने भरलेला असे. हे निरंतर योगाभ्यासाचे फलित, की गंगेमध्ये पोहण्याचे? यामागील रहस्य तो एकटा काशीविश्वनाथ जाणे.

रामधरच्या स्वभावात गडबडीने निर्णय घेण्याला थारा नव्हता. जे आहे ते, असेल त्या स्वरूपात बिनतक्रार स्वीकारण्याचा समजूतदारपणा त्याने अंगी बाणवला होता. एका छोट्या मोपेडवर आरूढ होऊन सर्व बेंगळूर पालथे घालून आपल्या विद्यार्थ्यांना योगाभ्यास शिकवून येत असे. बेंगळूरच्या ट्रॅफिकबद्दल त्याने कधीही कुणाकडे तक्रार केली नाही. प्रत्येकासाठी नेमून दिलेली वेळ तो कटाक्षाने पाळत असे. एखाद्या घरी पोचायला उशीर झाला आहे असे कधीही घडले नाही. तो त्रिकाल संध्यावंदन करीत असे. त्यात कधीही खंड पडत नसे. एकसुरी तंबोऱ्याप्रमाणे त्याची दिनचर्या चाललेली असे. ध्यानधारणा, वाचन, अध्ययन यात त्याच्या दिवसाचा बराच काळ खर्ची पडत असे. रात्री झोपण्याच्या वेळेखेरीज इतर वेळी कामक्रीडेबाबत चर्चा करणे त्याला वर्ज्य होते. त्याचा हा विचित्र स्वभाव मोहनस्वामीला कधी कधी जाचक वाटत असे.

शारीरिक संबंध सुरू ठेवण्याआधी रामधरने आपली एक अट पुढे केली. आपले शारीरिक मीलन म्हणजे एक प्रकारचे दांपत्यजीवनच आहे. एकमेकांबद्दल आदर, निष्ठा आणि प्रामाणिकपणा बाळगल्याशिवाय दांपत्यजीवन यशस्वी होत नाही. आम्हा उभयतांमध्ये याच प्रकारची एकनिष्ठता असायला हवी. तुझी याला कबुली असेल, तरच मला तुझ्यासोबत आनंदाने राहणे शक्य होईल. माझ्या बाबतीत तरी या मर्यादेचे उल्लंघन होणार नाही याची हमी मी देतो. मोहनस्वामीला हेच हवे होते. त्यालादेखील आयुष्यभराच्या साथीची गरज होती. वरचेवर साथीदार बदलण्याचा त्यालादेखील कंटाळा आला होता. आयुष्यभर रामधरची साथ मिळाली तर त्याची एका मोठ्या समस्येमधून सुटका होणार होती. या एका बाबतीत आयुष्यात स्थिरता लाभली, तर त्यातून एक वेगळेच समाधान प्राप्त होईल. नाही तरी आयुष्यात समाधानाव्यतिरिक्त दुसरे काय हवे असते? साथीदाराच्या बाबतीत अनिश्चिततेच्या लाटेवर किती हेलकावे खायचे, असा विचार करून मोहनस्वामीने रामधरची अट आनंदाने मान्य केली.

रामधरच्या अटीचे पालन दोघांनीही सहा महिने व्यवस्थित केले. मोहनस्वामीला हा सहा महिन्यांचा काळ परमोच्च सुखाचा गेल्यासारखे वाटले. रामधर मोहनस्वामीच्या घरी येऊन राहिला होता. रामधर उत्तम स्वयंपाक करण्यात तरबेज होता. उत्तर भारतीय खाद्यपदार्थ तयार करण्याची तपशीलवार पद्धती त्याला चांगलीच अवगत

होती. असे पदार्थ तयार करून तो मोहनस्वामीला वाढत होता. याउलट मोहनस्वामी दक्षिण भारतीय पद्धतीचे खाद्यपदार्थ तयार करण्यात वाकबगार होता. पण आता रामधरने स्वयंपाकाची जबाबदारी उचलल्यावर मोहनस्वामीला रोज रोज डाळ शिजविण्याचा कंटाळा येऊ लागला. त्यामुळे रामधरने तयार केलेला स्वयंपाक मोहनस्वामी आवडीने सेवन करू लागला. घरातील इतर कामेदेखील रामधर व्यवस्थित आणि नीटनेटके पार पाडत होता. मोहनस्वामीच्या घरी आल्यावर त्याने एका आठवड्यात सर्व घर स्वच्छ, चकचकीत आणि नीटनेटके करून ठेवले. याचा एक परिणाम म्हणजे मोहनस्वामी थोडा आळशी होऊ लागला. त्याचा पोटाचा घेर किंचित वाढलादेखील आणि वजनदार माणूस म्हणून ओळखला जाऊ लागला. पण देहाच्या बाबतीत जागरूक असलेला मोहनस्वामी, वजनात थोडी वाढ झाली तरी जॉगिंग, ट्रेकिंग किंवा फास्टिंग यातील एका उपायाचा अवलंब करून स्थूलतेवर नियंत्रण ठेवत असे.

रामधर इतर पुरुषांकडे नजर वर करून पाहत नसे आणि त्यांच्याबद्दल आसक्तीदेखील दाखवत नसे. मोहनस्वामी मात्र एखादा सुंदर आणि स्मार्ट मुलगा दिसला, की त्याच्याकडे पाहून 'हॉट' असे मनातल्या मनात म्हणून हसत असे. शय्येवरदेखील रामधर कसलीही गडबड किंवा विनाकारण धडपड करत नसे. रतिक्रीडादेखील योगासनाप्रमाणे एक प्रकारची साधना असे समजून समाधानाने करण्याची गोष्ट आहे असे त्याचे मत. गंगा नदीमध्ये मासा आवाज न करता शांतपणे पोहत असतो, तसेच दोन जीव एकत्र आल्यावर जे काही कराल ते शांतपणे आणि समाधानाने करावे, असे तो एकदा म्हणाला होता. अंगावरचे कपडे उतरवणे असो किंवा आलिंगन देणे असो किंवा चुंबन घेणे असो किंवा वीर्यस्खलन असो, सर्व बाबतींत हिंदुस्तानी शास्त्रीय संगीताप्रमाणे मंद्र सप्तकात आलाप सुरू करून तारसप्तकात समाप्ती करण्याची कला एकटा रामधरच जाणे. त्यासाठी बराच वेळ साधना करावी लागली, तरी ती तो आनंदाने करीत असे. अनवाणी पायांनी तिरुपतीचा पर्वत चढून जाऊन रांगेत उभे राहून बालाजीचे दर्शन घेण्यात जे सुख आणि मनःशांती मिळते ती कारमधून शिखर गाठून व्ही.आय.पी. दर्शन घेतल्यास अजिबात मिळणार नाही, असे तो एकदा म्हणाला होता.

मोहनस्वामीची ग्रहदशा बिघडलेली होती असे दिसते. रामधरने घातलेली एकनिष्ठतेची अट मोहनस्वामीने मान्य केली खरी. पण हल्ली त्या अटीचे पालन करणे त्याला कठीण जात होते. वास्तविक सुरुवातीला म्हणजे जेव्हा कार्तिकने त्याच्या जीवनात प्रवेश केला तेव्हा तो कार्तिकशी एकनिष्ठच होता. क्वचित कधी तरी एखादा देखणा मुलगा दिसला, तर तो त्याच्याकडे आशाळभूत नजरेने पाहत असे. पण त्याची मर्यादा पाहत राहण्यापुरतीच. त्यापलीकडे त्या मुलाशी शारीरिक

संबंध ठेवण्याची त्याला कधी हिंमत झाली नाही. पण कार्तिक विवाहबंधनात अडकून मोहनस्वामीपासून दूर झाला आणि हे चित्र एकदम पालटून गेले. कार्तिक निघून गेल्यानंतर अनेक वर्षे तो एकटाच राहत होता. पण त्यानंतर त्याच्या जीवनात दुसरा एक तरुण आला आणि एकनिष्ठतेवरचा त्याचा विश्वासच उडून गेला. त्यानंतर तो विविधतेला चटावला. एखादा रेडा ज्याप्रमाणे रोज एकाच कुरणात कधीच चरत नाही तीच दशा मोहनस्वामीची होती. रुचीपालट केल्याशिवाय त्याला जेवण गोड लागत नसे. रुचीपालट करण्याची संधी मिळताच त्याचा लाभ लगेच उचलायला हवा हा त्याच्या जीवनाचा सिद्धान्त बनला होता. इंटरनेट उघडायचा अवकाश, समोर नवनवीन हिरव्यागार कुरणांची रांग आपल्याला आव्हान देत असलेली दिसते. एकापेक्षा एक देखण्या तरुणांची माहिती इंटरनेटवर पाहत बसण्याचे वेडच त्याला लागले होते. हल्ली त्याने आपल्या मोबाइलवर ग्राइंडर नावाचे 'गे' चॅटिंग ॲप बसवून घेतले होते. त्यावर घरापासून जवळच म्हणजे शंभर मीटर दूर राहत असलेल्या एका देखण्या मुलाने 'आज रात्री भेटूया का?' असा मेसेज तोंडाला पाणी सुटलेल्या चेहऱ्याचा इमोजी जोडून पाठविला होता. तो मेसेज वाचून मोहनस्वामी मनाशी म्हणाला, 'जीवन हे असेच विविधतेने नटलेले असायला हवे. एकनिष्ठता म्हणजे पचपचीत, नीरस जेवणासारखी होय.' या मेसेजला उत्तर देण्याचे त्याने ठरविले.

रामधरने नेमून दिलेल्या एकसुरी समाधानी जीवनाचा त्याला कंटाळा येऊ लागला. एकनिष्ठ दांपत्यजीवनाची अट घालून त्याने आपल्याला बंधनात अडकवून ठेवले आहे, असे वाटून त्याला हल्ली रामधरचा राग येऊ लागला होता. उडणाऱ्या पक्ष्याचे पंख कापून त्याला जमिनीवरच तडफडत ठेवल्यासारखे वाटून तो मनातल्या मनात चडफडू लागला. पण हे सर्व मनातच ठेवण्यावाचून पर्याय नव्हता. कारण रामधरला स्पष्ट जाब विचारण्याइतके धारिष्ट्य त्याच्या अंगी नव्हते. तरीही हा मनातला राग काही कारणाने अन्य रूपांत बाहेर पडण्यास सुरुवात झाली होती. अधूनमधून त्या दोघांमध्ये कुरबुरी सुरू झाल्या होत्या. रामधरच्या अतिधार्मिक जीवनाची खिल्ली उडविण्याची संधी मोहनस्वामीने सोडली नाही. सर्व मठांचे मठाधीश आम्हा 'गे' जनांच्या जीवनशैलीला विरोध करतात. असे असताना तू एकटाच का धर्माची तरफदारी करतोस, असा प्रश्न करून चकमकीची ठिणगी उडविण्याचा प्रयत्न करत होता. शक्यतो रामधर वाद करण्याच्या फंदात पडत नसे. पण या प्रश्नाला त्याच्याकडे ढोबळ उत्तर होते. धर्माचा सखोल अभ्यास करून त्याचे योग्य ज्ञान प्राप्त करून घेणारे विद्वान अशा प्रकारची टीका अजिबात करत नाहीत. पूर्ण भरलेल्या घागरीमध्ये पाण्याचा आवाज होत नाही, पण अर्धवट भरलेल्या घागरीमध्ये खळखळाट होत असतो. त्यामुळे धर्माचे अर्धवट ज्ञान

असणाऱ्यांसोबत मी वाद घालू इच्छित नाही. असे उत्तर देऊन वाद चिघळत न ठेवता तो दुसऱ्या कामात स्वतःला झोकून देत असे. काही दिवसांनी 'हे उत्तर भारतीय लोक भांडखोर असतात. दक्षिण भारतीयांप्रमाणे त्यांच्याकडे सहिष्णुता कमीच असते' असे म्हणून मोहनस्वामीने नवीन खुसपट काढण्याचा प्रयत्न केला. हा आरोप थेट आपल्यावर नाही, असे समजून रामधरने त्याकडे दुर्लक्ष केले. पण मोहनस्वामी गप्प बसणाऱ्यांपैकी नव्हता. आपला आरोप सिद्ध करण्यासाठी तो म्हणाला, "का रे? तू उत्तर भारतीय ना? तू काही बोलत नाहीस याचा 'मौनम् संमतिदर्शकम्' असा अर्थ घ्यायचा का?" रामधर आपल्या चेहऱ्यावरची इस्त्री बिघडू न देता समाधानाने म्हणाला, "जगात कुठंही गेलास तरी चांगले आणि वाईट लोक भेटतातच. मग तो उत्तर भारत असो की दक्षिण भारत. काही फरक पडत नाही." एकंदरीत मोहनस्वामी वातावरण बिघडवण्यासाठी खतपाणी घालत होता. रोग्याला पथ्यपाणी सहन झाले नाही तर तो ज्याप्रमाणे तडफडतो, तशी अवस्था मोहनस्वामीची झाली होती.

याच सुमारास मोहनस्वामीचा शंतनू बिस्वास नावाच्या इसमाशी परिचय झाला. त्या दिवशी वैकुंठ एकादशी असल्यामुळे रामधर मोहनस्वामीला घेऊन वेंकटेश्वर मंदिरात गेला होता. दर्शनासाठी भक्तांची तोबा गर्दी झाली होती. दर्शनासाठी रांगेत उभा असताना एकाने 'गुरुजी, माझ्या मुलीच्या लग्नासाठी तुमचा सल्ला हवा आहे' असे म्हणून रामधरला रांगेमधून बाजूला काढून एका कोपऱ्यात बोलावून घेतले. त्या वेळी मोहनस्वामीच्या पुढे शंतनू बिस्वास आपल्या एक वर्षाच्या मुलाला आपल्या केसांचे जंजाळ असलेल्या उघड्या छातीवर घेऊन त्याचे समाधान करत होता. मंदिरामध्ये पुरुषांना शर्टासह प्रवेश नव्हता. उघड्या अंगाने देवदर्शन घेणे बंधनकारक होते. त्यामुळे शंतनूने आपला टी शर्ट काढून स्वतःच्या कंबरेभोवती गुंडाळला होता. जेमतेम दोन वर्षांपूर्वी त्याचा विवाह होऊन सध्या एक वर्षाचे मूल त्याच्या पदरी होते. त्याची उघडी छाती पाहून मोहनस्वामीला त्याच्याबद्दल आकर्षण वाटू लागले. धड पहाटेची न उमललेली कळी नव्हे, धड संध्याकाळचे कोमेजलेले फूल नव्हे, तर सकाळचे कोवळे सूर्यकिरण अंगावर पडून पूर्ण उमललेल्या फुलाप्रमाणे दिसणाऱ्या ऐन तारुण्याच्या बहरात असलेल्या शंतनूची काया सुवर्णकांतीप्रमाणे चमकत होती. त्याचे सुरुवातीचे लाजऱ्याबुजऱ्या शृंगाराचे दिवस संपून आता बिनधास्त रोमान्स करण्याचा उत्साह त्याच्या चेहऱ्यावरून ओसंडून वाहत असलेला दिसत होता. शरीरसुखाचे संपूर्ण समाधान त्याच्या चेहऱ्यावर विलसत होते. त्याच्या पाणीदार डोळ्यांत एक प्रकारचे वेगळेच तेज दिसत होते. त्याचा किंचित जाणवणारा स्थूलपणा जीवनात भरपूर सुख मिळविल्याचे द्योतक होते. पत्नीच्या आज्ञेत राहण्याचा चांगुलपणा त्याच्या चेहऱ्यावर दिसत होता.

संथ गतीने पुढे सरकणाऱ्या रांगेमधून जाताना एकमेकांना झालेला स्पर्श दोघांनाही जाणवला आणि त्यातून एकमेकांच्या अपेक्षादेखील जाणवल्या. एकमेकांना मिठीत सामावून घेण्याच्या तयारीत दोघेही होते. शंतनूची पत्नी मोहनस्वामीला कुठेच दिसली नाही. ती कुठे गेली आहे ते समजून घेण्याचीदेखील त्याला इच्छा नव्हती. मोहनस्वामीने शंतनूच्या मुलाला ओढून आपल्या कडेवर घेतले आणि कौतुकाने त्याला त्याचे नाव विचारले. या प्रयत्नात मोहनस्वामीच्या हातांचा शंतनूच्या छातीला स्पर्श झाला. पण शंतनूने त्याला विरोध न करता त्याचे हसून स्वागतच केले. शंतनूने पुन्हा आपल्या मुलाला स्वतःकडे घेतले व त्याला एकदा उजव्या हातावर व त्यानंतर डाव्या हातावर अशी हातांची अदलाबदल करून त्याला खेळवू लागला आणि हात बदलण्याचे निमित्त साधून मागे उभे असलेल्या मोहनस्वामीला स्पर्श करून स्पर्शसुख मिळवू लागला. परमेश्वराच्या पवित्र वातावरणाच्या मंदिरात त्यांचे हे निर्लज्ज कामवासनेचे खेळ चालले होते. समोरून भगवंतासमोर हात जोडायचे आणि मागून दुसऱ्या देहाचे स्पर्शसुख अनुभवायचे अशा क्रियेमध्ये आपण काही पाप करत आहोत याचे त्या दोघांनाही भान नव्हते. दोघेही गर्दीत होणाऱ्या धक्काबुक्कीचे निमित्त पुढे करून आपल्या क्रियेचे समर्थन करत होते. देवदर्शन घेऊन गर्दीतून बाहेर पडेपर्यंत दोघांनीही आपापले मोबाइल नंबर एकमेकांना देऊन मोकळे झाले होते. तोपर्यंत शंतनूची तामिळी पत्नी मंत्राक्षता घेऊन परतली आणि तिने मुलाला आपल्या ताब्यात घेतले.

चोरून एकमेकांना भेटण्याची सवय मोहनस्वामीला अजिबात नव्हती. रामधरची ओळख होण्याआधी तो आपल्याला हव्या असलेल्या पुरुषाला बिनधास्त भेटत असे. वेळकाळ न पाहता तो आपल्या आवडत्या पुरुषाला आपल्या घरी घेऊन येत असे. पण आता परिस्थिती वेगळी होती. रामधरने घातलेल्या दांपत्यजीवनाच्या अटीमध्ये तो अडकला होता. त्यामुळे शंतनूला भेटल्यावर आपण काही तरी पाप करत आहोत अशी भावना त्याला छळू लागली. रामधरने घातलेली अट ही आपल्याला कटकट वाटू लागली आहे, याची जाणीव होऊन त्याला अस्वस्थ वाटू लागले. त्यामुळे शंतनूला आपल्या घरी बोलावून घेणे मोहनस्वामीला शक्य नव्हते. शंतनू आपल्या घरी आलाच तर कोणत्याही क्षणी रामधर येऊन टपकण्याची धाकधूक होती. अशा परिस्थितीत निर्भेळ शरीरसुख मिळण्याची शक्यता कमीच होती. याला एकच पर्याय होता आणि तो म्हणजे मोहनस्वामीने शंतनूच्या घरी जाणे. आणि मोहनस्वामीने हाच पर्याय निवडला. शंतनू आणि त्याची पत्नी दोघेही सॉफ्टवेअर इंजिनीअर आणि दोघांनाही लठ्ठ पगाराची नोकरी होती. पण मुलाची देखभाल करण्यासाठी कुणीतरी एकट्याने घरी राहणे जरुरीचे होते. त्यामुळे त्या उभयतांमध्ये एक अलिखत करार झाला होता. मुलाच्या देखभालीसाठी आठवड्यातून

दोन दिवस शंतनूने घरी राहायचे आणि उरलेले तीन दिवस त्याच्या पत्नीने घरी राहायचे असे ठरले. त्यासाठी दोघांनीही आपापल्या कार्यालयातून घरी बसून लॅपटापवर काम करण्याची सवलत मागून घेतली होती. आठवड्यातील दोन दिवस शंतनू घरी असतेवेळी मोहनस्वामी तिकडे जात असे. लक्झरी अपार्टमेंट्सच्या चौदाव्या मजल्यावर अत्याधुनिक फर्निचर आणि सुखसुविधा असलेला शंतनूचा आलिशान फ्लॅट होता आणि त्यात मोहनस्वामी आरामात वावरत होता.

पण तिथेदेखील एक विचित्र अडचण त्यांच्यासमोर उभी राहिली. दोघेही शयनगृहात नग्न अवस्थेत पहुडलेले असताना दिवाणखान्यातून शंतनूचे मूल रांगत रांगत तिथे प्रवेश करीत असे आणि हातातील खेळणी इतस्ततः फेकून 'उं, उं,' म्हणून आपल्याकडे लक्ष वेधून घेत असे. कधी कधी रांगत ते पलंगाजवळ येऊन पोचत असे आणि पलंगाची कड हातात धरून उभे राहून वर चढण्याचा प्रयत्न करीत असे. 'हनी, हनी, प्लीज गो अवे' अशी शंतनू त्याची समजूत घालून त्याला बाहेर पाठविण्याचा प्रयत्न करत असे. काही प्रसंगी ते मूल झोपलेले असताना 'आता कसलीच अडचण नाही. आता आरामात आपला कार्यभाग साधता येईल' असे मोहनस्वामी मनातल्या मनात मांडे खात असे. पण नको तेव्हा ते मूल मध्येच जागे होऊन भोकाड पसरत असे आणि त्या दोघांचा विरस होत असे. शंतनू धडपडून उठत असे आणि दुधाची बाटली आणण्यासाठी तसाच नग्न अवस्थेत किचनमध्ये जात असे. अशा परिस्थितीत मोहनस्वामी हताशपणे शंतनूची धडपड पाहत बसे. मुलाचे समाधान करून शंतनू परत येईपर्यंत मोहनस्वामीचा विरस होऊन त्याची कामेच्छा थंडावलेली असे.

त्या घरात आणखी एक समस्या मोहनस्वामीचा विरस करण्यास कारणीभूत ठरत होती. दोघेही कामक्रीडेच्या ऐन भरात असताना मोहनस्वामीने सहज डोळे उघडले, तर त्याला शंतनूच्या सुखी संसाराची प्रतीके म्हणजे त्या उभयतांचे फोटो, शंतनूच्या पत्नीने शिजविलेला रुचकर स्वयंपाक, तिचे बाथरूममध्ये ठेवलेले विविध शाम्पू, साबण, डायपर, उशीच्या अभ्र्यावर एम्ब्रॉयडरी केलेले 'आय लव्ह यू' शब्द, उंबऱ्याजवळच्या पायपुसण्यावरचे 'वेल कम' हे शब्द, हे सर्व त्याच्या नजरेस पडत असे आणि आपण महापाप करत आहोत, असे त्याला वाटत असे. इतकी सुंदर पत्नी आणि गोंडस मूल पदरात असताना शंतनूला परक्या देहाची लालसा का व्हावी, अशी शंका मोहनस्वामीला काही वेळा छळत असे. एकदा अंगावर कपडे चढवून घरी परतण्याच्या तयारीत असताना मोहनस्वामीने याबद्दल शंतनूला छेडलेच. शंतनूला हे सर्व अनपेक्षित होते. प्रश्न ऐकून तो चक्रावला आणि बिछान्यात पुन्हा आडवा झाला. आपण भलता प्रश्न विचारून शंतनूला अडचणीत आणल्याची मोहनस्वामीला जाणीव झाली. "आय ॲम सॉरी शंतनू. हा प्रश्न मी

विचारायला नको होता.'' मोहनस्वामीने शंतनूचे समाधान करण्याचा प्रयत्न केला. शंतनू उठून बसला. त्याने मोहनस्वामीचे दोन्ही खांदे धरून हलकेच थोपटले आणि म्हणाला,

"नेव्हर माइंड मोहन. अनपेक्षितपणे हा प्रश्न ऐकून मी चक्रावलो इतकंच! वास्तविक तुला फक्त पुरुषच आवडतात. माझ्या पत्नीचीदेखील तीच तऱ्हा. तिलादेखील फक्त पुरुषच आवडतात. तुम्ही दोघंही स्वतःच्या नजरेनं सर्वत्र पाहता आणि स्वतःला सोईस्कर अशी जीवनमूल्यं ठरवून मोकळे होता. दुसऱ्याची आवडनिवड तुम्ही विचारात घेतच नाही. माझ्याबद्दल सांगायचं असल्यास, मला जितकी स्त्री आवडते, तितकाच पुरुषदेखील आवडतो. दोघांचाही उपभोग घेणं मला आवडतं. त्याशिवाय माझ्या जीवनात परिपूर्णता आली आहे असं वाटतच नाही. माझ्या आई-वडिलांनी माझं एका मुलीबरोबर लग्न लावून दिलं आणि आपली जबाबदारी संपली असं म्हणून आपले हात झटकून मोकळे झाले. पण माझ्या दृष्टीनं त्यांनी मला जेवणाच्या ताटावरून अर्धपोटी उठविलं आहे. मी तरी काय करू? मी तिच्यावर काही अन्याय केलेला नाही. शक्य तितकं मी तिच्यावर प्रेम केलं आहे आणि अजूनदेखील करतो आहे. मुलाचं ढुंगण धुण्यापासून पत्नीचा कार ड्रायव्हर होण्यापर्यंत सर्व कामं मी केली आहेत आणि करतो आहे. याचा अर्थ माझी आवडनिवड गुंडाळून ठेवून मी तिला हवं तसं जीवन जगावं असा नक्कीच नव्हे. मला आश्चर्य वाटतं, की तूदेखील माझ्या पत्नीप्रमाणेच विचार करतोस. हा नुसता विचित्रपणा नव्हे, तर क्रूरपणा आहे असं वाटत नाही का?''

मोहनस्वामी अवाक् होऊन शंतनूचे बोलणे ऐकत होता. त्याला हा प्रकार नवीनच होता. जगात अशीही माणसे असतील असे त्याला स्वप्नातदेखील वाटले नव्हते. "टेक इट ईझी शंतनू. तुझं मन दुखावण्याचा माझा उद्देश नव्हता. आय ॲम सॉरी अगेन'' असे म्हणून तो तिथून बाहेर पडला.

पण शंतनूशी त्याची मैत्री जास्त दिवस टिकली नाही. विवाहित पुरुषाशी केलेली मैत्री चिरकाल टिकत नाही हे त्याला अनुभवांती समजून चुकले होते. काही झाले तरी विवाहित पुरुष आपली पत्नी आणि संसार यात दिवसेंदिवस जास्तच गुरफटत जातो. त्यात त्यांच्या मुलांची भर पडली तर मग विचारूच नये. अशा पुरुषांना वीकएंडला भेटावे म्हटले तरी जमणे कठीण. पण पत्नी माहेरी गेल्यावर हेच पुरुष विनवण्या, आर्जवे करू लागतात. एक-दोन दिवसांत मिळेल तितके सुख ओरबाडून घेण्यापर्यंत यांची मजल जाते. प्रणयक्रीडेच्या ऐन भरात असताना पत्नीचा फोन आला, की यांची तारांबळ उडते. 'येस हनी, मी घरातच आहे. आपलं बाळ मजेत खेळत आहे. मिसिंग यू. लवकर परत ये, लव्ह यू हनी' असे गडबडीने म्हणून फोन ठेवून देतात. अशा परिस्थितीत मोहनस्वामीची करमणूक होते, पण

त्याच वेळी त्याला दरदरून घाम फुटलेला असतो.

विवाहित पुरुष विवाह झाल्यावर लवकरच आळशी बनतो. त्याची पत्नी आणि सासरची मंडळी त्याला सिंहासनावर बसवतात आणि आळशी होण्याची त्याला सवय लावतात. एक-दोन वर्षांतच तो आडवातिडवा वाढू लागतो. विवाहापूर्वी डोळे भरून पाहत राहावा असा पुरुष विवाहानंतर त्याला पाहायला दोन डोळे पुरत नाहीत असा बनतो. गरज पडल्यास आपली पत्नी आपल्याला हवी ती मदत करू शकेल इतकेच नव्हे, तर संकटातदेखील तिचा आधार आपल्याला संकटमुक्त करेल असा फाजील विश्वास तो बाळगतो. मदनासारखा दिसणारा मोहनस्वामीचा पहिलावहिला सोबती कार्तिक, विवाहानंतर इतका गोल गरगरीत झाला होता, की एके काळी आपण ज्या कार्तिकचे स्वप्न दिवसरात्र पाहत होतो, तो हाच कार्तिक यावर मोहनस्वामीचा विश्वास बसेना. कार्तिकच्या या अवस्थेत त्याची पत्नी तरी त्याला जवळ करीत असेल का, याची शंका मोहनस्वामीला येऊ लागली. शंतनूदेखील याच मार्गावरून चालला होता. त्याच्या पोटाचा घेर किंचित वाढला होता आणि गालदेखील गुबगुबीत म्हणावे इतपत फुगले होते. 'तू आता नियमित जीममध्ये जायला सुरुवात कर किंवा कमीतकमी मॉर्निंग वॉकला तरी जा' असा सल्ला त्याने शंतनूला दिला होता. 'ठीक आहे. जाईन' असे शंतनूने आश्वासन दिले तरी ते पाळण्याचा दिवस कधीच उगवला नाही. आळसावर विजय मिळविणे वाटते तितके सोपे नाही हे मोहनस्वामीला कळून चुकले होते.

पण 'गे' मात्र आपल्या देहाबद्दल कायम जागरूक असतो. तो आपला देह कधीच आडवातिडवा वाढू देत नाही. ऋतू बदलला, की सोबतीदेखील बदलण्याची चांगली म्हणा किंवा वाईट म्हणा अशी सवय त्यांना असते. इथे शाश्वत असे काही नसते. सोबती भेटला, की त्याला पहिला नमस्कार आणि त्याचा निरोप घेताना शेवटचा नमस्कार, या दोन नमस्कारांमधले जीवन पवित्र समजून पुढे जायचे यालाच ते आपला शहाणपणा समजतात. त्यामुळे आपला देह कायम प्रमाणबद्ध ठेवण्यावर त्यांचा कटाक्ष असतो. यासाठी ते पहाटे उठून मॉर्निंग वॉकला जातील किंवा जॉगिंग करतील किंवा जीममध्ये जाऊन घाम फुटेपर्यंत व्यायाम करतील किंवा योगाभ्यास करतील किंवा यांपैकी काहीच जमले नाही तर सायंकाळी ब्रिस्क वॉक करून आपल्या आहारावर नियंत्रण ठेवतील. हल्ली फॅशन जगतात माडेलिंगचे काम करणारे बहुतेकजण 'गे' असतात याचे कारण हेच असावे असे वाटते. मोहनस्वामी याला अपवाद असूच शकत नाही. त्याने आपली पंचेचाळीशी पार केली असली, तरीही तिशीच्या आसपास वाटेल इतपत त्याने आपल्या देहावर नियंत्रण ठेवले होते.

वरील मुद्दे विस्तृतपणे मांडायचे कारण म्हणजे त्या दिवशी घडू नये ती घटना

घडली. त्या दिवशी संध्याकाळी अचानक मोहनस्वामी शंतनूच्या घरी गेला होता. दोघांनीही मनसोक्त शरीरसुख उपभोगले. त्यानंतर त्या दोघांचाही डोळा लागला. शंतनूची पत्नी रात्री नऊ वाजता घरी परतणार आहे, याची दोघांनाही जाणीव होती. शंतनूचा मुलगादेखील शांत झोपला होता. तिघेही निद्रेच्या आधीन झालेले असताना अचानक दारावरची कॉल बेल कर्कश आवाजात वाजू लागली. शंतनूला गाढ झोप लागली होती. कॉल बेलचा आवाज ऐकून त्याला जाग आली. पण बिछान्यावरून उठण्याचा त्याला आळस आला. ''मोहन, बहुतेक पेपर देणारा मुलगा आला असेल. त्याचे पेपर बिल द्यायचं आहे. दरवाजा उघडून त्याला उद्या पैसे मिळतील असं सांगून पाठवून दे प्लीज!'' अशी त्याने मोहनस्वामीला विनंती केली. मोहनस्वामी गडबडीने उठला. कंबरेभोवती टॉवेल गुंडाळून घेऊन शरीराला आळोखेपिळोखे देत दरवाजा उघडण्यासाठी निघाला. दरवाजा उघडून त्याने समोर पाहिले आणि त्याला आश्चर्याचा धक्का बसला. समोर उभ्या असलेल्या इसमाने कपाळावर विभूतीचे पट्टे ओढले होते, दोन्ही भुवयांच्या मधोमध कुंकुमतिलक होता, पांढरे शुभ्र कपडे परिधान केले होते आणि हातात हेल्मेट होते. तो दुसरा कोणी नव्हता, तर रामधर त्रिवेदी होता. अचानक रामधरला समोर पाहून मोहनस्वामीला काही सुचेना. रामधरचे डोळे पाण्याने भरू लागले होते. मोहनस्वामीला देखील फार वाईट वाटले. 'आय ॲम सॉरी रामधर' असे म्हणून त्याने रामधरला शांत करण्याचा प्रयत्न केला. दोघेही एकमेकांकडे पाहत निःशब्द उभे होते. मोहनस्वामीने रामधरच्या मस्तकावरून हात फिरवून वातावरण सुधारण्याचा प्रयत्न केला. 'हात लावू नकोस मला' असे म्हणून रामधरने मोहनस्वामीचा हात झटकून दूर केला. इतक्यात बाहेर काय चालले आहे हे पाहण्यासाठी शंतनू बिछान्यावरून उठून बाहेर आला. त्याला दोघेही काही न बोलता एकमेकांचे चेहरे पाहत का उभे आहेत हे समजेना.

''ओहो! रामधर गुरुजी! या ना. आत या. हा माझा जिवलग मित्र मोहनस्वामी'' असे म्हणून ओळख करून देताना शंतनूने मोहनस्वामीच्या उघड्या खांद्यावर हात ठेवला. मोहनस्वामीने केविलवाण्या चेहऱ्याने शंतनूचा हात झटकला. ''मोहन, हे माझे योगाभ्यासाचे गुरुजी रामधर त्रिवेदी. माझं शरीर आटोक्यात आणण्यासाठी योगाभ्यास शिकण्याचा तुझाच आग्रह होता ना? त्यासाठीच मी यांची नेमणूक केली आहे. आठवड्यातून दोन दिवस माझ्या घरी येऊन मला योगाभ्यास शिकविण्याचं त्यांनी कबूल केलं आहे. तूदेखील माझ्यासोबत बसून शिकायला हरकत नाही.'' शंतनूने स्पष्टीकरण दिले. रामधरला त्याच्या बोलण्याशी काही देणेघेणे नव्हते. तो सरसर जिना उतरून निघून गेला. ''गुरुजी, का निघालात? या ना. आपली शिकवणी सुरू करू. मी तयारच आहे'' अशी रामधरला त्याने विनंती केली आणि त्यांना परत बोलावून आणण्यासाठी तो त्यांच्या मागोमाग जिना उतरू लागला.

जेमतेम दहा पायऱ्या उतरून गेला असेल नसेल, इतक्यात अचानक पाळण्यात झोपलेला शंतनूचा मुलगा उठला आणि किंचाळून रडू लागला. मोहनस्वामी पळतच पाळण्याकडे गेला आणि मुलाला उचलून कडेवर घेऊन त्याची समजूत घालू लागला.

दर्शनचा रंग काळाकुट्ट म्हणता येईल असा होता. त्या रंगाचे दुसरे नाव घनश्याम म्हणजे पाण्याने भरलेल्या ढगाइतका काळा. पुरुषांना असा रंग भूषणावह असतो. वेदव्यासांनी रचलेल्या महाभारतामध्ये श्रीकृष्णाचे नाव श्याम असेच आहे. पण केवळ काळ्या रंगामुळे दर्शन सुंदर दिसत होता असे नव्हे. त्याचे सर्व अवयव प्रमाणबद्ध होते. त्याची छाती रोमविरहित आणि नितळ होती. छातीचे स्नायू पाहत राहावे असे होते. त्याची छोटी कंबर, दणकट बाहू, प्रेमळ चेहरा, सरळसोट लांब नाक, काळे पाणीदार नेत्र, मस्तकावरचे भरदार केस, सर्व काही आकर्षक होते. त्याच्या उजव्या कानातील एकुलता एक मोती आणि उजव्या हातातील तांब्याचे कडे त्याच्या एकंदर सौंदर्यात भर टाकत होते. आत घातलेली लाल जॉकी चड्डी, त्यावर किंचित सैल वाटणारी जीन्स पॅण्ट, त्याच्या उघड्या छातीचे पूर्ण दर्शन घडविणारे मस्तकाच्या मागील बाजूस घेतलेले दोन दणकट हात असा एकंदर पेहराव असलेला, भिंतीला चिकटून उभा असलेला त्याचा फोटो त्याने डेटिंग ॲपवर टाकला होता.

रामधर त्याला सोडून गेल्यानंतर सुमारे दोन महिने मोहनस्वामी खिन्न अवस्थेमध्ये होता. आपण त्याच्यावर अन्याय केला असल्याची भावना त्याच्या मनाला यातना देत होती. एकीकडे असे दुःख होत असताना, दुसरीकडे रामधरच्या बंधनातून मुक्त होऊन स्वतंत्र झाल्याची भावना त्याला आनंद देत होती. अधूनमधून रामधरला फोन करून त्याची ख्यालीखुशाली विचारत होता. रामधरला विसरणे तितके सोपे नव्हते. अनेक वर्षांपूर्वी कार्तिकशी त्याची ताटातूट झाल्यानंतर कित्येक महिने त्याने खिन्न अवस्थेमध्ये काढले होते त्याची त्याला पुन्हा आठवण झाली. रामधरच्या बाबतीत आपण इतके वाईट वागलो, याचा त्याला पश्चात्ताप होऊ लागला. त्या वेळी रामधरने घातलेली अट आपल्याला क्रूरपणाची वाटत होती. पण आता इतके दिवस झाल्यानंतर ते योग्य होते असे वाटू लागले. मानसिक दुःख आणि यातना कालांतराने सुसह्य होतात याचा त्याला अनुभव येऊ लागला. 'आपल्याशी वाईट वागल्याबद्दल मला फार वाईट वाटते आहे. तरी क्षमा करावी' असा मेसेज त्याने रामधरला अनेक वेळा पाठविला आणि फोनदेखील केला. पण रामधरने त्यावर काही प्रतिक्रिया दिली नाही. स्वतःचे आयुष्य व्रत जोपासल्याप्रमाणे व्यतीत करणारे थोडे हट्टी स्वभावाचे असतात. ते स्वतः सुखी होत नाहीत आणि त्यांच्या संगतीत असणाऱ्यांना देखील ते सुख देत नाहीत, असा विचार करून मोहनस्वामीने

रामधरला आपल्या आठवणीतून हद्दपार केले.

मोहनस्वामीला रामधर जितका जवळचा वाटत होता, तितका शंतनू बिस्वास वाटत नव्हता. मोहनस्वामीच्या संगतीत शंतनूने फक्त दैहिक सुखाचा अनुभव घेतला. मोहनस्वामीकडून त्याला हवे होते ते फक्त दैहिक सुख, मानसिक नव्हे. कारण त्याच्या पत्नीकडून आणि बाळाकडून त्याला मानसिक सुख भरपूर मिळत होते. फक्त दैहिक सुखासाठी एकत्र येणारे दोन जीव मनाने कधीच एकत्र येत नाहीत. दैहिक आकर्षण कालांतराने कमी होते आणि नंतर कायमचे नष्ट होते. त्यामुळे मोहनस्वामीला शंतनूच्या घरी जाऊन त्याला भेटावे असे वाटेना. रामधर शंतनूच्या दारात उभा असताना त्याचे पाणावलेले डोळे मोहनस्वामीचा पिच्छा सोडत नव्हते. रामधर घर सोडून गेल्यावर मोहनस्वामीने शंतनूला आपल्या घरी येण्याचे निमंत्रण दिले. पण स्वतःच्या मुलाचे संगोपन करण्याची जबाबदारी अंगावर असल्यामुळे आणि त्या मुलाला घेऊन मोहनस्वामीच्या घरी येणे शक्य नसल्यामुळे शंतनूने आपण येऊ शकत नाही, असे कळविले होते. शिवाय ते मूल आता मोठे झाले होते आणि चालायला आणि बोबडे बोलायला शिकले होते. बापाचा मोबाइल आपल्या हातात घेऊन जे दिसेल त्याचा फोटो काढण्याचे वेडदेखील त्याला लागले होते. त्या फोटोवरून त्याच्या तामिळी पत्नीला नको ते दिसले, तर भलते संकट उद्भवले असते. याशिवाय एक मोठी समस्या अशी होती, की दिवसेंदिवस गृहस्थाश्रमाचे उत्तम सुख अनुभवल्यामुळे शंतनूचे सुंदर आणि सुडौल शरीर आता बोजड आणि बेढब झाले होते आणि त्यामुळे मोहनस्वामीला त्याचे आकर्षण वाटेनासे झाले होते. काही दिवसांतच मोहनस्वामीने शंतनूची आठवण आपल्या मेमरी बँक अपमधून डिलिट करून टाकली. पण दैहिक आणि मानसिक सुखाखातर कुणाची तरी सोबत हवीच ना? याच पार्श्वभूमीवर त्याचा दर्शनशी परिचय झाला.

डेटिंग ॲप हाताळण्यात मोहनस्वामी आता चांगलाच तरबेज झाला होता. वयाची पंचेचाळिशी पार केल्यानंतर त्याच्या समवयस्क पुरुषांकडून 'गे' जनांच्या हक्कांबद्दल त्यांचा अभिप्राय समजून घेण्याची मोहीम त्याने सुरू केली होती. सुरुवातीला दोन आठवडे अशीच चर्चा सुरू ठेवायची, स्वतः मोजके बोलून जास्त बोलण्याची संधी त्यांना द्यायची, त्यांच्या मताशी सहमत असण्याचे नाटक करायचे, त्यांनी वयाची चाळिशी पार केली असली, तरी ते अजून तिशीच्या आतलेच असावेत असे सांगून त्यांना स्तुतीच्या फुग्यावर तरंगत ठेवायचे आणि नंतर एके दिवशी त्यांना 'एक दिवस सवड काढून या. एकत्र कॉफी घेऊ' म्हणून आमंत्रण द्यायचे, असे सत्र त्याने आरंभले होते. इतक्या परिचयानंतर सहसा कोणी सवड मिळण्याची वाट पाहत नाहीत. संधीचा लाभ घेण्यासाठी ते लगेच दुसऱ्या दिवशी येण्याची तयारी दाखवतात. तिशीच्या आसपास असणाऱ्या युवकांशी सुरुवातीला

नवीन सिनेमाबद्दल चर्चा करायची आणि नंतर हळूच 'गे' जगतातील आपापले अनुभव एकमेकांबरोबर शेअर करायची पद्धतदेखील त्याने अवलंबिली. अशा अनुभवातून एखाद्याने आपण एका जिवलग मित्राचा विरह सहन करतो आहे असा मेसेज पाठवला; की लगेच त्याला उत्तरादाखल 'आपले दुःख मला बरोबर समजले आहे. आपल्या दुःखात मी सहभागी आहे' असा मेसेज दुःखी चेहऱ्याचा इमोजी जोडून पाठवत असे. असा मेसेज मिळताच ते दुसऱ्या दिवशी मोहनस्वामीच्या घरी येऊन त्याला भेटण्यासाठी आतुर होत असत. विशीच्या युवकांसाठी त्याने वेगळीच पद्धत सुरू केली. अशा युवकांना त्यांच्या सौंदर्याची तारीफ केलेली आवडते हे मोहनस्वामीला चांगलेच माहीत होते. अशा एखाद्या युवकाला तुझे चाफ्यांच्या फुलासारखे सुंदर नाक पाहिले, की त्याचा हलकेच चावा घ्यावासा वाटतो किंवा तुझे डोळे इतके सुंदर आहेत, की आयुष्यभर त्यांच्याकडे पाहतच बसावे असे वाटते असे मेसेज पाठवले, की लगेच ते पाघळतात. अशा युवकांबरोबर क्रिकेटबद्दल किंवा मोटर बाईकबद्दल चुकूनदेखील चर्चा करू नये. बहुतांश 'गे' जनांना स्पोर्ट्सची ॲलर्जी असते. त्याऐवजी 'फेमिनिजम' या विषयाबद्दलच्या चर्चेमध्ये ते उत्साहाने भाग घेतात. नुकताच विवाह होऊन मूल झालेल्या युवकांना अशा फाजील स्तुतीची गरज नसते. त्यांच्यासाठी फक्त 'हॅलो' म्हटले तरी पुरे. अर्ध्या तासात ते आपल्या घरी येऊन पोचतील आणि पुढच्या अर्ध्या तासात आपला कार्यभाग साधून मोकळे होतील. त्यानंतर आपल्या मोबाइलवरून पत्नीला 'स्वीट हार्ट, मी पाचच मिनिटांत घरी पोचेन. रस्त्यात ट्रॅफिक जाम आहे' असा मेसेज पाठवून आपल्या पॅण्टची झिप गडबडीने वरती ओढून घरचा रस्ता धरतील.

दर्शनचे वय अंदाजे तीस वर्षांचे असावे. त्याच्या बाबतीत मोहनस्वामीने सुरुवातीला स्तुतीपर शब्द वापरले होते. ॲपवर त्याचा फोटो पाहताच मोहनस्वामी त्याच्यावर भाळला होता. त्यामुळे त्याला खोटी खोटी स्तुती करण्याची जरुरी पडली नाही. एका लांबलचक वाक्यामध्ये त्याची वारेमाप स्तुती करून तो मेसेज त्याने दर्शनला पाठविला. मेसेज पाठवून दोन दिवस झाले, तरी त्याच्याकडून काही उत्तर आले नाही. अशा परिस्थितीत मोहनस्वामीने त्याचा नाद सोडून द्यायला हवा. पण अशी हार पत्करणे त्याच्या स्वभावात बसत नव्हते. त्याने आणखी दोन दिवस वाट पाहिली. तरीही उत्तर आले नाही. मोहनस्वामीने थोडी आकर्षक भाषा वापरून दर्शनची भन्नाट स्तुती केलेला आणखी एक मोठा मेसेज तयार करून तो दर्शनला पाठवून दिला. तरीही उत्तर मिळाले नाही. मोहनस्वामीला हे जरा विचित्र वाटले. कसलीशी शंका येऊन त्याने 'एनी प्राब्लेम?' असा छोटा मेसेज लिहून त्याला पाठविला. त्यावर No English असे त्याच्याकडून छोटे उत्तर मिळाले. आता मोहनस्वामीला उलगडा झाला, की स्वारी इंग्रजीच्या बाबतीत कच्ची आहे. तसे

असेल तर मग हा कोणती भाषा शिकला आहे? अंदाजाने तो कन्नड शिकला असेल असे समजून मोहनस्वामीने 'आपण कन्नड आहात का?' असा मेसेज कन्नड की बोर्ड वापरून पाठविला. हा मेसेज वाचून दर्शनला आनंद झाला. त्यानेदेखील कन्नड भाषा वापरून उत्तर पाठवले, 'आपणदेखील कर्नाटकचे सुपुत्र आहात तर. तुमचा कन्नड संदेश वाचून आनंद झाला. मला इंग्रजी नीट समजत नाही. या ॲपवर सर्वजण इंग्रजी संदेशच पाठवतात. त्यांना काय म्हणायचे आहे हेच समजत नाही. अशा परिस्थितीत त्यांना काय उत्तर पाठवणार?' मोहनस्वामीला त्याच्या अस्वस्थतेचे कारण समजले. या मोबाइल डेटिंग ॲपवर इंग्रजी व्यतिरिक्त दुसरी कोणतीच भाषा नव्हती. इंग्रजी भाषा न समजणारे देखील हे ॲप वापरण्याची शक्यता आहे, ही बाब हे ॲप शोधून काढणाऱ्याच्या ध्यानीमनीदेखील नसेल. इंग्रजी भाषा सर्रास प्रचलित असणाऱ्या या काळात इंग्रजी न समजणारे 'गे'देखील इतरांपेक्षा वरचढ असू शकतात, हे कटु सत्य आहे.

पण दर्शनला इंग्रजी लिपी वापरून कन्नड भाषेतील मेसेज लिहिणे चांगलेच अवगत होते. भराभर मेसेज पाठविण्याचा सपाटा त्याने सुरू केला. इंग्रजीमध्ये 'गे' जनांसाठी एक वेगळी परिभाषा आहे. पण मोहनस्वामीला त्याचे कन्नडमध्ये रूपांतर करणे जमत नव्हते. एकदा दर्शनने एक मजेदार मेसेज कन्नडमध्ये पाठविला. 'काय हो? समागमाप्रसंगी तुम्ही उपडे असता की उताणे?' इंग्रजीमध्ये 'टॉप' किंवा 'बॉटम' असे शब्द वापरण्याची सवय असलेल्या मोहनस्वामीला तेच शब्द शुद्ध कन्नडमध्ये वापरलेले पाहून लाजेने चूर होण्याची पाळी आली. उत्तर देण्यासाठी त्याला थोडा वेळ विचार करावा लागला. त्या दोन कन्नड शब्दांमध्ये त्याला कोणताच शब्द चुकीचा वाटला नाही. ते शब्द सात्त्विक आहेत की अश्लील हे देखील न समजल्यामुळे त्याला हसू आले. बराच वेळ विचार करून शेवटी त्याने कन्नडमध्ये उत्तर पाठविले. 'तसे असेल तर आपली जोडी उत्तम जमते. आपण उत्तम सुख मिळवू शकतो' असा मेसेज पाठवून आपला आनंद व्यक्त केला. मोहनस्वामीलादेखील आनंद झाला आणि हसूदेखील आले.

त्या दोघांनी एका रात्री एकत्र बसून भोजन घेण्याचे ठरविले. दर्शन मांसाहारी होता आणि त्याने तसे स्पष्ट केले. त्याच्या उलट मोहनस्वामी पक्का शाकाहारी होता. मोहनस्वामीने दोन्ही प्रकारचे भोजन मिळण्याची सोय असलेल्या आणि घरापासून जवळच असलेल्या 'नागार्जुन' या आंध्र पद्धतीच्या हॉटेलची निवड केली आणि तिथे दर्शनला बोलावून घेतले. दर्शन गडद रंगाचे कपडे परिधान करून आला होता. संध्याकाळी अंधार असूनदेखील त्याने का कोण जाणे, पण कूलिंग ग्लास डोळ्यांवर चढवला होता. बहुतेक त्याला अशा स्टार हॉटेलमध्ये वावरण्याची सवय नसावी, अशी शंका मोहनस्वामीला आली. तरीही याबद्दल त्याला खोदून

विचारले, तर त्याचे मन दुखावेल या धास्तीने तो काही बोलला नाही. वेटर टेबलाजवळ येऊन ऑर्डर मिळण्याची वाट पाहू लागला. 'काय घेणार?' मोहनस्वामीने दर्शनला विचारले. 'डुकराच्या मांसाचे पदार्थ मिळतील काय?' दर्शनने चौकशी केली. मोहनस्वामीला असे काही मिळणार नाही याची खात्री होती. पण अतिथीच्या गरजा पुरविणे आपले कर्तव्य आहे असा विचार करून त्याने वेटरला याबद्दल विचारले. वेटर म्हणाला, "पोर्क आणि बीफ इथं मिळणार नाही. चिकन किंवा मटण देऊ शकेन." दर्शनने मटण बिर्याणीची मागणी केली. मोहनस्वामीने मेन्यू कार्डाकडे न पाहताच शाकाहारी थाळीची ऑर्डर दिली. वेटर ऑर्डर घेऊन गेला. मोहनस्वामीने शाकाहारी जेवणाची ऑर्डर दिलेली पाहून दर्शनला आश्चर्य वाटले. "तू ब्राह्मण आहेस का?" त्याने विचारले. दर्शनने अनपेक्षितपणे विचारलेल्या या गुगलीस्वरूप प्रश्नाने मोहनस्वामी गांगरून गेला. पण लगेच स्वतःला सावरून म्हणाला, "नाही दर्शन. 'गे' जनांना कोणतीच जात नसते. आमच्यासारख्यांना कोणताच धर्म किंवा कोणतीही जात आपल्यात सामावून घेत नाही."

अजिबात आढेवेढे न घेता दर्शन मोहनस्वामीच्या घरी येण्यासाठी व रात्री एकत्र राहण्यासाठी तयार झाला. पोटभर रुचकर जेवणाचा आस्वाद घेऊन दोघेही तृप्त झाले होते. दोघेही आरामात चालत घरी निघाले. चालतानादेखील अवांतर विषयावर त्यांच्या गप्पा झाल्या. 'घरी तू एकटाच असतोस?' दर्शनने चौकशी केली. "हो दर्शन. 'गे' नेहमी एकटाच असतो. संसारसुख त्याच्या नशिबी कधीच नसतं." मोहनस्वामीच्या शब्दांत एकटेपणाचे दुःख दिसत होते. "तुझ्या घरी कोण कोण असतं?" मोहनस्वामीनेदेखील सहज विचारले. "माझं अजून लग्न झालं नाही. माझ्या आईनं 'लवकर लग्न करून मोकळा हो' म्हणून माझ्यामागं लकडा लावला आहे. काय करावं काही समजत नाही." दर्शनने आपली समस्या मांडली. 'एखादी सुंदर मुलगी तुझ्या नजरेस पडली, तर तुला तिच्याकडे पाहत राहावेसे वाटते? तिला आपलेसे करावेसे वाटते?' मोहनस्वामीने मूलभूत प्रश्न विचारून दर्शन कसा आहे याची चाचपणी केली. थोडा विचार करून दर्शन म्हणाला, "तिचा उपभोग घेणं कठीण होईल असं वाटत नाही." त्याचं उत्तर ऐकून मोहनस्वामीला हसू आले. "अरे बाबा, लग्न म्हणजे फक्त शरीरसुख असा तुझा विचार असेल तर तू चुकतोस. लग्न हे एक पवित्र बंधन. दोघांनाही या बंधनात आयुष्यभर राहता आलं पाहिजे. लग्नानंतर त्या मुलीबरोबर जन्मभर राहू शकशील का असं मला विचारायचं होतं." मोहनस्वामीने जरा खोलात जाऊन विचार करायला लावणारा प्रश्न विचारला. दर्शन खरोखर विचारात पडला. दोन मिनिटे विचार करून तो म्हणाला, "तुला खरं सांगायचं म्हणजे, मला जितके पुरुष आवडतात तितक्या मुली आवडत नाहीत. मुली मला सपक वरणभाताप्रमाणे वाटतात. आजपर्यंत माझा एकाही मुलीशी

संपर्क आलेला नाही. तरीही तिच्याशी विवाह झालाच तर मी तिची जबाबदारी पेलू शकेन असं वाटतं. माझे दंड पाहिलेस का?'' असे म्हणून दर्शनने आपला शर्ट वर करून आपले उघडे, पीळदार, दणकट दंड दाखवले. मोहनस्वामीला किंचित हसू आले. दर्शनचे उघडे दंड पाहून त्याच्या तोंडाला पाणी सुटले आणि दंडांना स्पर्श करण्याचा मोह झाला. दंडावर गोंदवलेला एक मोठा विंचू दिसत होता. त्या गोंदणावर हात फिरवून 'सुपर' असा त्याने शेरा मारला. तरीही दर्शनला एक सावधानतेचा इशारा द्यावा म्हणून मोहनस्वामी म्हणाला, ''हे पहा दर्शन, लग्नाचा निर्णय हा जन्मभराचा असतो. जरा विचार करून निर्णय घ्यावास अशी माझी इच्छा आहे.'' दर्शनला त्याचे म्हणणे पटले. त्याला निर्णय घेणे कठीण वाटत होते. तो म्हणाला, ''ठीक आहे मोहन. पण मी लग्न केलं नाही, तर आईला फार वाईट वाटेल.'' ''पण दर्शन, तुझ्या आईच्या समाधानासाठी त्या मुलीच्या आणि तिच्या आईच्या समाधानावर घाला घालू नकोस.'' मोहनस्वामीने त्याला मोलाचा सल्ला दिला.

डिसेंबर महिन्यातील कडाक्याची थंडी. नशिबाने घरातील वीज गेली होती. दोन भुकेल्या देहांना आणखी काय हवे? एकमेकांची संमती तर आधीच झालेली होती. त्यामुळे आपल्या गप्पा आवरून दोघेही बेडरूममध्ये शिरले. अनेक देहांकडून शरीरसुख उपभोगलेल्या मोहनस्वामीला यात काही नावीन्य नव्हते. तरीही अननुभवी दर्शनचा आक्रमकपणा त्याला फार आवडला. त्याचा राकट स्पर्श, त्याची ताकत, त्याचा धसमुसळेपणा, त्याचा उत्साह, त्याचा उन्माद, त्याचे गरम श्वास, यातील नावीन्य मोहनस्वामीने यापूर्वी कधी अनुभवले नव्हते. स्वतःचे समाधान होईपर्यंत दर्शन असाच आक्रमकपणा दाखवत होता. मोहनस्वामीचा देह त्याने अक्षरशः पिळून काढला होता. नवलाची गोष्ट म्हणजे या आधी कधीही न अनुभवलेले समाधान मोहनस्वामीला मिळाले होते. इतका आक्रमकपणा आणि इतकी शक्ती दर्शनला कुठून प्राप्त झाली? त्याचे तरुण वय आणि कोवळे शरीर हे एकच कारण असू शकणार नाही. कारण त्याच तरुण वयाच्या कित्येक देहांचा अनुभव मोहनस्वामीने घेतलेला होता. दर्शनचा देह जीममध्ये कसून व्यायाम करून कमविलेला वाटत नव्हता. त्याच्या आक्रमक शैलीमध्ये कृत्रिमता किंवा नाटकीपणा अजिबात नव्हता, तर नैसर्गिकता दिसत होती. त्याच्या जीवनशैलीचा हा प्रभाव असावा. बहुतेक अशी शक्ती त्याला वंशपरंपरागत मिळाली असावी. नशिबानेच अशी शक्ती काहीजणांना प्राप्त होते. आपला देह त्यालाच अर्पण करून त्याच्याकडून सुख प्राप्त करून घ्यावे, असे मोहनस्वामीला वाटत होते. मोहनस्वामी त्याच्यापेक्षा पंधरा वर्षांनी मोठा. पण या देहाच्या सतारीमधून श्रवणीय स्वर कसे निर्माण करावे याचे उत्तम ज्ञान दर्शनला होते. हा शृंगारसृष्टीचा मांत्रिक असावा असे मोहनस्वामीला वाटत

होते. हा मन्मथाचा गंधर्वदूत असावा,अंगोपांगातून सुखाचा वर्षाव करणारा हा महान कलाकार असावा, असे वाटत होते.

मध्यरात्री एक वाजण्याच्या सुमारास दर्शनची मोहनस्वामीच्या शरीरावरची पकड थोडी ढिली झाली. कडाक्याची थंडी असूनदेखील मोहनस्वामीचे शरीर घामाने पूर्ण भिजले होते. देहाच्या प्रत्येक अवयवामध्ये वेदना होत होत्या. थकल्यासारखे वाटत होते. खिडकीबाहेर एका घरातून उजेडाचा किरण बाहेर पडलेला दिसत होता. त्यावरून बहुतेक वीज परत आलेली असावी असे वाटले. पलंगाच्या बाजूलाच असलेले स्विच ऑन करून मोहनस्वामीने फॅन सुरू केला. फॅनच्या गार वाऱ्याने अंग थोडे शहारले. बाजूलाच दर्शन दमून भागून आडवा झाला होता. त्याचे शरीर थोपटून मोहनस्वामीने त्याच्या कानात 'थँक्स' म्हणून पोचपावती दिली. डोळे मिटलेल्या अवस्थेतच दर्शनने हसून त्या पावतीचा स्वीकार केला. मोहनस्वामीने त्याच्या नितळ छातीवर एक फुलासारखे कोमल चुंबन कोरले आणि उठून बाथरूमकडे निघाला. जाताना इतस्ततः फेकलेली अंतर्वस्त्रे त्याच्या पायाखाली आली. ती उचलून त्याने झोपलेल्या दर्शनच्या अंगावर फेकली आणि 'राक्षसाप्रमाणे आडवातिडवा झोपलाय' असे प्रेमाने म्हणाला. दर्शनने हसून त्याचा स्वीकार केला. त्या अंधारात देखील दर्शनचे ते हसणे विजेप्रमाणे चमकले. त्याचा संपूर्ण देह एकदा उजेडात पाहावा असे मोहनस्वामीला वाटले. स्विच दाबून त्याने दिवा सुरू केला आणि सर्व खोली उजेडाने भरून गेली. अचानक प्रकट झालेले हे प्रकाशाचे आक्रमण दर्शनला नको होते. त्याने आपले दोन्ही हात आपल्या डोळ्यांवर आडवे ठेवले आणि म्हणाला, "नको रे मोहन, इतक्यात हा दिवा लावू नकोस." आपले बलिष्ठ बाहू डोळ्यांवर धरलेली त्याची ती पोझ, त्याचे नीटनेटके रेखीव अवयव, निरंतर सुख देणारे त्याचे एकंदर प्रेमळ शरीर म्हणजे परमेश्वराने काळ्या दगडावर कोरलेली एक अद्भुत आणि सुंदर शिल्पकृती आहे असे मोहनस्वामीला वाटले. 'यू आर ब्यूटिफुल' अशी त्याची मनापासून प्रशंसा करून तो बाथरूमकडे निघाला.

मोहनस्वामी बाथरूममधून परत आल्यावर एक विलक्षण दृश्य त्याच्या नजरेस पडले. दर्शन बिछान्यावर उठून बसला होता. त्याच्या हातात मोहनस्वामीने काढून ठेवलेले आणि त्याच्या अंगावर फेकलेले बनियन होते. त्या बनियनमधून तो मोहनस्वामीचे जानवे (यज्ञोपवित) हळुवारपणे बाहेर काढत होता. त्याचे डोळे पाण्याने डबडबले होते. का कोण जाणे पण त्याला फार व्याकूळ मनःस्थितीमध्ये पाहून मोहनस्वामीला आश्चर्य वाटले.

"काय रे दर्शन, काही प्राब्लेम आहे का?" मोहनस्वामीने कळकळीने चौकशी केली.

"मोहन तू माझ्याशी खोटं का बोललास? तू ब्राह्मण नाहीस असं म्हणाला

होतास ना?'' बोलता बोलता दर्शनच्या डोळ्यांमधून अश्रूचा एक थेंब पडला. तो रडताना पाहून मोहनस्वामीलादेखील गलबलून आले.

''माझ्या जातीशी तुझा काय संबंध, दर्शन? माझ्या आयुष्यात मी जातीला कधीही महत्त्व दिलेलं नाही.''

''तू स्वतः ब्राह्मण नाही असं म्हणतोस. मग हे जानवं कशाला घालतोस?''

''माझं जानवं घालण्याला माझ्या बहिणी जबाबदार आहेत. त्यांनी काही धार्मिक कार्य करायचं ठरवलं तर ते राघवेंद्र स्वामींच्या मठात करतात. तिथं पुरुषांच्या गळ्यात जानवं नसेल तर त्यांना जेवायला मिळत नाही. मी त्या कार्यासाठी गेलो नाही तर माझ्या बहिणी रुसून बसतात. म्हणून मी गळ्यात जानवं अडकवलं आहे इतकंच. माझ्या दृष्टीनं त्या जानव्याला काही महत्त्व नाही.'' मोहनस्वामीने आपली भूमिका स्पष्ट केली.

''जात मनुष्याला जन्मापासूनच चिकटलेली असते ना? तू ब्राह्मण कुटुंबात जन्माला आला असशील.''

''ते खरं आहे दर्शन. पण त्याची तुला कसली अडचण वाटते?''

''आमच्या घराण्याला शाप मिळाला आहे मोहन. आमच्या कुटुंबातील कुणीही ब्राह्मणाला स्पर्श करत नाही. चुकून जरी ब्राह्मणाला स्पर्श केला, तरी कुटुंबात काही तरी अनिष्ट घडतं.''

''हे तुला कुणी सांगितलं दर्शन?''

''माझ्या आईनं'' दर्शनचा आवाज रडवेला झाला होता. ही अनपेक्षित समस्या कशी सोडवावी आणि दर्शनचे समाधान कसे करावे, याबद्दल मोहनस्वामीला काही सुचेना. तो बिछान्यावर दर्शनच्या बाजूला बसला आणि त्याच्या पाठीवरून हात फिरवू लागला. ''दर्शन, स्वतःला आवर. जास्त विचार करून मेंदूला शीण देऊ नकोस.'' मोहनस्वामीने दर्शनला शांत करण्याचा प्रयत्न केला.

''मोहन, मी एक गोष्ट स्पष्ट करतो. माझं नाव दर्शन नव्हे. माझं खरं नाव मादेश. चामराजनगरजवळच्या एका खेड्यात मी राहतो.'' त्याला काही तरी महत्त्वाचे सांगायचे आहे हे मोहनस्वामीला समजले. त्यामुळे मध्ये काही न बोलता त्याच्या पाठीवरून हात फिरवत तो त्याचे बोलणे ऐकू लागला.

''आमची अत्यंत खालची जात. माझे वडील एका ब्राह्मणाच्या घरी घरगडी म्हणून काम करीत होते. त्या ब्राह्मणाचं कुटुंब फार चांगलं होतं. आमच्या संसाराला त्यांच्याकडून योग्य व चांगली मदत मिळत असे. त्यांची एक लग्न झालेली मुलगी लहान वयातच विधवा होऊन माहेरी परतली होती. काही दिवसांतच तिला माझ्या वडिलांचं आकर्षण वाटू लागलं. माझे वडील दिसायला चांगले होते. ते त्या घरचे नोकर असल्यामुळे तिनं त्यांच्यावर दबाव आणला आणि त्यांना तिच्याशी संभोग

करण्यास भाग पाडले. कालांतराने तिनं स्वतःला माझ्या वडिलांच्या स्वाधीन करून घेतलं. माझ्या वडिलांनी खूप विरोध केला. पण ती हट्टाला पेटली होती. तेव्हापासून आमच्या घरावर संकटं कोसळण्यास सुरुवात झाली. माझी बहीण एकाएकी आजारी पडली आणि त्यातच तिचं निधन झालं. डॉक्टरांना तिच्या रोगाचं निदानच करता आलं नाही. तिचं लग्न ठरलं होतं आणि त्यासाठी दोन महिन्यांनंतरचा मुहूर्त ठरला होता. तिच्या मृत्यूनं माझी आई सैरभैर झाली आणि तिनंदेखील अंथरूण धरलं. तिला भूतबाधा झाली असं म्हणतात. एकदा मध्यरात्री अचानक उठून ती उड्या मारून नाचू लागली आणि वडिलांना पकडून त्यांच्यावर काठीचे प्रहार करू लागली. त्यानंतर माझ्या वडिलांनादेखील काय झालं कोण जाणे, मग ते वेड्याप्रमाणे वागू लागले. अचानक एके रात्री त्यांनी गावातल्या विहिरीत उडी मारून आत्महत्या केली. ब्राह्मणांचा शाप लागल्यामुळे एकामागोमाग ही संकटं ओढवली असं गावातील लोक म्हणू लागले. शेवटी मी आणि माझी आई असे दोघंच आमच्या कुटुंबात जिवंत राहिलेली माणसं. यापुढं जिवंत राहण्यासाठी काबाडकष्ट करायला हवेत. पण गावात कोणीही मला कामावर ठेवायला तयार नव्हतं. शेवटी गाव सोडून इथं कामधंदा करण्यासाठी मला यावं लागलं. इथं येण्यापूर्वी आईनं मला ब्राह्मणाच्या मुलीशी अजिबात संबंध ठेवू नकोस. ठेवशील तर त्यांचा शाप लागेल असं बजावून सांगितलं. आता तीदेखील जवळ जवळ मृत्युपंथाला लागली आहे. गावात ती एकटी आहे. मी तर पुरुषांशी संबंध ठेवणारा इसम. मी हा असा झालो तेदेखील ब्राह्मणांच्या शापामुळेच असं मला आता वाटू लागलं आहे.''

दर्शन ऊर्फ मादेशने आपली कथा संपवली. मोहनस्वामीला हा सगळा भोळसटपणा वाटला. त्याला ती स्वीकारावीशी वाटली नाही. पण ती थेट धुडकावून देणेदेखील शक्य झाले नाही; कारण त्यामुळे दर्शनचे मन दुखावले असते. त्यामुळे त्याने फक्त श्रोत्याची भूमिका बजावली. पण त्या कथेमधील एक सूक्ष्म धागा त्याच्या हाती लागला.

''दर्शन... नव्हे चुकलो, मादेश'' मोहनस्वामीने स्वतःची चूक स्वतःच सुधारली.

''मादेश, मला शाप देणं जमत नाही आणि वर देण्याइतपत आध्यात्मिक शक्ती माझ्या अंगात नाही. तुला तुझ्या आईनं ब्राह्मणाच्या मुलीशी संबंध ठेवू नको असं बजावलं आहे. पण मी मुलगी नव्हे. मी पुरुष आहे. मग तुला शाप कसा लागेल?''

''त्यानं काय फरक पडतो? देहाच्या भुकेमुळेच दोन जीव एकत्र येतात ना? मग तिथं मुलगी काय आणि मुलगा काय? दोन्ही सारखेच. तू विनाकारण माझा बुद्धिभ्रंश करू नकोस.'' त्याने मोहनस्वामीच्या डोळ्याला डोळे भिडवून आपली बाजू मांडली. यावर मोहनस्वामीला काय बोलावे ते समजेना.

“तुला शाप लागण्याची इतकी भीती वाटत असेल तर एक काम कर मादेश. जगात सर्वश्रेष्ठ असा एकच आहे आणि तो म्हणजे परमेश्वर. तो एकटाच तुमच्या कुटुंबाला क्षमा करून शापमुक्त करू शकेल. बाहेर दिवाणखान्याच्या भिंतीवर वेंकटरमणाचा फोटो टांगलेला आहे. त्याला भक्तिभावानं नमस्कार कर.” मोहनस्वामीने सुचेल तो सल्ला दिला.

मादेशला हा सल्ला आवडला असावा. सावकाश उठून त्याने अंगावर कपडे चढवले आणि तो दिवाणखान्याकडे निघाला. त्याच्या मदतीसाठी मोहनस्वामीदेखील त्याच्या मागोमाग निघाला. दिवाणखान्यातील स्विच ऑन करून त्याने दिवा सुरू केला. मादेशने वेंकटरमणाच्या फोटोला नमस्कार केला. मग मोहनस्वामीकडे वळून तो म्हणाला, “मोहन, यापुढं मला अजिबात मेसेज करू नकोस. ब्राह्मणांशी मला अजिबात संबंध ठेवायचा नाही. शापाची भीती माझ्या डोक्यातून अजिबात जाणार नाही. इतकं बोलून तो तडक तिथून बाहेर पडला.”

‘गे’ कुठल्याही जातीचा नसतो आणि कोणतीही जात त्याला आपल्या जातीचा असे समजत नाही हे खरे असले, तरी ‘गे’ मात्र जातीपातीला अजून घट्ट चिकटून बसला आहे या विचित्रपणाला काय म्हणावे, हे मोहनस्वामीला समजेना.

किलिमांजारो

मध्यरात्री ठीक बारा वाजता किलिमांजारो गिर्यारोहणाचा अखेरचा टप्पा चढण्यास सुरू करण्याचे ठरले. पायथ्यापासून गिर्यारोहणास सुरुवात करून चार दिवस झाले होते. आजचा पाचवा आणि अखेरचा दिवस. ''गेले चार दिवस आपण उन्हे चढल्यावर सुरुवात करून संध्याकाळी विश्रांती घेत होतो. मग आज मध्यरात्री का?'' मोहनस्वामीने तक्रारीच्या सुरात प्रश्न केला.

''बेटा, ही अखेरची चढण कष्टाची आहे. रात्री अंधारात चढताना तुला त्याची कल्पना येणार नाही आणि त्यामुळे चढताना तुला भीती वाटणार नाही. दिवसा चढायचा प्रयत्न केलास तर ती चढण बघूनच भीतीने तुझ्या पोटात गोळा उठेल आणि एक पाऊलदेखील पुढं टाकणं मुश्कील होईल.'' गिर्यारोहणाचा मार्गदर्शक डेव्हिडने रात्री गिर्यारोहण सुरू करण्याचे कारण स्पष्ट केलं. रात्री भीती वाटणार नाही आणि दिवसा भीती वाटेल हे अजब तर्कशास्त्र मोहनस्वामीला स्वीकारणे कठीण झाले. पण त्याने जास्त विरोध केला नाही. अमावास्या जवळ आली होती. किलिमांजारो पर्वत दाट काळोखात बुडून गेला होता. पायथ्यापासून चार हजार सातशे तीस मीटर उंचीवर तो येऊन पोचला होता. आफ्रिका खंडातील टांझानिया देशामधील हा अजस्र किलिमांजारो पर्वत. हा देश, येथील परिसर, शिवाय इकडचा हा किलिमांजारो पर्वत, सर्वच अपरिचित. अशा वातावरणात आपल्याला न पटणारी आणि म्हणून विचित्र वाटणारी काही वैशिष्ट्ये असतील, असा विचार करून त्याने डेव्हिडच्या प्रस्तावाला विरोध केला नाही. मोहनस्वामी विचारात पडलेला पाहून डेव्हिड म्हणाला, ''बेटा, जास्त विचार करू

नकोस. मी जिथं पाऊल टाकीन तिथंच तू तुझं पाऊल टाक. सूर्योदय होईपर्यंत तुला शिखरावर नेऊन पोचविण्याची जबाबदारी माझी.'' या प्रेमळ शब्दांनी मोहनस्वामीला धीर आला. डेव्हिडने वयाची पन्नाशी ओलांडलेली होती. मोहनस्वामीला तो आपल्या वडिलांसमान होता. शिवाय त्याच्या आवाजात मार्दव आणि मातेचे वात्सल्य होते आणि त्या प्रभावामुळे मोहनस्वामीला 'बेटा' म्हणून संबोधण्याचा अधिकार त्याने आपसूक प्राप्त करून घेतला होता. मोहनस्वामीलादेखील त्यात काही गैर वाटत नव्हते. एकीकडे काळा कुट्ट वर्ण आणि भरदार शरीरयष्टी असलेला रांगडा देह, तर दुसरीकडे त्याच्या आवाजातील गोडवा, या दोन परस्परविरुद्ध गुणांचा मिलाफ झालेल्या या डेव्हिड नावाच्या मसाई जातीच्या (आफ्रिकेतील आदिवासी जमात) गाइडला पाहून मोहनस्वामीला आश्चर्य वाटल्यावाचून राहिले नाही.

छातीत धडकी भरवणारा दाट काळोख आणि पहाडाला दुभंगणारी थंडी वातावरणात भरून राहिली होती. पण वाळवंटाच्या मधोमध असलेल्या या किलिमांजारो पर्वताच्या पोटात निखारे धगधगत होते. हा एक निद्रिस्त ज्वालामुखी असला, तरी त्याचा उद्रेक कधी होईल हे सांगणे कठीण. शेकडो वर्षांपूर्वी आपल्या पोटातील आग ओकून आणि उरलेला आगीचा वणवा तसाच पोटात साठवून तो शांत झोपला होता. आता कोणत्याही क्षणी तो जागा होण्याची शक्यता होती. अंतरंगातील वणव्याचा मागमूसदेखील लागू न देता आपल्या शरीरावर त्याने थंडगार बर्फाची चादर लपेटून घेतली होती. हे दृश्य बाहेरून पाहणाऱ्याला पर्वताच्या अंतरंगाची चाहूलदेखील लागणे अशक्य. प्रत्येकाला आपल्या बहिरंगाचे प्रदर्शन भरविण्याची हौस असलेल्या या प्रस्तुत कलियुगात आपले अंतरंग कुणीही प्रकट करू इच्छित नाही आणि त्यात डोकावून पाहण्यामध्ये कुणालाही स्वारस्य नाही. मग हा किलिमांजारो पर्वत त्याला अपवाद कसा असू शकेल?

रात्री जेवणाच्या टेबलावर हवामानाबद्दल चर्चा चालू असताना, एकजण म्हणाला, 'आजचं तापमान मायनस दहा डिग्री सेल्सिअस,' तर दुसरा म्हणाला, 'मायनस आठ डिग्री.' त्या दोघांमध्ये वाद चालला होता. मोहनस्वामीला ही चर्चा निरर्थक वाटल्यामुळे तो त्यापासून दूरच राहिला. डेव्हिडने नूडल्स शिजवून एका प्लेटमध्ये त्याचा ढीग रचून ती प्लेट मोहनस्वामीसमोर ठेवली. पण मोहनस्वामीची खाण्यावरची वासना उडाली होती. त्याचे डोकेदेखील भयानक दुखत होते. कसेबसे दोन चमचे नूडल्स त्याने पोटात ढकलले आणि भूक नाही म्हणून प्लेट पुढे सरकवून तो उठायच्या तयारीत होता. ते पाहून डेव्हिड प्रेमळ शब्दांत म्हणाला,

''बेटा, तुला भूक न लागणं साहजिक आहे. पर्वताच्या या उंचीवर हवेतील ऑक्सिजनचं प्रमाण कमी होतं. पण शरीराला ऑक्सिजनची आवश्यकता असल्यामुळं तुझं शरीर तो मिळविण्यासाठी धडपडत आहे. काळजी करू नकोस. तुझं शरीर या

परिस्थितीशी जुळवून घेण्यास समर्थ आहे. प्रत्येकाच्या शरीरामध्ये प्रचंड सामर्थ्य असतं. ते वरवर कुणाला दिसत नाही. लवकरच तुझं शरीर पूर्ववत होईल. त्यामुळे पोटभर जेवून घे. तुझ्या पोटात काही नसेल तर पर्वत चढण्याची ताकत कुठून मिळणार?'' डेव्हिडचे कळकळीचे बोलणे ऐकून मोहनस्वामीला बरे वाटले. पण तरीही काही खाण्यास त्याने नकार दिला, तो म्हणाला,

''नाही. अजिबात शक्य नाही. मला एक घासदेखील पोटात घालण्याची इच्छा नाही.'' असे म्हणून मोहनस्वामीने आपली प्लेट पुढे सरकवली.

''ठीक आहे. निदान एक पेलाभर दूध तरी घे'' असे म्हणून डेव्हिडने त्याला आग्रहाने दूध पाजले. मोहनस्वामी दूध प्राशन करण्यासाठी किचनमध्ये गेला होता. तो किचनमधून परत येऊन पाहतो, तर त्याचे तिघेही मदतनीस, म्हणजे गाइड डेव्हिड, त्याचं सामान उचलणारा हमाल आणि त्याचं जेवण शिजविणारा स्वयंपाकी, हे सर्वजण त्याने प्लेटमध्ये शिल्लक ठेवलेल्या नूडल्सवर ताव मारत होते. मोहनस्वामीला हे दृश्य पाहताना गलबलून आले. गरिबी मनुष्याला अशीच लाचार बनविते हे खरे असले, तरी आपले उष्टे-खरकटे कुणीतरी खात आहे हे पाहून कुणालाही दुःख वाटेल. गेले चार दिवस मोहनस्वामी हेच पाहत आला होता. मोहनस्वामीचे इतर गिर्यारोहक सहकारीदेखील असेच काही तरी अन्न प्लेटमध्ये शिल्लक ठेवत होते आणि त्यांचे मसाई मदतनीस तेच अन्न त्याच प्लेटमध्ये घेऊन सर्व संकोच गुंडाळून ठेवून आवडीने खात होते. मोहनस्वामीला या दृश्याचा उबग आला आणि तो लगबगीने आपल्या कॉटेजकडे निघून गेला. हे कॉटेज म्हणजे एक डार्मिटरी होती. त्यात वीस गिर्यारोहकांची झोपण्याची सोय होती. अशीच आणखी दोन कॉटेजेस होती. आजूबाजूला, खाली, वर सर्वत्र पलंग, त्यावर गाद्या आणि स्लीपिंग बॅग्ज पसरलेल्या होत्या.

उबदार स्लीपिंग बॅगमध्ये आपले शरीर गुंडाळून घेऊन झोपण्याचा प्रयत्न करूनदेखील मोहनस्वामीला झोप येईना. वरचेवर तो आपली कूस बदलत राहिला. मध्यरात्री बारा वाजता पर्वत चढायला सुरुवात करायची होती. संध्याकाळी सात वाजता जेवण आटोपून झोपी जाण्याचा डेव्हिडचा हुकूम होता. ''बेटा, अशा प्रसंगी किमान चार तासांची झोप आवश्यक आहे. चार तासांच्या झोपेनंतर देह हलका होतो आणि चढण सोपी होते'' असे दोन-तीन वेळा त्याने बजावून सांगितले होते. डेव्हिडची आज्ञा शिरसावंद्य मानून मोहनस्वामीने झोपी जाण्याचा प्रामाणिक प्रयत्न केला. पण छे! निद्रादेवी प्रसन्न होण्याची चिन्हे अजिबात दिसत नव्हती. शेजारच्या पलंगावर अमेरिकेचे पती-पत्नी एकाच स्लीपिंग बॅगमध्ये स्वतःला घुसवून विनासंकोच गाढ झोपले होते. वरच्या पलंगावर इटलीची एक समलिंगी जोडी सुरुवातीला थोडा वेळ कूस बदलून झोपी जाण्याचा प्रयत्न करत होती, पण आता कूस बदलण्याचा

आवाज बंद झाला होता त्या अर्थी त्यांना झोप लागली असणार. पलीकडच्या कोपऱ्यातील पलंगावर डेन्मार्कचं एक दाम्पत्य शांत झोपलं होतं. त्याच्या बाजूला असलेल्या एका पलंगावर इंग्लंडचा एक कॉलेज विद्यार्थी झोपला होता. इतर पलंगांवरून देखील घोरण्याचे आवाज येत होते. कॉटेजच्या बाहेर मात्र सामसूम होती. पर्वतावरील गोठवणाऱ्या थंडीमुळे आणि एकंदर हवामानाच्या लहरी स्वभावामुळे तिथे कोणताही जंगली प्राणी जिवंत राहू शकत नाही. त्यामुळे पर्वतावर प्राण्यांची वस्ती अजिबात नव्हती. इतर जंगलांमध्ये ऐकू येणारे प्राण्यांचे आवाज इथे नव्हते. गिर्यारोहक सोडले, तर तिथे कोणीही फिरकत नव्हते. त्यामुळे बिचारा किलिमांजारो एकटा पडला होता. पोटात आगीचा डोंब सहन करत राहणे आणि वरून गार बर्फाच्या चादरीचा मुखवटा धारण करून शांत बसून राहणे इतकेच त्याचे काम. विधात्याने असे एकाकी जीवन त्याच्या नशिबात लिहून ठेवले होते.

अशा या एकाकी किलिमांजारो पर्वतावर आपण कसे येऊन पोचलो याचे आता पलंगावर पहुडलेला असताना मोहनस्वामीला आश्चर्य वाटत होते. टांझानियामधील त्याच्या एका मित्राने किलिमांजारो पर्वतावर गिर्यारोहण करण्याचा प्रस्ताव त्याच्यापुढे मांडला आणि मागचा-पुढचा विचार न करता तो त्याने स्वीकारला. त्यानुसार विमानाने निघून तो इथे येऊन पोचला होता. आपण हा प्रस्ताव कसा स्वीकारला याचे त्याला आश्चर्य वाटू लागले. हा देश, हा परिसर, हे वातावरण, इकडचे लोक, सर्व काही अपरिचित. कधीतरी एक दोन प्रसंगी किलिमांजारो हे नाव त्याने ऐकले होते इतकेच. त्या नावाची मोहिनी त्याच्या मनावर पडली की काय कोण जाणे. नाही. तसे नसेल. पण दुसरी शक्यता म्हणजे त्याला आपल्या राहत्या ठिकाणापासून लांब कुठेतरी निघून जावे असे वाटत असावे. हा राक्षसी अग्निपर्वत चढून त्याच्या शिखरावर पोचण्याची जिद्द आपल्या मनात कशी निर्माण झाली? त्याला काही सुचत नव्हते. कधीही न पाहिलेल्या पर्वताच्या शिखरावर चढाई करण्याची इच्छा आपल्या मनात कशी निर्माण झाली? या माझ्या भलत्या इच्छेमागे काही गुपित तर दडलेले नसेल ना? मोहनस्वामीने पुन्हा कूस बदलली. घड्याळाचा प्रवास त्याच्या नेहमीच्या वेगाने चालू होता. थोड्याच वेळात रात्रीचे साडेअकरा वाजतील. डेव्हिड आपल्याला उठविण्यासाठी येईल. आपल्याला उठायलाच हवे. हा अखेरचा टप्पा चढायला सुरुवात करायलाच हवी. कोण कुणासाठी थांबत नाही. ध्येयाचे शिखर गाठण्यासाठी प्रत्येकाला पुढे पाऊल टाकायला हवे या अर्थाची प्रसिद्ध कन्नड कवी कुवेंपु यांची कविता त्याला आठवली.

कपाळाला बांधलेला टॉर्च समोर उजेड पाडत होता आणि त्या उजेडात मोहनस्वामी आणि त्याचा गाइड डेव्हिड यांनी अखेरच्या टप्प्याचे मार्गक्रमण सुरू केले. पुढे डेव्हिड आणि त्याच्या मागोमाग मोहनस्वामी चालले होते. इतर दोघे

म्हणजे स्वयंपाकी आणि हमाल मोहनस्वामीच्या सामानाचे रक्षण करीत खालीच थांबले होते. डेव्हिड एक पाऊल पुढे टाकून मोहनस्वामीने कुठे पाऊल ठेवायला हवे ती जागा हातातील काठी आपटून दाखवीत होता. आसमंतातल्या नीरव शांततेमध्ये फक्त त्यांच्या पावलांचा आवाज येत होता. मोहनस्वामी डेव्हिडच्या मार्गदर्शनानुसार काळजीपूर्वक पावले टाकत चालला होता. जीवनातदेखील अशीच पावलोपावली मार्गदर्शन करणारी कुणीतरी महान व्यक्ती प्रत्येकाला भेटली, तर किती बरे होईल असे त्याला वाटले. समोर दाट काळोखाचे साम्राज्य पसरलेले असताना डेव्हिडला ही पुढचे पाऊल टाकण्याची जागा कशी बरोबर दिसते याचे मोहनस्वामीला आश्चर्य वाटत होते. त्याने डेव्हिडला त्याबाबत विचारले, तेव्हा डेव्हिड हसत हसत म्हणाला, "बेटा, आपण आपल्या घरात असताना रात्री अचानक दिवे गेल्यावर अंधारात बरोबर मेणबत्ती शोधून काढतो आणि एका खोलीतून दुसऱ्या खोलीत बिनधास्त हिंडतो ना? तसेच हा किलिमांजारो माझं घर आहे. इथल्या अंधाराची मला सवय झाली आहे. इथं मी बिनधास्त कुठंही जाऊ शकतो." डेव्हिडसाठी हा किलिमांजारो पर्वत चढून उतरणे म्हणजे घरातील जिना चढून उतरल्याप्रमाणे वाटत असणार. किती वेळा त्याने हा पर्वत चढून उतरला आहे याची मोजदाद करणे कठीण.

मोहनस्वामीच्या दोन्ही हातांत गिर्यारोहणासाठी लागणाऱ्या स्टीलच्या काठ्या होत्या. चढण फार कठीण होती. भले मोठे जाड खडक आणि त्यावर पसरलेले बर्फाचे थर. बर्फ वितळल्यावर त्यात माती मिसळून झालेल्या चिखलाला एक वेगळाच, घाण दर्प येत होता. आकाशात चंद्र नव्हता; पण चमचमणाऱ्या तारकांनी आभाळ भरून गेले होते. इतक्या तारका मोहनस्वामीने कधीच पाहिल्या नव्हत्या. प्रत्येक पावलागणिक हवेतील ऑक्सिजनचे प्रमाण घसरत चालले होते आणि त्यामुळे श्वासोच्छ्वास जड होऊ लागला. पण डेव्हिडने आधी सूचना दिल्यानुसार ऑक्सिजनच्या कमतरतेशी शरीर जुळवून घेऊ लागले आणि काही वेळाने श्वासोच्छ्वास पूर्ववत होऊन पुढची चढण सर करण्यासाठी शरीर ताजेतवाने होऊ लागले. थोडे चढून वर गेल्यावर पुन्हा ऑक्सिजन कमी, पुन्हा श्वासोच्छ्वास जड, तो पुन्हा पूर्ववत, असे चक्र वरचेवर फिरू लागले. या ऑक्सिजनचे महत्त्व आता मोहनस्वामीला बरोबर समजले. खाली जमिनीवर असताना याची जाणीव देखील त्याला झाली नव्हती. जीवनात जे आपसूक मिळते, त्याचे महत्त्व आपल्याला कधीच समजत नाही म्हणतात ते असे. आपले महत्त्व इतरांना नीट समजण्यासाठी आपणदेखील असेच अधूनमधून त्यांच्यापासून दूर राहावे.

दमणूक आणि अशक्तपणा जाणवू लागल्यामुळे मोहनस्वामीने एका तासात चार वेळा खालच्या खडकावर बसकण मारली. मोहनस्वामी चढायचा थांबला, की

डेव्हिडदेखील थांबत असे आणि उभा राहून आसमंतात नजर फिरवीत असे. दमणुकीपासून आराम मिळावा म्हणून डेव्हिड अधून मधून फ्लास्कमधून आणलेले पाणी किंवा लिमलेटच्या गोळ्या मोहनस्वामीला देत असे. या वरचेवर होणाऱ्या दमणुकीमुळे मोहनस्वामी शरमिंदा होत असे. त्याने डेव्हिडला विचारले, "माझ्या अशा अवस्थेमुळे वर पोचायला उशीर तर लागणार नाही ना?" डेव्हिड काही बोलला नाही. 'मौनम् संमतिदर्शकम्'या म्हणीनुसार आपल्याला खरेच उशीर होत आहे असे वाटून मोहनस्वामी जास्तच शरमिंदा झाला. हे डेव्हिडला जाणवू नये म्हणून त्याने विषयांतर करण्याचे ठरविले आणि त्या प्रयत्नात त्याने डेव्हिडला एक विचित्र प्रश्न केला.

"इतक्या कष्टानं आम्ही शिखरावर पोचल्यावर तिथं काय पाहायला मिळेल डेव्हिड?"

"तिथं शिखर सोडून दुसरं काही नाही बेटा."

"आम्ही भारतामध्ये प्रत्येक पर्वतशिखरावर मंदिरं स्थापन केली आहेत. तिथं देवदर्शन झाल्यावर आपल्या कष्टाचं आणि श्रमाचं चीज झालं असं वाटतं. आपलं जीवन सार्थक झालं असं वाटतं. तुम्ही देखील या पर्वतावर एखादं मंदिर बांधावं असं मला वाटतं."

काही क्षण डेव्हिड गप्प राहिला. आपण विचारू नये तो प्रश्न विचारला असे वाटून मोहनस्वामी अस्वस्थ झाला. पण डेव्हिडकडे या प्रश्नाचे उत्तर होते.

"बेटा, आमच्यासाठी किलिमांजारो पर्वत हाच आमचा देव. त्यासाठी वेगळं मंदिर कशाला हवं?"

डेव्हिडचे बोलणे काही वेळा मोहनस्वामीला गोंधळात टाकत असे. मोहनस्वामीला प्रत्येक गोष्टीची आपल्या देशाच्या परंपरेशी तुलना करून पाहण्याचे वेडच लागले होते. डेव्हिडने भारतात कधी पाऊलदेखील ठेवले नव्हते. भारताची परंपरा, रुढी, चाली रीती यांचा त्याला गंधदेखील नव्हता. त्यामुळे मोहनस्वामीच्या प्रश्नाला उत्तर देताना तो स्वतःला पटेल असेच उत्तर देई आणि त्यावर मोहनस्वामी गडबडून जाई. कॉल होरंबो हट्‌समधून बाहेर पडताना असाच गोंधळ झाला. हमालाचे काम करणारा मुलगा मोहनस्वामीची कपडे आणि इतर किरकोळ सामानाची पंधरा किलो वजनाची बॅग उचलून नेत होता. स्वयंपाकी मुलगा स्वयंपाकासाठी लागणारा केरोसिन स्टोव्ह आणि पाच दिवस पुरेल इतकी धान्यसामग्री असलेले मोठे जड पोते उचलून नेत होता. याशिवाय डेव्हिड गिर्यारोहणाच्या काळात लागणारे किरकोळ खाद्यपदार्थ, पाणी भरून घेतलेले दोन फ्लास्क, कॉफीचा फ्लास्क इ. सामान असलेली हलकी बॅग घेऊन सावकाश पावले टाकीत चालला होता. तिघांना मिळून एक ठरावीक रक्कम एका दिवसाच्या मजुरीसाठी देण्याचे ठरले होते. यात

डेव्हिडचा वाटा मोठा होता आणि उरलेली रक्कम हमाल आणि स्वयंपाकी या दोघांत वाटून दिली जाई. शिवाय त्यांची सेवा आवडल्यास शेवटच्या दिवशी परत निघताना त्यांना बक्षीस देण्याचे मोहनस्वामीने कबूल केले होते. इतके जड सामान ही दोन मुले आपल्या शरीरावर लादून नेत आहेत हे पाहून मोहनस्वामीला वाईट वाटले. तो म्हणाला, ''भारतात हिमालय पर्वतावर जड सामान उचलून नेण्यासाठी गाढवांचा वापर करतात. गाढवांच्या पाठीवर सामान लादून नेलं जातं. तुम्हीदेखील गाढवांचा वापर का करीत नाही? तुम्ही इतके कष्ट कशाला करता?''

''गाढवांचा वापर करायचा म्हणजे त्यांना पोसायला हवं, त्यांच्या वैरणाची, दाणागोट्याची सोय करायला हवी. तुम्ही दिलेल्या मजुरीतून हा खर्च झेपण्यासारखा नाही. आम्ही गाढवांना पोसलं तर आम्हाला कोण पोसणार बेटा?'' डेव्हिडने तत्काळ उत्तर दिले. मोहनस्वामी निरुत्तर झाला. आपले जेवण झाल्यावर प्लेटमध्ये उरलेले अन्न ही मुले अधाशाप्रमाणे खाऊन फस्त करतात याची त्याला आठवण झाली आणि मनात अपराधीपणाची भावना निर्माण झाली. आपल्या देशाची सीमा ओलांडून परदेशात पाऊल ठेवल्यावर अनेक आश्चर्यकारक गोष्टी आपल्या नजरेसमोर येतात आणि आपण गोंधळून जातो. या आपल्या कल्पनाशक्तीबाहेरच्या असल्यामुळे यांचे स्पष्टीकरण स्थानिक प्रजेकडूनच मिळणार. त्यामुळे आपण गोंधळून गेलो तरी हरकत नाही. पण डेव्हिड किंवा या मुलांनाच आपल्या शंका विचारायला हव्यात. पण एक गोष्ट मात्र खरी, की घराबाहेर किंवा देशाबाहेर पडल्यावर अनेक नव्या चालीरीती, प्रथा, रुढी यांचा परिचय होतो आणि आपल्या सामान्यज्ञानात भर पडते. 'केल्याने देशाटन... मनुजा चातुर्य येतसे फार' या आपल्या पूर्वजांच्या उपदेशाची प्रचिती येते.

त्या रात्री ही दोन मुले आपली मजुरी घेण्यासाठी मोहनस्वामीसमोर एक शब्दही न बोलता फक्त हात जोडून उभी राहिली. मोहनस्वामीने त्यांना मजुरी देऊन विचारले, ''तुम्ही स्वतः गाइड का होत नाही? डेव्हिडइतकीच तुम्हाला जास्त मजुरी कमविण्याची संधी मिळेल. तुम्हाला देखील या पर्वताची चांगली ओळख आहे. तुम्ही गाइडचं काम उत्तम करू शकाल.'' यावर तो हमाल मुलगा, ''नो इंग्लिश, नो डॉलर. ... डॉन्की ....डॉन्की.'' असे म्हणून त्याने आपले दोन्ही हातांचे तळवे कानावर ठेवून लंबकर्णाची (गाढवाची) मुद्रा दाखविली आणि गाढव केकाटल्याप्रमाणे आवाज केला. त्याचा हा विनोद समजून हसावे, की त्याने आपली अगतिकता स्पष्ट केली म्हणून वाईट वाटून रडावे हे मोहनस्वामीला कळेना. तो स्वयंपाकी मात्र खो खो हसला.

''चल बेटा, आता निघायला हवं. सूर्योदयाच्या सुमारास आपण शिखरावर असायला हवं.'' डेव्हिडने उशीर झाल्याची जाणीव करून दिली. मोहनस्वामीला

उठावेसे वाटत नव्हते. नाईलाजाने तो उठला. गिर्यारोहण पुन्हा सुरू झाले. दिवस उजाडल्यावर जीवनाची खडतर वाट दिसू लागेल. त्याआधीच आपल्याला ध्येयसंपादन करून मोकळे व्हायला हवे. या अंधाराला शतशः प्रणाम.

एकावर एक अशा पाच पॅण्ट्स मोहनस्वामीने आपल्या पायात चढविल्या होत्या. स्वेटर घालून त्यावर सहा शर्ट चढविले होते. पाच पायमोजे आणि तीन हातमोजे घातले होते. अणकुचीदार खिळे लावलेले जडशीळ बूट पायात घातले होते. चेहरा आणि मस्तकावरून मफलर गुंडाळून घेऊन त्यावर माकडटोपी घातली होती. कपाळावर टॉर्च घेऊन त्याचा पट्टा डोक्याभोवती आवळला होता. सुटे पदर असणारे कपडे परिधान केल्यास शरीरात थंडीचा शिरकाव होत नाही असे डेव्हिडचे मत होते. त्याने स्वतः मदत करून मोहनस्वामीच्या अंगावर कपडे चढविले होते. एकावर एक ड्रेस चढवून मोहनस्वामीचा देह इतका बोजड झाला होता, की त्याला वाकून पायात पायमोजे चढवणे जमले नाही. ते पाहून डेव्हिडने स्वतः खाली बसून एकावर एक असे पाच पायमोजे मोहनस्वामीच्या पायात चढविले. बूट स्वतः हातात धरून मोहनस्वामीच्या पायात चढविले आणि लेस घट्ट आवळून बांधल्या. एक वडील माणूस आपल्या पायांना स्पर्श करून आपली सेवा करतो आहे याचे मोहनस्वामीला वाईट वाटले. पण या सेवेस नकार देणे त्याला शक्य नव्हते. शेवटी तो खाली बसलेला असताना वाकून त्याचे कुरळे केस आपल्या हातात धरून त्याला कळणार नाही इतक्या हळुवारपणे त्या केसांना आपला नेत्रस्पर्श केला.

मोहनस्वामीने एकावर एक असे कपडे चढविले असले, तरी स्वतः डेव्हिड मात्र एकेरी कपड्यांवरच होता. त्याने अंगात एक स्वेटर घालून त्यावर एक कोट चढविला होता. शिवाय एक जीन्स पॅण्ट, जाड पायमोजे आणि बूट इतकाच त्याचा पेहराव होता. मोहनस्वामीने याबद्दल चौकशी केली. "तुम्हाला थंडीपासून बचावासाठी काही नको का?" डेव्हिड हसत म्हणाला, "बेटा, किलिमांजारो आम्हाला मातेसमान आहे. आमच्या संरक्षणाची जबाबदारी तिची."

मोहनस्वामीला रात्री झोप नसल्यामुळे तो ठरलेल्या वेळेवर गिर्यारोहणास निघाला होता. त्या वेळेला इतर गिर्यारोहक झोपलेले होते. त्यामुळे त्यांना निघण्यास उशीर झाला होता.

पावलोपावली मोहनस्वामीला दम लागत होता. श्वासोच्छ्वास कठीण होऊ लागला. रात्री झोप नसल्यामुळे देह जड झाला होता. त्याला मळमळू लागले. सर्व शरीर स्वतःभोवती फिरत आहे असे वाटू लागले. निग्रहाने एकेक पाऊल पुढे टाकत चालला होता. त्या भयानक थंडीमध्ये देखील त्याला किंचित घाम फुटला. प्रत्येक पाच मिनिटांनंतर त्याला विश्रांतीची गरज भासू लागली. पण डेव्हिड आता

जरा निग्रहाने निर्देशन करू लागला. मोहनस्वामीला विश्रांतीची मनाई करू लागला. एक-दोन क्षण खाली न बसता उभ्यानेच विश्रांती घेण्याचा सल्ला त्याने दिला. अशाच एका क्षणी उभ्याने विश्रांती घेताना मोहनस्वामीने वर नजर फिरविली असता त्याला अंदाजे पन्नास मिणमिणते दिवे दिसले. पण ते एका जागी स्थिर नव्हते. एकसारखे हलत होते. आकाशातील तारका खाली उतरून फेर धरून नाचत आहेत असे त्याला वाटले. काही वेळाने अशीच उभ्याने विश्रांती घेताना त्याने मागे वळून पाहिले असता इतर गिर्यारोहक कपाळावर टॉर्च बांधून त्याच्या उजेडात त्याच्यामागून येत असलेले त्याला दिसले. त्या वेळी त्याला उलगडा झाला, की वर दिसलेल्या तारका म्हणजे यांच्या टॉर्चमधून पडलेला प्रकाश. विशेष म्हणजे प्रत्येकाला स्वतःच्या टॉर्चमधून पडलेला प्रकाश तारकास्वरूपात दिसत नव्हता. इतरांचा प्रकाश मात्र तारकास्वरूपात दिसत होता. स्वतःचे सौंदर्य स्वतःला दिसत नाही, पण समोर उभा असणाऱ्याला ते स्वच्छ दिसते म्हणतात ते असे.

"बेटा, भारतातून तू एकटाच का आलास? तुझ्यासोबत कुणी असतं तर बरं झालं असतं." अचानक डेव्हिडने प्रश्न केला. मोहनस्वामी काही बोलला नाही. आपले तोंड दुसरीकडे वळवून त्याने डेव्हिडच्या नजरेला नजर भिडविणे टाळले. या जगात तो एकटा होता. मनातील एकटेपणाच्या जखमेवर खपली धरली होती. पण डेव्हिडने ती खपली उकरून काढली होती आणि जखम पुन्हा ओली झाली होती. तारका जवळ येत होत्या. त्या तारकांबद्दल त्याला हेवा वाटू लागला. काही वेळातच त्या तारका मोहनस्वामीला गाठून पुढे जाण्याची शक्यता होती. मोहनस्वामी दमलेला होता. त्या तारकादेखील दमलेल्या होत्या. पण मोहनस्वामीची दमणूक त्याच्या एकटेपणामुळे तीव्र वाटत होती. जिथे आपले कुणी नाही अशा ठिकाणी तो एकटाच आला होता. मागून येणाऱ्या तारका दमलेल्या असल्या, तरी मोहनस्वामीप्रमाणे त्या निराश नव्हत्या. त्यांच्या मनात उत्साह भरलेला होता. त्यांचा देह घामेजलेला असला, तरी त्यांच्या मनात जिद्द होती. त्यांची कंबर दुखत असली, तरी त्यांचे जवळचे मित्र आणि नातेवाईक यांच्या पाठिंब्यामुळे शारीरिक दुःख सहन करण्याची ताकत त्यांच्या अंगात होती.

मोहनस्वामीला तहान लागली. त्याने डेव्हिडकडून पाणी मागून घेतले. डेव्हिडने पाण्याचा फ्लास्क त्याच्या हातात दिला. पाणी फ्लास्कमधून घेऊन जाणे जरुरीचे होते, कारण साध्या प्लॅस्टिकच्या बाटलीतील पाणी काही मिनिटांतच गोठून बर्फ होण्याची शक्यता होती. पाणी पिताना थोडे पाणी मोहनस्वामीच्या शर्टावर सांडले. पाणी अजून थोडे गरम होते. त्याने डेव्हिडच्या हातात फ्लास्क परत दिला. डेव्हिडने स्वतःदेखील थोडे पाणी घेतले. दोघेही पुढे निघाले. जेमतेम चार-पाच पावले पुढे गेल्यावर मोहनस्वामीला अस्वस्थ वाटू लागले. त्याचा तोल जाऊ लागला.

पुढच्याच क्षणी त्याला भडभडून उलटी झाली. पोटातील सर्व काही बाहेर आले. काल संध्याकाळी दोन चमचे नूडल्स घेतले होते, त्यांचे अजिबात पचन झाले नव्हते. उलटी झाल्यामुळे शरीरातील शक्ती निघून गेल्याप्रमाणे वाटत होते. त्याने खाली बसकण मारली. थोड्याच वेळात आपला जीव जाऊन आपण गतप्राण होऊ असे त्याला वाटू लागले. डेव्हिड खाली बसून मोहनस्वामीच्या पाठीवरून हात फिरवू लागला. "उलटी होऊन तुझं पोट साफ झालं आहे. लवकरच तुला बरं वाटेल. काळजी करू नको." असे म्हणून त्याने मोहनस्वामीची समजूत घातली. मागून तीन तारका त्यांच्या जवळ येऊन ठेपल्या. इटालियन समलिंगी जोडपे आणि त्यांचा गाइड असे तिघेजण होते. त्यांनी मोहनस्वामीची चौकशी केली. डेव्हिडने घडलेली घटना त्यांना विशद केली. जोडप्यातील एकजण पुढे येऊन मोहनस्वामीच्या पाठीवरून हात फिरवू लागला. "थोडं चॉकोलेट खा. त्यानं अंगात शक्ती येऊन बरं वाटेल." असे म्हणून त्याने आपल्या जोडीदाराला "हनी प्लीज..." अशी हाक मारली. जोडीदाराने लगेच आपल्या कंबरेला बांधलेल्या पाऊचमधून एक कॅडबरी चाकोलेट बाहेर काढून मोहनस्वामीच्या हातात ठेवले आणि म्हणाला 'हकूना मटाटा.' स्थानिक भाषेतील हे दोन शब्द सर्वजण नुकतेच शिकले होते आणि त्यांच्या ग्रुपमध्ये लोकप्रिय झाले होते. त्याचा अर्थ 'घाबरून जाऊ नका, सर्व काही सुरळीत होईल.' त्यांनी मोहनस्वामीला धीर दिला आणि पुढे निघून गेले. बाकीच्या तारकादेखील हळूहळू जवळ येत असलेल्या दिसत होत्या. कोण कुणासाठी वाट पाहत नाही. ज्याला त्याला आपले ध्येय आणि आपलीच वाट. आता काय, थोड्याच वेळात सूर्योदय होऊन सर्वत्र उजेडाचे साम्राज्य पसरेल आणि जगातील वास्तवाचे दर्शन घडेल. अंधारामध्ये एक चांगला गुण आहे आणि तो म्हणजे गुपित लपवून ठेवण्याचा. हा गुण उजेडामध्ये नाही. त्याच्या बाबतीत सर्व काही खुल्लम खुल्ला!

"बेटा, चल आपण निघू. अजून एक हजार मीटर उंची चढून जाणं बाकी आहे. आपल्याकडे वेळ फार कमी आहे." असे म्हणून डेव्हिडने मोहनस्वामीला उठून उभे राहण्यास मदत केली. नाईलाजाने मोहनस्वामी निघाला. अशक्तपणामुळे त्याची पावले जड पडत होती. उलटी झाल्यामुळे त्याच्या जिभेची चव इतकी कडवट झाली होती, की तोंडात असलेले कॅडबरी चॉकोलेटदेखील त्याला गोड लागत नव्हते.

"गिर्यारोहण यशस्वी होण्यासाठी एक खास सूत्र अमलात आणणे जरुरीचे आहे बेटा. आणि ते म्हणजे गिर्यारोहकानं कठीण प्रसंगातदेखील आपलं पाऊल मागं घेण्याचा विचार अजिबात करू नये. आपल्या गिर्यारोहणामध्ये प्रगती असायला हवी, अधोगती नको. ध्येय गाठण्यापूर्वी मागं फिरणं म्हणजे पळपुटेपणाचे लक्षण

आहे. गिर्यारोहणासाठी फक्त धडधाकट शरीर असून उपयोग नाही, तर धडधाकट इच्छाशक्तीची देखील जरुरी आहे. इथं सुवर्णपदक जिंकणाऱ्या धावपटूच्या गतीची जरूर नाही, तर प्रत्येक पाऊल दक्षतेने आणि जागरूकतेने टाकून कासवाच्या गतीनं गेलं तरी चालण्यासारखं आहे. आपण जो पर्वत चढून जात आहोत त्याच्याबद्दल आपल्याला अभिमान वाटायला हवा. हा पर्वत महान आहे. त्याच्यासमोर आपण एक क्षुद्र जीव आहोत, अशी भावना असायला हवी. आपण पर्वताकडे आलो आहोत, तो आपल्याकडे आलेला नाही अशी भावना मनात ठेवून आपल्या मनातील अहंकाराचा त्याग करायला हवा. अहंकार मनात ठेवून तुम्ही पर्वत चढू लागलात तर तो पर्वताचा अपमान होईल. त्याचं मन दुखावलं जाईल. पर्वताचं मन दुखावून त्याचा राग ओढवून घेणं मनुष्याला परवडण्यासारखं नाही.''

त्या दिवशी होरंबो हट्समधून एक ऑस्ट्रेयिन युवक गिर्यारोहण अर्धवट सोडून परत निघाला होता, तेव्हा डेव्हिडने केलेला हा हितोपदेश. तो युवक दिसायला धडधाकट होता. गिर्यारोहण सुरू झालेल्या पहिल्याच दिवशी सर्वजण मंदार हट्समध्ये मुक्कामाला होते, तेव्हा या युवकाने आपले दंड, छाती, मांड्या, पोटऱ्या आणि कमविलेल्या इतर अवयवांचे प्रदर्शन मांडले होते. सर्वांना विनोदी किस्से सांगून हसवत होता, गाणी म्हणत होता, गाण्याच्या तालावर नाच करून दाखवत होता. महिलांसमोर अश्लील बोलत होता. त्याचा उत्साह पाहता किलिमांजारो पर्वत वेगाने चढून, सर्वांना मागे टाकून सर्वप्रथम शिखरावर पाऊल ठेवून विजयी मुद्रेने परत निघेल असे वाटत होते. अहंकार त्याच्या नसानसामध्ये भिनलेला आहे असे त्याच्या एकंदर आविर्भावावरून वाटत होते. पण होरंबो हट्स येईपर्यंत त्याची तब्येत पूर्ण ढासळली आणि त्याच्या उत्साहाचे पाणी पाणी झाले. फक्त पाय नव्हेत तर सर्व शरीर वेदनामय झाले. त्याला श्वासोच्छ्वासाचा त्रास होऊ लागला. वेदनांमुळे त्याची झोप उडून गेली आणि झोप नसल्यामुळे वैताग, चिडचिड इ. मानसिक व्याधी त्याला छळू लागल्या. या सर्वांचा परिणाम त्याच्या आहारावर होऊ लागला. अन्न गोड लागेना, पोटात पडलेले अन्न पचन होईना. अखेर दुसऱ्या दिवशी भल्या पहाटे कुणालाही पत्ता लागू न देता आपल्या गाइडसह त्याने तिथून पलायन केले आणि स्वदेशी निघून गेला. विशेष म्हणजे साठी ओलांडलेल्या एका जोडप्याने त्यांना झेपेल तितक्याच वेगाने सावकाश पावले टाकत इथपर्यंत मजल मारली होती. अहंकाराने पर्वत जिंकता येत नाही याचे हे उत्तम उदाहरण.

गिलमन पॉइंट येईपर्यंत मोहनस्वामी दोन वेळा दमून विश्रांतीसाठी खाली बसला होता. हवेतील ऑक्सिजनची पातळी एकसारखी खाली घसरत होती. मागून येणारी बरीच नक्षत्रे मोहनस्वामीला पार करून पुढे निघून गेली होती. अंधार असल्यामुळे ते नक्की कोण हे ओळखू येत नव्हते. त्यांच्यापैकी कुणी तरी तिथे

थांबून बोलले असते, तर आवाजावरून ओळखता आले असते. त्याचा देह पुढे पाऊल टाकण्याच्या उमेदीत होता आणि ही उमेदच मनातील 'मागे फिर' या विचारांना दूर ढकलून देत होती. आता वेळ अशी होती की पुढे किंवा मागे, कुठेही गेले तरी सारखेच. इतक्या दूरवर चढून आल्यावर माघारी फिरला, तरी तिथे त्याची वाट पाहणारे कुणी नव्हते. निदान पुढे गेल्यावर शाबासकी देणारे कुणीतरी भेटेल या आशेने पुढे जाण्याची उमेद मनातील नकारात्मक विचारांना मागे सारत होती. शिखर संपादन केल्यावर काही दिवस तरी मनाला समाधान मिळेल. आयुष्यात पराभवाचे बरेच धक्के सहन केले आहेत. निदान या खेपेस तरी पराभवाची नामुष्की ओढवून घ्यायला नको.

गिलमॅन नामक एक गिर्यारोहक या ठिकाणी येऊन पोचला आणि त्याला वाटले, की हेच किलिमांजारो पर्वताचे शिखर. इथं पाऊल ठेवलेला तोच पहिला गिर्यारोहक. त्यामुळे शिखरावर पोचणारा पहिला मानव म्हणून त्याने स्वतःला घोषित केले आणि सर्वांनी त्याला दुजोरा दिला. कुणाचाही पराक्रम कायम टिकून राहत नाही. त्या पराक्रमाला क्षुल्लक ठरविणारा दुसरा वीर जन्माला येतोच आणि त्याने पराक्रमाचा नवीन उच्चांक प्रस्थापित केला, की जुना पराक्रम मोडीत निघतो. तसेच या बाबतीत झाले. बऱ्याच वर्षांनंतर एका अन्य गिर्यारोहकाने त्याच्याही वर जाऊन चपीक नावाचे शिखर शोधून काढले आणि हेच किलिमांजारोचे सर्वांत उंच शिखर म्हणून घोषित केले. गिलमॅन हा एक फसलेला गिर्यारोहक म्हणून इतिहासात त्याची नोंद झाली. आपण सध्या चढून सर करणार आहोत तेच किलिमांजारोचे शिखर म्हणून आज त्याची मान्यता आहे. या निसर्गात काय आणि किती चमत्कार दडून राहिले आहेत हे फक्त तो निसर्गच जाणे. उद्या आणखी कोणी नवा गिर्यारोहक उदयास येईल आणि त्याच्याही वरच्या शिखरावर पोचेल आणि सध्या प्रचलित असलेल्या शिखराचे नामोनिशाण मिटवून टाकील आणि तिथे पोचलेल्या माजी गिर्यारोहकाच्या अहंकाराच्या चिंधड्या उडवून देईल.

गिलमन पॉइंटवर दहा मिनिटे झोप घेण्याचा मोहनस्वामीने हट्ट धरला. "नको बेटा. इतक्या उंचीवर कुणीही झोपले तरी अपाय संभवतो. हवेमध्ये ऑक्सिजन अति कमी झाल्यामुळे झोपेतच मृत्यू होऊ शकतो. या उंचीवर कितीही कष्ट पडले तरी पुढे जात राहण्यातच शहाणपणा आहे. आता काय दोन-अडीच तासांत आपण शिखर गाठू शकतो. यापुढचा चढाव जास्त कठीण नाही. ते पहा. पूर्व दिशेला तांबडे फुटले आहे." असे म्हणून डेव्हिडने पूर्व दिशेकडे अंगुलीनिर्देश केला. पण मोहनस्वामी हट्टाला पेटला होता. "माझ्या मृत्यूचं तुम्हाला भय वाटतं. पण मला त्याचं काही वाटत नाही. मला झोपेची अत्यंत आवश्यकता आहे आणि मी ती घेणारच." असे म्हणून तो तिकडच्या कातळावर आडवा झाला. यावर डेव्हिड तरी

काय करणार? नाही म्हटले तरी तो मोहनस्वामीने नियुक्त केलेला एक नोकर होता. तो देत असलेल्या मजुरीच्या आशेने तो हे काम करत होता. मोहनस्वामीची आज्ञा त्याला बंधनकारक होती.

भुकेला कोंडा आणि निजेला धोंडा ही म्हण खरी असली आणि मोहनस्वामीला थकवा आलेला असला, तरी त्याला निद्रादेवी वश होण्याची चिन्हे दिसेनात. शरीर थकलेले असले, तरी मन थकले नव्हते. नाही म्हटले तरी मृत्यूचे भय आपले डोके वर काढत होते. बेंबीपासून पाठीपर्यंत किंचित थरकाप जाणवत होता. त्याचा मेंदू विचारात गुंतला. हीच आपली शेवटची झोप असेल का? या अपरिचित देशात आणि अपरिचित पर्वतावर आपण शेवटचा श्वास घेणार आहोत का? माझा मृत्यू झालाच तर माझा देह उचलून तो खाली घेऊन जाणे डेव्हिडला शक्य नाही. तो माझा देह सरळ खाली ढकलून मोकळा होईल आणि आपल्या घरी निघून जाईल. माझ्या मृत्यूची बातमी भारतात पोचली, तर त्यांची प्रतिक्रिया कशी असेल? ते मनात म्हणतील, 'हरला बिचारा. आणि हरलेल्याचे शिक्कामोर्तब माझ्या कपाळी मारले जाईल. काही जण माझी टर उडवतील, तर काही जण मला मूर्ख ठरवतील. नको नको. असे व्हायला नको. आपल्याला जिवंत राहायलाच हवे.'

पाच मिनिटांत मोहनस्वामी उठून बसला. छाती धडधडत होती. भयानक थंडी असूनदेखील त्याला किंचित घाम सुटला होता. मृत्यू किती भयानक आहे पाहा. आपण कितीही संकटात असलो आणि जीवनाला कंटाळलेले असलो तरी मृत्यूची आठवण आपला थरकाप उडवते. "चला डेव्हिड, आता आपण निघू" असे म्हणून मोहनस्वामीनेच पुढचे पाऊल टाकले. डेव्हिडच्या चेहऱ्यावर स्मित उमटले. गिर्यारोहणाच्या बाबतीत त्याचा अनुभव दांडगा होता. हजारो गिर्यारोहकांना त्याने किलिमांजारो पर्वतावर चढण्यास मार्गदर्शन केले होते. वेगवेगळ्या देशांच्या, वेगवेगळ्या रंगांच्या आणि वेगवेगळ्या स्वभावांच्या गिर्यारोहकांशी त्याचा संबंध आला होता. यासंबंधी त्याची काही ठाम मते होती. त्याच्या म्हणण्यानुसार पर्वताच्या खडतर मार्गावर प्रत्येकाने आपल्या चेहऱ्यावरचा मुखवटा फाडून फेकून द्यायलाच हवा. या पर्वताला नकली देखावा आणि खोटा अहंकार अजिबात आवडत नाही. या सर्वांचा त्याग करूनच पर्वताच्या चढावावर पाऊल ठेवायला हवे. तसे न केल्यास कुणीही शिखर गाठू शकणार नाही; अर्ध्या वाटेवरून परतावे लागेल. गिर्यारोहक मनाने पवित्र आणि शुचिर्भूत असला, तरच तो शिखर संपादन करण्यास पात्र ठरतो. कलुषित मनाच्या गिर्यारोहकाच्या पदरात पराभवाशिवाय दुसरे काही पडत नाही.

मागून आणखी काही तारका येऊन मोहनस्वामीच्या पुढे निघून गेल्या.

अखेर मोहनस्वामीने शिखर पादाक्रांत केले. तो शिखरावर येऊन पोचला तेव्हा

सूर्योदय होऊन सर्वत्र उजेड पडला होता. आता चढण संपली होती. कष्ट संपले होते. दमणूक संपली होती. यापुढे कशालाही घाबरण्याची जरूर नव्हती. समोर दिसत असलेल्या मृत्यूला त्याने तात्पुरती हुलकावणी दिली होती. निदान या खेपेला तरी पराभवाला दूर ठेवण्यात तो यशस्वी झाला होता. सर्व कठीण वाटा लुप्त झाल्या होत्या आणि सपाट जमीन दिसू लागली होती. मोहनस्वामीच्या सुरक्षेच्या जबाबदारीमधून डेव्हिड आता मुक्त झाला होता. लांब लांब टांगा टाकत तो निघाला आणि मोहनस्वामीला त्याने आपल्या पाठोपाठ येण्याची विनंती केली. मोहनस्वामी टाकत असलेली ही शेवटची पावले. तो पार दमून गेला होता. कष्टाने पावले उचलत होता. दोघेही एका दरीच्या टोकाला पोचले. तिथे एक ठळक अक्षरात लिहिलेला मोठा फलक उभा केला होता आणि त्यावर आपण आफ्रिका खंडाच्या सर्वोच्च शिखरावर येऊन पोचला आहात, असा मजकूर होता. मोहनस्वामीने फलकावरचा मजकूर वाचला. त्याने डेव्हिडला मिठी मारली. अशक्तपणामुळे तो गलितगात्र झाला होता. डेव्हिडच्या मिठीतून त्याने स्वतःला सोडवून घेतले आणि खाली बसकण मारली. त्याच्या पाठोपाठ डेव्हिडदेखील खाली बसला. मनात साठवलेले दुःख सहनशक्तीच्या पलीकडे गेले होते. डेव्हिडच्या खांद्यावर आपले डोके ठेवून मोहनस्वामीने आपल्या अश्रूंना मोकळी वाट करून दिली. कोण काय म्हणेल याची फिकिर न करता तो मुक्तपणे रडू लागला. त्याचे रडणे पाहून डेव्हिडलादेखील वाईट वाटले. तिकडे शिखरावर पोचलेले इतर गिर्यारोहक आनंदाने जयघोष करीत नाचत होते, हस्तांदोलन करून एकमेकांचे अभिनंदन करीत होते. एकमेकांचे फोटो क्लिक करत होते. एकटा मोहनस्वामी दुःखाने रडत होता आणि हीच विसंगती डेव्हिडला खटकली. डेव्हिड त्याच्या पाठीवरून हात फिरवू लागला. या मायेच्या हस्तस्पर्शाने मोहनस्वामीचे दुःख जास्तच उफाळून वर आले आणि तो हुंदके देऊन रडू लागला. सुमारे दहा मिनिटे त्याचे हे रुदन चालले होते. मोहनस्वामीच्या मनातील ज्वालामुखीचा उद्रेक झाला होता आणि दुःखाचा तप्त लाव्हा बाहेर पडत होता. मनातल्या मनात तो किलिमांजारोशी संवाद साधत होता. 'हे महान पर्वता, आणखी किती वर्षे हे दुःख मी मनात साठवून ठेवू? आणखी किती दिवस मी वरून शांतपणाचा आणि समाधानाचा मुखवटा घालून त्याचे जगासमोर प्रदर्शन मांडू? आता माझी सहनशक्ती संपली. यापुढे हे दुःखाचे निखारे तसेच माझ्या मनात जळत ठेवणे मला शक्य नाही. त्याची धग मला आता सहन होत नाही. ते सर्व बाहेर फेकून दिल्याशिवाय माझ्या मनाला शांतता मिळणार नाही. आता माझी काळजी मलाच घ्यायला हवी. तुझ्यासारखी धगधगती आग पोटात साठवून ठेवण्याची ताकत माझ्या अंगात नाही. तू एक महान पर्वत आहेस. तुझ्या तुलनेत मी एक क्षुद्र मानव आहे. नको नको. अजिबात नको. मला हे दुःख आता सहन

होत नाही. मला या वेदना सहन होत नाहीत. मला हा अपमान सहन होत नाही. ही मनातली धगधगणारी आग आता सहन होत नाही.'

"बेटा, काय झालं? इतका रडतोस कशासाठी? असं रडणं तब्येतीला बरं नव्हे." डेव्हिडने त्याची समजूत घालण्याचा प्रयत्न केला.

"काय करू डेव्हिड? किती दिवस मी हे कष्ट सहन करू? हे दुःख मी एकट्याने किती आणि कसं सहन करू? इतके दिवस हे सहन करून माझी सहनशक्ती आता संपुष्टात आली आहे. या सर्वाचा आता मला वीट आला आहे. यातून कसा मार्ग काढावा हेच मला कळेनासे झाले आहे."

"घाबरू नकोस बेटा. घाबरून प्रश्न सुटत नाहीत. 'भित्यापाठी ब्रह्मराक्षस. घाबरल्याने जीवनात जास्त संकटं येतात आणि या संकटांची मालिका तुझ्या सहनशक्तीच्या पलीकडची असेल. त्यामुळे जे काही थोडेबहुत सुख मिळेल त्याचा निर्भेळ आनंद घेणे कठीण होईल. यावर उपाय आहे. घाबरू नकोस. काळजी करू नकोस. थोडं धीरानं घे. मानवी मनामध्ये प्रचंड शक्ती आहे. सर्व बऱ्या-वाईट परिस्थितीशी जुळवून घेण्याची ताकत तुझ्यापाशी आहे याचा तुला लवकरच प्रत्यय येईल. हे दिवसदेखील संपतील आणि सुखाचे दिवस येतील यावर भरवसा ठेव. कालचक्र एकसारखे फिरत असते. त्याची सध्याची फेरी दुःखमय असली, तरी पुढची फेरी सुखाची असेल हे नक्की. शेवटी सुख-दुःख हे आपल्या मानसिक प्रवृत्तीवर अवलंबून असते. दुःखाला देखील एक सुखाची किनार असते आणि ती किनार शोधून सुख प्राप्त करून घेणे आपल्या हातात असते."

"सुख वाटून घेतलं तर त्यामध्ये वाढ होते आणि तसेच दुःख वाटून घेतलं तर त्याचा भार कमी होतो असं म्हणतात. पण अशी वाटणी करायला जवळचं असं कुणीतरी हवं ना? तसं मला कुणीच नाही. या परिस्थितीत मी काय करू?"

"जवळचे मित्र शोधण्यासाठी चोखंदळपणा असून उपयोग नाही बेटा. आपला मित्र अमक्या स्वभावाचा असावा, तमक्या स्वभावाचा नसावा, असे कडक नियम लादून मित्र शोधायला गेलास तर तसा मिळणे कठीण. अशा कडक नियमांमुळे आपण एकाकी पडतो. आपल्या आयुष्याच्या प्रवासात भेटणारे सहप्रवासी हेच आपले मित्र आहेत असे समजून त्यांच्याशी संबंध जोडावा. आपल्याशी दोस्ती करण्यासाठी जे पुढाकार घेतात त्यांच्याशी मिळतेजुळते घेऊनच त्यांचा मित्र म्हणून स्वीकार करायला हवा. आणि तसे केलेस तर तुझ्या एकाकीपणावर उपाय मिळेल. चल, आता रडणं आवर. तुला एक खास सुंदर दृश्य दाखवायचं आहे." आपले डोळे रुमालाने पुसून मोहनस्वामी डेव्हिडच्या मागून निघाला. शिखरावरील दरीच्या एका कोपऱ्यावर दोघे येऊन थांबले. डेव्हिडने त्याला खाली वाकून पाहण्याची विनंती केली. एका अथांग सागराच्या मधोमध आपण उभे आहोत असा भास

मोहनस्वामीला झाला. या प्रचंड विश्वातील आपण एक क्षुद्र जीव आहोत, असे त्याला वाटले. भगवंताचे विराट दर्शन झाल्यावर भक्ताची जी अवस्था होईल तशी मोहनस्वामीची अवस्था झाली. चहूबाजूंनी सपाट भूप्रदेश नज़रेला पडत होता. सुरुवातीचा पट्टा बर्फाची चादर आणि त्यापुढे सर्वत्र वाळवंट असे दृश्य दिसत होते. 'हे भगवंता, किती विस्मयकारक हा नजारा? शक्य नाही. माझ्या या छोट्या हृदयाच्या कॅमेऱ्यात हे दृश्य सामावून घेणे शक्य नाही. तुझ्या या विराट विश्वामधला मी एक क्षुद्र कृमी. तुझ्या या प्रचंड विश्वाचे दर्शन झाल्यावर माझ्या मनातील सर्व अहंकार गळून पडला आहे आणि पुन्हा तिथे अहंकार प्रवेश करणे शक्य नाही. आता माझे रक्षण करण्याची जबाबदारी तुझी. तुझी शक्ती अफाट आहे. सर्व काही तुला शक्य आहे. तुझ्या विशाल ब्रह्मांडामध्ये मी एक कणस्वरूप आहे. यापुढे तुझ्या अस्तित्वाची शंका मनात बाळगणार नाही. माझ्या कर्तृत्वाबद्दल मी कधीही गर्व धरणार नाही आणि मुजोरीने वागणार नाही. तुझे स्वरूप मला पूर्ण आकलन झाले आहे. माझ्या कष्टांची आणि दुःखाची मला आता फिकिर नाही. माझ्या कर्तृत्वाबद्दल देखील मला अहंकार नाही. माझ्या अहंकारी स्वभावामुळे तुझ्या चेहऱ्यावर एक हास्य फुलविण्याखेरीज दुसरे काही साध्य होणार नाही, याची मला खात्री झाली आहे. तुझ्या श्वासामधला मी एक वायूचा कण. माझ्यासारखे लाखो जीव एका श्वासाने बाहेर फेकून देण्याचे सामर्थ्य तुझ्या अंगी आहे. तुझ्या दर्शनाने मी धन्य झालो, धन्य झालो.'

किलिमांजारोचे प्रवेशद्वार म्हणून ओळख असलेल्या मरंगो गेटजवळ गिर्यारोहकांचा निरोपाचा उत्सव संपत आला होता. जिथे गिर्यारोहणाचा प्रारंभ झाला, तिथेच सर्वजण समाप्तीच्या सोहळ्यानिमित्त जमले होते. पर्वत चढून जाण्यासाठी झालेल्या कष्टांच्या मानाने उतरताना कष्ट झाले नाहीत. चढून जाण्यासाठी पाच दिवस लागले, पण उतरण्यासाठी फक्त दोन दिवस पुरले. उतरताना हवेतील प्राणवायूचे प्रमाण क्रमाने जास्त होत गेल्यामुळे गिर्यारोहकांचा उत्साह वाढत गेला. दमणूक, डोकेदुखी, ताप इ. विकारातून सर्वजण मुक्त होऊन तब्येतीने ठणठणीत झाले. अन्नपचनामध्ये सुधारणा होऊन सर्वांना चांगली भूक लागत होती. त्यामुळे प्लेटमध्ये वाढलेले अन्न चाटून पुसून संपू लागले. कडाक्याची थंडी जाऊन उष्मा वाढू लागला आणि लोकरी वस्त्रांनी नखशिखान्त झाकलेली शरीरे आता उघडी दिसू लागली होती. गिर्यारोहकांच्या नव्या चमूतील काही जणांनी परत आलेल्यांना त्यांच्या अनुभवाबद्दल विचारल्यावर, 'फारच छान,' 'इट इज अ केकवाक,' 'किलिमांजारो इज अ हेवन,' 'हकूना मटाटा' इ. उत्साहवर्धक वाक्यांनी मतप्रदर्शन करून त्यांच्या अंगी नवचैतन्य निर्माण करून त्यांना निरोप देण्यात आला. नव्या चमूमध्ये एक भारतीय होता. त्याने मोहनस्वामीकडे आपला अनुभव कसा होता, शिखरावर

पोचला की नाही, अशी चौकशी केली. मोहनस्वामी अभिमानाने म्हणाला, "फारच सोपी चढण आहे. आरामात जाऊन या." "पुन्हा कधी तरी येण्याचा बेत आहे का?" उत्साहाने त्याने पुन्हा प्रश्न केला. "शुअर. व्हाय नाट?" अंगठा उंचावून मोहनस्वामीने उत्तर दिले.

इटालियन समलिंगी जोडप्याला किलिमांजारो पर्वत चढून गेल्याबद्दल प्रशस्तिपत्रक देण्यात आल्यावर आनंदाने बेहोष होऊन त्यांनी एकमेकांवर आलिंगन आणि चुंबनांचा वर्षाव केला. सर्वांनी 'हुर्रे' म्हणून टाळ्या वाजवून त्यांचे अभिनंदन केले. जवळच्या दुकानातून एक शॅम्पेनची बाटली आणून ती उघडून त्याचा फेस एकमेकांवर उधळून आनंद साजरा करण्यात आला. डेन्मार्कच्या जोडप्याला देखील प्रशस्तिपत्रक मिळाले. त्या उभयतांना हा अविश्वसनीय पराक्रम होता. त्यांच्या समवयस्कांना हे नक्कीच जमले नसते. शिखरावर पोचून परत आल्यावर त्यांच्या डोळ्यांतून आनंदाश्रू आले होते. इंग्लंडच्या तरुणाने आपल्या आई-वडिलांना फोन करून आपण यश संपादन केल्याबद्दल कळविले होते. अमेरिकन जोडी उत्साहाने नाचत आपला आनंद साजरा करत होती. मॉस्कोच्या एका महिलेने एकेक आइस्क्रीमचा कप वाटून सर्वांना आपल्या आनंदात सहभागी करून घेतले. मोहनस्वामीला आइस्क्रीम फार आवडले. इतके रुचकर आइस्क्रीम त्याने यापूर्वी कधीच चाखले नव्हते. किलिमांजारो चढून गेल्याचा सर्वांना आनंद झाला होता आणि त्यांचे हृदय अभिमानाने भरून आले होते.

डेव्हिड प्रशस्तिपत्रक घेऊन मोहनस्वामीजवळ आला. त्याने विचारले,

"बेटा, तुझा परमेश्वरावर विश्वास आहे?"

मोहनस्वामीला पेच पडला. एक दीर्घ श्वास घेऊन "का? असे का विचारता?" असा त्याने डेव्हिडला प्रतिप्रश्न केला.

"ही पर्वताची चढण फार कष्टाची आहे आणि ती तू यशस्वी करून आला आहेस. परमेश्वराच्या मदतीशिवाय आणि पाठिंब्याशिवाय असे यश कुणालाही मिळत नाही. म्हणून त्या परमेश्वराचे आभार मानून या प्रशस्तिपत्रकाचा स्वीकार कर."

ऑक्सिजन भरपूर मिळाल्यामुळे मोहनस्वामीचा मेंदू आता तल्लख झाला होता आणि विचारामध्ये प्रगल्भता आली होती. कोणत्याही गोष्टीवर तो आंधळेपणाने विश्वास ठेवत नव्हता. अनुभवातून मिळालेल्या माहितीच्या आधारावरच विश्वास ठेवणारा तो इसम होता. आजवरच्या शिक्षणामधून प्रत्येक गोष्ट विज्ञानाच्या कसोटीवरच पारखून घेण्याची सवय त्याला लागली होती.

"नाही डेव्हिड. परमेश्वरावर माझा विश्वास नाही. संकटात सापडल्यावरच असले परमेश्वराचे विचार मनुष्याला सुचतात." मोहनस्वामीने आपले परखड मत

व्यक्त केले.

"ठीक आहे. निदान या किलिमांजारो पर्वतावर तुझा विश्वास आहे ना?"

"नक्कीच. खात्रीने विश्वास आहे."

तसे असेल तर या किलिमांजारोचे आभार मानून या प्रशस्तिपत्रकाचा स्वीकार कर."

"किलिमांजारो, मी तुझा अत्यंत आभारी आहे" असे म्हणून मोहनस्वामीने प्रशस्तिपत्रक हातात घेतले. डेव्हिड मनापासून हसला आणि त्याने मोहनस्वामीशी हस्तांदोलन केले. दूर तटस्थ वृत्तीने हे दृश्य पाहत असलेल्या किलिमांजारोने आपल्या पोटातच कूस बदलली आणि त्यामुळे पोटातील धगधगते निखारे ढवळून निघाले आणि ते जास्तच प्रज्वलित झाले.

◆